സോഷ്യലിസത്തിന്റെ ഭാവി
സാഹിത്യം സംഗീതം

socialisathinte bhavi sahithyam sangeetham

•

interview with fidel castro

•

translated
k p raveendran

•

first edition
december 2002

•

second edition
june 2007

•

third edition
october 2009

•

typesetting and published
chintha publishers, thiruvananthapuram

•

•

cover
ambeesh kumar

•

വിതരണം

ദേശാഭിമാനി ബുക്ക് ഹൗസ്

H O തിരുവനന്തപുരം–695 001

ബ്രാഞ്ചുകൾ

ദേശാഭിമാനി റോഡ് തിരുവനന്തപുരം • ഓവർബ്രിഡ്ജ് തിരുവനന്തപുരം • കെ എസ് ആർ ടി സി ബസ് സ്റ്റേഷൻ ആലപ്പുഴ • കെ എസ് ആർ ടി സി ബസ് സ്റ്റേഷൻ എറണാകുളം • ഐ ജി റോഡ് കോഴിക്കോട് • മാവൂർ റോഡ് കോഴിക്കോട് • എൻ ജി ഒ യൂണിയൻ ബിൽഡിങ് കണ്ണൂർ • സെൻട്രൽ ബസ് ടെർമിനൽ കോംപ്ലക്സ് താവക്കര കണ്ണൂർ • മച്ചിങ്ങൽ ലെയ്ൻ തൃശൂർ

CR - 948 / 2369

സോഷ്യലിസത്തിന്റെ ഭാവി
സാഹിത്യം സംഗീതം

ഫിദൽ കാസ്ട്രോയുമായി
തോമസ് ബോർഗെ നടത്തിയ അഭിമുഖം

പരിഭാഷ : കെ പി രവീന്ദ്രൻ

ചിന്ത പബ്ലിഷേഴ്സ്
തിരുവനന്തപുരം-695 001

ഉള്ളടക്കം

ആമുഖം

ഈ അഭിമുഖത്തിനായി ഫിദൽ കാസ്ട്രോവിനെ സമീപിക്കുമ്പോൾ അദ്ദേഹം തികച്ചും വിമർശനബുദ്ധ്യാ കാര്യങ്ങൾ നോക്കിക്കാണാനുള്ള ഒരു മാനസികാവസ്ഥയിലായിരുന്നു. ഈയിടെ നടന്ന സംഭവവികാസങ്ങൾ കാരണം പലരും കാലഹരണപ്പെട്ടെന്ന് കരുതുന്ന, ഒരു സൊല്ലയാണെന്നുപോലും കരുതുന്ന, മൂല്യങ്ങളിൽ അദ്ദേഹത്തിന് സുദൃഢമായ വിശ്വാസമുണ്ടായിരുന്നു.

ഈ കൃതിക്ക് ഇത്തരം ഒരു അഭിമുഖത്തിന്റെ രൂപം തെരഞ്ഞെടുക്കാൻ പ്രധാന കാരണം ആ ക്യൂബൻ നേതാവിനോട് പലതും ചോദിച്ചു മനസിലാക്കാനുള്ള എന്റെ താൽപ്പര്യമായിരുന്നു. രാഷ്ട്രീയത്തിലെ സമുന്നതരായ നേതാക്കളും മുൻ നിരയിലേക്കു വരാൻ മടിക്കുന്ന മറ്റുചിലരും പലപ്പോഴായി എന്നോടു ചോദിച്ചുകൊണ്ടിരുന്ന ചോദ്യങ്ങളും, ഞാൻ തന്നെ ചോദിക്കാൻ ആഗ്രഹിച്ച ചോദ്യങ്ങളും ചോദിക്കാൻ ഒരവസരം കിട്ടുമല്ലോ.

സോവിയറ്റ് യൂണിയന്റെയും സോഷ്യലിസ്റ്റ് ചേരിയിലുള്ള മറ്റു രാജ്യങ്ങളുടെയും പതനത്തോടെ സോഷ്യലിസംതന്നെ അപ്രത്യക്ഷമായോ എന്നതായിരുന്നു ഏറ്റവും പ്രധാനപ്പെട്ട ഒരു ചോദ്യം. സർവകലാശാലകളുടെ കാമ്പസുകൾ മുതൽ കച്ചവടക്കാരുടെ തീൻമേശവരെയുള്ള വേദികളിലൊക്കെ ഉയർന്നുകേൾക്കുന്ന ഒരു ചോദ്യമാണല്ലോ അത്.

പലരും ഏറെ ആഹ്ലാദിക്കുകയും മറ്റുപലരും നെഞ്ചത്തടിച്ചു കരയുകയും ചെയ്യുന്ന ആദർശവാദികളുടെതായ ഈ കലമ്പലുകൾക്കിടയിൽ ക്യൂബയെപ്പറ്റിയും അശുഭകരമായ പല പ്രവചനങ്ങളും കേൾക്കാനുണ്ട്. രാഷ്ട്രീയത്തിന്റെ ഭൂമിശാസ്ത്രത്തിൽ വന്ന

മാറ്റങ്ങളും, മാധ്യമങ്ങൾ സൃഷ്ടിച്ച് പർവതീകരിച്ചുകാണിക്കുന്ന നുണപ്രചാരണങ്ങളും, മറ്റൊരു രാജ്യവും സഹിക്കേണ്ടിവന്നിട്ടില്ലാത്തത്ര ഭീകരമായ ഉപരോധങ്ങളുമെല്ലാം ഇത്തരം പ്രവചനങ്ങൾക്ക് ആക്കം കൂട്ടുന്നുമുണ്ട്.

ഈ സമരത്തിൽ ആത്യന്തികവിജയം ക്യൂബയ്ക്കുതന്നെയാവുമെന്ന കാര്യത്തിൽ ഞങ്ങളെപ്പോലുള്ളവർക്കെല്ലാം ഉറച്ച വിശ്വാസമുണ്ട്. എങ്കിലും ക്യൂബൻവിപ്ലവത്തിന്റെ ഉറ്റ സഖാക്കളായവർക്കുപോലും (അവർ നാം കരുതുന്നതിലുമൊക്കെ ഏറെയുണ്ട്) അന്തിമവിധിയെപ്പറ്റി ആശങ്കയുണ്ട്.

ക്യൂബക്കാർ പറയുന്നതെന്താണെന്നോ? തങ്ങളുടെ കരുത്തു മുഴുവൻ സമാഹരിച്ച് പുല്ലും കളകളും നീക്കി, വലിയ ഒച്ചപ്പാടൊന്നും കൂടാതെതന്നെ തെറ്റുകൾ തിരുത്തി, വിസ്തൃതമായ പാത വെട്ടിയുണ്ടാക്കുന്ന യത്നം തങ്ങൾ തുടരുകതന്നെ ചെയ്യുമെന്നാണ്.

ഇപ്പോഴത്തെ ഈ ദുർഘടാവസ്ഥ, സൂര്യപ്രകാശത്തെ കുറച്ചു നേരത്തേക്കുമാത്രം മറയ്ക്കുന്ന മഴമേഘംപോലെ ക്ഷണികമാണെന്ന കാര്യത്തിൽ ഫിദലിനും അദ്ദേഹത്തിന്റെ സഖാക്കൾക്കും വിശ്വാസമുണ്ട്. ആ വിശ്വാസം സാംക്രമികവുമാണ്. അന്നാട്ടിലെ എല്ലാവരിലേക്കും ഈ ശുഭാപ്തിവിശ്വാസം പടർന്നുപിടിക്കുന്നുണ്ടെന്ന് ഈയിടെ ആ ദ്വീപ് സന്ദർശിച്ചപ്പോൾ എനിക്കുതന്നെ കാണാൻ കഴിഞ്ഞു.

II

സോവിയറ്റ് യൂണിയനിലും കിഴക്കൻ യൂറോപ്യൻരാജ്യങ്ങളിലും ഹൃദയഭേദകമായ സംഭവവികാസങ്ങൾ സോഷ്യലിസത്തിന്റെ പരാജയമായി കാണരുതെന്ന് പലർക്കും നിർബന്ധമുണ്ട്. മാർക്സിയൻ ക്ലാസിക്കുകൾ തൊഴിലാളി-കർഷകസഖ്യം എന്ന തത്വത്തിലെത്തിയത് ചരിത്രപാഠങ്ങൾതരുന്ന അനുഭവത്തിലൂടെയാണ്. ഈ ദുരന്തവും അത്തരമൊരു പഠനത്തിന് വിധേയമാവണം. മാനവരാശിയുടെ സ്വപ്നങ്ങളുമായി പൊരുത്തപ്പെട്ടുപോകുന്ന പദ്ധതികൾക്ക് രൂപം കൊടുക്കാൻ അത്തരം ഒരു പഠനത്തിൽനിന്ന് ഉരുത്തിരിയുന്ന നിഗമനങ്ങൾക്ക് കഴിയണം.

യഥാർഥസോഷ്യലിസം എന്നത് ആരോഗ്യമേഖലയിലും വിദ്യാഭ്യാസമേഖലയിലും ഭവനനിർമാണമേഖലയിലും തൊഴിൽദാന പദ്ധതികളിലുമൊക്കെ നേടിയ വൻനേട്ടങ്ങളാണ്. പ്രകാശമാനമായി പുഞ്ചിരിക്കുന്ന, സ്വതന്ത്രമായി സർഗസൃഷ്ടി നടത്തുന്ന ശാസ്ത്രത്തെയും സാങ്കേതികവിദ്യയെയും ഉൽപ്പാദനക്ഷമതയ്ക്കുവേണ്ടി യുക്തിഭദ്രമായി സമന്വയിപ്പിച്ചുകൊണ്ടുപോവുന്ന ഒന്നാണ് സോഷ്യലിസ്റ്റ്സമൂഹം. വെറും പുറംപൂച്ചു കാണിക്കുന്ന ഒരു സമൂഹമല്ല അത്.

പുതിയ മനുഷ്യന്റെ, ഇരുപത്തൊന്നാം നൂറ്റാണ്ടിലെ പൗരന്റെ, സൃഷ്ടിയാണ് സോഷ്യലിസം. അവൻ ധാർഷ്ട്യത്തിനും നടപ്പുമുറകൾക്കും എതിരാണ്; വിപ്ലവത്തിന്റെ അന്തഃസത്തയാണ് സ്വാതന്ത്ര്യം എന്നു മനസിലാക്കുന്നവനാണ്; മാറാൻ മടിക്കുന്ന ചട്ടങ്ങളുടെ ശത്രുവും നിഷേധിയുമാണ്; വിമർശകനും സ്വപ്നാടകനുമാണ്.

വിശ്വാസപ്രമാണങ്ങളൊന്നും ശാശ്വതമല്ലെന്നും പുണ്യവാളന്മാരും സാധാരണ മനുഷ്യരാണെന്നും ഞാനൊരിക്കൽ പറയുകയുണ്ടായി. സാഹോദര്യത്തിൽ അധിഷ്ഠിതമായ, കർമോന്മുഖമായ ഒരു മനുഷ്യരാശിയാണ് എന്റെ സങ്കൽപ്പത്തിലുള്ളത്. അതു നടപ്പിലാവില്ലെങ്കിൽ ജീവിതത്തിന് വലിയ അർഥമൊന്നും ഞാൻ കാണുന്നില്ല. ഉട്ടോപ്യകളെ നാം സാക്ഷാൽക്കരിക്കുകതന്നെ വേണം.

III

ഫിദൽ കാസ്ട്രോ തന്റെ സമയത്തിന്റെ ഏറിയ ഭാഗവും ചെലവഴിക്കുന്ന ഈ സ്ഥലത്തേക്കുള്ള എന്റെ സന്ദർശനം ഇത് ആദ്യമൊന്നുമല്ല. നിക്കരാഗ്വൻവിപ്ലവത്തിനു മുമ്പുതന്നെ സാൻഡിനിസ്റ്റ് ദേശീയമുന്നണിയുടെ (എഫ് എസ് എൽ എൻ) നേതാക്കളിൽ പലരും ഇവിടെ വന്നിട്ടുണ്ട്. അന്ന് പന്ത്രണ്ടുമണിക്കൂറിലേറെ നീണ്ടുനിന്ന സജീവമായ ഒരു ചർച്ചയിൽ ഞങ്ങൾ പങ്കെടുക്കുകയും ബാരൽകണക്കിന് കാപ്പികുടിക്കുകയും ടൺകണക്കിന് നിക്കോട്ടിൻ പുകച്ചുതള്ളുകയും ഉണ്ടായി.

പലപ്പോഴായി ഞങ്ങൾ പുലരുവോളം സംസാരിച്ചു. ഒരിക്കൽ അദ്ദേഹം മനുഷ്യനിലുള്ള തന്റെ അളവറ്റ ആത്മവിശ്വാസത്തെപ്പറ്റി പറയുകയുണ്ടായി. അതേസമയത്ത് രാഷ്ട്രീയനേതാക്കളെ കൂടെക്കൂടെ വലയം ചെയ്യാറുള്ള ദൗർബല്യങ്ങളെയും വിദ്വേഷങ്ങളെയും അസൂയകളെയും അധികാരവാഞ്ഛകളെയും മറ്റുംപറ്റി പറഞ്ഞ് ഞങ്ങൾ വേദനിക്കുകയുണ്ടായി.

കൊച്ചുകൊച്ചു കാര്യങ്ങൾ ഞാൻ ചിലപ്പോൾ ശ്രദ്ധിച്ചില്ലെന്നിരിക്കാം. അതുകൊണ്ടാണ് ഞാൻ എന്റെ ഭാര്യ മാർസെലാ പെറെസ് സിൽവയോടും ഞങ്ങളുടെ സഹായി മാർഗറീറ്റാ സൂസനോടും–അവളുടെ കൈയിൽ ടെയ്പ്പുകളും ഫിലിമുകളും ഒക്കെയായി സാമാന്യം നല്ല ഭാരമുണ്ടായിരുന്നു–പറഞ്ഞത് ചടങ്ങുകൾ തുടങ്ങുമ്പോഴുള്ള ചുറ്റുപാടുകളെപ്പറ്റി ഒന്നു വിസ്തരിച്ചു വയ്ക്കാൻ:

> ഫിദലിന്റെ ജനാലയ്ക്കു താഴെക്കാണുന്ന ഹവാന സുന്ദരമാണ്. വിപ്ലവചത്വരത്തിൽ, പ്രഭാപൂരത്തിൽ കുളിച്ചുനിൽക്കുന്ന മാർട്ടിയുടെ ഗാംഭീര്യമുള്ള പ്രതിമയുടെ ചുമലുകൾക്കുമേലെ, ഇരുവശത്തും വരിവരിയായി വെച്ചുപിടിപ്പിച്ച മരങ്ങൾ കാണാം. ജനാലയ്ക്കരികെനിന്നാൽ ഞങ്ങൾക്ക് നഗരം കാണാം. മുറിക്കുള്ളിലാവട്ടെ, ക്യൂബമുഴുവൻ കാണാം. ഞായറാഴ്ച കാലത്ത് രണ്ടു മണിയായിരിക്കുന്നു.

മിനുമിനുപ്പുള്ള പന്നൽച്ചെടികളും വിശറിപോലുള്ള പനകളും വളരെ ശ്രദ്ധയോടെയും സ്നേഹത്തോടെയും പരിരക്ഷിച്ച് ചട്ടികളിലാക്കിവെച്ചിരിക്കുന്ന മുറികളിലൂടെ വേണം ഫിദലിന്റെ ഓഫീസിലെത്താൻ (സിലിയാ സൻഷെസ് ആണ് ഈ മനോഹരമായ ഹരിതാഭയുടെ പിന്നിൽ എന്നാണ് ജനം പറയുന്നത്. അവർ വളർത്തിയ പ്രിയപ്പെട്ട ഓർക്കിഡുകളിലൊന്നിൽ അവരുടെ ആത്മാവുണ്ടെന്നും ജനം വിശ്വസിക്കുന്നു.)

വിശാലവും പരിചയക്കേടു തോന്നിക്കാത്തതുമാണ് ഫിദലിന്റെ ഓഫീസുമുറി. ഇഷ്ടികച്ചുമരിന്മേൽ കാമിലോ സിയെൻഫ്യൂഗോസിന്റെ ഒരു ചിത്രം സന്ദർശകരെ നോക്കി പുഞ്ചിരിക്കുന്നു. പുതുതായി പറിച്ചെടുത്ത പൂക്കളാണ് ഓഫീസിൽ നിറയെ. സുഖപ്രദമായ മീറ്റിങ്ങുകൾക്കു പാകത്തിൽ പതുപതുപ്പുള്ള കസേരകൾ. മരംകൊണ്ടുള്ള പുസ്തക ഷെൽഫിന്റെ മുന്നിലിട്ടിരിക്കുന്ന ഡെസ്ക്കിന്മേൽ തീരെ പൊരുത്തപ്പെടാത്ത പല വസ്തുക്കളും സഹവർത്തിത്വത്തോടെ കിടക്കുന്നു. ബയോ ജനറ്റിക്സിനോടു ബന്ധപ്പെട്ട മാന്വലുകൾ, കടലിന്റെ ആരവം പ്രതിധ്വനിപ്പിക്കുന്ന ശംഖുകൾ, പ്രാചീന ചരിത്രത്തോടു ബന്ധപ്പെട്ട പുസ്തകങ്ങൾ, ജലസേചന സംവിധാനങ്ങളെപ്പറ്റിയുള്ള ഉപന്യാസങ്ങൾ, വെള്ളിമുരലോടു കൂടിയ ഒരു ചുരയ്ക്കാത്തൊണ്ട്, (കണ്ടപ്പോൾ ചെ ഗുവേരയെ ഓർമ്മ വന്നു) ഒരു ബൈബിൾ, ഇംഗ്ലീഷിലുള്ള ഫിദലിന്റെ ഒരു ജീവചരിത്രം, കൊളംബസ് വരുന്നതിനു മുമ്പുള്ള കാലത്തെ ഒരു അമേരിക്കൻ ശില്പം, കുറച്ചു പഴക്കമുണ്ടെങ്കിലും വിശ്വമഹാഗ്രന്ഥങ്ങളുടെ മനോഹരമായ ഒരു ശേഖരം, ക്യൂബയിലും ലോകത്തെവിടെയും ഒരു കുഞ്ഞു പിറന്നാൽ ആ വിവരം അടയാളപ്പെടുത്തുന്ന ഒരു മന്ത്രികപ്പെട്ടി, ബൊളിവർ സ്വന്തം കയ്പടയിലെഴുതിയ ഒരെഴുത്ത്-വിചിത്രമായ ഒരു സങ്കലനം, അങ്ങു ദൂരെ, കനപ്പിടിയനായ ഒരു വർക്ക്ടേബിൾ-ചുറ്റും കുറെ കസേരകളും. അതിനു ചുറ്റും ചൂടുപിടിച്ച കുറേയേറെ ചർച്ചകൾ രാവിലെത്തന്നെ നടന്നിരിക്കുന്നു. മുറിക്കു പുറമേ കാണുന്ന നഗര ദീപങ്ങൾ ഒരു കാർപെറ്റിന്മേൽ പതിച്ച നക്ഷത്രങ്ങളെപ്പോലെ തിളങ്ങി.

നിൽക്കുകയായിരുന്നു ഫിദൽ, ചുമലുകളിൽ ഔദ്യോഗികപദവികളുടെ സൂചകമായ നക്ഷത്രങ്ങളും ലോറലുകളും. ആ ചുമലുകളിലാണല്ലോ പ്രാവുകൾ നിർഭയമായി വന്നിറങ്ങാറുള്ളത്!

ജനലിന് അഭിമുഖമായി മുഖാമുഖം നോക്കി കമാൻഡർമാർ ഇരിക്കുന്നുണ്ടായിരുന്നു. കർമ്മം ചെയ്യാൻ തയ്യാറായ പുരോഹിതന്മാരെപ്പോലെയായിരുന്നു അവരുടെ ഇരിപ്പ്. സ്വച്ഛമായ കാറ്റ്. തോമസിന്റെ ആദ്യത്തെ വാക്കുകൾ തന്നെ മറ്റൊരു കാലത്തെ സൃഷ്ടിച്ചു — അതിൽ പല കാലഘട്ടങ്ങളും കൂടിച്ചേർന്നു. ചോദ്യങ്ങളും നിർദേ

ശങ്ങളുമൊക്കെ, പ്രതികരണങ്ങളുണ്ടാക്കാൻ പാകത്തിൽ പ്രകോപിപ്പിച്ചു. പിന്നെ ഓർമ്മകളുടെ ഒരു കുത്തൊഴുക്കായിരുന്നു– കടലുകളും കൊടുങ്കാറ്റുകളും. ഇടിമുഴക്കത്തിന്റെ ഗാംഭീര്യത്തോടെയായിരുന്നു ഫിദലിന്റെ മറുപടികൾ. അദ്ദേഹത്തിന്റെ വാക്കുകളിലൂടെ ചിത്രങ്ങൾ വിരിഞ്ഞുവന്നു. കുഞ്ഞിന്റെ കൈപിടിച്ച് പന്തമേന്തി മുന്നോട്ട് നീങ്ങുന്നവരുടെ ചിത്രങ്ങൾ, ഉട്ടോപ്യ പടുത്തുയർത്തുന്ന കാര്യത്തിൽ വിജയം വരിച്ചവരുടെ ചിത്രങ്ങൾ, കുഞ്ചുരോമങ്ങൾ കാറ്റിലാടി കുതിച്ചോടുന്ന കുതിരകളുടെ ചിത്രങ്ങൾ. ഫിദൽ ഒരു പർവതം പോലെ മുറിയിലാകെ നിറഞ്ഞ്, അങ്ങോട്ടുമിങ്ങോട്ടും ഉലാത്തിക്കൊണ്ട്, താൻ വിജയം വരിച്ച സമരങ്ങളെക്കുറിച്ചും, ഇനിയും നേരിടേണ്ടതായ സമരങ്ങളെക്കുറിച്ചും ഒക്കെ സംസാരിച്ചുകൊണ്ടിരുന്നു.

അന്നു പുലരാൻ കാലത്തു തുടങ്ങിയ സംഭാഷണം പിന്നെ രണ്ടു ദിവസത്തോളം തുടർന്നു. മൂന്നാമത്തെ സൂര്യോദയത്തോടെയാണ് അഭിമുഖം അവസാനിച്ചത്. ടേപ് റെക്കോർഡർ സ്വിച്ച് ഓഫ് ചെയ്യുന്നതിനുമുമ്പ് ഞാൻ ജനാലയ്ക്കലേക്കു നോക്കി. പരപരാ വെളിച്ചമേ ഉണ്ടായിരുന്നുള്ളുവെങ്കിലും ഞാൻ മാർട്ടിയെ വ്യക്തമായും കണ്ടു. ഫിദലിന്റെ ചുമലിനു മുകളിലൂടെ, ക്യൂബയെ വീക്ഷിച്ചുകൊണ്ടിരിക്കുകയാണ് മാർട്ടി.

IV

ഏപ്രിൽ–18 നു തുടങ്ങിയ അഭിമുഖം മൂന്നു സെഷനുകളിലായി പത്തുമണിക്കൂറോളം ഞങ്ങൾ ടെയ്പ്പു ചെയ്തു. ജനാധിപത്യത്തെപ്പറ്റിയുള്ള ഫിദലിന്റെ ആശയങ്ങളും ക്യൂബയിലെ രാഷ്ട്രീയ സംവിധാനത്തിൽ സംഭവിക്കാവുന്ന പരിവർത്തനങ്ങളുമായിരുന്നു രണ്ടു പ്രധാന ചർച്ചാവിഷയം.

ലാറ്റിനമേരിക്കയിലും മറ്റു മൂന്നാം ലോക രാജ്യങ്ങളിലും ഉണ്ടായിക്കൊണ്ടിരിക്കുന്ന വിപ്ലവ പ്രസ്ഥാനങ്ങളെപ്പറ്റി ഞങ്ങൾ സംസാരിച്ചു. സ്റ്റാലിനെയും ഗോർബച്ചേവിനെയും കുറിച്ചുള്ള അദ്ദേഹത്തിന്റെ അഭിപ്രായങ്ങൾ ആരാഞ്ഞു. സാഹിത്യത്തിലും മറ്റു മേഖലകളിലുമുള്ള അദ്ദേഹത്തിന്റെ താൽപര്യങ്ങളെപ്പറ്റി അന്വേഷിച്ചു.

കൊളംബസ് അമേരിക്കയിലെത്തിയതിന്റെ വാർഷികാഘോഷങ്ങളെപ്പറ്റിയുള്ള ചർച്ചകൾ നടക്കുന്ന കാലമായിരുന്നു. യൂറോപ്പുകാരൊക്കെ ഒരു മഹാസംഭവമായും അമേരിക്കയിലെ ആദി ജനത ഹൃദയഭേദകമായും കാണുന്ന ആ സംഭവം മറ്റൊരധ്യായത്തിനു വക നൽകുന്നു.

മനുഷ്യാവകാശങ്ങളെപ്പറ്റി വലിയ മതിപ്പാണ് ക്യൂബക്കാർക്ക്. മനുഷ്യരാശിയെപ്പറ്റിയും മനുഷ്യന്റെ ഇന്നത്തെ അവസ്ഥയെപ്പറ്റിയും ചലനാത്മകമായ ചരിത്രത്തിൽ മനുഷ്യന്റെ മഹത്തായ പങ്കി

നെപ്പറ്റിയും ഒക്കെ. അത് ഒരു കാവ്യം പോലെ മനോഹരമാകുന്നു. എന്റെ ഉള്ളിൽ തട്ടിയ ഒരു ഭാഗമാണത്.

ഈ അഭിമുഖം നിഷ്പക്ഷമല്ല. ഈയിടെ നടന്ന മരണാനന്തര ചടങ്ങുകൾക്കുശേഷം, ജീവിതത്തോട് അള്ളിപ്പിടിച്ചു നിൽക്കുന്നുണ്ട് ഇത്; ഇരുട്ടിൽ ഒരു കൊച്ചു വെളിച്ചമെങ്കിലും മിന്നിക്കാൻ ശ്രമിക്കുന്നുണ്ട് ഇത്. ഫിദൽ കാസ്ട്രോവിന്റെ അപാരമായ ഓർമശക്തിയുടെയും അസാമാന്യബുദ്ധിശക്തിയുടെയും ആഴങ്ങളിലേക്കിറങ്ങിച്ചെല്ലാൻ ഞാൻ ഏറെ ശ്രമിച്ചിട്ടുണ്ട്.

ഈയൊരു നിയോഗത്തിൽ ഞാൻ വിജയിച്ചുവെങ്കിൽ, സാൻഡിനിസ്റ്റക്കേറ്റ തിരിച്ചടിക്കുശേഷമുള്ള എന്റെ ജീവിതത്തിൽ ഞാൻ സഹിച്ചതിനൊക്കെയുള്ള പ്രതിഫലമായി ഞാനതിനെ കണക്കാക്കും. വലിയ വലിയ പതനങ്ങൾക്കുശേഷം ഉട്ടോപ്യകളൊക്കെ അവസാനിച്ചുവെന്നും ലിബറലിസം ശാശ്വതമാണെന്നും ചെവിയടപ്പിക്കുന്ന മട്ടിൽ കുഴലൂതി നടക്കുന്നവർക്ക് ഒരു മറുപടിയാവും ഇത്.

എന്റെ വിശ്വാസങ്ങളെ കൂടുതൽ ദൃഢമാക്കാൻ ഫിദലുമായുള്ള ഈ സംവാദങ്ങൾക്ക് കഴിഞ്ഞിട്ടുണ്ട്. സാമാന്യ മനുഷ്യന്റെ ബുദ്ധിശക്തിക്കും അന്തസ്സിനുമെതിരായുള്ള കടന്നു കയറ്റങ്ങളെ നേരിടാൻ വേണ്ട ഐക്യനിര കെട്ടിപ്പടുക്കുന്ന കാര്യത്തിൽ എനിക്കുള്ള ആവേശത്തിനു സഹായകമായി ധാരാളം പുതിയ വാദമുഖങ്ങൾ നേടാനും കഴിഞ്ഞു.

ലാറ്റിനമേരിക്കയിലെയും ലോകത്തിന്റെ ഇതര ഭാഗങ്ങളിലെയും ജനങ്ങളുടെ മോഹങ്ങളും പ്രതീക്ഷകളും ഇനിയും കാലഹരണപ്പെട്ടിട്ടില്ല. ഈ ജനതയെ നേരായ ദിശയിലൂടെ ചിന്തിപ്പിക്കാനും ഉത്തേജിപ്പിക്കാനും ഈ സംവാദം സഹായകമാവുമെന്നാണ് എന്റെ പ്രതീക്ഷ. നമ്മൾ ഇനി മലമടക്കുകളിലേക്ക് മടങ്ങുന്ന പ്രശ്നമില്ല; മലമടക്കുകളെ നാം ഇങ്ങോട്ടു വരുത്തും.

തിരിച്ചടികൾ നേരിടുമ്പോഴും കനലുകളിൽ അകപ്പെടുമ്പോഴും രാഷ്ട്രീയ നേതാക്കൾ എന്ന നിലയ്ക്ക് നാം നടത്തുന്ന- അവശ്യം നടത്തേണ്ട- സ്വയം വിമർശനങ്ങളെപ്പറ്റി എന്നെ ബോധവാനാക്കാൻ ഈ സംവാദം ഉപകരിച്ചിട്ടുണ്ട്.

ബാക്കിയൊക്കെ, രസകരമായ പത്രപ്രവർത്തനമെന്നോ സാഹിത്യമെന്നോ ഉള്ള മട്ടിലേ കരുതേണ്ടു.

മാനാഗ്വാ
തോമസ്ബോർഗെ ജൂൺ 1, 1992

1

ചരിത്രവും പിന്മുറക്കാരും

ഒരു ഒലീവ്ഗ്രീൻ യുണിഫോമിലായിരുന്നു ഫിദൽ. ഭാവം പ്രസന്നമായിരുന്നു– പെരുമാറ്റം ചടുലവും.

അദ്ദേഹത്തിന്റെ താടിക്ക് ഒരു പ്രത്യേക നിറമുള്ളപോലെ ഞാൻ ഈയിടെ സ്വപ്നം കണ്ടിരുന്നു. പക്ഷെ ഇപ്പോൾ കണ്ടപ്പോൾ അത് സാധാരണപോലെ നരച്ചതുതന്നെ. ഒരു പ്രത്യേക വാത്സല്യം കൊണ്ടു തിളങ്ങുന്ന കണ്ണുകൾ നേരെ നമ്മുടെ മുഖത്തേക്കു തന്നെ നോക്കുന്നു. ഒരൽപ്പം ശോഷിച്ച പോലെയും പ്രായം അൽപ്പം കുറഞ്ഞപോലെയും തോന്നിച്ചു.

ഇന്നലെ, ശനിയാഴ്ച, ഞങ്ങൾ വയലുകളിലൂടെ നടന്നപ്പോൾ ഉരുളക്കിഴങ്ങിന്റെയും തക്കാളിയുടെയും ഒക്കെ വിളവെടുപ്പായിരുന്നു. കൃഷിക്കാർ അത്യാവേശത്തോടെ സ്നേഹവും ധീരതയും പ്രദർശിപ്പിച്ചത് എന്നെ ആവേശം കൊള്ളിച്ചു. പിന്നെ, രാത്രി ഒരു മണിയോടെ, ലാറ്റിനമേരിക്കയിൽ നിന്നും കരീബിയൻ നാടുകളിൽ നിന്നും വന്ന മുന്നൂറോളം പ്രതിനിധികളെ ഞങ്ങൾ അഭിവാദ്യം ചെയ്യുകയുണ്ടായി. അവർ കാണിച്ച ഐക്യദാർഢ്യം എന്റെ മനസിൽ ആഴത്തിൽ പതിഞ്ഞു.

ഇന്ന്, ഈ ഞായറാഴ്ച നേരമല്ലാത്ത നേരത്ത് ഫിദലിനെ സംസാരിക്കാൻ കിട്ടിയപ്പോൾ ആദ്യമായി ചോദിക്കാൻ തോന്നിയത് ഇത്രയും വിഷമങ്ങൾക്കിടയിലും ഇങ്ങനെ ഉത്സാഹം നിലനിർത്താൻ കഴിയുന്നതെങ്ങനെ, എന്നാണ്. പക്ഷെ ഞാനത് ചോദിച്ചില്ല. എന്റെ മുന്നിലിരിക്കുന്ന ഈ മഹാനായ മനുഷ്യനെ ഒരു പടക്കുതിരയെപ്പോലെ മുന്നോട്ടു നീങ്ങാൻ സഹായിക്കുന്ന ചാലകശ

ക്തി, നിത്യ ജീവിതത്തിൽ അദ്ദേഹം നേരിടുന്ന നാടകീയസംഭവങ്ങളും, ചെയ്തേ പറ്റൂ എന്ന മട്ടിലുള്ള അത്യാവശ്യ കാര്യങ്ങളുമാണെന്ന് എനിക്ക് ഉറപ്പുണ്ടായിരുന്നു. വെല്ലുവിളികൾ കർമ്മോത്സുകതയ്ക്ക് ആക്കം കൂട്ടുമല്ലോ.

മുമ്പൊക്കെ, അദ്ദേഹത്തിന്റെ മുമ്പിലെത്തുമ്പോൾ എനിക്ക് ഒരു തരം ഉൾവലിവ് അനുഭവപ്പെടാറുണ്ടായിരുന്നു. ഈയിടെയായി ഞാൻ അദ്ദേഹത്തോട് കുടുതൽ സ്വാതന്ത്ര്യമെടുക്കാറുണ്ടെങ്കിലും, ഈ പ്രത്യേക സന്ദർഭത്തിൽ വീണ്ടും ഒരു അകൽച്ച തോന്നി. പണ്ടൊക്കെ, ഇതേ സ്ഥലത്തിരുന്ന് ഞങ്ങൾ മനുഷ്യർക്കിടയിലെ ചേരിതിരിവുകൾ മുതൽ ഓരോ വ്യക്തിയുടെയും ആന്തരികമായ സംഘർഷങ്ങൾ വരെയുള്ള വിഷയങ്ങളെപ്പറ്റി മണിക്കൂറുകളോളം സംസാരിക്കാറുണ്ടായിരുന്നു. അതൊക്കെ ഞാൻ ഓർത്തുപോയി. അന്നൊരിക്കൽ, അധികാരത്തെപ്പറ്റി സാമാന്യം നീണ്ട ഒരു സംവാദം നടത്തുകയുണ്ടായി-ഇപ്പോഴത്തെ സംഭാഷണങ്ങൾക്കിടയിലും അധികാരം ഒരു പ്രധാന വിഷയമാണുതാനും.

ഇപ്പോൾ ഞാൻ ഒരു പത്രപ്രവർത്തകന്റെ വേഷത്തിലാണ് അദ്ദേഹത്തെ സമീപിക്കുന്നത്-പ്രകോപനപരമായ ചോദ്യങ്ങൾ ചോദിച്ച്, പുതിയ പ്രതികരണങ്ങൾ തേടുകയാണ് എന്റെ ലക്ഷ്യം. ഈ ചർച്ചയിൽ, പഴയപോലെ തുല്യത നടിക്കുന്ന ഒരു പങ്കാളിയായിക്കൂടല്ലോ ഞാൻ. അപരിചിതമായ ഇത്തരമൊരവസ്ഥ കൈകാര്യം ചെയ്യാൻ എനിക്കു കഴിയുമെന്നുതന്നെയാണ് എന്റെ വിശ്വാസം-“ചെകുത്താന്റെ വക്കീൽപ്പണി”എന്ന മട്ടിൽ വിഷമം പിടിച്ച ഒരു കളിയാണ് ഇത്!

തോമസ് ബോർഗെ: *താങ്കൾക്കു ചുറ്റുമുള്ള ഈ പ്രഭാവലയത്തെപ്പറ്റി താങ്കളും കുറെയൊക്കെ ബോധവാനാണല്ലോ, അല്ലേ ഫിദൽ? ഇന്ന് മറ്റാർക്കുമില്ലാത്ത ഈ പരിവേഷം ചരിത്രത്തിന്റെ ഒരു നിയോഗമായി താങ്കൾ കാണുന്നില്ലേ? ഒരു ശാശ്വത സ്മൃതിയായി മാറാൻ കഴിഞ്ഞ ഈ അവസ്ഥയെ താങ്കൾ എങ്ങനെയാണ് വിലയിരുത്തുന്നത്?*

കാസ്ട്രോ: ഈ ചോദ്യത്തിന് ഉത്തരം പറയുന്നതിനുമുമ്പ്, ആമുഖമായി ഞാനും ചിലതു പറയട്ടെ: താങ്കളുടെ ശബ്ദം ഞാൻ വലിയ താൽപര്യത്തോടെതന്നെ ശ്രദ്ധിച്ചിട്ടുണ്ട്. കവിത തുളുമ്പുന്ന ഭാഷയിൽ മനോഹരമായി സംസാരിക്കാനുള്ള അങ്ങയുടെ കഴിവിനെപ്പറ്റി വളരെയേറെ മതിപ്പുണ്ട് എനിക്ക്. ഒരു കവി, കവിയായിത്തന്നെയാണ് ജനിക്കുന്നത്; ഒരു പ്രസംഗകനാവട്ടെ, പരിശീലനം കൊണ്ടാണ് തന്റെ കഴിവുനേടുന്നത്. അങ്ങനെ വളരെ അധ്വാനിച്ചിട്ടാണ് ഞാൻ ഏതാണ്ടൊരു പ്രസംഗകനായിത്തീർന്നത്. താങ്കൾ എന്നെക്കാൾ എത്രയോ മെച്ചപ്പെട്ട വാഗ്മിയാണ്. ജന്മനാ കവിയും ജന്മനാ വാഗ്മിയുമാണ് താങ്കൾ. എനിക്ക് കവിതയില്ല; ഭാഷണത്തിൽ, ശ്രമകരമായി നേടിയ ഒരൽപ്പം കഴിവേ ഉള്ളു.

പിന്നെ, എന്നെപ്പറ്റി കനിവോടെ പറഞ്ഞ ആ നല്ല വാക്കുകൾക്കു നന്ദി. അവ നിഷ്പക്ഷമോ എന്തോ!

ചില ഉൾവലിവുകളെ മറികടന്ന്, ഒരു പത്രപ്രവർത്തകൻ എന്ന മട്ടിൽ പെരുമാറുമെന്നൊക്കെ തുടക്കത്തിൽ താങ്കൾ പറഞ്ഞുവല്ലോ. മുമ്പ് പലപ്പോഴും നാം ഒരുമിച്ചിരുന്നു സംസാരിച്ചതിനെപ്പറ്റിയും. തുടക്കത്തിലൊക്കെ പരിചയക്കേടു തോന്നിയതായും പറയുകയുണ്ടായി. പക്ഷേ, ഇപ്പോൾ എന്റെ അവസ്ഥയാണ് കൂടുതൽ വിഷമകരം എന്നാണ് എനിക്കു തോന്നുന്നത്. നാം തമ്മിലുള്ള ഗാഢമായ സൗഹൃദവും പരസ്പര വിശ്വാസവും പരസ്പര ധാരണയും വാത്സല്യവും ബഹുമാനവും ഒക്കെത്തന്നെ എന്റെ റോൾ കൂടുതൽ ദുഷ്കരമാക്കുന്നു. ശത്രുതാ മനോഭാവമുള്ള ഒരു പത്രപ്രവർത്തകൻ എന്നെ ഇന്റർവ്യൂ ചെയ്യുമ്പോൾ ഞാൻ അതിശക്തമായി പ്രതികരിക്കും. ഒരുപാട് വാദിക്കുകയും ആക്രമണവും പ്രത്യാക്രമണവും നടത്തുകയുമൊക്കെ ചെയ്യും. പക്ഷേ താങ്കളോട് അങ്ങനെ പെരുമാറാൻ വയ്യല്ലോ. മറ്റുള്ളവരൊക്കെ ചോദിക്കുന്നതിനെക്കാൾ കുഴപ്പം പിടിച്ച ചോദ്യങ്ങൾ ചോദിച്ചാൽപ്പോലും ഒരു സുഹൃത്തിനോടെന്ന മട്ടിലല്ലേ എനിക്കു സംസാരിക്കാനാവൂ! ശത്രുവോ സുഹൃത്തോ മാത്രമല്ലല്ലോ താങ്കൾ. സുഹൃത്തുമാണ് പത്രപ്രവർത്തകനുമാണ്. അതുകൊണ്ട് ഈ ഇന്റർവ്യൂ എന്നെ സംബന്ധിച്ചിടത്തോളം കൂടുതൽ വലിയ ഒരു വെല്ലുവിളിയാണ്.

ഈ സാഹസത്തിൽ വിജയിക്കാൻ ഞാൻ പരമാവധി ശ്രമിക്കും: താങ്കളുടെ ചോദ്യങ്ങൾക്കൊക്കെ ആവുംപോലെ മറുപടി തരും; പറയാവുന്നിടത്തോളം പറയും. ഇതുപോലൊരു അഭിമുഖം വിജയിക്കാൻ പാകത്തിലുള്ള ഒരു അന്തരീക്ഷമൊരുക്കാൻ നമുക്കു കഴിയുമെന്നു തന്നെയാണ് എന്റെ വിശ്വാസം.

ഏതാണ്ട് ഇതുപോലെ അഭിമുഖങ്ങൾ ഇതിനുമുമ്പും ഉണ്ടായിട്ടുണ്ട്– ഇത്ര ഗാഢമായ സുഹൃദ്ബന്ധമുള്ളവരായിട്ട് ആയിരുന്നില്ലെന്നു മാത്രം. ഉദാഹരണത്തിന് താങ്കൾ ഇപ്പോൾ ഇരിക്കുന്ന അതേ സ്ഥാനത്തിരുന്ന് ഫ്രാഡെറ്റോ, ഇതേ മട്ടിലല്ലെങ്കിലും, കുറേയേറെ ചോദ്യങ്ങൾ ഒരിക്കൽ ചോദിക്കുകയുണ്ടായി. മണിക്കൂറുകളോളം ഞങ്ങൾ അന്നു സംസാരിച്ചു. ഏറെ അടുപ്പമുണ്ടാക്കി, സാധാരണ സംസാരത്തിന്റേതായ ഒരു അന്തരീക്ഷം ഞങ്ങൾ ഉണ്ടാക്കി. വിഷമം പിടിച്ച പല ചോദ്യങ്ങളും അദ്ദേഹം എന്നോടു ചോദിച്ചു. താങ്കളുടെ ചോദ്യങ്ങളും അത്ര എളുപ്പമുള്ളതാവുമെന്നൊന്നും ഞാൻ കരുതുന്നില്ല. അവയ്ക്കൊക്കെ സാമാന്യം തൃപ്തികരമായ മറുപടി തരാൻ ഞാൻ ബാധ്യസ്ഥനാണ് എന്നതുകൊണ്ടുതന്നെ, ഈ സംഭാഷണത്തിൽ എന്റെ പങ്ക് വിഷമം പിടിച്ചതാണ്.

തോമസ് ബോർഗെ: *അമരത്വം എന്നത്, മഞ്ഞുമൂടിയ പ്രേമം പോലെ, ഒരൽപ്പം വിഷമം പിടിച്ച അവസ്ഥയാണ് അല്ലേ? അങ്ങനെയൊരു സങ്കൽപ്പം വേണ്ടെന്നു തോന്നുന്നുണ്ടോ?*

കാസ്ട്രോ : ഞാൻ ഇനി ഈ ചോദ്യത്തിന് ഉത്തരം പറയാൻ ശ്രമിക്കാം. ചരിത്രത്തിൽ തനിക്ക് ഒരു സ്ഥാനമുണ്ടെന്നു ധരിക്കുന്ന ഒരു വ്യക്തി എങ്ങനെ ചിന്തിക്കും- ഇതാവണം താങ്കളുടെ ചോദ്യം.

ഉത്തരം പറയാൻ വിഷമമുള്ള ഒരു ചോദ്യമാണ് ഇത്. ഒന്നാമതായി, ഇത്തരമൊരു അവസ്ഥയെപ്പറ്റി ചിന്തിക്കാൻ ഞാൻ ഇതുവരെ മിനക്കെട്ടിട്ടില്ല. ഇനി ഞാൻ ജീവിച്ച ഈ കാലഘട്ടത്തിന്റെ ചരിത്രത്തിൽ എനിക്കായി ചെറിയ ഒരു സ്ഥാനമുണ്ടെന്നു തന്നെ വെക്കുക. ചരിത്രത്തെപ്പറ്റി എനിക്ക് ചില ധാരണകളൊക്കെയുണ്ട്- ചരിത്രം എന്താണ്, എന്തല്ല, എന്നതിനെപ്പറ്റി.

നേരായ ചരിത്രം എന്നൊന്നുണ്ടോ എന്നുതന്നെ ഞാൻ പലപ്പോഴും അത്ഭുതപ്പെടാറുണ്ട്. പല മട്ടിലും വ്യത്യസ്ത രീതിയിലും ഉള്ള വ്യാഖ്യാനങ്ങളും വീക്ഷണകോണുകളുമാണല്ലോ ചരിത്രത്തിനുള്ളത്. അപ്പോൾ യഥാർഥ ചരിത്രം എന്ന ഒന്നുണ്ടോ? അങ്ങനെവരുമ്പോൾ പരമാവധി ചെയ്യാൻ കഴിയുന്നതെന്താണ്? ഒരു വ്യക്തിയുടെയോ ജനതയുടെയോ ജീവിതത്തിലെ ഏതാനും സംഭവങ്ങളുടെ ഒരു പട്ടികയുണ്ടാക്കലാവും ചരിത്രം. അത് ഒരു വ്യക്തിയുടെയോ ജനതയുടെയോ വസ്തുനിഷ്ഠമായ ചരിത്രമല്ല.

ചിന്തിക്കാറായ കാലം മുതൽക്കു തന്നെ ഞാൻ ചരിത്രത്തെ ഇഷ്ടപ്പെട്ടിട്ടുണ്ട്. എല്ലാവർക്കും ചരിത്രത്തോടും താൽപര്യമുണ്ടാവുമെന്നുതന്നെയാണ് എന്റെ ധാരണ. കഥകൾ ഇഷ്ടപ്പെടാത്ത കുട്ടികൾ ഉണ്ടാവില്ലല്ലോ. ഒരു കുട്ടിയോട് "ഇതാ, ഞാൻ ഒരു കഥ പറയാൻ തുടങ്ങുകയാണ്" എന്നു പറഞ്ഞാൽ ചെയ്യുന്ന പണിയൊക്കെ നിർത്തിവെച്ച് കുട്ടി ശ്രദ്ധിക്കാൻ തുടങ്ങും. പണ്ട് ഡെമോസ്തനസ് ഒരു നാൽക്കൂട്ടപ്പെരുവഴിയിൽ നിന്ന് ഒരു രാഷ്ട്രീയ പ്രസംഗം നടത്തുകയായിരുന്നു. ആരും തന്റെ പ്രസംഗം ശ്രദ്ധിക്കുന്നില്ലെന്നു തോന്നിയപ്പോൾ അദ്ദേഹം"കേൾക്കുന്നുണ്ടോ? ഞാൻ ഒരു കഥ പറയുകയാണ്," എന്ന് ആവർത്തിച്ചു. അപ്പോൾ എല്ലാവരും അങ്ങോട്ടു ശ്രദ്ധതിരിച്ചത്രേ. ഒരു മട്ടിലല്ലെങ്കിൽ മറ്റൊരു മട്ടിൽ, ചരിത്രം എല്ലാവരും ഇഷ്ടപ്പെടും എന്നു പറയുകയാണ്.

എനിക്ക് അത് ഏറെ ഇഷ്ടമാണ്. എന്റെ ഈ ആയുഷ്കാലമത്രയും ഞാൻ ആവോളം ചരിത്രം വായിച്ചിട്ടുണ്ട്- എന്റെ തിരക്കുകൾക്കിടയിൽ വീണു കിട്ടുന്ന സമയത്തൊക്കെ, ചെറുപ്പക്കാരനായിരുന്ന കാലത്തും മുതിർന്നപ്പോഴും സർവകലാശാല വിദ്യാർഥിയായിരുന്ന കാലത്തും വിപ്ലവത്തിന്റെ കാലത്തും ജയിലിലും നാടുകടത്തപ്പെട്ടപ്പോഴും, ഈ വിപ്ലവാനന്തരകാലഘട്ടത്തിലും ഒക്കെ, ഉറക്കത്തിൽ നിന്നും ജോലിയിൽ നിന്നുമായി രണ്ടോ മൂന്നോ മണിക്കൂർ മാറ്റിവെക്കാറുണ്ട്. സ്വാഭാവികമായും ഞാൻ പലമാതിരിയുള്ള പുസ്തകങ്ങൾ വായിച്ചിട്ടുണ്ട്. എന്നാലും എനിക്ക് ചരിത്രപുസ്തകങ്ങളോട് ഒരു പ്രത്യേക താൽപര്യമുണ്ട്. അത്രയേറെ ചരിത്രം വായി

ച്ചതുകൊണ്ട്, അത്തരം പുസ്തകങ്ങളിൽ പറയുന്ന പലതിനേയും എനിക്ക് ചോദ്യം ചെയ്യാനും കഴിയും. അതുകൊണ്ടാണ് ഞാൻ പറയുന്നത്, ചരിത്രം എന്നത് സംഭവങ്ങളുടെ ഏകദേശരൂപം മാത്രമേ തരുന്നുള്ളു എന്ന്. അതാണ് ഒന്നാമത്തെ കാര്യം.

രണ്ടാമതായി, ചരിത്രം പലപ്പോഴും നിഷ്പക്ഷമല്ല എന്നാണ് എന്റെ വിശ്വാസം, ചിലപ്പോൾ അത് ഐതിഹ്യങ്ങളുമായി കെട്ടുപിണഞ്ഞു കിടക്കും. പണ്ടത്തെ ചില മഹാപുരുഷന്മാരെപ്പറ്റി വായിച്ചപ്പോൾ, ഈ വിവരമൊക്കെ എവിടെനിന്നു കിട്ടുന്നു എന്ന് അന്വേഷിച്ചു പോകാറുണ്ട്. പലതിന്റെയും അടിസ്ഥാനം ഒന്നുതന്നെയാവും. പണ്ടു നടന്ന ചില സംഭവങ്ങളെപ്പറ്റി ഗ്രീക്ക്-റോമൻ ചരിത്രകാരന്മാർ അങ്ങനെ ആധികാരികരേഖകളൊന്നുമുള്ള കാര്യങ്ങളല്ല പറയുന്നത്. അലക്സാൻഡ്രിയയിൽ സുപ്രസിദ്ധമായ ഒരു ലൈബ്രറിയുണ്ടായിരുന്നു. പ്രാചീന ചരിത്രത്തെക്കുറിച്ചുള്ള ഒട്ടേറെ ഗ്രന്ഥങ്ങൾ ഈ ലൈബ്രറിയിൽ ഉണ്ടായിരുന്നു. ജൂലിയസ് സീസറും അദ്ദേഹത്തിന്റെ ശത്രുക്കളും തമ്മിൽ, ക്രിസ്തു ജനിക്കുന്നതിനും മുമ്പ് നടന്ന യുദ്ധങ്ങളിൽ ഈ ലൈബ്രറി കത്തി നശിച്ചത് വലിയൊരു കഷ്ടമായിപ്പോയി. പഴയ കാലത്തെപ്പറ്റി ഒട്ടേറെ വിവരം തരുമായിരുന്ന ആ ഗ്രന്ഥങ്ങൾ നമുക്ക് നഷ്ടപ്പെട്ടു പോയത് വലിയൊരു നാണക്കേടു കൂടിയാണ്.

ചരിത്രമെഴുതുന്നതിൽ ഏതാണ്ട് വിജയിച്ചവർ തന്നെ അതിൽ ഐതിഹ്യവും കൽപ്പനാവിലാസവും ആത്മനിഷ്ഠമായ കാര്യങ്ങളും ഒക്കെ എഴുതിപ്പിടിപ്പിച്ചതായി എല്ലാ കാലത്തെ ചരിത്രത്തിലും കാണാം. അതുകൊണ്ട്, ചരിത്രത്തിന്റെ വസ്തുനിഷ്ഠതയെപ്പറ്റി ഉറപ്പിച്ചൊന്നും പറഞ്ഞുകൂടാ.

തോമസ് ബോർഗെ: *അങ്ങനെ ചരിത്രത്തിന്റെ വസ്തുനിഷ്ഠതയെ വളച്ചൊടിക്കുന്ന പ്രവണത ഈ അടുത്ത കാലത്തെ സംഭവവികാസങ്ങളെയും സ്വാധീനിച്ചതായി തോന്നുന്നുണ്ടോ?*

കാസ്ട്രോ: ഉണ്ട്, ഈ അടുത്ത കാലത്തും അങ്ങനെ സംഭവിച്ചിട്ടുണ്ട്. സിയറാ മെയ്സ്ത്ര പർവതനിരകളിൽ ഞങ്ങൾ നയിച്ച വിമോചനസമരത്തെ സംബന്ധിച്ചുതന്നെ ഞാൻ ഈ പ്രവണത കാണുന്നുണ്ട്. അതോടു ബന്ധപ്പെട്ട ഒരുപാടു വസ്തുതകളും രേഖകളും എന്റെ പക്കലുണ്ട്. ആ കാലഘട്ടത്തോടു ബന്ധപ്പെട്ട് കുറേയേറെ അടിസ്ഥാനതത്വങ്ങളും ആശയങ്ങളുമുണ്ട്. എന്റേതായ വ്യാഖ്യാനം ഞാൻ പറഞ്ഞിട്ടില്ലെങ്കിലും, അതിൽ പങ്കെടുത്ത മറ്റു പല സഖാക്കളുടെയും അനുഭവങ്ങളും അഭിപ്രായങ്ങളും അവർ തന്നെ രേഖപ്പെടുത്തിയിട്ടുണ്ട്. ഇതെല്ലാമുണ്ടെങ്കിലും, ആ സംഭവത്തെപ്പറ്റി എഴുതപ്പെട്ടിട്ടുള്ള പല രേഖകളും- മനോഹരമായ ഭാഷയിലാണ് അവയിൽ ചിലതൊക്കെ എഴുതിയിട്ടുള്ളത്-ആ സമരത്തെയും അതിനുപയോഗിച്ച അടവുകളെയും വിവിധ സംഭവങ്ങളി

ലേക്കു നയിച്ച ആശയങ്ങളെയും കുറിച്ച് വലിയ അജ്ഞതയാണ് പ്രദർശിപ്പിക്കുന്നത്. അത് എഴുതിയ ആൾ, താൻ നേരിട്ടു പങ്കെടുത്ത സംഭവങ്ങളെപ്പറ്റിയും, താൻ കേട്ടറിഞ്ഞ വാർത്തകളെപ്പറ്റിയും തനിക്ക് ഓരോ ദിവസവും സംഭവിച്ച കാര്യങ്ങളെപ്പറ്റിയും അതോടുള്ള തന്റെ കാഴ്ചപ്പാടിനെപ്പറ്റിയും വിശദീകരിക്കുന്നതിൽ ഒതുങ്ങുന്നു. വളരെ അപക്വവും അപൂർണവുമായ ഒരു സമീപനമാണ് ഇത്.

നേതൃത്വത്തോട് ഏറ്റവും അടുത്ത് ഇടപഴകിക്കൊണ്ടിരുന്നവരാണ് മറ്റു ചില സഖാക്കൾ. ഉദാഹരണത്തിന്, ജുവാൻ അൽമീഡ വിമോചന സമരത്തെപ്പറ്റി മനോഹരമായ പലതും എഴുതിയിട്ടുണ്ട്. ഒട്ടേറെ കാര്യങ്ങളുണ്ട് അവയിൽ. വിപ്ലവങ്ങൾക്ക് നേതൃത്വം കൊടുത്തവരോടും അവയൊക്കെ നേരിട്ടു കണ്ടവരോടും ചോദിച്ചറിഞ്ഞിട്ടാണ് അദ്ദേഹം അതൊക്കെ എഴുതിയിട്ടുള്ളത്. ആ രേഖകൾ ഞാൻ വായിച്ചിട്ടുണ്ട്; എനിക്ക് ഏറെ മതിപ്പുമുണ്ട് അവയെപ്പറ്റി. നേരെമറിച്ച്, മറ്റു പല സഖാക്കളും, വളരെ ആത്മാർഥമായിട്ടാണെങ്കിലും അപൂർണമായി മാത്രം എഴുതിയ വീക്ഷണങ്ങളും ഞാൻ കണ്ടിട്ടുണ്ട്.

മാത്രമല്ല; ഈ എഴുതുന്നവരൊക്കെത്തന്നെ തങ്ങളുടേതായ അനുഭവങ്ങളുടെയും തങ്ങളുടെ മാത്രം പങ്കാളിത്തത്തെയും ചുറ്റിപ്പറ്റിയാണ് എഴുതാറ്. ഈ സമരത്തിന്റെ ആദ്യനാളുകളിൽ, അതിൽ നേരിട്ടു പങ്കെടുക്കുകയും പ്രധാന തീരുമാനങ്ങൾ പലതും എടുക്കുകയും ചെയ്ത ഞങ്ങളിൽ ചിലരൊക്കെ ഇതിനെപ്പറ്റി ഒന്നും എഴുതുകയോ പറഞ്ഞു വെക്കുകയോ ചെയ്തില്ലെങ്കിൽ, ഇനിയൊരു പത്തു മുപ്പതു വർഷങ്ങൾക്കുശേഷം ഈ അപൂർണവും വികലവുമായ രേഖകളല്ലേ അവശേഷിക്കുക, അതല്ലേ ജനം വിശ്വസിക്കുകയും ചെയ്യുക, എന്ന് ഞാൻ ഇടക്കൊക്കെ ഭയപ്പെടാറുണ്ട്.

ഒരു 50–100 വർഷങ്ങൾക്കപ്പുറം ചരിത്രകാരന്മാർ ക്യൂബയുടെ ചരിത്രത്തിന്റെ മൂലസ്രോതസ്സുകൾ അന്വേഷിച്ച് തിരഞ്ഞുപിടിക്കുമ്പോൾ എന്താവും അവർ എഴുതുക? അവർ യാഥാർഥ്യത്തോട് അടുക്കുമോ അതോ ഏറെ അകലെയാകുമോ? പരമാവധി സത്യസന്ധമായ ആകാവുന്നത്ര വസ്തുനിഷ്ഠമായ ചരിത്രത്തെപ്പറ്റിയാണ് ഞാൻ പറയുന്നത്.

തോമസ് ബോർഗെ: *എന്നിട്ട്, താങ്കൾ എന്നാണ് താങ്കളുടേതായ പാഠാന്തരമെഴുതുക?*

കാസ്ട്രോ: സുഹൃത്തേ, ചുറ്റിലും കാണുന്ന സംഭവങ്ങൾ കയ്പു വർധിപ്പിക്കാനേ സഹായിക്കുന്നുള്ളു..... എന്നാലും ആർക്കൈവ്സിൽ ജോലി ചെയ്യുന്നവരും ധാരാളം ചരിത്രവസ്തുക്കൾ ശേഖരിച്ചവരും എന്റെ കൂടെയുണ്ട്. ഞാൻ ചെയ്ത കാര്യങ്ങളെപ്പറ്റി എന്നെക്കാളേറെ അറിവുണ്ട് അവർക്ക്. അപ്പോൾ അവർക്ക് ചില നിർദേശ

ങ്ങളും, കാതലായ ചില ആശയങ്ങളും ഒക്കെ കൊടുക്കുകയേ ഞാൻ ചെയ്യേണ്ടു.

ആദ്യകാലത്തെ ചെറുത്തുനിൽപ്പുകളെപ്പറ്റി, ശത്രുവിന്റെ ഉപരോധങ്ങളെയും ഞങ്ങളുടെ പ്രതിരോധങ്ങളെയും പറ്റി, എഴുതിത്തുടങ്ങണമെന്നുണ്ട്. കുറേയേറെ യുദ്ധങ്ങളും സമരങ്ങളും ഒക്കെയുള്ള നിർണായക നിമിഷങ്ങളായിരുന്നുവല്ലോ അതൊക്കെ. യുദ്ധത്തിന്റെ ചരിത്രം എനിക്കു പറയാൻ കഴിയും. പക്ഷേ അത് ഞാൻ മാത്രം പറയുന്ന ചരിത്രമായിരിക്കില്ല. പലരും പറഞ്ഞതും ചെയ്തതുമായ കാര്യങ്ങളെപറ്റി ധാരാളം രേഖകൾ കൈവശമുള്ളവരൊക്കെക്കൂടി ചെയ്യുന്ന കൂട്ടായ ജോലിയായിരിക്കും അത്.

ഓരോ സമയത്തും സംഭവിച്ചതെന്താണെന്ന് എനിക്കു വിവരിക്കാൻ പറ്റിയേക്കും. അത്തരം സംഭവങ്ങളിലേക്കു നയിച്ച ചിന്തകളും ആശയങ്ങളും എന്തായിരുന്നു, പ്രയോഗിച്ച അടവുകൾ എങ്ങനെയായിരുന്നു, എന്നൊക്കെ ഉദാഹരണ സഹിതം പറഞ്ഞു കൊടുക്കാൻ പറ്റും. ഒരിക്കലെന്തേ ഇങ്ങനെ ചെയ്യാൻ, മറ്റൊരിക്കലെന്തേ അടവുമാറാൻ....? എന്നൊക്കെ വ്യാഖ്യാനിച്ചുകൊടുക്കാൻ കഴിയും. ഞങ്ങളുടെ യുദ്ധം 25 മാസത്തോളം നീണ്ടുനിന്നു. ഇക്കാലമത്രയും എല്ലാ ദിവസവും, ഞാൻ എന്റെ സഖാക്കളായ പോരാളികളുടെ കൂടെയുണ്ടായിരുന്നു–ഓ, ഇല്ല, ഒരു ദിവസം, 1958 ഡിസംബർ 24–ന് എനിക്ക് സമരത്തിൽ നിന്ന് വിട്ടുനിൽക്കേണ്ടി വന്നു. അന്ന് ഞാൻ അമ്മയെക്കാണാൻ ബിരാനിൽ പോയിരുന്നു. ആ മേഖല മുഴുവൻ ഞങ്ങളുടെ നിയന്ത്രണത്തിലായിരുന്നു. രണ്ടു ജീപ്പും പന്ത്രണ്ട് ആളുകളും കുറച്ച് മെഷീൻഗണ്ണും എന്റെ സഹായത്തിനുണ്ടായിരുന്നു. വ്യക്തിപരമായ ഒരാവശ്യത്തിന് സമരത്തിൽ നിന്ന് ഞാൻ വിട്ടുനിന്നത് ആ ഒരൊറ്റ ദിവസം മാത്രമായിരുന്നു.

തോമസ് ബോർഗെ: ഇങ്ങനെയൊരു കാര്യം ഞങ്ങൾ ആദ്യമായിട്ടാണ് കേൾക്കുന്നത്, ഫിദൽ.

കാസ്ട്രോ: ഓ അത് അത്ര വലിയ ഒരു കാര്യമൊന്നുമല്ല. ഞാൻ എന്റെ അമ്മയെ ഒന്നു കാണാൻ പോയി; രാത്രി മുഴുവൻ യാത്ര ചെയ്ത്, അന്നു തന്നെ തിരിച്ചെത്തുകയും ചെയ്തു. പകൽ മുഴുവൻ അമ്മയുടെ കൂടെ കഴിച്ചു––യാത്ര രാത്രിയിലും. ഡിസംബർ 24–നായിരുന്നു അത്. പല സമരമുഖങ്ങളിലും സംഘർഷമുണ്ടായിരുന്നതുകൊണ്ട്, ഞാൻ തിരിച്ചെത്തി. ബയാമോ സേനയുടെ ഒരു നീണ്ടനിര ഞങ്ങളുടെ പിന്നിലുണ്ടായിരുന്നു; അവരെ ഞങ്ങൾ മിക്കവാറും തോൽപ്പിച്ചിരുന്നുവെങ്കിലും യുദ്ധത്തിന്റെ ചൂടിൽത്തന്നെയായിരുന്നു.

വളരെ രസകരമാണ് യുദ്ധത്തിന്റെ ചരിത്രം. 80,000 സൈനികരും വേണ്ടത്ര ആയുധങ്ങളുമുള്ള ബാത്തിസ്തയുടെ സൈന്യ

ത്തെ 24 മാസത്തിനുള്ളിൽ തൂത്തെറിയാൻ തയ്യാറായ ഞങ്ങൾ വെറും 15 ആളുകളെക്കൊണ്ടായിരുന്നു തുടക്കം. ഈ കൊച്ചു സേനയെ സംഘടിപ്പിച്ചും പുനർവിന്യസിച്ചും വെറും ശൂന്യതയിൽ നിന്നു തുടങ്ങിയ ഞങ്ങൾ, മഹത്തായ നേട്ടങ്ങളോടെയാണ് സമരം അവസാനിപ്പിച്ചത്, സ്പെയിനിന്റെ ആധിപത്യത്തിൽ നിന്ന് ക്യൂബയെ മോചിപ്പിച്ച പഴയ യുദ്ധങ്ങളെപ്പറ്റി പ്രതിപാദിക്കുന്ന കുറേയേറെ പുസ്തകങ്ങൾ വായിക്കാനും കുറേയേറെ ചിന്തിക്കാനും ഈ ആദ്യ നാളുകൾ എന്നെ സഹായിച്ചു. മാംബി നേതാക്കളുടെയും അവരുടെ സേനയുടെയും അടവുകളും തന്ത്രങ്ങളും പഠിക്കലായിരുന്നു എന്റെ പ്രധാന ഉദ്ദേശ്യം.

താങ്കൾ ആദ്യം ചോദിച്ച ചോദ്യത്തിലേക്കു തന്നെ മടങ്ങാം: ചിലപ്പോൾ 'ചരിത്രം' എന്ന വാക്കിനെ നാം ചില പ്രത്യേക അർഥത്തിലാവും ഉപയോഗിക്കുക. "നാം ചെയ്തതു ശരിയാണെന്ന് ചരിത്രം തെളിയിക്കും" എന്നൊക്കെ പറയും പോലെ. മൊങ്കാദ കോട്ടയിലെ സൈനികപാളയത്തെ ഞാൻ ആക്രമിച്ചെന്ന കുറ്റം ചാർത്തി എന്നെ വിചാരണ ചെയ്തപ്പോൾ, "ചരിത്രം എന്നെ കുറ്റക്കാരനല്ലെന്നു വിധിക്കും" എന്നു ഞാൻ പറഞ്ഞല്ലോ. ഈ അർഥത്തിലാണ് ഞാൻ ആ പദം പ്രയോഗിച്ചത്. ഭാവിയെപ്പറ്റി എനിക്കുള്ള വിശ്വാസം, ഞാൻ ന്യായീകരിക്കുന്ന ആദർശങ്ങൾ കുറ്റമറ്റതാണെന്നും എന്റെ ലക്ഷ്യങ്ങൾ മഹത്തരമാണെന്നും ഉള്ള എന്റെ വിശ്വാസം......അതാണ് ആ വാചകത്തിലൂടെ ഞാൻ പ്രകടിപ്പിച്ചത്. ഈ ആദർശങ്ങളൊക്കെ ഭാവിയിൽ സാക്ഷാത്കരിക്കപ്പെടുമെന്നതു കൊണ്ടുതന്നെ, എന്റെ ചിന്തകളും കർമങ്ങളും ശരിയായിരുന്നുവെന്ന് ഭാവി തിരിച്ചറിയും. നടന്നത് എന്തൊക്കെയാണ് എന്നതിനെപ്പറ്റിയുള്ള സമഗ്രമായ വിവരം ജനങ്ങൾക്കു ലഭിക്കാം. ഞങ്ങൾ എന്തു ചെയ്തു, ഞങ്ങളുടെ ശത്രുക്കൾ എന്തു ചെയ്തു. ഞങ്ങളുടെ ലക്ഷ്യമെന്തായിരുന്നു, മറ്റുള്ളവരുടെ ലക്ഷ്യമെന്തായിരുന്നു, ആരു ചെയ്തതാണ് ശരി, ഞങ്ങളോ അതോ ഞങ്ങളെ വിചാരണ ചെയ്യുന്ന ജഡ്ജിമാരോ– ഒരു ദുർഭരണത്തിനോടുള്ള കൂറുകാട്ടാൻ വേണ്ടി, ഭരണഘടനയുടെ പേരിൽ ചെയ്ത സത്യപ്രതിജ്ഞയൊക്കെ മറന്നവരും, ജനങ്ങൾ തങ്ങളിലർപ്പിച്ച വിശ്വാസത്തിനു കടകവിരുദ്ധമായി പ്രവർത്തിച്ചവരുമാണ് ആ ജഡ്ജിമാർ. ഞങ്ങൾ വാദിക്കുകയും ന്യായീകരിക്കുകയും ചെയ്യുന്ന ആ ആദർശങ്ങൾ ഏറെത്താമസിയാതെ ഞങ്ങളുടെ നാട്ടിൽ വിജയക്കൊടി നാട്ടുമെന്ന ഉറച്ച വിശ്വാസത്തിൽതന്നെയാണ് ഞാൻ അവരെ വെല്ലുവിളിച്ചത്. മാനവരാശിയുടെ ന്യായമായ കാര്യങ്ങൾ എക്കാലത്തും വിജയിക്കുമെന്ന് എനിക്ക് ഉറപ്പുണ്ട്.

തോമസ് ബോർഗെ: *തികച്ചും വസ്തുനിഷ്ഠമായ ചരിത്രം എന്നൊന്ന് ഉണ്ടാവില്ലെന്നാണോ?*

കാസ്ട്രോ: ഞാനീ പ്രകടിപ്പിച്ച ആത്മവിശ്വാസവും ഭാവിയെപ്പറ്റി എനിക്കുള്ള ശുഭപ്രതീക്ഷയും കൊണ്ട്, ചരിത്രരചന ഏതെങ്കിലും കാലത്ത് തികച്ചും വസ്തുനിഷ്ഠമാകും എന്നൊന്നും ഞാൻ അർഥമാക്കുന്നില്ല. നമ്മുടെ ഈ കാലഘട്ടത്തിൽ ചരിത്രത്തിനെതിരായ ഒരു ശാസ്ത്രംതന്നെ വളർന്നുവന്നിരിക്കുന്നു. പരസ്യത്തിന്റെയും പ്രചാരണത്തിന്റെയും തെറ്റിദ്ധരിപ്പിക്കലുകളുടെയും അപവാദ പ്രചാരണങ്ങളുടെയും ഒക്കെയായ ഒരു ശാസ്ത്രം. ഞങ്ങളുടെ ശത്രുതന്നെയാണ് ഇക്കാര്യത്തിൽ സമ്മാനത്തിനർഹൻ.

തോമസ് ബോർഗെ: *ക്യൂബയെപ്പറ്റി പലതും പറഞ്ഞുകേൾക്കുന്നു.*

കാസ്ട്രോ: ഇങ്ങനെ പറഞ്ഞു നടക്കുന്ന പലതിനേയും പറ്റി താങ്കളുടെ ആമുഖത്തിൽ പറഞ്ഞിരുന്നല്ലോ. ക്യൂബൻ വിപ്ലവത്തെപ്പറ്റിയും അതിൽ പങ്കെടുത്ത പടയാളികളെപ്പറ്റിയും പറഞ്ഞു നടന്നപോലെയുള്ള ദുഷ്പ്രചാരണങ്ങൾ ചരിത്രത്തിലെ മറ്റൊരു സംഭവത്തെപ്പറ്റിയും പറഞ്ഞിട്ടില്ല എന്നാണ് എനിക്കു തോന്നുന്നത്.

ഞങ്ങളുടെ ശത്രുക്കൾ, വരുംകാലത്തിന്റെ ചരിത്രം കൂടി എഴുതാൻ ശ്രമിക്കുകയാണ്. കാര്യങ്ങൾ സംഭവിക്കുന്നതിനു മുമ്പുതന്നെ അവയെപ്പറ്റി മുൻകൂട്ടി നിഗമനങ്ങളും കെട്ടുകഥകളും സൃഷ്ടിക്കുന്നു. സത്യം പറയട്ടെ, തോമസ്, നേരും നുണയും വേർതിരിച്ചു കാണുന്നതിൽ ജനങ്ങൾക്കുള്ള സഹജമായ ഒരു വാസനയുണ്ടല്ലോ, അതു മാത്രമാണ് സാമ്രാജ്യത്വം നടത്തുന്ന ദുഷ്പ്രചാരണങ്ങളുടെ മലയിടിച്ചിലിൽ നിന്ന് ഞങ്ങളെ രക്ഷിക്കുന്നത്. അത്തരം ദുഷ്പ്രചാരണങ്ങളെ പ്രതിരോധിക്കാൻ ഞങ്ങളുടെ പക്കൽ വിഭവങ്ങളൊന്നുമില്ലല്ലോ. ക്യൂബൻ വിപ്ലവത്തിനെതിരെ അനുസ്യൂതം നടന്നുകൊണ്ടിരിക്കുന്ന, സോഷ്യലിസ്റ്റു ചേരിയുടെ പതനത്തോടെ കൂടുതൽ ശക്തമാക്കപ്പെട്ട, അത്തരം നുണ പ്രചാരണങ്ങളൊക്കെയുണ്ടായിട്ടും ലോകത്തിന്റെ പല ഭാഗത്തു നിന്നും കൂടുതൽ കൂടുതൽ ജനങ്ങൾ ക്യൂബൻ വിപ്ലവത്തോട് ഊഷ്മളമായി പ്രതികരിക്കുന്നതിന് മറ്റൊരു കാരണവും ഞാൻ കാണുന്നില്ല. സാമ്രാജ്യത്വത്തിന് വാസ്തവത്തിൽ ഇന്ന് ഒരൊറ്റ ശത്രുവേ ഉള്ളു- ക്യൂബ മാത്രം. അപ്പോൾ, സോവിയറ്റ് യൂണിയനും മറ്റു സോഷ്യലിസ്റ്റ് രാജ്യങ്ങൾക്കും എതിരായി കുപ്രചാരണം നടത്താൻ ഉപയോഗപ്പെടുത്തിയിരുന്ന മൊത്തം വിഭവങ്ങളും സന്നാഹങ്ങളും ഇന്ന് അവർ ക്യൂബക്കെതിരായി തിരിച്ചു വിട്ടിരിക്കുകയാണ്. ഇതൊക്കെയായാലും ഈ വിഷമം പിടിച്ച അവസ്ഥയിലും, ലോകത്തിന്റെ എല്ലാ ഭാഗത്തു നിന്നുമായി ഞങ്ങൾക്കു കിട്ടിക്കൊണ്ടിരിക്കുന്ന ഐക്യദാർഢ്യം അത്ഭുതാവഹമാണ്.

തോമസ് ബോർഗെ: *അവിശ്വസനീയമായ ഈ അവസ്ഥയെ താങ്കൾ എങ്ങനെയാണ് വ്യാഖ്യാനിക്കുക?*

കാസ്ട്രോ: അവരോട് ഓരോരുത്തരോടും സംസാരിക്കാനോ അവർക്കെല്ലാം ഓരോ സന്ദേശമയക്കാനോ പറ്റിയില്ലെങ്കിൽ പിന്നെ ഇതൊക്കെ എങ്ങനെയാണ് വ്യാഖ്യാനിക്കുക? മഹാബുദ്ധിജീവികളെപ്പോലും ആശയക്കുഴപ്പത്തിലേക്കെത്തിക്കുന്ന അത്തരം കുപ്രചാരണങ്ങളുടെ കുത്തൊഴുക്കിലും സത്യങ്ങളെ സത്യങ്ങളായിത്തന്നെ മനസിലാക്കാൻ ഇവർക്ക് ഒരു സഹജവാസനയുണ്ടായിരിക്കണം; ഒരു തരം ബോധോദയമുണ്ടായിരിക്കണം. പക്ഷേ, ലാറ്റിനമേരിക്കയിലേയും ലോകത്തിന്റെയും മറ്റു ഭാഗങ്ങളിലേയും സാധാരണക്കാരായ കാപട്യം തീണ്ടാത്ത, ജനങ്ങളുണ്ടല്ലോ, അവർക്ക് തീരെ ആശയക്കുഴപ്പമില്ല. ഈ നുണകൾക്കും വ്യാജപ്രചാരണങ്ങൾക്കുമിടയിലും അവർക്ക് സത്യത്തിന്റെ വലിയൊരു ഭാഗം കാണാൻ കഴിയുന്നുണ്ട്- കാതലായ കാര്യങ്ങൾ കാണാൻ കഴിയുന്നുണ്ട്. മാനവസമൂഹത്തിന്റെ മാനവപുരോഗതിയുടെ, മനുഷ്യാവകാശങ്ങളുടെ എല്ലാം ശത്രുക്കളായ, ജനങ്ങളുടെ ഭാവിയെ നിരന്തരം നശിപ്പിച്ചുകൊണ്ടിരിക്കുന്ന, ഏറ്റവും വലിയ കൊള്ളക്കാരായ, മർദനത്തിന്റെയും ചൂഷണത്തിന്റെയും പ്രതീകമായ ആ ശത്രുക്കൾക്കെതിരായി ഞങ്ങളുടെ നാട്ടിലെ ജനങ്ങൾ നടത്തുന്ന ഐതിഹാസികമായ സമരത്തിന്റെ മഹത്വത്തെപ്പറ്റി സാധാരണക്കാർക്കു ബോധ്യമുണ്ട്. നേരും നുണയും തിരിച്ചറിയാൻ പാകത്തിൽ എന്തോ ചില സിദ്ധി ജനങ്ങൾക്കുണ്ടെന്നു തോന്നുന്നു.

ക്യൂബയെപ്പറ്റിയും ക്യൂബൻ വിപ്ലവത്തെപ്പറ്റിയും അതിന്റെ നേതാക്കന്മാരെപ്പറ്റിയും, യാഥാർഥ്യങ്ങളുടെയും വസ്തുനിഷ്ഠമായ വിവരങ്ങളുടെയും അടിസ്ഥാനത്തിൽ ഭാവി തലമുറ നിഷ്പക്ഷമായ ഒരു വിധിയെഴുതാൻ ഇനിയും എത്രകാലം പിടിക്കുമോ എന്തോ! ആർക്കും പറയാൻ വയ്യ. ഇന്നു നാം കാണുന്ന പിന്തിരിപ്പന്മാരുടെ വാഴ്ച ഏറെക്കാലം നീണ്ടുനിൽക്കുകയാണെങ്കിൽ, ആ പിന്തിരിപ്പന്മാരാവുമല്ലോ ചരിത്രമെഴുതുക, മർദ്ദിക്കുന്നവനും ചൂഷണം ചെയ്യുന്നവനുമാണല്ലോ ചരിത്രമെഴുതുക. അതു കഴിഞ്ഞ് മറ്റൊരുകാലം വരും- തീർച്ചയായും വരും. മാനവികതയ്ക്ക് അനുകൂലമായ, വിപ്ലവാത്മകവും പുരോഗമനാത്മകവുമായ ഒരു മാറ്റത്തിന്റെ വേലിയേറ്റമുണ്ടാവും. അന്നാവും നാമീപ്പറഞ്ഞ വസ്തുനിഷ്ഠമായ ചരിത്രരചനയുണ്ടാവുക

വിവരങ്ങളും വസ്തുതകളും എന്തുമാവട്ടെ, അവയ്ക്കൊക്കെ പല മട്ടിലുള്ള വ്യാഖ്യാനങ്ങളുണ്ടാവും.

ഞാനെന്തു വിശ്വസിക്കുന്നു, എന്റെ ചിന്താഗതി എന്താണ്, എന്നു കൂടി പറയണമെന്നു തോന്നുന്നു. വിപ്ലവത്തിന്റെ ഭാഗമായി പൊരുതുന്ന ഒരു രാഷ്ട്രീയക്കാരൻ, ഒരു വിപ്ലവകാരിക്ക് ഭാവിയിലുണ്ടായേക്കാവുന്ന കീർത്തിയെപ്പറ്റിയോ ചരിത്രത്തിൽ കിട്ടാവുന്ന സ്ഥാനത്തെപ്പറ്റിയോ ചിന്തിക്കാനൊക്കില്ല എന്ന കാര്യത്തിൽ എനിക്ക് ഉറച്ച വിശ്വാസമുണ്ട്.

തോമസ് ബോർഗെ: *എന്നാലും ചിലർക്കൊക്കെ ചരിത്രം ഒരുതരം ഭൂതാവേശം പോലെയാണ്.........ചരിത്രത്തിലൊരിടം കിട്ടാൻ.......*

കാസ്ട്രോ: അറിയാം, യശസ് വേണമെന്നും ചരിത്രത്തിലൊരിടം വേണമെന്നും ഉള്ള അത്യാഗ്രഹവുമായി നടന്നിരുന്ന പല കെങ്കേമന്മാരെപ്പറ്റിയും എനിക്കറിയാം. നെപ്പോളിയൻ ബോണപ്പാർട്ട് അങ്ങനെ ഒരാളായിരുന്നു. അദ്ദേഹത്തിന്റെ ഓരോ പ്രസംഗവും പ്രഖ്യാപനവും വിളംബരവും എഴുത്തും ഒക്കെത്തന്നെ ഇങ്ങനെ കീർത്തിക്കും ചരിത്രത്തിൽ കടന്നു കൂടാനുള്ള അത്യാർത്തിക്കുമുള്ള വ്യഗ്രതയാണ് കാണിക്കുന്നത്. അദ്ദേഹത്തെ നിരന്തരം വേട്ടയാടിയ ഒരു ചിന്തയായിരുന്നു അത്. നെപ്പോളിയൻ ഒരു വിപ്ലവകാരിയായിരുന്നു. തന്റെ സൈന്യത്തിന്റെ ബലത്തോടുകൂടി ഫ്രഞ്ച് വിപ്ലവത്തിന്റെ ആദർശങ്ങൾ അദ്ദേഹം യൂറോപ്പിലെമ്പാടും പ്രചരിപ്പിച്ചു. പിന്നീട് അദ്ദേഹം ആളാകെമാറി. സാമ്രാജ്യത്തെപ്പറ്റിയും കിരീടത്തെപ്പറ്റിയുമായി ചിന്ത. പ്രഭുത്വവുമായി സന്ധി ചെയ്തു.- ഒരു പുതിയ കുലീനവർഗസംവിധാനം തന്നെ സൃഷ്ടിച്ചു. ഇതൊക്കെയാണെങ്കിലും അദ്ദേഹം ഫ്രഞ്ച് വിപ്ലവത്തിന്റെ ആദർശങ്ങൾ പ്രചരിപ്പിക്കാൻ ശ്രമിച്ചു എന്ന കാര്യത്തിലോ ചരിത്രത്തിലൊരു പ്രധാന പങ്കു വഹിച്ചു എന്ന കാര്യത്തിലോ, തർക്കമില്ല.

ചരിത്രത്തെപ്പറ്റി ഏറെ ചിന്തിച്ച മറ്റൊരു വ്യക്തിയാണ് ബൊളിവർ. പക്ഷേ, നെപ്പോളിയനിൽ നിന്ന് വളരെ വ്യത്യസ്തനായിരുന്നു അദ്ദേഹം; നെപ്പോളിയനെക്കാൾ എത്രയോ മെച്ചപ്പെട്ടവനും. ബൊളിവറിനെപ്പറ്റി ഞാൻ ഒരുപാടു വായിച്ചിട്ടുണ്ട്. അദ്ദേഹത്തിന്റെ ജീവിതാനുഭവങ്ങളും, അദ്ദേഹത്തിനു നേരിടേണ്ടി വന്ന ദുരിതങ്ങളും, അദ്ദേഹം നേടിയെടുത്ത വിജയങ്ങളുമൊന്നും എത്ര വായിച്ചാലും മടുക്കില്ല. എന്തോ, എനിക്ക് ബൊളിവറിനോട്, ചരിത്രത്തിലെ മറ്റാരോടുമില്ലാത്തത്ര അടുപ്പമുണ്ട്. ചരിത്രത്തിലെ മഹാകേമന്മാരെപ്പറ്റിയാണ് ഞാൻ പറയുന്നത്. അദ്ദേഹത്തിനും ചരിത്രത്തെപ്പറ്റി വലിയ ഉൽക്കണ്ഠയായിരുന്നു. ഭാവിതലമുറ തന്നെപ്പറ്റി എങ്ങനെ വിലയിരുത്തും എന്ന കാര്യത്തെപ്പറ്റി അദ്ദേഹം സദാ ചിന്തിച്ചിരുന്നു.

നമ്മുടെ കാലത്ത്, നമുക്ക് കുറെക്കൂടി വിശാലമായ ഒരു കാഴ്ചപ്പാടുണ്ട്. ഞാൻ ഉപയോഗിക്കുന്ന പദം 'വിശാലമായ' എന്നാണ് 'കൃത്യമായ' 'കണിശമായ' എന്നൊന്നുമല്ല. ചരിത്രത്തിൽ എന്തു സംഭവിച്ചു എന്നും അതിൽ വ്യക്തിയുടെ പങ്ക് എന്തായിരുന്നു എന്നും ഉള്ള കാര്യങ്ങളെപ്പറ്റി കൂടുതൽ സമഗ്രമായ ഒരു വീക്ഷണമുള്ളതുകൊണ്ട്, ചരിത്രത്തെപ്പറ്റിയുള്ള ഉൽക്കണ്ഠ നിസ്വാർഥനായ ഒരു വിപ്ലവകാരിക്ക്, ആത്മസമർപ്പണം ചെയ്ത ഒരു വിപ്ലവകാരിക്ക്, ചേർന്നതല്ല. ഒരു വിപ്ലവകാരി തന്റെ സർവസ്വവും ഒരു ലക്ഷ്യത്തിനുവേണ്ടി ത്യജിക്കാൻ തയ്യാറാവണം. താനുദ്ദേശിക്കുന്ന ലക്ഷ്യത്തിലെത്താൻ, തന്റേതായ ആദർശത്തിന്റെ വിജയ

ത്തിന് എന്തു വിലയും കൊടുക്കാൻ തയ്യാറാവണമെന്നാണ് എന്റെ അഭ്രിപ്രായം. അത്തരമൊരാൾ അവനവനെപ്പറ്റി വേവലാതിപ്പെട്ടുകൂടാ. അവനവനെപ്പറ്റിയുള്ള ചിന്ത ഒരു വ്യക്തിയുടെ പെരുമാറ്റത്തെ വിപരീതമായി സ്വാധീനിച്ചേക്കും. ഇന്നത്തെ ലോകത്തിൽ ഒരാൾക്കും സ്വന്തം കീർത്തിക്കുവേണ്ടിയോ ഭാവിതലമുറയുടെ പ്രശംസക്കുവേണ്ടിയോ ചെയ്യുന്ന പ്രവൃത്തികളെ നീതീകരിക്കാൻ കഴിയുമെന്ന് എനിക്കു തോന്നുന്നില്ല. അങ്ങനെ ചെയ്യുകയാണെങ്കിൽ അത് വലിയ ഒരു സ്വാർഥമായിരിക്കും. മനസിലാവുന്നില്ലേ?

തോമസ് ബോർഗെ: *ചരിത്രത്തെപ്പറ്റി താങ്കൾക്ക് വലിയ വേവലാതിയൊന്നുമില്ലെന്നാണ് ഞാൻ മനസിലാക്കുന്നത്.*

കാസ്ട്രോ: എന്റെ ചിന്ത എല്ലാ കാലത്തും ഇതേ മട്ടിലായിരുന്നതുകൊണ്ട്, മറ്റുള്ളവർ എന്നെപ്പറ്റി എന്തു വിചാരിക്കുമോ എന്ന ബേജാറ് എനിക്ക് ഒരു കാലത്തും ഉണ്ടായിട്ടില്ല. അങ്ങനെ, അലട്ടുന്ന അത്തരമൊരു ചിന്തയുമായി വിഷമിച്ചിരിക്കാൻ എനിക്ക് യാതൊരവകാശവുമില്ല. പ്രത്യേകിച്ച് ഒരു ലക്ഷ്യവും നേടാനില്ലെന്നുള്ള ധാരണയോടെ ചെയ്യുന്ന ഒരു യുദ്ധം പോലെയാണ് അത്; ബേ ഓഫ് പിഗ്സിൽ ഞങ്ങൾ യുദ്ധം ചെയ്തത് ഞങ്ങളുടെ രാജ്യത്തിന്റെ സ്വാതന്ത്ര്യവും പരമാധികാരവും കെട്ടുറപ്പും കാക്കാനല്ല, വിപ്ലവത്തെ സംരക്ഷിക്കാനല്ല, മറിച്ച്, സാമ്രാജ്യത്വത്തോടു യുദ്ധം ചെയ്ത് മഹത്തായ ഒരു വിജയം നേടി എന്ന് ചരിത്രത്തിൽ എഴുതിവെക്കണം എന്ന ലക്ഷ്യത്തോടെയാണ് എന്നൊക്കെപ്പറയുന്നത് എന്തൊരു ഭോഷ്ക്കായിരിക്കും! ഏതെങ്കിലും ചില വ്യക്തികളുടെ മഹത്വാകാംക്ഷക്കുവേണ്ടി ചിന്താനുള്ളതാണോ മനുഷ്യന്റെ രക്തം?

ഞങ്ങൾക്കു നേരിടേണ്ടിവന്ന യുദ്ധങ്ങളെപ്പറ്റി, സിയറ മെയ്സ്ത്രയിലെയൊക്കെ അതിഭയങ്കരമായ യുദ്ധത്തെപ്പറ്റി ഞാൻ ഓർക്കുകയാണ്. പരമാവധി യത്നിക്കാനും ഏറ്റവും വലിയ ത്യാഗങ്ങൾ സഹിക്കാനും അന്ന് ഞങ്ങൾ ഞങ്ങളുടെ പോരാളികളെ ഉദ്ബോധിപ്പിച്ചുകൊണ്ടിരുന്നു. സ്വേച്ഛാധിപത്യം അവസാനിപ്പിക്കാനും വിപ്ലവത്തിന് ആക്കം കൂട്ടാനുമായിരുന്നു ആ യുദ്ധമൊക്കെ. ഞങ്ങളിൽ ചിലരുടെ വ്യക്തിപരമായ നേട്ടങ്ങളെക്കുറിച്ചോ ഞങ്ങൾക്ക് ഭാവിയിൽ കിട്ടിയേക്കാവുന്ന മഹത്വത്തിന്റെ പരിവേഷത്തെക്കുറിച്ചോ ഒരു നിമിഷം പോലും ചിന്തിക്കാൻ ഞങ്ങൾക്ക് കഴിയുമായിരുന്നില്ല. മറ്റുള്ളവരുടെയൊക്കെ മഹത്തായ ത്യാഗങ്ങളുടെ ചെലവിൽ ഞങ്ങൾക്ക് അങ്ങനെ പേരും പ്രശസ്തിയും കിട്ടുമെന്ന് ചിന്തിക്കാനേ കഴിയുമായിരുന്നില്ല. അവരുടെ ത്യാഗത്തിന്റെ ഒരു കണികപോലും എന്റെ പ്രതിച്ഛായ മെച്ചപ്പെടുത്താൻ ഉപയോഗിക്കാം എന്ന ചിന്തപോലും ഹീനമായിട്ടാണ് എനിക്കു തോന്നിയത്.

തോമസ് ബോർഗെ: *ക്യൂബ ആഫ്രിക്കയിലേക്കു പട്ടാളക്കാരെ അയച്ചത് കയ്യടി വാങ്ങാനാണ് എന്നു പറയുന്നവരുണ്ടല്ലോ.*

കാസ്ട്രോ: ഞങ്ങളുടെ അന്താരാഷ്ട്ര ദൗത്യങ്ങളെപ്പറ്റി ഞാനും ഓർക്കുന്നു- അംഗോളയിലെ തുടക്കം. ആ യുദ്ധത്തിൽ തങ്ങളുടെ ജീവൻ പണയപ്പെടുത്തി മഹത്തായ വിജയം വരിച്ചവരെപ്പറ്റിയും ഞാൻ ഓർക്കുന്നു. ഒരൊറ്റ വ്യക്തിയുടെ ജീവൻപോലും ഞങ്ങളുടെ നാടിന്റെ പ്രശസ്തിക്കായി ഞങ്ങൾ ബലി കഴിച്ചിട്ടില്ല. അംഗോള യുടെ സ്വാതന്ത്ര്യത്തെ സംരക്ഷിക്കുക, വിദേശികളുടെ കടന്നു കയ റ്റത്തെ തുരത്തുക-അതായിരുന്നു അവിടെ ഞങ്ങളുടെ ദൗത്യം. ഞങ്ങളുടെ ഓരോ കാൽവെയ്പ്പും, ഓരോ ചെയ്തിയും,ആ ലക്ഷ്യ ത്തിനുവേണ്ടി മാത്രമായിരുന്നു.

ദക്ഷിണാഫ്രിക്കയുമായി ഞങ്ങൾ മുഖത്തോടുമുഖം മുട്ടിയ താണ്-ചില വലിയ യുദ്ധങ്ങളിൽ ചെന്നു ചാടാനും സാധ്യതയുണ്ടാ യിരുന്നു. ഒരു സൈനിക സംഘട്ടനത്തിൽ അവരുടെ മേൽ ഒരു വലിയ പരാജയം അടിച്ചേൽപ്പിക്കാനുള്ള അവസരം കിട്ടുകയുണ്ടാ യി. പക്ഷെ കുറേയേറെ ജീവൻ നഷ്ടപ്പെടുന്ന കാര്യമായതുകൊണ്ട് ഞങ്ങൾ അതു വേണ്ടെന്നു വെച്ചു. പലപ്പോഴും ഞങ്ങൾ ശക്തി യുടെ ഒരു സമതുലനാവസ്ഥ സൃഷ്ടിച്ച്, വലിയ സംഘട്ടനങ്ങൾ ആകാവുന്നത്ര ഒഴിവാക്കിയിട്ടുണ്ട്. ഞങ്ങളുടെ ശത്രുവിന് അവന്റെ പരിമിതികളും ഞങ്ങളുടെ കഴിവുകളും മനസിലാക്കിക്കൊടുത്ത്, അവർ പിന്മാറാൻ തയ്യാറാവുന്ന ഒരു സാഹചര്യമുണ്ടായാൽ, ഒരുപാട് മനുഷ്യക്കുരുതിയും രക്തച്ചൊരിച്ചിലുമൊക്കെയുണ്ടാകുന്ന മഹായുദ്ധങ്ങൾ ഞങ്ങൾ ഒഴിവാക്കുകയാണ് പതിവ്. എല്ലാ സൈനി കനീക്കങ്ങൾക്കും നാം ഒരു വലിയ വിലകൊടുക്കണമെന്ന് ഉറപ്പാണ ല്ലോ. നാം നേടാൻ ഉദ്ദേശിക്കുന്ന മാന്യമായ ലക്ഷ്യങ്ങളിൽ നിന്ന് വ്യതിചലിച്ച്, ചരിത്രത്തിൽ ഒരു സ്ഥാനം നേടാനായി ആരും പ്രവർത്തിക്കരുത് എന്നാണ് എന്റെ അഭിപ്രായം.

മാനവരാശിയുടെയും വ്യത്യസ്ത ജനതകളുടെയും ചരിത്രം വായിക്കുമ്പോൾ പല വ്യക്തികളും ഭാവിതലമുറയ്ക്ക് തന്നെപ്പറ്റി ഒരു മതിപ്പുണ്ടാവണം എന്ന മട്ടിൽ ചെയ്ത പലതും നമുക്കു കാണാം. പ്രാചീന കാലത്തെ ചരിത്രം വായിക്കുമ്പോഴും, എന്തിന്, ക്രിസ്തുവിനുശേഷമുള്ള ഈ രണ്ടായിരം വർഷത്തെ ചരിത്രം വായിക്കുമ്പോഴും, മഹത്തായ കൃത്യങ്ങൾ ചെയ്ത പല ജനനായക ന്മാരും രാഷ്ട്രീയ നേതാക്കൻമാരുമൊക്കെ ലക്ഷ്യം വെച്ചത് തങ്ങ ളുടെ ശക്തിപ്രഭാവം പ്രദർശിപ്പിക്കുക, ചരിത്രത്തിൽ ഒരിടം നേടുക എന്നതൊക്കെയല്ലേ എന്ന് എനിക്ക് പലപ്പോഴും തോന്നിയിട്ടുണ്ട്.

സ്മാരകങ്ങളുണ്ടാക്കി തങ്ങളുടെ പേരും പെരുമയും നില നിർത്താൻ ശ്രമിച്ചവരുണ്ട്. ഈജിപ്തിലെ വലിയ വലിയ പിരമിഡു കളും ക്ഷേത്രങ്ങളുമൊക്കെയില്ലേ, അതൊക്കെ എന്തിനായിരുന്നു? ഓരോ ഫറോവയും തന്റെ പേരു നിലനിർത്താൻ ഇങ്ങനെ പിരമി ഡോ ക്ഷേത്രമോ കെട്ടിടങ്ങളോ ഒക്കെ നിർമിച്ചു. സുഗന്ധതൈല

ത്തിലിട്ട് ഭംഗിയായി സൂക്ഷിച്ച തങ്ങളുടെ മൃതദേഹങ്ങൾ ഏതെങ്കിലും ഒരു കാലത്ത് ന്യൂയോർക്കിലെയോ ലണ്ടനിലെയോ പാരീസിലെയോ ഒക്കെ മ്യൂസിയങ്ങളിൽ- തങ്ങളുടെ നാടായ ഈജിപ്തിൽ പോലുമില്ല!- ചെന്നുപെടുമെന്ന ധാരണ ഈ മഹാന്മാരായ ഫറോവമാരിൽ ആർക്കെങ്കിലും ഉണ്ടായിരുന്നുവെങ്കിൽ-വലിയ യോദ്ധാക്കളും രാഷ്ട്രീയക്കാരും ഭരണനിപുണരുമൊക്കെയായിരുന്നല്ലോ അവരിൽ പലരും- അവർ എങ്ങനെയാവും ചിന്തിച്ചിട്ടുണ്ടാവുക? അവരൊക്കെ ചെയ്ത മഹത്തായ കാര്യങ്ങൾ, അവരുടെ ഓർമ്മയെ ശാശ്വതമാക്കാൻ വേണ്ടി പ്രതിമകളും സ്മാരകങ്ങളും പണിയുന്നതിനിടയിൽ ആയുസ്സൊടുങ്ങിയ ആയിരമായിരം അടിമകൾ-ആരോർക്കുന്നു അവയൊക്കെ! ഇത്രയും വർഷങ്ങൾക്കു ശേഷം ഭാവിതലമുറകളുടെ ശാശ്വതസ്മരണകളിൽ നിലനിൽക്കാൻ വേണ്ടി അവർ ചെയ്ത അധ്വാനം എവിടെയോ പോയിതുലയുന്നു എന്ന കയ്പേറിയ സത്യം ചിലപ്പോൾ എന്നെ ദുഃഖിപ്പിക്കാറുണ്ട്.

മാനവരാശിയുടെ ചരിത്രം പഠിക്കുമ്പോൾ നാം മനസിലാക്കുന്ന ഒരു സത്യമുണ്ട്; എല്ലാ വൻകരകളിലുമുണ്ടായ എല്ലാ നാഗരികതകളും നമ്മൾ ഓർമ്മിക്കാനായി വലിയ പല സ്മാരകങ്ങളും പണിതിട്ടുണ്ട്. പക്ഷെ അവയിലൊക്കെ, ഇന്ന് അവശേഷിക്കുന്നത് പ്രധാനമായും അവിടത്തെ വാസ്തുവിദ്യയുടെ, അവരുടെ എഞ്ചിനീയറിങ്ങ് മികവിന്റെ ഓർമ്മകളാണ്. അവർ അത്തരം നിർമാണ പ്രവർത്തനങ്ങൾക്കായി ഉപയോഗിച്ച വസ്തുക്കളുടെ അവശിഷ്ടങ്ങളാണ്. അത്തരം സ്മാരകങ്ങളുണ്ടാക്കാൻ ഉത്തരവിട്ട മേലാളന്മാരെപ്പറ്റി ആരും ഓർക്കാറില്ല-പലരെപ്പറ്റിയും നമുക്ക് ഒന്നും തന്നെ അറിയുകയുമില്ല.

ചരിത്രവുമായി അടുത്ത് ഇടപഴകാനും ചരിത്രവസ്തുതകൾ അപഗ്രഥിക്കാനും ഒരവസരം കിട്ടിയിട്ടുണ്ടെങ്കിൽ താങ്കൾക്ക് ഒരു കാര്യം മനസിലാവും. ഭാവി തലമുറകൾ തന്നെപ്പറ്റി ഓർമ്മിക്കണമെന്ന് ഏറെ ചിന്തിച്ചവർ, ചരിത്രത്തിൽ സ്ഥായിയായ ഒരിടം വേണമെന്ന് നിർബന്ധം പിടിച്ചവർ, എന്നും വിഡ്ഢികളായിട്ടേയുള്ളൂ. അതുകൊണ്ട് വളരെ വിനീതമായ, ലളിതമായ, ഒരുപക്ഷേ പേരു തന്നെ വെളിപ്പെടുത്താത്ത ഒരിടം മതി ചരിത്രത്തിൽ എന്ന മട്ടിലുള്ള പെരുമാറ്റമാണ് എന്റെ അഭിപ്രായത്തിൽ ഏറ്റവും നല്ലത്. ജനങ്ങളുടെ കൂട്ടായ്മയിൽ നിന്നുണ്ടാവുന്ന ശക്തിയെപ്പറ്റി നിങ്ങൾക്കു ബോധ്യമുണ്ടെങ്കിൽ നിങ്ങൾക്കു മനസിലാവും, ഒരു വ്യക്തിക്ക്, അവൻ എത്രതന്നെ ബുദ്ധിമാനായാലും ശരി, ചരിത്രത്തിലുള്ള പങ്ക് വളരെ പരിമിതമാണെന്ന്; അയാളുടെ കേമത്തം പല മടങ്ങായി പെരുപ്പിച്ചു കാണിക്കുന്നതിൽ വലിയ അർഥമൊന്നുമില്ലെന്ന്. അങ്ങനെ എത്രയെത്ര മഹാന്മാർ, കഴിവും മികവും ബുദ്ധിയുമൊക്കെയുള്ളവർ, ചരിത്രത്തിലൂടെ കടന്നു പോയിരിക്കുന്നു!

തോമസ് ബോർഗെ: *ചരിത്രത്തിൽ ജനതയുടെ പങ്കിനെപ്പറ്റി പല ചർച്ചകളും നടക്കുന്നുണ്ടല്ലോ.*

കാസ്ട്രോ: ഉണ്ട്, ഞാനും ജനങ്ങളെ നിരീക്ഷിക്കുകയും പ്രതിദിന മെന്നോണം അവരിൽ നിന്ന് എന്തെങ്കിലും പഠിക്കുകയും ചെയ്യുന്നു. ധാരാളം കഴിവും വൈദഗ്ധ്യവുമുള്ള ജനങ്ങളെക്കാണുമ്പോൾ, ചരിത്രത്തിൽ അത്തരക്കാർ വഹിച്ച പങ്കിനെപ്പറ്റി ആർക്കും ബോധ്യമാവും. നിഷ്പക്ഷമായി നോക്കിയാൽ നമുക്കു മനസിലാക്കാവുന്ന ഒരു കാര്യമുണ്ട്. ചരിത്രം സാധാരണക്കാരോടു നീതി പുലർത്തിയിട്ടില്ല- നേതാക്കൾക്കും വിശിഷ്ട വ്യക്തികൾക്കും മാത്രമേ അവിടെ സ്ഥാനമുള്ളു. അവരെയൊക്കെ അങ്ങനെ കേമന്മാരും മഹാന്മാരുമാക്കാൻ സഹായിച്ച ജനലക്ഷങ്ങൾ സാമാന്യേന വിസ്മരിക്കപ്പെടുകയാണു പതിവ്. ചിലപ്പോൾ എനിക്കു തോന്നാറുണ്ട്, നമ്മളൊക്കെ ഉയർന്ന പദവികൾ വഹിക്കുന്നത് നീതീകരിക്കാമോ എന്ന്.

ഞാനീ പ്രശ്നത്തെ എങ്ങനെ വീക്ഷിക്കുന്നു എന്നും, എനിക്ക് ഇത്തരം കാര്യങ്ങളിലൊന്നും വലിയ താൽപര്യമില്ലെന്നും വ്യക്തമാക്കാൻ ശ്രമിക്കുകയായിരുന്നു ഞാൻ. പക്ഷേ മറ്റൊരു കാര്യത്തിൽ എനിക്ക് വളരെയേറെ താൽപര്യമുണ്ട്- ആശയങ്ങൾ സംരക്ഷിക്കുന്ന കാര്യത്തിൽ അധ്വാനത്തിന്റെ ഫലങ്ങൾ സംരക്ഷിക്കുന്ന കാര്യത്തിൽ, എനിക്ക് ഒട്ടേറെ താൽപര്യമുണ്ട്. ജനങ്ങളുടെ അധ്വാനത്തിന്റെ ഫലം നഷ്ടപ്പെടുകയാണെങ്കിൽ, ആ അധ്വാനത്തിന്റെ പിന്നിലുള്ള ജനങ്ങൾക്കോ അവർ നേടാനുദ്ദേശിച്ച ലക്ഷ്യങ്ങൾക്കോ എന്തർഥമാണുള്ളത്? തോമസ്, ഇതുപോലെ ചിന്തിക്കുന്ന ഒരാൾക്ക് അവനവന് എന്തു പ്രശസ്തിയുണ്ടാവുമെന്നോ ചരിത്രത്തിൽ എന്തു സ്ഥാനമുണ്ടാവുമെന്നോ ഒന്നും ചിന്തിക്കാൻ നേരമുണ്ടാവില്ല. നേരെ മറിച്ച്, ഞങ്ങൾ എന്ത് ആശയങ്ങളുടെ നിലനിൽപ്പിനാണോ നിരന്തരം പൊരുതിക്കൊണ്ടിരിക്കുന്നത്, ആ ആശയങ്ങൾക്ക്, മാനവരാശിയുടെ അവകാശങ്ങൾ സംരക്ഷിക്കുന്നതിനും ജനസമൂഹത്തിന് സുഖസമൃദ്ധമായ ഒരു ഭാവിയുണ്ടാക്കുന്നതിനും വേണ്ടിയുള്ള ആ ആശയങ്ങൾക്ക്, ചരിത്രത്തിൽ എന്തു സ്ഥാനമാണാവോ ഉണ്ടാവുക എന്ന കാര്യത്തിൽ എനിക്ക് ഒട്ടേറെ വ്യഗ്രതയുണ്ടുതാനും.

ജോസ് മാർട്ടിയുടെ വലിയ ഒരു ആരാധകനാണ് ഞാൻ. അദ്ദേഹം പ്രകടിപ്പിച്ച ആശയങ്ങളൊക്കെത്തന്നെ മനോഹരമാണ്. അദ്ദേഹത്തിന്റെ സുന്ദരമായ പല കൃതികളും ഞാൻ വായിച്ചിട്ടുണ്ട്; അവ എന്നെ ഒട്ടേറെ ആനന്ദിപ്പിച്ചിട്ടുമുണ്ട്. അവയിൽ ഒരാശയം ഇതാണ്; ലോകത്തിൽ ആകെ മൊത്തം എല്ലാവരുടെയും കൂടിയുള്ള പ്രശസ്തി ഒരു ഗോതമ്പുമണിയുടെ തൊണ്ടിൽ ഒതുങ്ങാനേയുള്ളു. എത്ര ആഴത്തിലുള്ള ചിന്ത! എന്തൊരു വിനയം! അതാണ് മാർട്ടി. ഒരു പൊങ്ങച്ചവുമില്ല. തനിക്ക് ചരിത്രത്തിൽ എന്തു സ്ഥാനമുണ്ടാവുമെന്നോ തന്റെ പ്രതിച്ഛായ എന്തായിരിക്കുമെന്നോ ഒന്നും

അദ്ദേഹം എവിടെയും പറയുന്നതേയില്ല. തന്റെ കർമങ്ങൾക്കു വേണ്ടി, വിപ്ലവത്തിന്റെ വിജയത്തിനുവേണ്ടി, ഉഴിഞ്ഞുവെച്ച ഒരു ജീവിതമായിരുന്നു അദ്ദേഹത്തിന്റേത്.

ഒരു കാര്യംകൂടി. നക്ഷത്രങ്ങളുടെ പ്രഭപോലും ഒരു കാലത്ത് കെട്ടുപോകുമെന്ന് നാം ഓർക്കണം. സൂര്യൻ പ്രകാശിക്കാതാകും; ഭൂമിയിൽ ജീവനില്ലാതാകും-ഇപ്പോഴത്തെ മട്ടു കണ്ടാൽ അതിന് ഏറെ താമസമുണ്ടാവില്ല എന്നും തോന്നുന്നു. ഭൂമി എന്ന ഈ ഗ്രഹത്തിൽ നിന്ന് മാനവരാശി അപ്രത്യക്ഷമാവും. ചന്ദ്രനിലേക്കോ ചൊവ്വയിലേക്കോ മറ്റു ഗ്രഹങ്ങളിലേക്കോ മാറിത്താമസിച്ചേക്കും എന്നൊന്നും എനിക്കു വിശ്വാസമില്ല. അവിടങ്ങളിലെ, നമുക്കറിയാവുന്ന ഭൂമിശാസ്ത്രവും കാലാവസ്ഥയും പ്രകൃതിയുമൊക്കെ വെച്ചു നോക്കുമ്പോൾ അതൊന്നും നടപ്പുള്ള കാര്യമല്ല. നക്ഷത്രങ്ങളൊക്കെ പരസ്പരം അകന്നകന്നു പൊയ്ക്കൊണ്ടിരിക്കുകയാണ്. അതുകൊണ്ട് മറ്റു നക്ഷത്രങ്ങളിലൊക്കെ എത്താനുള്ള സാധ്യതയും വളരെ വിദൂരമാണ്.

മനുഷ്യരെപ്പോലെത്തന്നെ നക്ഷത്രങ്ങളും ജനിക്കുകയും ജീവിക്കുകയും മരിക്കുകയും ചെയ്യുന്നുണ്ടെന്ന് നമുക്കറിയാം. നമ്മുടെ സൂര്യന്റെ പ്രകാശം കെട്ടുപോകുന്നതോടെ ചരിത്രവും അവസാനിക്കും. ആ സമയം വരെയും മാനവരാശി നിലനിൽക്കുമെന്നുതന്നെ കരുതുക. അപ്പോൾ എന്താണ് ചരിത്രം? ജനിക്കുകയും ജീവിക്കുകയും മരിക്കുകയും ചെയ്യുന്ന ഒരു വസ്തുതന്നെ- നേരായ ചരിത്രമായാലും ശരി. വസ്തുനിഷ്ഠമായ ചരിത്രമായാലും ശരി- അതിന് മനുഷ്യരല്ലാതെ വേറെ സാക്ഷികളുമില്ല.

ഏറ്റവും അടുത്ത നക്ഷത്രം തന്നെ നാലു പ്രകാശവർഷം ദൂരെയാണ്; അത് നമ്മിൽ നിന്ന് അകന്നകന്നു പൊയ്ക്കൊണ്ടുമിരിക്കുന്നു. ഭൗതികശാസ്ത്രമൊക്കെ പരിശോധിച്ചാൽ മനസിലാവും മറ്റു നക്ഷത്രങ്ങളിലേക്കൊന്നും നമുക്ക് പോകാനാവില്ലെന്ന്.

നമ്മെക്കാൾ വളർച്ച പ്രാപിച്ച, ബുദ്ധിശക്തിയും കഴിവുമുള്ള, സൃഷ്ടിവൈചിത്രങ്ങൾ നിലനിൽക്കുന്നുണ്ടാവാമെന്നും ഇപ്പോഴും എവിടെയെങ്കിലും നിലനിൽക്കുന്നുണ്ടാവാം എന്നും ഉള്ള കാര്യത്തിൽ സംശയമില്ല. ദശലക്ഷങ്ങളോളം താരാകദംബങ്ങളും അസംഖ്യം ദശലക്ഷങ്ങളോളം നക്ഷത്രങ്ങളുമുള്ള ഈ പ്രപഞ്ചത്തിൽ, നമ്മുടെ ഗ്രഹത്തിൽ ജീവനുണ്ടായതിനു തുല്യമായ അവസ്ഥകൾ മറ്റിടങ്ങളിലുമുണ്ടായിരിക്കാമെന്ന് കണക്കുകൊണ്ടു തെളിയിക്കാനാവും. ആരും അത് നിഷേധിക്കുമെന്ന് എനിക്കു തോന്നുന്നില്ല. അന്യഗ്രഹങ്ങളിൽ നിന്നുള്ള ബുദ്ധിജീവികൾ എന്നെങ്കിലും ഒരു കാലത്ത് ഇവിടെവന്ന് ഇവിടെ എന്തൊക്കെ സംഭവിച്ചു എന്നൊന്നും അപഗ്രഥിച്ചു പഠിക്കാനുള്ള സാധ്യതയും കാണാനില്ല. ആധുനിക മനുഷ്യന് അത്യാവശ്യം ഭൗതികശാസ്ത്രവും അതിന്റെ നിയമ

ങ്ങളും ഒക്കെ അറിയാമല്ലോ. അതിന്റെ വെളിച്ചത്തിലാണ് പറയുന്നത്. അതുകൊണ്ട് ഇതൊന്നും കാണാൻ ആരുമുണ്ടാവില്ല. ഇതെല്ലാം ചരിത്രം പോലും, അപ്രത്യക്ഷമാവുന്ന ഒരു ദിവസം ഉണ്ടാവും.

അതുകൊണ്ട്, വലിയ പൊങ്ങച്ചമൊന്നും കൂടാതെ, നമ്മുടെ പരിമിതമായ കഴിവുകൾ ഉപയോഗിച്ച് നമ്മുടെ കടമകൾ ചെയ്യുകയാണ് വേണ്ടത്. ഒരു വിപ്ലവകാരി എന്ന നിലക്ക് ജീവിതത്തിൽ അതാണ് എന്റെ റോൾ എന്നു ഞാൻ മനസിലാക്കുന്നു.

ഈ വിഷയത്തെപ്പറ്റി ഞാൻ കുറേയേറെ സംസാരിച്ചു. ക്ഷമിക്കണം. പിന്നെ,താങ്കൾ ചോദിച്ചുപറയിച്ചതാണല്ലോ! എന്റെ ചിന്തകളിൽ തോന്നിയത് ഒരൽപ്പം പറയാമെന്നുവെച്ചു.

2

സോവിയറ്റ് യൂണിയന്റെ പതനവും പുതിയ ലോകക്രമവും

നൈസർഗികമായി പൊട്ടിവിരിയുന്ന ചെമ്പനീർ പൂക്കളുടെ വിളപോലെ ലാറ്റിനമേരിക്കൻ രാജ്യങ്ങളിൽ സംഭവിച്ച ഗറില്ലാ സമരങ്ങളെ ക്യൂബ സർവാത്മനാ പിന്തുണച്ചു. എന്നെ സംബന്ധിച്ചിടത്തോളം, എനിക്ക് ഏണസ്റ്റോ ചെ ഗുവേരയിൽ നിന്ന് കുറേയേറെ സഹായം കിട്ടി. ഹോഡുറാസിന്റെ വടക്കൻ കടൽത്തീരത്തുകൂടി നിക്കരാഗ്വയിലേക്ക് ആയുധമെത്തിക്കാൻ ഞാൻ വിഫലമായ ഒരു ശ്രമവും നടത്തുകയുണ്ടായി.

വെനിസ്വല, കൊളംബിയ, അർജന്റീന, പെറു തുടങ്ങിയ പല രാജ്യങ്ങളിലും ഒളിപ്പോരാളികൾ സായുധസമരങ്ങളിലേർപ്പെട്ടിരുന്നു. അതിൽ, ബൊളീവിയയുടെ ശ്രമം ഏറ്റവുമധികം ശ്രദ്ധേയമായിരുന്നു. നിക്കരാഗ്വയുടെ കാര്യമൊന്നു വേറെ.

സമോസയുടെ സ്വേച്ഛാധിപത്യം ഒരു ജനകീയ പ്രക്ഷോഭത്തോടെ തുത്തെറിഞ്ഞതുകൊണ്ട്, സ്വാഭാവികമായിത്തന്നെ കരുത്തു നേടാൻ ഞങ്ങൾക്കു കഴിഞ്ഞിരുന്നു. ഒമാർ ടോറിയോസ്, കാർലോസ് ആൻഡ്രിപെറസ്, ജോസ് ലോപെസ് പോർട്ടില്ലോ, റോഡറിഗോ കരാസോ തുടങ്ങിയ രാഷ്ട്രത്തലവന്മാരെയും രാഷ്ട്രീയ നേതാക്കളേയും ഞങ്ങൾ സാൻഡിനിസ്റ്റുകാർ സമീപിച്ചപ്പോൾ അവരൊക്കെത്തന്നെ നിക്കരാഗ്വയോടും എഫ് എസ് എൽ എൻ നോടും ഐക്യദാർഢ്യം പ്രകടിപ്പിച്ചത് ഈയൊരു കരുത്തിന്റെ നിദാനമാണ്.അങ്ങനെ നിക്കരാഗ്വയുടെ തെക്കൻ അതിർത്തി പ്രദേശങ്ങളിലേക്ക് ആയുധങ്ങളെത്തിക്കുക എന്ന നിർദേശം വന്നപ്പോൾ

കാർലോസ് ആൻഡ്രസ്, ഫിദലിന്റെ സഹായമഭ്യർഥിച്ചു. ഈ ആയുധങ്ങൾ, സാൻജോസിലെ ജുവാൻസാന്തമേറിയ എയർപോർട്ടിലെത്തുകയും അവ കോസ്റ്ററിക്കയുടെ ഹൈവേ വഴി കടത്തിക്കൊണ്ടുപോവാൻ അനുമതി ലഭിക്കുകയുമുണ്ടായി.

1979 ഫെബ്രുവരിയിൽ ഹവാനയിൽ വെച്ച് എഫ് എസ് എൽ എന്നിൽ ആഭ്യന്തരമായ ഐക്യമുണ്ടായപ്പോൾ, ഉന്നതരായ സാൻഡിനിസ്റ്റ് നേതാക്കളുടെ വികാര നിർഭരമായ ആ ചടങ്ങിൽ സംബന്ധിക്കാൻ ഫിദൽ ഉണ്ടായിരുന്നു.

കാർലോസ് ഫോൻസിക്ക തുടങ്ങിവെച്ച ആ രാഷ്ട്രീയ-സൈനിക സംഘടന അന്നേയ്ക്ക് മൂന്നായി പിളർന്നിരുന്നു. ഈ മൂന്ന് ഉപ സംഘടനകളുടെയും കമാൻഡർമാരെ ചേർത്ത് സാൻഡിനിസ്റ്റ് മുന്നണിയുടെ സംയോജിത ദേശീയ നേതൃത്വമുണ്ടാക്കിയ ആ സന്ദർഭത്തെ ഫിദൽ വളരെയേറെ ആഹ്ലാദത്തോടെയും ബഹുമാനത്തോടെയും സ്വാഗതം ചെയ്യുകയുണ്ടായി.

ഈ വർഷങ്ങളിലത്രയും ഫിദൽ ഞങ്ങളെ ഉപദേശിക്കാറില്ലായിരുന്നു. ഏറെ ചോദിച്ചാൽ മാത്രം വല്ല അഭിപ്രായവും പറയും. അതാകട്ടെ പലപ്പോഴും സാൻഡിനിസ്റ്റയുടെ ഭൂരിപക്ഷത്തിന്റെയും അഭിപ്രായങ്ങൾക്കു നിരക്കാത്തവയുമായിരിക്കും.

ഞങ്ങളുടെ തീരുമാനങ്ങളെ അദ്ദേഹം ബഹുമാനിച്ചിരുന്നു. ഞങ്ങൾ എഫ് എസ് എൽ എന്നിന്റെ ഐക്യം നിലനിർത്തണമെന്ന കാര്യത്തിൽ അദ്ദേഹത്തിന് വൈകാരികമായ ഒരുതരം നിർബന്ധം തന്നെയുണ്ടായിരുന്നു. ഞങ്ങളോട് അത് കൂടെക്കൂടെ പറയുകയും ചെയ്യും. ക്യൂബൻ വിപ്ലവ നേതൃത്വവും എഫ് എസ് എൽ എന്നും സൗഹൃദപരമായ ബന്ധം നിലനിർത്തിപ്പോന്നിട്ടുണ്ട്; ഈ മാറിയ നിക്കരാഗ്വൻ രാഷ്ട്രീയ സാഹചര്യത്തിൽ ആ ബന്ധങ്ങളിൽ ചില വൈരുധ്യങ്ങളൊക്കെ ഉണ്ടാവാൻ തുടങ്ങിയിട്ടുണ്ടെങ്കിലും.

തിരഞ്ഞെടുപ്പിൽ എഫ് എസ് എൽ എന്നിന്റെ പരാജയം പലർക്കും ഹൃദയഭേദകമായിരുന്നുവെങ്കിലും, മറ്റു പലർക്കും അത് ഒരു പാഠവുമായിരുന്നു. ആശയപരമായ ഒരു വലിയ മരവിപ്പിന്റെ കാലത്താണ് ഇതു സംഭവിച്ചത്. ഒരു ഭൂപ്രദേശമെന്ന നിലയ്ക്ക് സോവിയറ്റ് യൂണിയൻ തകർന്നതും അവിടെ സോഷ്യലിസത്തിന് നാശം സംഭവിച്ചതും ഇക്കാലത്താണ്.

ടി ബി

തോമസ് ബോർഗെ: *വിപ്ലവത്തിന്റെ സിദ്ധാന്തങ്ങളെയും പ്രയോഗങ്ങളെയും സംബന്ധിച്ചിടത്തോളം അഭേദ്യമായ ഒരു ഏകശിലാശിൽപ്പമായിട്ടാണല്ലോ ക്യൂബ നിലനിൽക്കുന്നത്-ഇന്നുവരെയെങ്കിലും, സോവിയറ്റ് യൂണിയനിലും പൂർവയൂറോപ്യൻ രാജ്യങ്ങളിലും സംശയാതീതമായി സോഷ്യലിസം തകർന്നു. പക്ഷേ അതേ*

പോലെ സംശയാതീതമായിത്തന്നെ ക്യൂബയിൽ സോഷ്യലിസം നിലനിൽക്കുന്നുമുണ്ട്. മൊൺടെസ്ക്യൂവാണ് പറഞ്ഞത്, 'ചില സംഭവങ്ങളെ ചുറ്റിപ്പറ്റിയുണ്ടാവുന്ന ഒച്ചപ്പാടുകളാണ് ചരിത്രം' എന്ന്. ഈ സംഭവങ്ങൾ വെറും ഒച്ചപ്പാടുകൾ എന്നതിലേറെ, യാഥാർഥ്യങ്ങൾ തന്നെയാണ്; തീർച്ചയായും ചരിത്രത്തിൽ മുഴച്ചു നിൽക്കുന്ന ചില സംഭവങ്ങൾ. അതുകൊണ്ട് ഫിദൽ, ഇതൊക്കെ ചരിത്രത്തിന്റെ ഒരു ഭാഗമായിക്കഴിഞ്ഞു എന്നു പറയാമോ?

കാസ്ട്രോ: നിങ്ങൾ പറഞ്ഞതിനോട് ഞാൻ യോജിക്കുന്നു, തോമസ്. ക്യൂബൻ വിപ്ലവത്തിന്റെ ഇതുവരെയുള്ള നിലനിൽപ്പ് വലിയൊരു നേട്ടം തന്നെയാണ്.

സോഷ്യലിസ്റ്റ് ചേരി തകർന്നശേഷവും ഞങ്ങൾ മുന്നോട്ടു തന്നെ നീങ്ങിക്കൊണ്ടിരിക്കുന്ന കാര്യം താങ്കൾ സൂചിപ്പിച്ചുവല്ലോ. ഇന്ന് സാമ്രാജ്യത്വം അതിന്റെ സർവശക്തിയുമുപയോഗിച്ച് ഏറ്റുമുട്ടിക്കൊണ്ടിരിക്കുന്ന ഒരേയൊരു ശത്രു ഞങ്ങളാണ്. സോഷ്യലിസ്റ്റ് രാഷ്ട്രമായി ക്യൂബ മാത്രമല്ല ഉള്ളത്. കൊറിയയും ചൈനയും വിയത്നാമും ഒക്കെത്തന്നെ വൻനേട്ടങ്ങളുണ്ടാക്കിയ സോഷ്യലിസ്റ്റ് രാഷ്ട്രങ്ങളാണെന്ന് നാം മറന്നുകൂടാ. പക്ഷേ, സാമ്രാജ്യത്വത്തിന്റെ ഭീഷണികൾക്കും പടനീക്കങ്ങൾക്കും പ്രധാനമായും ഇരയാവുന്നത്, അവരുടെ പ്രധാന ലക്ഷ്യമാകുന്നത്, ഞങ്ങളാണ്. സാമ്രാജ്യത്വം അവരുടെ എല്ലാ തോക്കുകളും തിരിച്ചുവെച്ചിട്ടുള്ളത് ഞങ്ങൾക്കു നേരെയാണ്. അവർക്കുള്ള എല്ലാ വിഭവങ്ങളും ഉപയോഗിക്കുന്നത് ക്യൂബക്കാരെയും ക്യൂബൻ വിപ്ലവത്തെയും നശിപ്പിക്കാനാണ്. സോഷ്യലിസ്റ്റ് ചേരിയുടെ പതനത്തിനുശേഷവും, സോഷ്യലിസ്റ്റ് യൂണിയൻ അപ്രത്യക്ഷമായശേഷവും, ക്യൂബ എല്ലാ പ്രതിസന്ധികളേയും തട്ടിനീക്കി, വെല്ലുവിളികളെല്ലാം നേരിട്ട് മുന്നോട്ടുതന്നെ നീങ്ങാൻ ഉറച്ചിരിക്കുന്നു. എന്ന കാര്യം ചരിത്രത്തിലെ വലിയ ഒരു സംഭവമാണ്–,സംഭവങ്ങളും അവ ഉൾക്കൊള്ളുന്ന മൂല്യങ്ങളും വസ്തുനിഷ്ഠമായി നിരീക്ഷിക്കുന്നവർക്ക് അതിനെ അങ്ങനെയേ കാണാൻ കഴിയൂ.

ഇതുവരെ ഞങ്ങൾ എന്തു ചെയ്തു എന്നതിനോടു ബന്ധപ്പെടുത്തിയിട്ടല്ല ഈ അപൂർവ പ്രതിഭാസത്തെ കാണേണ്ടത്; ഇനി ഭാവിയിൽ ഞങ്ങൾ എന്തു ചെയ്യാൻ പോകുന്നു, വിപ്ലവത്തെയും ഞങ്ങളുടെ സ്വാതന്ത്ര്യത്തെയും ഞങ്ങളുടെ നാടിന്റെ പരമാധികാരത്തെയും ഞങ്ങൾ എങ്ങനെ കാത്തു രക്ഷിക്കുന്നു, എങ്ങനെ ഉറച്ചു നിൽക്കുന്നു....? ഈ നേട്ടങ്ങളൊക്കെ നേടാനായി ഞങ്ങളുടെ തയ്യാറെടുപ്പ് എത്രയുണ്ട്, എന്നതിനെ ആശ്രയിച്ചിരിക്കുന്നു. ഞങ്ങൾ ഇന്നു ചെയ്യുന്നതിന്റെ പ്രാധാന്യം, വരുംകാലങ്ങളിലാണ് കിടക്കുന്നത്.

ഇതുവരെ ഞങ്ങൾ ചെയ്തതൊക്കെ പ്രധാനം തന്നെ, അപകടങ്ങളെ നേരിടേണ്ടി വന്നാൽത്തന്നെയും ഇതുവരെ ചെയ്തുകൊണ്ടിരുന്ന കാര്യങ്ങളോട് ഞങ്ങൾ കൂറു പുലർത്തും. ഇപ്പോൾ ഞങ്ങൾ ചെയ്തുകൊണ്ടിരിക്കുന്ന കാര്യങ്ങളുടെ പരിണാമം അതനുസരിച്ചായിരിക്കുമല്ലോ.

ലാറ്റിനമേരിക്കയുടെ പല ഭാഗങ്ങളിൽ നിന്നും വന്നവർ ഞങ്ങളോട് 'നിവർന്നുനിന്ന് തളരാതെ പൊരുതു' എന്ന മട്ടിൽ, അവരുടെ പ്രതീക്ഷകൾ അർപ്പിക്കുന്നത് ഇന്നു സന്ധ്യയ്ക്ക് താങ്കൾ കണ്ടതാണല്ലോ. അത്തരം സന്ദേശങ്ങൾ, ഉറച്ചു നിൽക്കാനും. പൊരുതിക്കൊണ്ടിരിക്കാനും ആവേശം തരുന്ന സന്ദേശങ്ങൾ പലരിൽ നിന്നും ഞങ്ങൾക്കു കിട്ടിക്കൊണ്ടിരിക്കുന്നു. എത്ര ഭംഗിയായി ഉറച്ചു നിൽക്കാനും പൊരുതാനും ഞങ്ങൾക്കു കഴിയും എന്ന കാര്യം കണ്ടറിയണം-ഞങ്ങൾ അതു ചെയ്യുമെന്ന് എനിക്ക് ഉറപ്പുണ്ടെങ്കിലും.

തോമസ് ബോർഗെ: *താങ്കൾക്ക് അക്കാര്യത്തിൽ വേണ്ടത്ര ആത്മവിശ്വാസമുണ്ട് എന്നതിൽ ആർക്കും സംശയമില്ല. എനിക്കുമുണ്ട് അക്കാര്യത്തിൽ ആത്മവിശ്വാസം. എന്നാൽ, ക്യൂബൻ വിപ്ലവം ആഗോളാടിസ്ഥാനത്തിൽത്തന്നെ സോഷ്യലിസത്തിന്റെ ഉയിർത്തെഴുന്നേൽപ്പിന്റെ തുടക്കമാണെന്ന് താങ്കൾ കരുതുന്നുണ്ടോ?*

കാസ്ട്രോ: ആശയക്കുഴപ്പങ്ങളുടെയും അവസരവാദങ്ങളുടെയും ഈ ലോകത്തിൽ, അമൂല്യമായ ചില തത്വങ്ങളുടെ സംരക്ഷണത്തിനുവേണ്ടിയാണ് ഞങ്ങൾ നിലകൊള്ളുന്നത് എന്നാണ് എന്റെ വിശ്വാസം. പല രാഷ്ട്രീയക്കാരും തൻകാര്യം മാത്രം നോക്കി, സ്വന്തം കീശവീർപ്പിക്കാൻ ശ്രമിക്കുന്ന കാലമാണല്ലോ ഇത്; സാമ്രാജ്യത്വത്തിന്റെ സൈനിക-രാഷ്ട്രീയ ശക്തിക്ക് ദൈവികമായ ഒരു സ്ഥാനം കൽപ്പിച്ചുകൊടുക്കുന്ന ഒരു കാലവുമാണ് ഇത്.

സാമ്രാജ്യത്വം ഇത്ര ശക്തമായി തിരിച്ചടിക്കുന്ന ഒരു കാഴ്ച മാനവരാശി ഇന്നോളം കണ്ടിട്ടില്ല. ഇത് ശാശ്വതമാണ് എന്നല്ല ഞാൻ പറയുന്നത്, തീരെ ശാശ്വതമല്ല. സാമ്രാജ്യത്വം അതിന്റേതായ ഒരുപാടു വൈരുധ്യങ്ങൾകൊണ്ട് ഒന്നു ഞെരുങ്ങുന്നുണ്ട്. എന്നാലും, നാം ഇപ്പോൾ കടന്നുപോകുന്ന കാലം ഇങ്ങനെയൊക്കെയാണ്. ചില പ്രധാന മൂല്യങ്ങൾ സംഭരിച്ച് നിലനിർത്തുക എന്നത് ഇന്നത്തെക്കാലത്ത് അത്യന്തം പ്രധാനമാണ്. എല്ലാ പുരോഗമനവാദികളുടെയും യഥാർഥ ജനാധിപത്യവിശ്വാസികളുടെയും വിപ്ലവകാരികളുടെയും ആവശ്യമാണ് അത്. മനുഷ്യരാശിക്കാകെ നന്മ വരണം എന്ന മോഹം വെച്ചു പുലർത്തുന്നവർക്കെല്ലാം തന്നെ അത്തരം മൂല്യങ്ങളുടെ സംരക്ഷണം മറ്റെന്തിനെക്കാളും മുഖ്യമാണ്.

ഇപ്പോൾ സംഭവിക്കുന്നത് എന്തുതന്നെയായാലും, മറ്റൊരു കാലം വരുമെന്നതിന് സംശയമില്ല. ഇന്ന് നാം ഒരു പിന്തിരിപ്പൻ വേലിയേറ്റത്തിന്റെ നടുവിലാണ്. ഏറെത്താമസിയാതെ വിപ്ലവത്തിന്റേതായ, പുരോഗതിയുടേതായ, മറ്റൊരു വേലിയേറ്റം വീണ്ടും വരും. അത് ഉറപ്പാണ്. നമ്മളൊക്കെ ഉണ്ടെങ്കിലും ഇല്ലെങ്കിലും അതു സംഭവിക്കും. 'വിപ്ലവകരമായ' എന്നു ഞാൻ പറയുമ്പോൾ വിവക്ഷിക്കുന്നത് ഉദ്ദേശ്യങ്ങളെയും ലക്ഷ്യങ്ങളെയുമാണ്; നേടാനുപയോഗിക്കുന്ന മാർഗങ്ങളെക്കുറിച്ചല്ല. ഇന്ന് പിന്തിരിപ്പൻ ശക്തികൾക്കാണ് മേൽക്കൈ എങ്കിലും പുരോഗമനാത്മകമായ, ജനാധിപത്യത്തിലധിഷ്ഠിതമായ, നീതിയിൽ ഉറച്ചു നിൽക്കുന്ന ഒരു സംവിധാനം നിലവിൽ വരും-നമ്മുടെ ആയുഷ്കാലത്തു തന്നെയാവാം അത്, ചിലപ്പോൾ അതിനപ്പുറവുമാകാം.

കൊടികൾക്കും അത്തരം ചിഹ്നങ്ങൾക്കും വളരെ പ്രാധാന്യമുണ്ടെന്നാണ് എക്കാലത്തും എന്റെ വിശ്വാസം. ഒറ്റപ്പെട്ട ഒരു ദ്വീപായി ഞങ്ങൾ നിലനിൽക്കുന്നു എന്നതുതന്നെ വലിയൊരു കാര്യമാണ്. മരണം വരെ പൊരുതിയും ഈ ദ്വീപ് നിലനിർത്താൻ ഞങ്ങൾക്കു കഴിയുന്നത് വലിയൊരു വിജയമായിരിക്കും. ശത്രുക്കൾ ഞങ്ങളെ ആക്രമിക്കുകയാണെങ്കിൽ അതിനെതിരെ, എന്തുതന്നെ വന്നാലും ഞങ്ങൾ ഉറച്ചുനിൽക്കുകയാണെങ്കിൽ ആ ചെറുത്തു നിൽപ്പിൽ വലിയ ഒരു മൂല്യമുണ്ട്. അത്തരമൊരു ചെറുത്തുനിൽപ്പിൽ ഞങ്ങൾ വിജയിക്കുകയാണെങ്കിൽ-വിജയിക്കാതെ വയ്യ, മരിച്ചാലും വേണ്ടില്ലെന്നുറപ്പിച്ച് പോരിന്നിറങ്ങുന്ന ദശലക്ഷക്കണക്കിലുള്ള സ്ത്രീപുരുഷന്മാരെ ഒന്നടങ്കം നശിപ്പിക്കാൻ ആർക്കും കഴിയില്ലല്ലോ!- ആ വിജയം, ഞങ്ങൾ സംരക്ഷിക്കാൻ വെമ്പുന്ന ആശയങ്ങളുടെയും മൂല്യങ്ങളുടെയും വിജയമായിരിക്കും. മറ്റാർക്കും തട്ടിക്കൊണ്ടു പോകാൻ പറ്റാത്തതാണല്ലോ ആ മൂല്യങ്ങൾ!

അതുകൊണ്ട്, ഇന്ന് ഞങ്ങൾ ചെയ്തുകൊണ്ടിരിക്കുന്ന കാര്യങ്ങൾ ഭാവിയെ സംബന്ധിച്ചിടത്തോളം വളരെ പ്രധാനപ്പെട്ടതുതന്നെയാണ് എന്നു ഞാൻ വിശ്വസിക്കുന്നു. എന്നുവെച്ച്, ആ ഭാവി മുഴുവൻ ഞങ്ങളെ ആശ്രയിച്ചിരിക്കുന്നു എന്നൊന്നും ഞങ്ങൾ കരുതുന്നില്ല. ഞങ്ങൾ നല്ല ഒരു ഭാവിയുടെ സംരക്ഷകരാണ്. വിശപ്പുകൊണ്ടും ചൂഷണം കൊണ്ടും ദുരിതങ്ങൾ കൊണ്ടും വലയുന്ന ജനങ്ങൾക്കിടയിൽ മഹത്തായ കുറേയേറെ ആദർശങ്ങളുടെ പ്രതീകങ്ങളാണ് ഞങ്ങൾ എന്ന ചിന്ത ഞങ്ങൾക്ക് ഏറെ ധൈര്യം പകരുന്നുണ്ട്.

ഞങ്ങളുടെ പങ്ക് എന്ത്, ഞങ്ങൾ ചെയ്യേണ്ടത് എന്ത്, എന്നതിനെപ്പറ്റി വളരെ കണിശമായ, വളരെ വ്യക്തമായ, ധാരണ ഞങ്ങൾക്കുണ്ട്. ഈ ചെറുത്തുനിൽപ്പിന് പ്രചോദനവും ധൈര്യവും തരുന്ന

ഒരു ഘടകം അതാണ്. ഈ ധാരണയാണ്, ഒരു വശത്ത് ഭാവിയെയും മറുവശത്ത് ഞങ്ങൾ ചെയ്തുകൊണ്ടിരിക്കുന്നതും ചെയ്യാൻ തയ്യാറുള്ളതുമായ കാര്യങ്ങളെയും തമ്മിൽ ബന്ധിപ്പിക്കുന്നത്.

തോമസ് ബോർഗെ: *സോഷ്യലിസത്തെപ്പറ്റി പൊതുവെയും സോവിയറ്റ് യൂണിയന്റെ അവസ്ഥയെപ്പറ്റി പ്രത്യേകിച്ചും, വിവക്ഷിച്ചുകൊണ്ട് താങ്കൾ ഈയിടെ പറയുകയുണ്ടായല്ലോ ആരോ അതിനെ പിന്നിൽ നിന്നു കുത്തിയതാണെന്ന്. സോവിയറ്റ് യൂണിയനെതിരായ അത്തരമൊരു ഗൂഢാലോചനയിൽ മിഖായെൽ ഗോർബച്ചേവിന് പങ്കുണ്ടായിരുന്നോ?*

കാസ്ട്രോ: ഇല്ല, ഗോർബച്ചേവിനെപ്പറ്റി ഞാൻ അങ്ങനെ പറയില്ല, സോവിയറ്റ് യൂണിയനെ നശിപ്പിക്കാൻ മുൻകൂട്ടി തയ്യാറാക്കിയ പദ്ധതിയിലെ ഒരു കൊലയാളിയായി എനിക്ക് അദ്ദേഹത്തെ കാണാൻ കഴിയില്ല.

സ്വയം നശിക്കുക എന്ന പ്രതിഭാസത്തിന്റെ അവിശ്വസനീയമായ ഒരു ഉദാഹരണമാണ് സോവിയറ്റ് യൂണിയൻ. ആ നാടു ഭരിച്ചിരുന്നവർ ഇത്തരമൊരു ആത്മനാശത്തിന് വലിയൊരളവോളം ഉത്തരവാദികളായിരുന്നു എന്ന കാര്യത്തിൽ സംശയമില്ല. ചിലർ കൽപ്പിച്ചു കൂട്ടി നശിപ്പിച്ചു; വേറെ ചിലർ, അറിയാതെയും, അവർ ചെയ്ത മിക്കവാറും എല്ലാ കാര്യങ്ങളും സോവിയറ്റ് യൂണിയന്റെ നാശത്തിലേക്കാണ് നയിച്ചത് എന്നാണ് ഞാൻ പറഞ്ഞുവരുന്നത്. അവിടെയുണ്ടായ ഓരോ പ്രതിഭാസവും ഓരോ പ്രവണതയും നാശത്തിലേക്കാണ് വഴിവെച്ചത്. ഞങ്ങൾക്ക് അത് ആദ്യം മുതലേ കാണാമായിരുന്നു-തുടങ്ങിയിട്ട് അൽപ്പം കഴിഞ്ഞ ശേഷമെങ്കിലും.

ഗോർബച്ചേവ് കൽപ്പിച്ചു കൂട്ടി സോവിയറ്റ് യൂണിയന്റെ നാശത്തിനു വേണ്ടി പ്രവർത്തിച്ചു എന്നു ഞാൻ പറയില്ല. കാരണം, സോഷ്യലിസത്തെ നന്നാക്കാനായിരുന്നു അദ്ദേഹത്തിന്റെ ശ്രമം-അക്കാര്യത്തിൽ എനിക്കു സംശയമില്ല. പലതവണ ഞാൻ അദ്ദേഹത്തോടു സംസാരിച്ചിട്ടുണ്ട്; അദ്ദേഹത്തെ കുറച്ചൊക്കെ മനസിലാക്കിയിട്ടുമുണ്ട്. ഞങ്ങളോട് അദ്ദേഹം വളരെ സൗഹൃദത്തിലായിരുന്നു. സോവിയറ്റ് യൂണിയൻ അധികാരത്തിലുണ്ടായിരുന്നേടത്തോളം കാലം അദ്ദേഹം ക്യൂബയുടെ താൽപര്യങ്ങളെ ബഹുമാനിച്ചിരുന്നു; സോവിയറ്റ് യൂണിയനും ഞങ്ങളുടെ നാടുമായുള്ള നല്ല ബന്ധം നിലനിർത്തിയിരുന്നു. അതൊക്കെയായാലും, സോവിയറ്റ് യൂണിയനിലുണ്ടായ സംഭവവികാസങ്ങളിൽ നല്ലൊരു പങ്ക് അദ്ദേഹത്തിനുണ്ടായിരുന്നു എന്ന കാര്യത്തിൽ സംശയമില്ല.

തോമസ് ബോർഗെ: *ഗോർബച്ചേവിന്റെ 'പെരിസ്ത്രോയ്ക്ക' എന്ന പുസ്തകം വായിക്കുകയുണ്ടായോ?*

കാസ്ട്രോ: ഉവ്വ്. ലോകത്തിലെമ്പാടും വിൽക്കപ്പെട്ടിരുന്ന ഗോർബച്ചേവിന്റെ ആ പുസ്തകം ഞാൻ വളരെ ശ്രദ്ധയോടുകൂടി ത്തന്നെ വായിച്ചിട്ടുണ്ട്; അദ്ദേഹത്തിന്റെ ലക്ഷ്യങ്ങൾ എന്തായിരുന്നു വെന്നു മനസിലാക്കാൻ ശ്രമിച്ചിട്ടുണ്ട്. അമിതവേഗത്തിലാണ് അദ്ദേഹം ചില കാര്യങ്ങളൊക്കെ ചെയ്തിരുന്നതെന്ന് എനിക്ക് ചില പ്പോൾ തോന്നിയിട്ടുണ്ട്-പല പ്രശ്നങ്ങൾ ഒരുമിച്ച്, ഒറ്റയടിക്ക്, തീർക്കണമെന്ന ബദ്ധപ്പാടോടെ, സോവിയറ്റ് യൂണിയനിൽ സോഷ്യ ലിസം പരിഷ്കരിക്കുന്ന കാര്യത്തിൽ അവർ ഒരു മുൻഗണനാക്രമമു ണ്ടാക്കേണ്ടതായിരുന്നു. അവിടെ, സോവിയറ്റ് യൂണിയനിൽ, സോഷ്യലിസം കൂടുതൽ നന്നാക്കിയെടുക്കുക എന്നത് അവർ ചെയ്യേണ്ട ഒരു കാര്യം തന്നെയായിരുന്നുവെന്നതിൽ എനിക്കു സംശയമില്ല-സോഷ്യലിസം തന്നെ ഇല്ലാതാക്കുകയോ ആ ശക്ത മായ രാഷ്ട്രത്തെത്തന്നെ നശിപ്പിക്കുകയോ അല്ല വേണ്ടിയിരുന്നത്. ലോകരാഷ്ട്രങ്ങൾക്കിടയ്ക്ക് ഒരു ശക്തി സന്തുലനമുണ്ടാക്കുന്ന കാര്യത്തിൽ സോവിയറ്റ് യൂണിയന്റെ പങ്ക് വളരെ പ്രധാനപ്പെട്ടതാ യിരുന്നു; യു എസ് എ യുടെ സാമ്രാജ്യത്വശക്തിയെ ചെറുക്കാൻ കെൽപ്പുള്ള ഏക രാഷ്ട്രം സോവിയറ്റ് യൂണിയനായിരുന്നു എന്നതു കൊണ്ട്, അതിന്റെ നിലനിൽപ്പ് മൂന്നാം ലോകരാഷ്ട്രങ്ങൾക്കും മറ്റു ള്ളവർക്കും വളരെ പ്രധാനപ്പെട്ടതായിരുന്നു.

സോവിയറ്റ് യൂണിയൻ എന്തുതന്നെ തെറ്റുകൾ ചെയ്തിട്ടു ണ്ടെങ്കിലും, അവിടത്തെ സോഷ്യലിസത്തിന് എത്ര തന്നെ പരിമിതി കൾ ഉണ്ടായിരുന്നാലും, ആ രാജ്യത്തിന് ലോകരാഷ്ട്രീയത്തിലു ണ്ടായിരുന്ന പങ്ക് അത്യധികം പ്രധാനപ്പെട്ടതായിരുന്നു. എന്തു വില കൊടുത്തും അത് നിലനിർത്തേണ്ടതായിരുന്നു.

തോമസ് ബോർഗെ: *സോഷ്യലിസത്തെ സംരക്ഷിക്കലും സോവി യറ്റ് യൂണിയനെ സംരക്ഷിക്കലും, രണ്ടും രണ്ടല്ല, ഫിദൽ?*

കാസ്ട്രോ: സോവിയറ്റ് യൂണിയനിൽ സോഷ്യലിസം പരിഷ്കരി ക്കാൻ അവരെടുത്തിരുന്ന നടപടികൾ നല്ലതാണ് എന്നാണ് ഞങ്ങൾ കരുതിയത്. പക്ഷേ, സോവിയറ്റ് യൂണിയന്റെ തകർച്ച- സോവിയറ്റ് യൂണിയനിലെ സോഷ്യലിസത്തിന്റെ മാത്രമല്ല, സോവിയറ്റ് യൂണി യന്റെ തന്നെ തകർച്ച-ഒരു നിലയ്ക്കും സാധൂകരിക്കാൻ ഞങ്ങൾക്ക് ആവില്ല. സാമാന്യേന ലോകജനതയെ ആകെത്തന്നെയും, വിശേ ഷിച്ച് മൂന്നാം ലോക രാഷ്ട്രങ്ങളെയും, അത് സാരമായി ബാധിച്ചിട്ടു ണ്ട്. യു എസ് എയുടെ സഖ്യരാഷ്ട്രങ്ങളെത്തന്നെ അത് വലി യൊരു പ്രതിസന്ധിയിൽ എത്തിച്ചിട്ടുണ്ട്. സോവിയറ്റ് യൂണി യന്റെയും സോഷ്യലിസ്റ്റ് ചേരിയുടെയും പതനം ചരിത്രത്തിൽ ഒരു പുതിയ കാലഘട്ടത്തിന്റെ തുടക്കം കുറിച്ചിരിക്കുന്നു. ഇത്രയും ചുരുങ്ങിയ ഒരു കാലഘട്ടത്തിനിടക്ക്, എല്ലാം തന്നെ തൂത്തെറിയപ്പെ ട്ടപോലെ.

ഗോർബച്ചേവിന്റെ പുസ്തകം വായിച്ചപ്പോൾ ശ്രദ്ധിച്ചത്, ഇത് ഇങ്ങനെയൊക്കെയാവുമെന്ന് അദ്ദേഹം പ്രതീക്ഷിച്ചിട്ടില്ല എന്നാണ്. സോഷ്യലിസത്തെ സംരക്ഷിക്കുന്നതിനെക്കുറിച്ചും കൂടുതൽ സോഷ്യലിസം ഉണ്ടാവേണ്ടതിനെക്കുറിച്ചുമാണ് ഗോർബച്ചേവ് പറയുന്നത്. അദ്ദേഹം അത് പലതവണ ആവർത്തിച്ചു പറഞ്ഞിട്ടുണ്ട്. പക്ഷേ, അപ്പോഴൊക്കെ തുടങ്ങിവെച്ച ഒരു പ്രതിഭാസത്തിന് ഗോർബച്ചേവും സോവിയറ്റ് യൂണിയനിലെ മറ്റു നേതാക്കളും, സോവിയറ്റ് പാർട്ടി നേതൃത്വവും ഗവൺമെന്റും എല്ലാം തന്നെ ഉത്തരവാദികളാണ്. ഒരൊറ്റ വ്യക്തിയുടെ ഉത്തരവാദിത്വത്തെപ്പറ്റിയല്ല, എല്ലാവരും കൂടിയുള്ള കൂട്ടുത്തരവാദിത്വത്തെപ്പറ്റിയാണ് ഞാൻ പറയുന്നത്. അവരെല്ലാം തന്നെ ഗുരുതരമായ തെറ്റുകൾ ചെയ്തു; സോഷ്യലിസവും സോവിയറ്റ്. യൂണിയനും സ്വയം നശിക്കുന്നതിനുള്ള കളമൊരുക്കി. ഒരു രാഷ്ട്രത്തിന്റെ മൂല്യങ്ങളാകെത്തന്നെ നശിപ്പിക്കുന്ന മട്ടിലൊരു പ്രതിഭാസം തുടങ്ങുകയാണെങ്കിൽ, അത് വളരെ നിഷേധാത്മകമായ ഒരു പ്രതിഭാസം തന്നെയാണ്.

പാർട്ടിയുടെ അധികാരത്തെ തകർക്കലായിരുന്നു ആ പ്രതിഭാസം. ലെനിൻ രൂപംകൊടുത്ത പാർട്ടിയായിരുന്നു സോവിയറ്റ് യൂണിയന്റെ നെടുംതൂണ്. സോഷ്യലിസത്തിന്റെയും സോവിയറ്റ് യൂണിയന്റെയും അത്തരത്തിലുള്ള ഒരു നെടുംതൂണാണ് തകർക്കപ്പെട്ടത്. ചരിത്രത്തിൽ മുമ്പെങ്ങുമില്ലാത്ത ഒരു മഹാത്ഭുതമായിരുന്നു അങ്ങനെയൊരു പാർട്ടികെട്ടിപ്പടുത്തത്- സോവിയറ്റ് ജനതയുടെ വലിയ ഒരു നേട്ടമായിരുന്നു അത്.

രാഷ്ട്രത്തിന്റെ അധികാരം നശിക്കുമ്പോൾ ഉണ്ടാകുന്ന വിപത്ത് ഭയാനകമാണ്, പാർട്ടിയെയോ രാഷ്ട്രത്തെയോ അവയുടെ മൂല്യങ്ങളെയോ കൽപ്പിച്ചു കൂട്ടി നശിപ്പിക്കണമെന്ന ആഗ്രഹമൊന്നും ഗോർബച്ചേവിനില്ലായിരുന്നു. പക്ഷേ, സോഷ്യലിസത്തിന്റെ ന്യൂനതകൾ ഇല്ലാതാക്കാനും സോഷ്യലിസത്തിനെ പരിഷ്കരിക്കാനും, അതിന്റെ മൂല്യങ്ങളെയും രാജ്യത്തിന്റെ ചരിത്രത്തെത്തന്നെയും കൂടുതൽ ദൃഢമാക്കാനും ഒക്കെ ലക്ഷ്യമിട്ടുകൊണ്ടു തുടങ്ങിയ പെരിസ്ത്രോയ്ക്ക എന്ന പ്രതിഭാസത്തിന്റെ ആത്യന്തിക ഫലം അതായിരുന്നു.

തോമസ് ബോർഗെ: *ഒരൽപ്പം മുമ്പ് നാം ചരിത്രത്തെപ്പറ്റി സംസാരിച്ചുവല്ലോ, ഈ നിഷേധാത്മകമായ പ്രതിഭാസം സോവിയറ്റ് യൂണിയന്റെ ചരിത്രത്തെ മാറ്റി മറിക്കുമോ?*

കാസ്ട്രോ: സോവിയറ്റ് യൂണിയന്റെ ചരിത്രത്തെ നശിപ്പിക്കൽ ഈ നിഷേധാത്മകമായ പ്രതിഭാസത്തിന്റെ ഒരു വശമായിരുന്നു. പ്രശ്നങ്ങളെ വിമർശിക്കുക, അപഗ്രഥിക്കുക എന്നതിനെക്കാളേറെ, സോവിയറ്റ് യൂണിയന്റെ നേട്ടങ്ങളെയും ചരിത്രത്തെയും അവർ

നേടിയ മൂല്യങ്ങളെയും ഒക്കെ നശിപ്പിക്കുകയും തള്ളിപ്പറയുകയും ആയിരുന്നു ആ പ്രതിഭാസം. അത്തരം ഒരവസ്ഥയെപ്പറ്റി ചിന്തിക്കാനേ അവർക്കാർക്കും കഴിയുമായിരുന്നില്ല. ഗോർബച്ചേവിനോ, അല്ലെങ്കിൽ അത്തരമൊരു പരിപാടി തുടങ്ങിവെച്ചവർക്കോ, അങ്ങനെയൊരു ധാരണയുണ്ടായിരുന്നുവെന്നു കരുതാൻ പ്രയാസം. പക്ഷേ അവരുടെ ചെയ്തികളുടെ വിപരീതഫലങ്ങളെ മുൻകൂട്ടി കാണാൻ അവർക്കു കഴിഞ്ഞില്ല എന്നത് വലിയൊരു തെറ്റായിപ്പോയി; അതുപോലെതന്നെ അവർ കൊട്ടിഘോഷിച്ച ലക്ഷ്യങ്ങളിലേക്ക്-അവശ്യവും നീതീകരിക്കാവുന്നതുമായ ലക്ഷ്യങ്ങളിലേക്ക്-എത്തിച്ചേരാൻ നേരായ മാർഗങ്ങൾ അവർ സ്വീകരിച്ചതുമില്ല.

ഗോർബച്ചേവിന്റെ പുസ്തകത്തിലൊരിടത്ത് ഏതാണ്ട് ഇങ്ങനെ പറയുന്നുണ്ട്; "പ്രശ്നങ്ങൾ ഓരോന്നായി പരിഹരിക്കുകയാണ് വേണ്ടത് എന്നാണ് ചിലരുടെ ധാരണ. അല്ല, പ്രശ്നങ്ങളെ സമഗ്രമായി, ഒരുമിച്ച്, സമീപിക്കുകയും ഒരേസമയത്ത് പരിഹരിക്കുകയുമാണ് വേണ്ടത്."

തന്ത്രപരവും അടവുപരവുമായ ഒട്ടേറെ തെറ്റുകൾ അവർ വരുത്തിവെച്ചെങ്കിലും അവയാണ് ശരിയായ മാർഗം എന്ന മട്ടിലാണ് അവർ അതിനെ കണ്ടത്. കാര്യങ്ങൾ വിപരീതദിശയിൽ നീങ്ങാൻ തുടങ്ങിയപ്പോൾ കുറേയേറെ അവസരവാദികൾ കയറിക്കൂടി-കൽപ്പിച്ചുകൂട്ടി സോഷ്യലിസത്തെ നശിപ്പിക്കാൻ കച്ചകെട്ടിയിറങ്ങിയവരും സ്വാഭാവികമായും, യു എസ് എ യും അവരുടെ സഖ്യകക്ഷികളായ പാശ്ചാത്യ യൂറോപ്യൻ രാജ്യങ്ങളും, സോവിയറ്റ് യൂണിയനിലെ പിന്തിരിപ്പൻ ശക്തികൾക്ക് വേണ്ടത്ര പ്രോത്സാഹനം കൊടുത്ത്, അവിടെ സോഷ്യലിസം നശിപ്പിക്കാൻ ഏറെ സഹായിച്ചു. വാക്കുകളുടെയൊക്കെ അർഥം തന്നെ ഈ പാശ്ചാത്യരാജ്യങ്ങൾ മാറ്റി മറിച്ചു; സോവിയറ്റ് യൂണിയനെയും സോഷ്യലിസത്തെയും കമ്യൂണിസത്തെയും സംരക്ഷിക്കാനായി മുന്നോട്ടുവന്നവർ 'യഥാസ്ഥിതിക'രായി! മുതലാളിത്തത്തിനുവേണ്ടി വാദിച്ചവരോ! അവർ ആധുനിക ഉദാരവൽക്കരണത്തിന്റെ വക്താക്കളുമായി!- അവിടെ ഇപ്പോൾ കൊണ്ടുവന്നിരിക്കുന്നത് പുത്തൻ മുതലാളിത്തമല്ല; ആ പഴയ പ്രാകൃത മുതലാളിത്തമാണ്. സോവിയറ്റ് യൂണിയന്റെ തിരോധാനം 'പുരോഗമനാത്മക'മെന്നും അതിനുവേണ്ടി നിലകൊണ്ടവർ 'ഇടതുപക്ഷ'ക്കാരെന്നും വിളിക്കപ്പെട്ടു. അത്തരം ആശയങ്ങളൊക്കെത്തന്നെ വക്രീകരിക്കപ്പെട്ടു.

പടിഞ്ഞാറൻ നാടുകളിലെ പ്രചാരണ സംവിധാനം ഈ പ്രക്രിയയെ ത്വരിതപ്പെടുത്തി. സോവിയറ്റ് യൂണിയനെ മുട്ടുകുത്തിക്കുകയായിരുന്നുവല്ലോ അവരുടെയൊക്കെ ലക്ഷ്യം. അന്ന് അത്രയൊക്കെ ചെയ്ത സാമ്രാജ്യത്വശക്തികൾ ഇന്ന് ഒരൽപ്പം ബേജാറി

ലാണ്–സോവിയറ്റ് യൂണിയന്റെ തകർച്ചയുടെ ആത്യന്തിക ഫലം എന്തായിരിക്കുമോ എന്നാണ് ഇപ്പോൾ അവരുടെയൊക്കെ ഉൽക്കണ്ഠ.

***തോമസ് ബോർഗെ:** സംഭവങ്ങളുടെ ഗതി ഏതെങ്കിലും വിധേന മാറ്റിയെടുത്ത്, ഒരു ഭൂവിഭാഗമെന്ന നിലയ്ക്കുള്ള സോവിയറ്റ് യൂണിയന്റെ അഖണ്ഡത നിലനിർത്താമായിരുന്നു എന്ന് താങ്കൾക്കു തോന്നുന്നുണ്ടോ?*

കാസ്ട്രോ: സോവിയറ്റുകൾ അവരെത്തന്നെ സ്വയം നശിപ്പിച്ചിരുന്നില്ലെങ്കിൽ സാമ്രാജ്യത്വശക്തികൾക്ക് സോവിയറ്റ് യൂണിയനെ നശിപ്പിക്കാൻ കഴിയുമായിരുന്നില്ല. തന്ത്രങ്ങളും അടവുകളും പ്രയോഗങ്ങളും സൃഷ്ടിച്ചെടുക്കാൻ ഉത്തരവാദപ്പെട്ട അന്നാട്ടിലെ സർക്കാരും രാഷ്ട്രീയ നേതൃത്വവും സ്വന്തം രാജ്യത്തെ അത്രയേറെ നശിപ്പിച്ചിരുന്നില്ലെങ്കിൽ സാമ്രാജ്യത്വത്തിന് എന്തു ചെയ്യാൻ കഴിയും? അപ്പോൾ അതാണു സംഭവിച്ചത്–അവിടെ സോഷ്യലിസം മരിക്കുകയായിരുന്നില്ല, അതിനെ ഞെരിച്ചു കൊല്ലുകയായിരുന്നു, എന്നാണ് ഞാൻ പറഞ്ഞുവരുന്നത്.

എന്താണ് അവിടെ സംഭവിച്ചത് എന്ന് നമുക്ക് വ്യക്തമായി അറിഞ്ഞുകൂടാ. പോളണ്ടിലുണ്ടായ മാറ്റങ്ങൾ പടിഞ്ഞാറൻ രാജ്യങ്ങൾ വളരെ ശ്രദ്ധിച്ച് ആസൂത്രണം ചെയ്ത്, നടപ്പാക്കിയതാണ് എന്ന് ജനങ്ങൾ പറയാൻ തുടങ്ങിയിരിക്കുന്നു. ഞാൻ ആ വിഷയത്തിലേക്കും കടക്കുന്നില്ല. കിഴക്കൻ യൂറോപ്പിലെ സോഷ്യലിസ്റ്റ് ചേരിയുടെ ശിഥിലീകരണം ശ്രദ്ധിച്ച് ആസൂത്രണം ചെയ്യപ്പെട്ടതാണ്.

***തോമസ് ബോർഗെ:** ഇങ്ങനെ സോഷ്യലിസ്റ്റ് രാഷ്ട്രങ്ങൾക്കുള്ളിൽത്തന്നെ അവയെ തുരങ്കം വെച്ചവരെപ്പറ്റി താങ്കൾക്കു വല്ല ധാരണയുമുണ്ടോ, ഫിദൽ?*

കാസ്ട്രോ: സി ഐ എ യുടെയും മറ്റ് അമേരിക്കൻ ചാരസംഘടനകളുടെയും കൂടെക്കൂടി, അഞ്ചാംപത്തികളായി, സോഷ്യലിസ്റ്റു ചേരിയെ കൽപ്പിച്ചു കൂട്ടി നശിപ്പിച്ചവരുടെ പേരുവിവരമൊന്നും ഇതുവരെ അറിവായിട്ടില്ല. ഏറെത്താമസിയാതെ അതൊക്കെ പുറത്തുവരും. അതുപോലെതന്നെ, സോവിയറ്റ് യൂണിയനിലെ സോഷ്യലിസത്തെയും, ആ സംഘടിത രാജ്യത്തെത്തന്നെയും അമേരിക്കൻ ചാരന്മാരുടെ കൂടെച്ചേർന്ന് നശിപ്പിച്ചവരെപ്പറ്റിയും ലോകം മനസിലാക്കും. അത്തരം വിവരങ്ങളൊന്നും പുറത്തുവരാതിരിക്കില്ല– ഒരു പക്ഷേ ഇരുപത്തഞ്ചോ അമ്പതോ വർഷം എടുത്തേക്കാമെങ്കിലും.

എന്നുവെച്ച്, അവിടെ ചരിത്രം അവസാനിച്ചു എന്നൊന്നും ധരിക്കരുത്. ഇന്ന്, ഈ ക്ഷണത്തിൽത്തന്നെ, വളരെയേറെ ആശങ്കകളുണ്ട്; പ്രശ്നങ്ങളും പിളർപ്പുകളുമുണ്ട്. വൈരുധ്യങ്ങളുടേതായ ഒരു വിഷമഘട്ടമാണിത്. വേദനാജനകമാണ് ആ കാഴ്ച. അവിടെയു

ണ്ടായ വിഘടനവും തകർച്ചയും ഇനിയും അതിന്റെ സ്വാഭാവിക മായ ആഴങ്ങളിലേക്ക് എത്തിയിട്ടുണ്ടാവില്ല എന്ന ചിന്തയും കയ്പുള്ളതാണ്. സോവിയറ്റ് യൂണിയനിൽ അംഗങ്ങളായിരുന്ന ആ രാഷ്ട്രങ്ങൾക്കിടയ്ക്കുണ്ടായിരുന്ന സാമ്പത്തിക ബന്ധങ്ങൾ മുഴു വൻ തകർന്നുപോയാൽ അവയൊക്കെ എങ്ങനെ നിലനിൽക്കുമെന്ന് ചിന്തിക്കാനേ പറ്റുന്നില്ല. 70 വർഷമായി കെട്ടിപ്പടുത്ത, പരസ്പരാശ്ര യത്തിന്റെ അടിസ്ഥാനത്തിൽ നിലനിൽക്കുന്ന ഒരു സാമ്പത്തിക വ്യവസ്ഥ പെട്ടെന്ന് ശിഥിലമായാൽ എന്തൊരാഘാതമായിരിക്കും അത്! സോവിയറ്റ് യൂണിയനിൽ അംഗങ്ങളായിരുന്നവർ ഓരോരു ത്തരും എന്തെന്തു വിഷമങ്ങളും കെടുതികളും സഹിക്കേണ്ടിവരു മെന്ന് ഊഹിക്കാൻ പോലും വിഷമം. ഇതിന് അവർ കൊടുക്കേ ണ്ടുന്ന വില ഭീമമാവും.

സോവിയറ്റ് യൂണിയൻ എന്തായാലും ഇല്ലാതായി. ഇനി നമുക്ക് പ്രതീക്ഷിക്കാവുന്ന ഏറ്റവും ചുരുങ്ങിയ കാര്യം, അതിലെ അംഗങ്ങളായിരുന്ന രാജ്യങ്ങൾ തമ്മിലുണ്ടായിരുന്ന സാമ്പത്തിക ബന്ധങ്ങളും സഹകരണവും നിലനിർത്തുമെന്നും പൊതുവായ ഒരു സുരക്ഷാസംവിധാനമുണ്ടാക്കുമെന്നും, അവയുടെ പഴയ അതി രുകൾ നിലനിർത്തുമെന്നും, ഇനിയൊരു ശിഥിലീകരണം സംഭവി ക്കാതെ നോക്കുമെന്നുമാണ്. സോവിയറ്റ് യൂണിയനിൽ അംഗങ്ങളാ യിരുന്ന രാജ്യങ്ങൾക്കിടയിൽ കൂടുതൽ വിഭാഗീയതയോ സംഘർഷ ങ്ങളോ വിഘടനമോ സംഭവിച്ചാൽ അത് മാനവരാശിക്കാകമാനം വലിയൊരു വിപത്തായിരിക്കും. മാത്രമല്ല, അത്തമൊരവസ്ഥ യു എസ് എയുടെയും സഖ്യരാജ്യങ്ങളുടെയും അധീശത്വശ്രമങ്ങൾക്ക്, ലോകമാകെ അവരുടെ കാൽക്കീഴിൽക്കൊണ്ടുവരാനുള്ള പദ്ധതി ക്ക്, ഏറെ സഹായകവുമായിരിക്കും. ഇന്നത്തെ മാറിയ പരിതഃസ്ഥി തിയിൽ യു എസ് എയ്ക്കും അവരുടെ സഖ്യരാജ്യങ്ങൾക്കുമിടയിൽ വളരുന്ന വൈരുധ്യങ്ങൾ നമ്മെ എങ്ങോട്ടു നയിക്കുമെന്ന് നാം ഇനിയും കാണാനിരിക്കുന്നതേയുള്ളൂ.

ഇത് ചരിത്രത്തിലെ ഒരു നിയമമാണ്– അതിൽനിന്ന് രക്ഷപ്പെ ടാനോ ഒഴിഞ്ഞു മാറാനോ പറ്റില്ല. പരസ്പരം സഖ്യത്തിലേർപ്പെട്ടിരി ക്കുന്നവർക്കിടയിൽ കൂടുതൽ കൂടുതൽ വൈരുധ്യങ്ങൾ വളർന്നു കൊണ്ടേയിരിക്കുമെന്ന കാര്യം ഉറപ്പാണ്. സോവിയറ്റ് യൂണിയന്റെ തിരോധാനത്തോടെ, വളരെ പുതുമയുള്ള അവസ്ഥകളാണ് ലോക ത്തിൽ ഇന്ന് ഉണ്ടായിക്കൊണ്ടിരിക്കുന്നത്. പ്രമുഖ മുതലാളിത്തശ ക്തികൾക്കിടയിലുള്ള ശത്രുതയും കിടമത്സരവും മറനീക്കി പുറ ത്തുവരാൻ തുടങ്ങിയിരിക്കുന്നു. മറ്റൊരു ചരിത്രം തുടങ്ങുകയാണ്. സോവിയറ്റ് യൂണിയനിൽ ആരംഭിച്ച ആ പ്രക്രിയ എങ്ങനെ അവ സാനിക്കുമെന്ന് നമുക്കറിഞ്ഞുകൂടാ; അവരുടെ പ്രശ്നങ്ങൾക്കു പരി

ഹാരം കണ്ടില്ലെങ്കിൽ അവർക്കും ലോക ജനതയ്ക്കാകമാനവും അനുഭവിക്കേണ്ടിവന്നേക്കാവുന്ന ദുരിതങ്ങൾ എന്തായിരിക്കുമെന്നും നമുക്കറിഞ്ഞുകൂടാ.

ഇനി അവർ, ഏറ്റവും വഷളായ മുതലാളിത്തത്തിന്റെയും ഉദാരവൽക്കരണത്തിന്റെയും ഫലങ്ങൾ അനുഭവിക്കും. ലാറ്റിനമേരിക്കയിലേയും ആഫ്രിക്കയിലേയും ഏഷ്യയിലേയും, മൂന്നാം ലോകരാജ്യങ്ങളലാകമാനം, ജനങ്ങൾ അനുഭവിച്ച ദുരിതങ്ങളിലൊക്കെ അവരും പങ്കാളികളാവും. അവസാനമെന്തെന്നറിയാത്ത ഒരു ചരിത്രത്തിന്റെ തുടക്കം മാത്രമാണിത്. നിഷേധാത്മകമായ മറ്റു പല പ്രതിഭാസങ്ങളേയുംപോലെ, ഈ പ്രതിഭാസവും മുന്നേറിക്കൊണ്ടിരിക്കുകയാണ്. ഏറെച്ചെന്നാൽ ഇതിന്റെ ഗതി നിൽക്കും. അപ്പോൾ ഒരു തിരിച്ചടിയുണ്ടാവും. അന്ന് പഴയ സോവിയറ്റ് യൂണിയന്റെ അവശിഷ്ടങ്ങൾ വല്ലതും ബാക്കികിടപ്പുണ്ടെങ്കിൽ, അതു സൂക്ഷിക്കാനായേക്കും.

തോമസ് ബോർഗെ: *സോവിയറ്റ് യൂണിയനിലെ സംഭവവികാസങ്ങളിൽ അമേരിക്കയും സഖ്യകക്ഷികളും മതിമറന്ന് ആഹ്ലാദിച്ചു എന്ന കാര്യത്തിൽ സംശയമില്ല. ഒരു യൂറോപ്യൻ രാഷ്ട്രത്തലവൻ സ്വകാര്യമായി എന്നോടു പറയുകയുണ്ടായി, സോവിയറ്റ് യൂണിയന്റെ കാര്യമാലോചിക്കുമ്പോൾ ഒരു തരം ഗൃഹാതുരത്വം തോന്നുന്നുവെന്ന്, താങ്കൾ ഇപ്പോൾ പറഞ്ഞതിനോടു ചേർത്തുവായിക്കാവുന്നതാണ് അത്.*

1980 കളുടെ അവസാനത്തിൽ മിക്കവാറും എല്ലാ അന്താരാഷ്ട്ര സ്ഥാപനങ്ങളും നീതിക്കുവേണ്ടിയുള്ള പ്രവർത്തനങ്ങളിൽ കൂടുതൽ വ്യാപൃതരായിരുന്നു. ആ നില തകരാൻ എന്തേ കാരണം? ആ പഴയ അവസ്ഥയിലേക്ക് അവയെ തിരിച്ചുകൊണ്ടുവരാൻ പറ്റുമോ?

കാസ്ട്രോ: നമ്മൾ ഇപ്പോൾ ചർച്ച ചെയ്ത കാര്യങ്ങളും ഈ പറഞ്ഞ അവസ്ഥാന്തരവും തമ്മിൽ ഏറെ ബന്ധമുണ്ടെന്നാണ് എനിക്കു തോന്നുന്നത്. അന്താരാഷ്ട്ര സ്ഥാപനങ്ങൾ എന്നതുകൊണ്ട് താങ്കൾ പ്രധാനമായും ഉദ്ദേശിക്കുന്നത് സംയുക്ത രാഷ്ട്ര സംഘടനയോടു (യു എൻ) ബന്ധപ്പെട്ടവയാണല്ലോ.

ഒരു പത്തുവർഷം മുമ്പ് യു എന്നിനെ സംബന്ധിച്ചിടത്തോളം വളരെ ക്രിയാത്മകമായ ഒരു പങ്കാണ് അതിനുണ്ടായിരുന്നത്. രാഷ്ട്രങ്ങളുടെ സാമ്പത്തിക അവകാശങ്ങളെയും കടമകളെയും സംബന്ധിച്ചുള്ള ഒരു പെരുമാറ്റചട്ടത്തിന് യു എൻ രൂപം നൽകി ഒരു പുതിയ അന്താരാഷ്ട്ര സാമ്പത്തികക്രമം അംഗീകരിക്കുകയുണ്ടായി. വിവിധ മേഖലകളിൽ മാനവരാശി നേരിടുന്ന പ്രശ്നങ്ങൾക്ക് പരിഹാരമുണ്ടാക്കാൻ യു എന്നും അനുബന്ധസ്ഥാപനങ്ങളും വള

രെയധികം പ്രവർത്തിച്ചിട്ടുണ്ട്-ശിശുക്കൾക്കു വേണ്ടിയും സ്ത്രീകൾക്കു വേണ്ടിയും, സാമ്പത്തിക വളർച്ചയ്ക്കു വേണ്ടിയും വിദ്യാഭ്യാസവിപുലീകരണത്തിനുവേണ്ടിയും പൊതുജനാരോഗ്യത്തിനു വേണ്ടിയും പരിസ്ഥിതി സാംസ്കാരിക മേഖലയ്ക്കു വേണ്ടിയും....... എല്ലാം തന്നെ യു എൻ പലതും ചെയ്തിട്ടുണ്ട്. പക്ഷേ, എന്നുതൊട്ട് യു എൻ-പ്രത്യേകിച്ചും അതിന്റെ സുരക്ഷാസമിതി-യു എസ് അധീശത്വത്തിനുള്ള ഒരു ഉപകരണമായി മാറിയോ, അന്നുതൊട്ട്, സ്വാഭാവികമായും, ലോകമാകെ വലിയ ആശങ്കയിലാണ്.

ഇത്തരമൊരു ആശങ്കയ്ക്ക് ആക്കം കൂട്ടുന്ന പലതും സംഭവിച്ചിട്ടുണ്ട്; സോവിയറ്റ് യൂണിയന്റെയും സോഷ്യലിസ്റ്റ് ചേരിയുടെയും പതനം മാത്രമല്ല, പേഴ്സ്യൻ ഗൾഫ് യുദ്ധവും, മൂന്നാം ലോകരാഷ്ട്രങ്ങളിൽ പലരും കാട്ടിക്കൂട്ടുന്ന വങ്കത്തരങ്ങളും അതിനു നിദാനമാണ്. ഇറാഖിന്റെ ഭാഗത്തുനിന്നുണ്ടായ ഗൗരവതരമായ വീഴ്ചകൾ യു എസ് എയ്ക്ക് ലോകമേധാവിയായിച്ചമയാൻ ഒരു സുവർണാവസരം ഒരുക്കിക്കൊടുത്തു- ഇത് സാങ്കേതികപ്രധാനമായ ഒരു യുദ്ധത്തിലേക്കു നയിച്ചു. മധ്യേഷ്യയിൽ അവരുടെ ആധിപത്യം സ്ഥാപിക്കാനും പൊലീസ് വേഷം കെട്ടാനും സുരക്ഷാ സമിതിയുടെ മേൽ നിയന്ത്രണം നേടാനും സഹായിച്ചു.

ഇന്നത്തെ അവസ്ഥയ്ക്ക് ഇതൊക്കെ കാരണമാണ്. ഈ സംഭവവികാസങ്ങൾ, എല്ലാ സംവിധാനങ്ങളും തങ്ങളുടെ കുത്തകയ്ക്കു കീഴിൽ കൊണ്ടുവരാൻ സാമ്രാജ്യത്വത്തെ സഹായിച്ചു. യു എന്നിനുണ്ടായിരുന്ന പരിമിതമായ പങ്കിനെക്കൂടി ഇല്ലാതാക്കാനും ലോകത്ത് ഇന്നു നിലനിൽക്കുന്ന സ്ഫോടനാത്മകമായ അവസ്ഥയുണ്ടാക്കാനും ഈ സംഭവവികാസങ്ങൾക്കു കഴിഞ്ഞു. സുരക്ഷാസമിതിയിലെ സ്ഥിരാംഗങ്ങൾക്ക് വീറ്റോ അധികാരമുള്ളതുകൊണ്ട്, യു എൻ, ജനാധിപത്യസ്വഭാവം നഷ്ടപ്പെട്ട ഒരു സ്ഥാപനമാണ്- എത്രവട്ടമാണ് യു എസ് എ ഈ വീറ്റോ അധികാരം ഉപയോഗിച്ചത് എന്നതിനു കണക്കില്ല. അവരുടെ രാഷ്ട്രീയ താൽപര്യങ്ങൾക്ക് അനുഗുണമായി വരുന്ന അവസരങ്ങളിലൊക്കെ യു എസ് എ ഈ അധികാരം ഉപയോഗിച്ചിട്ടുണ്ട്.

ഇതൊക്കെയായാലും വിവിധ അന്താരാഷ്ട്രസ്ഥാപനങ്ങൾ സക്രിയമായ ഒരു പങ്കുവഹിച്ചിരുന്നു എന്ന കാര്യത്തിൽ തർക്കമില്ല. എന്നാൽ, ലോകഗതിതന്നെ വിപരീതദിശയിൽ ചരിക്കുമ്പോൾ, ഈ സ്ഥാപനങ്ങളുടെ കഥയും മറ്റൊന്നല്ല.

തോമസ് ബോർഗെ: *ഈ മാറിയ പരിതഃസ്ഥിതിയിൽ എന്തെല്ലാം പുതിയ വൈരുധ്യങ്ങളാണ് താങ്കൾ നിരീക്ഷിക്കുന്നത്? പ്രത്യേകിച്ചും തെക്കും വടക്കും തമ്മിലുള്ള വൈരുധ്യങ്ങൾ ഏതു രീതിയിലായിരിക്കും?*

കാസ്ട്രോ: ഏറെ ചിന്തിച്ച് ഉത്തരം പറയേണ്ട മട്ടിലുള്ള ചോദ്യങ്ങളാണല്ലോ, തോമസ്, ചോദിക്കുന്നത്! ഞാൻ സദാ ഇത്തരത്തിലുള്ള പ്രശ്നങ്ങളെപ്പറ്റിയൊന്നുമല്ല ചിന്തിക്കുന്നത്. പിന്നെ, ഇത്തരം പ്രശ്നങ്ങളിലൊക്കെ ആണ്ടുമുങ്ങാനും അവയ്ക്കൊക്കെ സൈദ്ധാന്തികമായ പോംവഴികൾ കണ്ടുപിടിക്കാനും എനിക്കൊട്ടു നേരവുമില്ല. എന്റേതായ കടമകൾ നിർവഹിക്കാൻ തന്നെ എനിക്ക് ഒരുപാട് പ്രായോഗികപ്രവർത്തനം നടത്താനുണ്ട്, എന്നാലും ഏറെ വിശദീകരണങ്ങളിലേക്കു പോകാതെ, താങ്കളുടെ ചില ചോദ്യങ്ങൾക്ക് ഉത്തരം പറയാമോ എന്നു നോക്കട്ടെ.

ഇന്നത്തെ ലോകസാഹചര്യത്തിൽ ഏറ്റവും വലിയ വൈരുധ്യം മൂന്നാംലോക രാജ്യങ്ങളുടെയും വികസിത മുതലാളിത്ത രാഷ്ട്രങ്ങളുടെയും താൽപ്പര്യങ്ങൾ തമ്മിലാണ്. ഏതാണ്ട് ഒരേപോലെ തോന്നിക്കുന്ന, എങ്കിലും വ്യത്യസ്തമായ, രണ്ടു വൈരുധ്യങ്ങളുണ്ട്. മൂന്നാം ലോകരാഷ്ട്രങ്ങളുടെ താൽപര്യങ്ങളും വികസിത മുതലാളിത്ത രാഷ്ട്രങ്ങളുടെ താല്പര്യങ്ങളും തമ്മിൽ ഉള്ള വൈരുധ്യം തന്നെ ഒന്ന്, മറ്റൊന്ന് മൂന്നാം ലോകരാഷ്ട്രങ്ങളുടെയും ലോകത്തിന്റെ പൊതുവെ തന്നെയും താൽപര്യങ്ങളും യു എസ് എയുടെ അധീശത്വതാൽപര്യങ്ങളും തമ്മിലുള്ള വൈരുധ്യമാണ്.

കൂറ്റൻ മുതലാളിത്ത ശക്തികൾ തമ്മിൽത്തമ്മിൽത്തന്നെ പ്രധാനവൈരുധ്യങ്ങൾ വളരും. യു എസ് എ യുടെയും ജപ്പാന്റെയും താൽപര്യങ്ങൾ തമ്മിൽ, ജപ്പാന്റെയും മറ്റ് ദക്ഷിണപൂർവേഷ്യൻ രാജ്യങ്ങളുടേയും താൽപര്യങ്ങൾ തമ്മിൽ, ഇരുവരും യൂറോപ്യൻ കമ്യൂണിറ്റിയും തമ്മിൽ----ഒക്കെ, ഇന്നത്തെ മാറിയ പരിതഃസ്ഥിതിയിൽ, വളരെ ശക്തമായ വൈരുധ്യങ്ങൾ തന്നെയാവും ഇവയൊക്കെ. ഇപ്പോഴത്തെ അവസ്ഥയിൽ, സോവിയറ്റ് യൂണിയനും അതിലെ അംഗങ്ങളായിരുന്ന മറ്റ് സോഷ്യലിസ്റ്റ് യൂറോപ്യൻ രാജ്യങ്ങളും, ലോകത്തിലെ പരിമിതമായ ധനവിഭവങ്ങൾക്കുവേണ്ടി മത്സരിക്കുന്ന മൂന്നാം ലോക രാഷ്ട്രങ്ങളുടെ ഭാഗം തന്നെയാണ്.

സോഷ്യലിസ്റ്റ് യുറോപ്യൻ രാജ്യങ്ങളെ, സോവിയറ്റ് യൂണിയനിൽ അംഗങ്ങളായിരുന്ന രാജ്യങ്ങളെ, തങ്ങളുടെ കൂടെച്ചേർക്കാൻ പടിഞ്ഞാറൻ രാജ്യങ്ങൾ കിണഞ്ഞു ശ്രമിക്കുന്നുണ്ട്. അവരുമായി അസന്തുലിതമായ അന്താരാഷ്ട്ര വ്യാപാരബന്ധങ്ങളുണ്ടാക്കാൻ പ്രയത്നിക്കുന്നുണ്ട്– മൂന്നാം ലോകരാഷ്ട്രങ്ങളും വികസിത വ്യാവസായിക രാഷ്ട്രങ്ങളും തമ്മിലുള്ള വ്യാപാരത്തിന്റെ സ്വഭാവം തന്നെ അതാണല്ലോ, കുറെയൊക്കെ വളർച്ച പ്രാപിച്ച ഈ സോഷ്യലിസ്റ്റ് രാഷ്ട്രങ്ങളും മൂന്നാം ലോകരാഷ്ട്രങ്ങളും തമ്മിലുള്ള വ്യാപാരം,ഒരു കാലത്ത്, മുതലാളിത്ത രാജ്യങ്ങൾ ലോകവ്യാപാരത്തിന്മേൽ അടിച്ചേൽപ്പിക്കുന്ന വ്യവസ്ഥകൾക്കനുസരിച്ചായിരുന്നില്ല.

ഇനിയോ? അങ്ങനെ നേരിയ വളർച്ചയുണ്ടായിരുന്ന ആ രാജ്യങ്ങൾ പടിഞ്ഞാറൻ രാജ്യങ്ങളുമായി കൂട്ടുകൂടും. സാമ്രാജ്യത്വരാജ്യങ്ങൾ സൃഷ്ടിച്ചെടുത്ത സാമ്പത്തിക ക്രമത്തിന് അവരേയും വിധേയരാക്കും. മൂന്നാം ലോകരാഷ്ട്രങ്ങളുമായുള്ള അസന്തുലിത വ്യാപാരത്തിൽ നിന്നുള്ള പ്രയോജനം അവർക്കും ലഭിക്കാറാക്കും. അതേസമയത്ത്, പരിമിതമായ വിഭവങ്ങൾക്കുവേണ്ടിയുള്ള കിടമത്സരത്തിൽ അവരും പങ്കാളികളാവുകയും ചെയ്യും. എല്ലാവർക്കും ഇന്ന് പണം വേണം. അമേരിക്കയുടെ ഈ വർഷത്തെ ബഡ്ജറ്റു കമ്മി നാന്നൂറു മില്യൺ ഡോളറാണ്. (ഇത് ഒരു സർവകാല റെക്കോർഡാണ്) മൂന്നാം ലോക രാഷ്ട്രങ്ങൾക്കു പണം വേണം: പഴയ സോഷ്യലിസ്റ്റ് രാജ്യങ്ങൾക്കും സോവിയറ്റ് യൂണിയന്റെ ഭാഗമായിരുന്ന രാജ്യങ്ങൾക്കും പണം വേണം.

അനതിവിദൂരഭാവിയിൽ ഞാൻ കാണുന്ന വൈരുധ്യങ്ങൾ അങ്ങനെയൊക്കെയാണ്. അവയൊക്കെ പല മട്ടിൽ പ്രകടമാവാൻ തുടങ്ങിയിരിക്കുന്നു; ഏറെത്താമസിയാതെ കൂടുതൽ കൂടുതൽ സങ്കീർണമാവുകയും ചെയ്യും.

3

സ്റ്റാലിൻ

എന്റെ കാലത്തെ പല വിപ്ലവകാരികളെയും പോലെ ഞാനും ഒരിക്കൽ ഒരു സ്റ്റാലിനിസ്റ്റ് ആയിരുന്നു. എന്റെ യുവത്വത്തിന്റെ കാലം മുതൽ ധിക്കാരിയുടേതായ ആ കൊമ്പൻ മീശയെ എനിക്ക് ബഹുമാനമായിരുന്നു. ആ സോവിയറ്റ് നേതാവിനെതിരായി കേട്ടിരുന്ന–പലപ്പോഴും ഏറെ അതിശയോക്തിപരമായിത്തന്നെ കേട്ടിരുന്നു–കഥകളൊക്കെ മഹാ മ്ലേച്ഛമായ, അപവാദ പ്രചാരങ്ങളായിട്ടാണ് എനിക്ക് അന്നൊക്കെ തോന്നിയിരുന്നത്.

1922–ഡിസംബറിലും 1923–ജനുവരിയിലും ലെനിൻ പറഞ്ഞ കാര്യങ്ങൾ ഞാൻ വായിച്ചിരുന്നു: "സഖാവ് സ്റ്റാലിൻ ഒട്ടേറെ അധികാരം കേന്ദ്രീകരിച്ച് കയ്യടക്കിവെച്ചിട്ടുണ്ട്. ആ അധികാരമൊക്കെ വേണ്ടത്ര മുൻ കരുതലോടെ പ്രയോഗിക്കാൻ അദ്ദേഹം പ്രാപ്തനാണോ എന്ന് എനിക്ക് ഉറപ്പിച്ചു പറയാൻ വയ്യ"........എന്നും "സ്റ്റാലിൻ മഹാപരുക്കനാണ്" എന്നും, അതുകൊണ്ട് "അൽപ്പംകൂടി ക്ഷമാശീലമുള്ള, അൽപ്പംകൂടി വിശ്വസ്തനായ, അൽപ്പം കൂടി വിനയവും സഖാക്കളോട് സഹാനുഭൂതിയുമുള്ള, അത്രതന്നെ എടുത്തുചാട്ടക്കാരനല്ലാത്ത മറ്റൊരാളെ" തിരയണമെന്നും ഒക്കെയുള്ള വാചകങ്ങൾ ഞാൻ വായിച്ചിട്ടുണ്ട്. പക്ഷേ, ആ നിഗമനങ്ങളൊക്കെ വളരെയധികം ആത്മനിഷ്ഠമാണെന്നായിരുന്നു എനിക്ക് തോന്നിയത്.

നിക്കരാഗ്വൻ വിപ്ലവത്തിന് ഏറെ മുമ്പുതന്നെ, എന്റെ ആ ആരാധനാ മൂർത്തി വെറും മണ്ണുകൊണ്ടുള്ള ഒരു സൃഷ്ടിയാണെന്ന് എനിക്ക് തോന്നിത്തുടങ്ങിയിരുന്നു. ലോകത്തിന് ആകമാനം

വെളിച്ചം പകരാൻ കെൽപ്പുണ്ടായിരുന്ന ഒക്ടോബർ വിപ്ലവത്തിന്റെ പിറവിക്കു തൊട്ടുപിന്നാലെ വന്ന ഭയത്തിന്റെ നിഴലിനെ മാറ്റി ഞാൻ പതുക്കെ പതുക്കെ ബോധവാനായിക്കൊണ്ടിരുന്നു.

കുറച്ചുനാൾ മുമ്പ്, പാരീസിലെ തന്റെ രാഷ്ട്രീയ പ്രവാസത്തിന്നിടക്ക് ഫിദൽ കാസ്ട്രോവിനെപ്പറ്റി റെജിസ് ഡീബ്രെ പറയുകയുണ്ടായി: ട്രോട്സ്കിയും ലെനിനും സ്റ്റാലിനും ഒരുമിച്ചു സമ്മേളിച്ച ഒരു രാഷ്ട്രത്തലവനാണ് കാസ്ട്രോ, എന്ന്.

ട്രോട്സ്കിയുടെ ധിഷണാ വൈഭവവും ലെനിന്റെ പരിശുദ്ധിയും സ്റ്റാലിന്റെ സംഘടനാപാടവവും ഫിദലിൽ ഒത്തിണങ്ങിയിട്ടുണ്ടെങ്കിലും, അദ്ദേഹത്തെ ആ ചരിത്രപുരുഷന്മാരോട് ഉപമിക്കാൻവയ്യ. അങ്ങനെ ചെയ്യുന്നതിന്റെ ഏറ്റവും വലിയ പരിമിതി യൂറോപ്യൻ മൂല്യങ്ങളുടെ ആവർത്തനമാണ്; അവിടെ സംഭവപരമ്പരകളുടെ തുടർച്ചയാണ് എക്കാലത്തെയും എല്ലായിടത്തെയും മോഡൽ എന്നു സ്ഥാപിക്കുകയാവും. ലാറ്റിനമേരിക്കക്കാർക്ക് ഇത് കണ്ടും കേട്ടും മടുത്തിരിക്കുന്നു.

ഫിദൽ, ഫിദൽ തന്നെ. നമ്മുടെ അമേരിക്കയുടെ (ഐബിറോ അമേരിക്ക-യു എസ് എയും കനഡയും ഒഴിച്ചുള്ള ദക്ഷിണ മധ്യ അമേരിക്കകളാവണം തോമസ് ബോർഗെ ഉദ്ദേശിക്കുന്നത്– കെ പി) പ്രതാപകാലത്ത് നമുക്ക് കുറേയേറെ രാഷ്ട്രത്തലവന്മാരായ ജനനേതാക്കളുണ്ടായിരുന്നല്ലോ–റുപാക് അമാറു, ബൊളിവർ, സാൻ മാർട്ടിൻ, ഹിദാൽ ഗോ, മാർട്ടി, മൊറാസൻ, സാൻഡിനോ എന്നിങ്ങനെ പലരും ഫിദലും അതുപോലൊരു 'കോഡില്ലോ' ('ജനനേതാവായ രാഷ്ട്രത്തലവൻ' എന്ന അർഥത്തിലുള്ള സ്പാനിഷ്പദം) ആണ്.

ഇന്ന് ക്യൂബക്കാർക്കിടയിൽ കാണുന്ന ഫിദലിനോടുള്ള ആരാധനാഭാവം അദ്ദേഹത്തിന്റെ സവിശേഷ വ്യക്തിത്വത്തിന്റെ ഫലമായുള്ളതാണ്. മാതൃകാപരമായ ഒരു വ്യക്തിത്വമാണ് ഫിദലിന്റേത്.

എക്കാലത്തും വിവാദ പുരുഷനായ ഒരു വിപ്ലവനേതാവിനെക്കുറിച്ചാണ് ഫിദൽ ഇനി പറയാൻ തുടങ്ങുന്നത്. പ്രധാനപ്പെട്ട ആ വിപ്ലവനേതാവിനെപ്പറ്റി വസ്തുനിഷ്ഠമായ ഒരു വീക്ഷണമുണ്ടാക്കാൻ ഈ ഭാഗം സഹായിച്ചേക്കും.

ടി ബി

തോമസ് ബോർഗെ: *സോഷ്യലിസത്തിന്റെ ഇന്നത്തെ അവസ്ഥക്ക് പ്രധാന ഉത്തരവാദി ജോസഫ് സ്റ്റാലിനാണെന്ന് ലാറ്റിനമേരിക്കയിലെ പല നേതാക്കളും വിശ്വസിക്കുന്നുണ്ടല്ലോ. എന്താണ് താങ്കളുടെ അഭിപ്രായം?*

കാസ്ട്രോ: അങ്ങനെ പറഞ്ഞുകൂടാ. ഞാൻ എന്തായാലും അങ്ങനെ പറയില്ല. ഗുരുതരമായ ചില വീഴ്ചകളൊക്കെ സ്റ്റാലിനു സംഭവിച്ചിരിക്കാം; പക്ഷേ, പല മേഖലകളിലും അദ്ദേഹം വിജയിച്ചി

ട്ടുണ്ട്. ഒക്ടോബർ വിപ്ലവത്തിൽ സ്റ്റാലിൻ വളരെ പ്രധാനപ്പെട്ട ഒരു പങ്കാണ് വഹിച്ചത്. വിപ്ലവാനന്തരകാലത്ത് വിദേശ ഇടപെടലുകൾക്കെതിരെയുണ്ടായ യുദ്ധത്തിലും അദ്ദേഹത്തിന്റെ പങ്ക് ശ്ലാഘനീയമാണ്. അതൊക്കെ ചരിത്രം. സോവിയറ്റ് യൂണിയന്റെ വ്യവസായവൽക്കരണത്തിലും വിപ്ലവത്തിന്റെ നേട്ടം നിലനിർത്താൻ വേണ്ടിയുള്ള യുദ്ധത്തിലും അതിനുശേഷം വേണ്ടിവന്ന പുനർനിർമാണ പ്രവർത്തനങ്ങളിലും ഒക്കെ പ്രധാനമായ പങ്കാണ് സ്റ്റാലിനുണ്ടായിരുന്നത്.

തോമസ് ബോർഗെ: *സ്റ്റാലിന്റെ പ്രവർത്തനങ്ങളെ മറികടക്കാൻ കഴിഞ്ഞതുകൊണ്ടാണ് സോവിയറ്റ് യൂണിയൻ യുദ്ധത്തിൽ ജയിച്ചത് എന്നു പറയുന്നവരുമുണ്ടല്ലോ.*

കാസ്ട്രോ: തോമസ്, കുറച്ചുവർഷങ്ങളായി ഞാൻ സ്റ്റാലിന്റെ പല മേഖലകളിലേയും പ്രവർത്തനങ്ങളെ വിമർശനബുദ്ധ്യാ നോക്കിക്കാണാൻ ശ്രമിച്ചിട്ടുണ്ട്. അതുകൊണ്ട്, ഇത്തരം കാര്യങ്ങളിലൊക്കെ കുറേയേറെ വസ്തുനിഷ്ഠമാവാൻ എനിക്കറിയാം എന്നാണ് എന്റെ വിശ്വാസം. സോവിയറ്റ് യൂണിയനിലുണ്ടായ സംഭവവികാസങ്ങൾക്കൊക്കെ സ്റ്റാലിന്റെമേൽ പഴിചാരുക എന്നത് ഉപരിപ്ലവമായി ചരിത്രത്തെ കാണലാണ് എന്നാണ് എനിക്കു തോന്നുന്നത്. ഒരു വ്യക്തിക്ക് തനിച്ച് അത്തരം അവസ്ഥകളൊന്നും സൃഷ്ടിക്കാൻ കഴിയില്ല എന്നതാണ് സത്യം. സോവിയറ്റ് യൂണിയനിലുണ്ടായിട്ടുള്ള എല്ലാ നേട്ടങ്ങളുടെയും കേമത്തം സ്റ്റാലിനു കൊടുക്കുന്നതുപോലെത്തന്നെ തെറ്റായിരിക്കും അത്. അസാധ്യമാണ് അങ്ങനെയൊക്കെയുള്ള അവസ്ഥ. സോവിയറ്റ് യൂണിയൻ സൃഷ്ടിച്ചതും അതിനെ വളർത്തിയതും ലോകരാഷ്ട്രീയത്തിൽ അതിന് ഒരു പ്രധാനപ്പെട്ട പങ്ക് നേടിക്കൊടുത്തതും, ദശലക്ഷക്കണക്കിൽ ലോകജനതയ്ക്ക് ഒട്ടേറെ നേട്ടങ്ങളുണ്ടാക്കിക്കൊടുത്തതുമൊക്കെ ആ നാട്ടിലെ ധീരരായ ജനങ്ങളുടെ അധ്വാനം കാരണമാണ്.

വ്യക്തികളുടെ നേട്ടങ്ങളായി വല്ലതും നാം കരുതുന്നുണ്ടെങ്കിൽത്തന്നെ, ഒക്ടോബർ വിപ്ലവത്തിന്റെ പ്രധാന കാരണക്കാരൻ ലെനിനാണ്. മറ്റുനേതാക്കന്മാർക്ക് ഉള്ളതിൽ എത്രയോ അധികം പ്രാപ്തിയും മഹത്വവും ലെനിന് ഉണ്ടായിരുന്നു. ലെനിൻ അത്ര ചെറുപ്പത്തിൽത്തന്നെ മരിച്ചത് സോവിയറ്റ് യൂണിയന്റെ വലിയൊരു നിർഭാഗ്യമായിരുന്നുവെന്ന് നാം ഓർക്കണം. ഒരു പത്തിരുപത് വർഷം കൂടി അദ്ദേഹം ജീവിക്കേണ്ടത് സോവിയറ്റ് യൂണിയന്റെ ആവശ്യമായിരുന്നു.

ലെനിനെ ശ്രദ്ധിച്ചു പഠിച്ച അദ്ദേഹത്തിന്റെ ചിന്തകളേയും കഴിവുകളേയും കുറിച്ച് ധാരണയുള്ള, നമുക്കൊക്കെ അറിയാവുന്ന ഒരു കാര്യം അദ്ദേഹത്തിന്റെ മരണശേഷം സോവിയറ്റ് യൂണിയനിൽ തല പൊക്കിയ കുറേയേറെ നിഷേധാത്മക പ്രവണതകൾ,

അദ്ദേഹം ജീവിച്ചിരുന്നുവെങ്കിൽ സംഭവിക്കുകയില്ലായിരുന്നു എന്നതാണ്. അദ്ദേഹത്തിന്റെ അഭാവം, സോവിയറ്റ് യൂണിയനിൽ സോഷ്യലിസം കെട്ടിപ്പടുക്കുന്ന പ്രക്രിയയിലും സൈദ്ധാന്തിക മേഖലയിലും അദ്ദേഹത്തിന്റെ മരണം സൃഷ്ടിച്ച ശൂന്യത, അവിടെ പിന്നീടുണ്ടായ സംഭവവികാസങ്ങൾക്ക് കാരണമായി.

സ്റ്റാലിനോടുള്ള എന്റെ സമീപനം വിമർശനാത്മകമാണെന്നു ഞാൻ പറഞ്ഞല്ലോ-നിയമത്തെ കൂസാതെയുള്ള പ്രവർത്തനം അത്തരത്തിലൊന്നാണ്. പലപ്പോഴും സ്റ്റാലിൻ അധികാര ദുർവിനിയോഗം നടത്തിയിട്ടുണ്ട്.

പൊതുവെ പറഞ്ഞാൽ, സ്റ്റാലിനു പറ്റിയ ഏറ്റവും വലിയ തെറ്റ് കാർഷികനയത്തിലായിരുന്നു. ഏറെക്കാലം അദ്ദേഹം ചെറിയ കൃഷിയിടങ്ങൾക്കും അവയിലുള്ള സ്വകാര്യ ഉടമാവകാശത്തിനും പ്രാധാന്യം നൽകി. ഭൂസ്വത്ത് ക്രമേണ ക്രമേണ ദേശസാൽക്കരിച്ചെടുക്കുന്ന ഒരു നയം അദ്ദേഹം കൈക്കൊണ്ടില്ല. ഇങ്ങനെ, സ്വകാര്യവ്യക്തികളുടെ ചെറിയ തുണ്ടു ഭൂമികളിൽ മാത്രമായി ഒതുങ്ങി ഭക്ഷ്യോൽപ്പാദനം. ഭക്ഷ്യമേഖലയാകെ സ്തംഭിക്കുന്ന ഒരു അവസ്ഥാ വിശേഷത്തിലേക്ക് ഈ നയം വഴിവെച്ചു. കൃഷിഭൂമി ദേശസാൽക്കരിക്കുന്ന പ്രക്രിയ നേരത്തെത്തന്നെ തുടങ്ങിവെക്കുകയും ക്രമേണ പുരോഗമിക്കുകയും ചെയ്യേണ്ടതായിരുന്നുവെന്ന് എനിക്ക് തോന്നുന്നു. പിന്നീട്, ബലപ്രയോഗത്തിലൂടെ, വളരെച്ചുരുങ്ങിയ സമയത്തിനുള്ളിൽ ഭൂമി സർക്കാരിന്റെ ഉടമസ്ഥതയിൻ കീഴിലാക്കാൻ ശ്രമിച്ചപ്പോൾ അത് ഏറെ അക്രമാസക്തമായി-ജീവനും സ്വത്തിനും ഏറെ നാശമുണ്ടായി. സ്റ്റാലിന്റെ നേതൃത്വത്തിൻ കീഴിൽ സംഭവിച്ച ഗുരുതരമായ ഒരു തെറ്റായിരുന്നു അത്.

ഇത്തരുണത്തിൽ, ഞങ്ങളുടെ ഒരു അനുഭവം പറയട്ടെ; വസ്തുതകൾ നിരത്തിവെച്ചാണ് ഞങ്ങൾ കാര്യം പറയാറ്: വെറും വായാടിത്തം കൊണ്ടല്ല. ആദ്യം തന്നെ പറയട്ടെ, മറ്റു സോഷ്യലിസ്റ്റ് രാജ്യങ്ങളിൽ സംഭവിച്ച പോലെ ഒരു ഭൂപരിഷ്കരണം ഞങ്ങളുടെ നാട്ടിൽ ഉണ്ടായില്ല. കൃഷിഭൂമിയുടെ ഉടമസ്ഥാവകാശം ഞങ്ങൾ പങ്കുകൃഷിക്കാരെയും കുടിയാന്മാരെയും, അനധികൃതമായി പുറമ്പോക്കുകളിൽ കൃഷി നടത്തിയിരുന്നവരെയും......അങ്ങനെ പലമട്ടിൽ ഭൂമിയിൽ പണിയെടുത്തിരുന്നവരെയെല്ലാം ഏൽപ്പിച്ചു. ഞങ്ങൾ ഭൂമിയെ തുണ്ടുതുണ്ടാക്കുകയുണ്ടായില്ല. അങ്ങനെ ചെയ്തിരുന്നെങ്കിൽ അത് ഞങ്ങളുടെ പഞ്ചസാര വ്യവസായത്തെയാകെ നശിപ്പിച്ചേനെ. ആ വ്യവസായമേഖലയാകെത്തന്നെ അപ്രത്യക്ഷമാകുമായിരുന്നു. അത് ഞങ്ങൾക്ക് വലിയൊരു ആഘാതവും ആകുമായിരുന്നു. ഉള്ള കൃഷിഭൂമി നൂറായിരം തുണ്ടുകളാക്കി മുറിച്ചിരുന്നെങ്കിൽ ജനങ്ങൾക്ക് ഭക്ഷണം കൊടുക്കാൻതന്നെ ഞങ്ങൾ നന്നെ ഞെരുങ്ങുമായിരുന്നു.

ശരിയാണ്: "അങ്ങനെ ചെയ്യാമായിരുന്നു, ഇങ്ങനെ ചെയ്യാമായിരുന്നു" എന്നൊക്കെ അഭിപ്രായം പറയാൻ വളരെ എളുപ്പമാണ്. സോവിയറ്റ് യൂണിയനിൽ നിലനിന്നിരുന്ന പരിതഃസ്ഥിതികളിൽ അങ്ങനെ ഭൂമി തുണ്ടുതുണ്ടാക്കാതെ കൃഷിനടത്താൻ വിഷമമായിരുന്നിരിക്കാം. ദാരിദ്ര്യം, വിഭവങ്ങളുടെ പരിമിതി, മറ്റുരാജ്യങ്ങൾ അവരുടെ മേൽ ഏർപ്പെടുത്തിയ ഉപരോധങ്ങൾ......... അങ്ങനെ അന്ന് അവർ ജീവിച്ചിരുന്ന അവസ്ഥ കണക്കിലെടുക്കുമ്പോൾ, മറ്റു ഭൂപരിഷ്കരണ കാര്യങ്ങളൊന്നും സ്വീകരിക്കാൻ പറ്റാതെ വന്നിരിക്കാം. സാഹചര്യങ്ങളായിരിക്കാം അവർ അന്നു ചെയ്തതുപോലെ ചെയ്യാൻ അവരെ നിർബന്ധിച്ചത്. പക്ഷേ, നിർബന്ധപൂർവം അടിച്ചേൽപ്പിച്ച ഒരു കൂട്ടുകൃഷി സമ്പ്രദായം ധൃതിപിടിച്ച് നടപ്പാക്കിയതിന്റെ പിന്നിൽ വല്ല സമ്മർദവുമുണ്ടായിരുന്നു എന്നു വിശ്വസിക്കാൻ പ്രയാസം. ഞങ്ങൾ വലിയ വലിയ എസ്റ്റേറ്റുകളെ തുണ്ടുതുണ്ടാക്കുക ഉണ്ടായില്ല. ചെറിയ ചെറിയ കൃഷിയിടങ്ങളിൽ അധ്വാനിക്കുന്ന കൃഷിക്കാർക്ക് കൂടി ഞങ്ങൾ പട്ടയം കൊടുത്തു. പക്ഷേ അതേസമയം തന്നെ, വൻകിട കാർഷികോൽപ്പാദനത്തിന്റെ അടിത്തറ സർക്കാർ ഉടമസ്ഥതയിലുമാക്കി. ക്യൂബയിൽനിന്നുള്ള ആളോഹരി ഭക്ഷ്യോൽപ്പാദന കയറ്റുമതി, ലോകത്തിലെ മറ്റു രാജ്യങ്ങളുമായി താരതമ്യപ്പെടുത്തുമ്പോൾ, ഏറ്റവും വലുതാണ്. 40 ദശലക്ഷം ജനങ്ങൾക്ക് ഉപയോഗിക്കത്തക്ക ഭക്ഷ്യധാന്യങ്ങൾ ഞങ്ങൾ കയറ്റുമതി ചെയ്യുന്നുണ്ട്. കഴിഞ്ഞ പതിനഞ്ചു വർഷമായി ഇതു തുടർന്നു. ഒരു വശത്ത് ഞങ്ങളുടെ ജനസംഖ്യ കൂടിക്കൊണ്ടിരിക്കുന്നു; വ്യവസായ സ്ഥാപനങ്ങൾ നിർമിക്കാനായി ഭൂമി ഉപയോഗിക്കുന്നതുകൊണ്ട്, ഞങ്ങളുടെ കൃഷിയിടത്തിന്റെ വലുപ്പം കുറഞ്ഞുകൊണ്ടുവരുന്നു. എന്നിട്ടും ഭക്ഷ്യധാന്യകയറ്റുമതിയിൽ കുറവുവന്നിട്ടില്ല. കൃഷിഭൂമി ചെറുതുണ്ടുകളായി കീറിമുറിച്ചിരുന്നുവെങ്കിൽ ഞങ്ങൾക്ക് ഈ നേട്ടം കൈവരിക്കാൻ കഴിയുമായിരുന്നില്ല.

ഏറെപേർക്കും അറിയാത്ത ഒരു കാര്യമാണ് ഇത്. ആളോഹരിക്കണക്കിൽ ക്യൂബയുടെ ഭക്ഷ്യധാന്യകയറ്റുമതി എത്രയാണെന്നറിയാമോ? ഇവിടത്തെ ജനസംഖ്യയുടെ നാലിരട്ടി ജനത്തിന് മതിയായ ഭക്ഷ്യധാന്യമാണ് ഞങ്ങൾ കയറ്റി അയക്കുന്നത്. അന്നാട്ടിലുണ്ടായ മട്ടിലൊരു കാർഷിക പരിഷ്കരണം ഞങ്ങൾ നടപ്പാക്കിയില്ല എന്നതു തന്നെയാണ് ഇതിനു പ്രധാന കാരണം. അത്തരമൊരു വിപത്ത് ഒഴിവാക്കാനുള്ള വിവരം ഞങ്ങൾക്കുണ്ടായിരുന്നു.

പട്ടയമൊന്നും ഇല്ലാതെ കൃഷി നടത്തിയിരുന്ന കൃഷിക്കാർക്ക് അതേ ഭൂമി തന്നെ ഞങ്ങൾ സ്വന്തമാക്കിക്കൊടുത്തു. കൊച്ചുകൊച്ചു കൃഷിയിടങ്ങളിൽ ഉൽപ്പാദന സാധ്യത കുറവാണെന്ന് ഞങ്ങൾക്കറിയാമായിരുന്നു. എന്നാലും പെട്ടെന്ന് നിർബന്ധപൂർവമുള്ള ഒരു കൂട്ടുകൃഷി സമ്പ്രദായം ഏർപ്പെടുത്തിയില്ല. ചെറുകിടകർഷകർക്കിടയ്ക്ക്

പതുക്കെപതുക്കെ, കാലക്രമേണ, അത്തരമൊരു പ്രക്രിയ വളർത്തി കൊണ്ടു വരികയാണുണ്ടായത്. ക്യൂബയുടെ കാർഷികോൽപ്പാദനത്തിൽ വലിയൊരു പങ്ക് അത്തരം ചെറുകിട കൃഷിക്കാരിൽ നിന്നാണ് വരുന്നത്. ഇങ്ങനെ, പത്തുവർഷം കൊണ്ട് അമ്പതുശതമാനത്തോളം ചെറുകിടകർഷകർ സ്വമേധയാ കൂട്ടുകൃഷിക്കായി തയ്യാറായി. ബാക്കി അമ്പതുശതമാനം, അവരുടെ ഭൂമി സ്വകാര്യസ്വത്തായിത്തന്നെ നിലനിർത്തി, ഒറ്റയ്ക്കൊറ്റയ്ക്കു കൃഷിനടക്കുന്നു –ആ സമ്പ്രദായത്തെയും ഞങ്ങൾ മാനിക്കുന്നു. ഞങ്ങളുടെ ഭക്ഷ്യോല്പാദന പരിപാടികളിൽ അവരും പങ്കാളികളാണ്. ചെറിയ കൃഷിയിടങ്ങളുടെ പരിമിതികളൊക്കെ ഉണ്ടെങ്കിലും, അവരും ഞങ്ങളോടൊപ്പം തന്നെയാണ്–നൂറ് ഹെക്ടർ ഭൂമി ഒന്നിച്ചു നനയ്ക്കാൻ പാകത്തിലുള്ള കേന്ദ്രീകൃത ജലസേചന സംവിധാനങ്ങൾ ഇത്തരം തുണ്ടു ഭൂമികൾക്ക് ഉപയുക്തമല്ല. മറ്റ് അത്യുൽപ്പാദന സംവിധാനങ്ങളോ കൊയ്ത്തു യന്ത്രങ്ങളോ ഒന്നും ഈ സ്വകാര്യകണ്ടങ്ങളിൽ നടപ്പില്ല. ഇതൊക്കെയാണെങ്കിലും അമ്പതുശതമാനം സ്വകാര്യകൃഷിക്കാരെ ബലപ്രയോഗത്തിലൂടെയോ സർക്കാരിന്റെ അധികാരമുപയോഗിച്ചോ കൂട്ടുകൃഷിസമ്പ്രദായത്തിലേക്ക് കൊണ്ടുവരണമെന്ന് ഞങ്ങൾ ചിന്തിച്ചിട്ടേയില്ല. അവർക്ക് ഞങ്ങൾ സുരക്ഷിതത്വങ്ങളും ഗാരന്റിയും കൊടുക്കുന്നു. അവർക്ക് ഇഷ്ടമുള്ളടത്തോളം കാലം വേണമെങ്കിൽ ആയുഷ്കാലമത്രയും, ഈ സ്വകാര്യ സംവിധാനം തുടരാമെന്ന് ഞങ്ങൾ ഉറപ്പുകൊടുത്തിട്ടുണ്ട്. അവരുടെ തീരുമാനങ്ങളെ ഞങ്ങൾ ബഹുമാനിക്കുന്നു. അങ്ങനെ, ഞങ്ങൾ കൂട്ടുകൃഷി സമ്പ്രദായം കൊണ്ടുവന്നത് ഞങ്ങൾ തന്നെ ഭൂവുടമകളാക്കി മാറ്റിയ കൃഷിക്കാരുടെ തീരുമാനങ്ങൾക്കും താൽപര്യങ്ങൾക്കും പ്രാധാന്യം കൊടുത്തുകൊണ്ടാണ്.

ബഹുഭൂരിപക്ഷം ജനങ്ങളും കൃഷിക്കാരായ, അവരുടെ കൃഷിയിടങ്ങളൊക്കെ കൊച്ചുകൊച്ചു തുണ്ടുകളാക്കി വിഭജിക്കപ്പെട്ട, ഒരു രാജ്യത്ത് നിർബന്ധപൂർവ്വം കൂട്ടുകൃഷിസമ്പ്രദായം കൊണ്ടു വന്നാലുണ്ടാവുന്ന ഭവിഷ്യത്ത് നിങ്ങൾക്ക് ഊഹിക്കാവുന്നതേയുള്ളൂ. അത് രാഷ്ട്രീയവും സാമ്പത്തികവുമായ ഒരു അത്യാവശ്യമായി അവർക്ക് തോന്നിയിരിക്കാം; അതിനെക്കാൾ മെച്ചപ്പെട്ട മറ്റൊന്നും ചെയ്യാനാവില്ലെന്നും തോന്നിയിരിക്കാം. എന്തായാലും, സ്റ്റാലിനു പറ്റിയ വലിയ ഒരു വീഴ്ചയായിരുന്നു അത് എന്നാണ് എന്റെ അഭിപ്രായം

തോമസ് ബോർഗെ: *രണ്ടാം ലോകമഹായുദ്ധകാലത്തെ സൈനിക നേതൃത്വത്തിന്റെ കാര്യമെടുത്താൽ അക്കാര്യത്തിൽ സ്റ്റാലിന്റെ പങ്കിനെ പറ്റി താങ്കൾ എന്തു പറയുന്നു.*

കാസ്ട്രോ: യുദ്ധത്തിന്റെ തൊട്ടുമുമ്പുള്ള സ്റ്റാലിന്റെ നയം തീർത്തും തെറ്റായിരുന്നു എന്നാണ് എന്റെ അഭിപ്രായം.

അന്തർദേശീയ നയങ്ങളെ സംബന്ധിച്ചിടത്തോളം സ്റ്റാലിന്റെ ഉദ്ദേശ്യ ലക്ഷ്യങ്ങൾ നമുക്കറിയാം. ഹിറ്റ്ലർക്കെതിരായ ഒരു ഐക്യ മുന്നണിയുണ്ടാക്കാനാണ് അദ്ദേഹം ആഗ്രഹിച്ചത് എന്നകാര്യം ചരിത്രപരമായി തെളിയിക്കപ്പെട്ട ഒരു വസ്തുതയാണ്. അതെന്തിനായിരുന്നു? പടിഞ്ഞാറൻ ശക്തികൾ, മുതലാളിത്ത രാജ്യങ്ങൾ, ഹിറ്റ്ലറെ സോവിയറ്റ് യൂണിയനെതിരായി വളർത്തിക്കൊണ്ടുവരാനാണ് ശ്രമിച്ചത് എന്നു തെളിയിക്കാൻ മതിയായ രേഖകളും സാഹചര്യങ്ങളുമുണ്ട്. ജർമൻ ബൂർഷ്വാസി ഹിറ്റ്ലറുടെ ചെയ്തികളെ അനുഭാവത്തോടുകൂടിയാണ് വീക്ഷിച്ചിരുന്നതെന്ന് ചരിത്രം പറയുന്നു. നാസിസത്തെ കമ്യൂണിസത്തിനെതിരായ ഒരു ആയുധമാക്കാനായിരുന്നു അവരുടെ ശ്രമം. തീരെ സഹിഷ്ണുതയില്ലാത്ത ഒരു വർഗീയ വാദിയാണ് ഹിറ്റ്ലർ എന്ന കാര്യം വളരെ വ്യക്തമായിരുന്നിട്ടുകൂടി, കമ്യൂണിസത്തിനെതിരായ സമരത്തിലെ വീരനായകനായി സ്വയം ചമഞ്ഞതുകൊണ്ട് അവർ അദ്ദേഹത്തിനു മാപ്പുകൊടുത്തു; സോവിയറ്റ് യൂണിയനെ വകവരുത്താനുള്ള ഒരു ആയുധമായി എല്ലാവരും ഹിറ്റ്ലറെ കണ്ടു.

രണ്ടാം ലോകമഹായുദ്ധം തുടങ്ങുമ്പോൾ എനിക്ക് പതിമൂന്നു വയസാണ്. ഞാൻ പത്രങ്ങൾ വായിച്ചിരുന്നു. സ്പാനിഷ് ആഭ്യന്തരയുദ്ധത്തിന്റെ കാലം തൊട്ട് ഞാൻ അന്തർദേശീയ വാർത്തകളൊക്കെ വായിക്കാൻ തുടങ്ങിയിരുന്നു. കിട്ടാവുന്നത്ര വർത്തമാനപത്രങ്ങൾ നേടി വായിക്കുമായിരുന്നു. 1936-ലാണ് സ്പെയ്നിലെ ആഭ്യന്തരയുദ്ധമുണ്ടായത്. എനിക്കന്ന് അഞ്ചുവയസ്സ്, അന്ന് വന്നുകൊണ്ടിരുന്ന പല വാർത്തകളും ഇന്നും വളരെ വ്യക്തമായിത്തന്നെ എനിക്ക് ഓർമ്മയുണ്ട്. എന്റെ അച്ഛന്റെ കൃഷിയിടങ്ങളിൽ അന്ന് കുറേയേറെ സ്പെയ്ൻകാർ താമസിച്ചിരുന്നു. പലരും എഴുതാനും വായിക്കാനും അറിയാത്തവർ-ഏറെപ്പേരും റിപ്പബ്ലിക്കൻ പാർട്ടിക്കാരായിരുന്നു. സ്പെയ്ൻകാർ പൊതുവെ, ഒരുതരം ജന്മവാസനകൊണ്ടുതന്നെ, റിപ്പബ്ലിക്കന്മാരാണ്. ദുർലഭം ചിലർ ഫ്രാങ്കോയെ പിൻതാങ്ങുന്നവരുമുണ്ടായിരുന്നു. പത്രം വായിച്ചുകേൾക്കണമെന്നു പറഞ്ഞ് അവർ എന്നെ സമീപിക്കും. ഞങ്ങളുടെ വീട്ടിലെ പാചകക്കാരന് ഞാൻ വാർത്ത വായിച്ചു കൊടുക്കുമായിരുന്നു. ഒരു ഗലീഷ്യൻ കർഷക കുടുംബത്തിൽ ജനിച്ച അയാൾക്ക് എഴുത്തും വായനയുമൊന്നും അറിയില്ല; എന്നാലും ഉറച്ച ഒരു റിപ്പബ്ലിക്കനായിരുന്നു. ഫ്യൂഡലിസത്തിനും ചൂഷണത്തിനുമെതിരായ വിപ്ലവരക്തമാവണം അയാളുടെ സിരകളിലൂടെ ഒഴുകിയിരുന്നത്. ഓസ്ട്രിയയിലും ടെറുവെലിലും ഈബ്രോകരയിലുമെല്ലാം നടന്ന പോരാട്ടങ്ങൾ എനിക്ക് ഓർമ്മയുണ്ട്-എല്ലാം ഞാൻ ശ്രദ്ധിച്ച് കണക്കുവച്ചിരുന്നു.

രണ്ടാംലോകമഹായുദ്ധം തുടങ്ങുന്നതിനു മുമ്പുള്ള വർഷങ്ങളിലും, യുദ്ധം നടന്നുകൊണ്ടിരുന്നപ്പോഴും ഞാൻ പത്രങ്ങൾ വായി

ച്ചിരുന്നു. പട്ടാള നീക്കങ്ങളെപ്പറ്റിയും, യുദ്ധത്തിനു ശേഷമുള്ള രാഷ്ട്രീയ-സൈനിക സംഭവവികാസങ്ങളെപ്പറ്റിയുമൊക്കെ പ്രതിപാദിക്കുന്ന പുസ്തകങ്ങളും വായിച്ചിരുന്നു. അമ്പതോളംവർഷമായി ഞാൻ ഇത്തരത്തിലുള്ള കാര്യങ്ങളൊക്കെ വായിച്ചുകൊണ്ടിരിക്കുന്നു. പറഞ്ഞില്ലേ, 13-ാം വയസ്സിൽ തുടങ്ങിയതാണ് ഈ വായന. ഏറെക്കുറെ ഓർമ്മിക്കുകയും രാഷ്ട്രീയ-സൈനികസംഭവവികാസങ്ങളെ വിശകലനം ചെയ്യുകയും ഉണ്ടായിട്ടുണ്ട്.

ഹിറ്റ്ലർ ശരിക്കും ഒരു ഭീഷണിയാകുന്നതുവരെ, രാക്ഷസരൂപമെടുക്കുന്നതു വരെ, പടിഞ്ഞാറൻ ശക്തികൾ അദ്ദേഹത്തെ പ്രോത്സാഹിപ്പിച്ചിരുന്നു എന്ന കാര്യത്തിൽ തർക്കമില്ല. അതുപോലെ തന്നെ ഹിറ്റ്ലറെ നേരിടുന്ന കാര്യത്തിൽ ഈ പടിഞ്ഞാറൻ ശക്തികൾ പ്രദർശിപ്പിച്ച അപാര ദൗർബല്യവും ആർക്കും നിഷേധിക്കാൻ പറ്റില്ല. സാർ (Saar) പ്രദേശത്തേക്ക് സൈന്യത്തെ അയക്കരുതെന്ന് അവർ ഹിറ്റ്ലറെ വിലക്കിയതാണ്. ഹിറ്റ്ലർ ഓസ്ട്രിയ തന്നെ കീഴടക്കി. ഹിറ്റ്ലറും മുസോളിനിയും സ്പെയിനിന്റെ കാര്യങ്ങളിലും ഇടപെടാൻ തുടങ്ങി. പടിഞ്ഞാറൻ ശക്തികൾക്ക് കാര്യമായി ഒന്നും ചെയ്യാൻ കഴിഞ്ഞില്ല. ജർമൻ ബോംബേറു വിമാനങ്ങളും വൈമാനികരുമാണ് ഗോർണിക്ക തകർത്തതും മാഡ്രിഡിന്റെ മേലെ ബോംബു വർഷിച്ചതും. നൂറായിരം സ്പെയ്ൻകാരാണ് ആ ആക്രമണങ്ങളിൽ കൊല്ലപ്പെട്ടത്. ശ്രദ്ധയോടെ ആവിഷ്കരിച്ച ഒരു സാമ്രാജ്യ വിപുലീകരണ പരിപാടിയുമായി മുന്നേറിയ ജർമനിയുടെയും ഇറ്റലിയുടെയും വിമാനങ്ങളാണ് മറ്റു ഘടകങ്ങളെ പോലെത്തന്നെ, യുദ്ധത്തിന്റെ ഗതി നിയന്ത്രിച്ചത്. ഇംഗ്ലണ്ടിന്റെയോ ഫ്രാൻസിന്റെയോ യു എസ് എയുടെയോ വിമാനങ്ങൾ സ്പാനിഷ് റിപ്പബ്ലിക്കിന്റെ സഹായത്തിനെത്തിയില്ല-എന്നാലും, അന്താരാഷ്ട്രതലത്തിലുള്ള കുറേയേറെ സന്നദ്ധസേവകർ അവരുടെ സഹായത്തിനെത്തി. അന്ന് സ്പെയിനിന്റെ സഹായത്തിനായി മുന്നോട്ടു വന്ന ഏകരാജ്യം സോവിയറ്റ് യൂണിയനാണ്.

സ്പാനിഷ് റിപ്പബ്ലിക്കൻ പാർട്ടിക്കാർ ഉപയോഗിച്ച ആയുധങ്ങൾ മിക്കവാറും സോവിയറ്റ് യൂണിയനിൽ നിന്നു വന്നവയായിരുന്നു എന്നത് നിഷേധിക്കാനാവാത്ത ഒരു ചരിത്രസത്യമാണ്; കുറേയേറെ വിമാനങ്ങളും ടാങ്കുകളും തോക്കുകളും കൊടുത്തതും സോവിയറ്റ് യൂണിയൻ തന്നെ. തങ്ങളെക്കൊണ്ട് ആവുന്നത്ര സഹായം സോവിയറ്റുകൾ റിപ്പബ്ലിക്കൻ കക്ഷിക്കാർക്ക് എത്തിച്ചു കൊടുത്തിരുന്നു. ഹിറ്റ്ലറും മുസോളിനിയും അവരുടെ സാമ്രാജ്യവ്യാപന പദ്ധതിയുമായി മുന്നേറിക്കൊണ്ടിരിക്കുമ്പോൾ അതിനെ ചെറുക്കാൻ മറ്റേതു രാജ്യമാണ് മുന്നോട്ടുവന്നത്. എന്നിട്ട്, അവസാനം, സ്പാനിഷ് റിപ്പബ്ളിക്കിനെ ഹിറ്റ്ലറും മുസ്സോളനിയും ചേർന്ന് ഭൂമുഖത്തുനിന്നാകെ തുടച്ചുമാറ്റി പടിഞ്ഞാറൻ ശക്തികൾ അന്ന്

എന്തേ ചെയ്തത്? ഇതിനിടക്ക് ജർമനി വളരെയേറെ ആയുധശക്തി നേടി. ജർമനി വീണ്ടും പടക്കോപ്പുകൾ നേടുമ്പോൾ ഈ പടിഞ്ഞാറൻ രാജ്യങ്ങൾ അത് തടയാൻ എന്തേ ചെയ്തത്?

തങ്ങൾക്കു കടന്നു ചെല്ലാൻ യാതൊരവകാശവുമില്ലാത്ത സ്ഥലങ്ങളിലൊക്കെ ഹിറ്റ്ലറുടെ സൈന്യം കടന്നു കയറി അധിനിവേശം തുടങ്ങി. ഏറെ താമസിക്കാതെ ജർമനി ഓസ്ട്രിയയെ ആക്രമിച്ച്, അവരുടെ അധികാരം അങ്ങോട്ടും വ്യാപിപ്പിച്ചു. പിന്നെ മ്യൂണിച്ച് ഉടമ്പടിയായി ചെക്കസ്ലവാക്യയുടെ വലിയൊരു ഭാഗം ജർമനിയുടെ സ്വാധീനവും വിപുലീകരണവും ഹംഗറി, റൊമാനിയ, ബൾഗേറിയ എന്നിവടങ്ങളിലേക്ക്, പട്ടാളത്തിന്റെ പരക്കം പാച്ചിലോടുകൂടി, വ്യാപിച്ചു കൊണ്ടിരുന്നു.

ഈ നീക്കങ്ങളൊക്കെ നടക്കുമ്പോഴും പാശ്ചാത്യ രാജ്യങ്ങൾ എന്തുചെയ്യുകയായിരുന്നു? അവർ സോവിയറ്റ് യൂണിയനെ തനിച്ചാക്കി മാറ്റി നിർത്തി. ജർമനിയുടെ സൈനിക വിന്യാസം കണ്ട് സോവിയറ്റ് യൂണിയൻ വല്ലാതെ വിരണ്ടുപോയി-ഡാന്യൂബിലേക്കും തന്ത്രപ്രാധാന്യമുള്ള അത്തരം സ്ഥലങ്ങളിലേക്കുമുള്ള ഹിറ്റ്ലറുടെ നീക്കത്തെ മറ്റുള്ളവർ അനുവദിച്ചു കൊടുക്കുകയായിരുന്നുവെന്ന് സോവിയറ്റ് യൂണിയൻ കണ്ടു. സ്വാഭാവികമായും അത്തരമൊരു മൗനാനുവാദം ഹിറ്റ്ലറുടെ വെട്ടിപ്പിടുത്തങ്ങൾക്ക് ആക്കം കൂട്ടി; സ്റ്റാലിന്റെ ഭയത്തിനും ഞാൻ എക്കാലവും സ്റ്റാലിനെ വിമർശിക്കുന്ന ചില ചെയ്തികളിലേക്ക് അദ്ദേഹം ചെന്നുചാടാൻ ഇതൊക്കെയായിരുന്നു കാരണം. 'എന്തു വിലകൊടുത്തും സമാധാനം' എന്ന സ്റ്റാലിന്റെ തീരുമാനം ഹിറ്റ്ലറുമായി തൽക്കാലം സമരസപ്പെട്ട് ഒരല്പം സമയം കിട്ടാനുള്ള ശ്രമം, തികച്ചും തത്വദീക്ഷയില്ലാത്ത നീക്കമായിരുന്നു എന്നാണ് എന്റെ പക്ഷം.

ഞങ്ങളെ സംബന്ധിച്ചിടത്തോളം, ക്യൂബൻ വിപ്ലവത്തിന് ശേഷമുള്ള, താരതമ്യേന നീണ്ട ഈ കാലഘട്ടത്തിൽ ഒരിക്കലും എന്തെങ്കിലുമൊരു നേട്ടത്തിനുവേണ്ടി, അല്ലെങ്കിൽ ഒരൽപ്പനേരത്തെ ആശ്വാസത്തിനുവേണ്ടി, ഞങ്ങളുടെ ഒരു ആദർശവും ഞങ്ങൾ പണയം വെയ്ക്കുകയുണ്ടായിട്ടില്ല. സ്റ്റാലിൻ അന്ന് ആ ചെയ്തത് ഗുരുതരമായ ഒരു തെറ്റായിരുന്നുവെന്നാണ് എന്റെ ഉറച്ച വിശ്വാസം. അദ്ദേഹത്തെ മാത്രം കുറ്റം പറയണമെന്നല്ല-പാശ്ചാത്യ രാജ്യങ്ങളുടെ തെറ്റായ നയങ്ങളാണല്ലോ അദ്ദേഹത്തെ അങ്ങനെയൊരു മാർഗം സ്വീകരിക്കാൻ നിർബന്ധിച്ചത്. ഡാൻസിഗ് ഇടനാഴി ഞങ്ങൾക്ക് കിട്ടണമെന്ന് ജർമനി നിർബന്ധം പിടിക്കാൻ തുടങ്ങിയ സമയത്താണ് സ്റ്റാലിൻ,മോളോട്ടോവ്-റിബ്ബൻ ട്രോപ് (Molotov-Ribbentrop pact) ഉടമ്പടിക്ക് മുൻ കൈയ്യെടുത്തത്. പോളണ്ട് സ്വന്തമാക്കാൻ ജർമനി പലതരത്തിലുള്ള അവകാശവാദങ്ങൾ ഉന്നയിക്കുമ്പോളാണ് ഈ ഉടമ്പടിയിൽ ഒപ്പുവച്ചത്.

എനിക്ക് അത്യാവശ്യം രാഷ്ട്രീയാവബോധവും വിപ്ലവബോധവും ഉണ്ടാവാൻ തുടങ്ങിയ കാലം മുതൽക്ക് ഇന്നോളം, സോവിയറ്റ് യൂണിയന്റെ വിദേശനയത്തിന്റെ ഒരു വലിയ പാളിച്ചയായിട്ടാണ് ഞാൻ ആ ഉടമ്പടിയെ കാണുന്നത്. അന്ന് സ്റ്റാലിൻ ചെയ്ത ആ തെറ്റ് യുദ്ധത്തിൽ കലാശിച്ചു.

മറ്റൊന്നുകൂടി: പരസ്പരമുള്ള ആക്രമണമുണ്ടാവില്ലെന്ന മട്ടിലുള്ള ആ ഉടമ്പടി, ഏറെ സമയം നേടാൻ ഉദ്ദേശിച്ചു കൊണ്ടുള്ളതായിരുന്നെങ്കിൽക്കൂടി, സമയദൈർഘ്യം കുറയ്ക്കുകയാണ് യഥാർഥത്തിൽ ചെയ്തത്. എന്തായാലും, യുദ്ധം തുടങ്ങി. ഹിറ്റ്ലർ പോളണ്ടിനെ ആക്രമിച്ചപ്പോൾ ഇംഗ്ലണ്ടിനും ഫ്രാൻസിനും യുദ്ധം പ്രഖ്യാപിക്കുകയല്ലാതെ വേറെ പോംവഴിയൊന്നും ഉണ്ടായിരുന്നില്ല.

എന്തായിരുന്നു യുദ്ധത്തിന്റെ അനന്തരഫലം? ഹിറ്റ്ലറുടെ മിന്നൽ യുദ്ധങ്ങൾ (ബ്ലിറ്റ് ക്രീഗ്), നോർവെയുടെ മേലുള്ള ആക്രമണം, ബെൽജിയവും ഹോളണ്ടും കീഴടക്കൽ, ഫ്രാൻസിന്റെ നേരെയുള്ള യുദ്ധം, യൂറോപ്പിൽ ഇംഗ്ലണ്ടിന്റെയും ഫ്രാൻസിന്റെയും പരാജയം.......യൂറോപ്പിൽ ഹിറ്റ്ലറുടെ അധികാരവും വർധിച്ചു. യുദ്ധത്തിൽ ഫ്രാൻസ് തകരുമെന്ന വിശ്വാസത്തിൽ മുസോളിനിയും യുദ്ധത്തിൽ ചേർന്നു. ഓരോ മാസം കഴിയുംതോറും ഹിറ്റ്ലറുടെ ശക്തി വർധിച്ചുകൊണ്ടേയിരുന്നു. അദ്ദേഹത്തിന്റെ കൈവശമുള്ള വിഭവങ്ങൾ-ഇന്ധനവും ധാതുക്കളും മറ്റും-കൂടിക്കൂടിവന്നു. സോവിയറ്റ് യൂണിയനെതിരെ കരുത്തേറിയ ഒരു ശത്രുവായി മാറി ഹിറ്റ്ലർ അക്കാലത്ത്, അത്തരമൊരവസ്ഥയിലും സ്റ്റാലിനും ഹിറ്റ്ലറും തമ്മിൽ മത്സരം തുടങ്ങി. കൂടുതൽ നയതന്ത്രപ്രാധാന്യമുള്ള സ്ഥലങ്ങൾ കീഴടക്കിക്കൊണ്ട് ഹിറ്റ്ലർ കിഴക്കൻ രാജ്യങ്ങളിലേക്കു മുന്നേറാൻ തുടങ്ങിയപ്പോൾ യുദ്ധം പൊട്ടിപ്പുറപ്പെടുമെന്ന് കൂടുതൽ കൂടുതൽ വ്യക്തമായിക്കൊണ്ടിരുന്നു.

അതിനെ കുറിച്ചൊക്കെ എന്റെ ധാരണയെന്താണെന്നോ? സോവിയറ്റ് യൂണിയന്റെ അന്നത്തെ ചെയ്തികൾക്കു പിന്നിലുള്ള കാരണങ്ങൾ അത്ര കനപ്പെട്ടതാണോ? സ്റ്റാലിൻ പറഞ്ഞു: "ഇവിടെയൊരു റഷ്യൻ ജനതയുണ്ട്. അവരുടെ സുരക്ഷിതത്വമാണ് എനിക്ക് പ്രധാനം. ജർമൻകാരെ ഇനിയും മുന്നോട്ടുവരാൻ ഞാൻ അനുവദിക്കില്ല. അതുകൊണ്ട് ഈ രാജ്യം ഞാൻ പിടിച്ചടക്കുന്നു." അവിടെയാണ് അദ്ദേഹത്തിന് മറ്റൊരു വലിയ തെറ്റുപറ്റിയത്. പോളണ്ട് ആക്രമണത്തിനിരയായപ്പോൾ സ്റ്റാലിൻ അവിടത്തെ വിവാദപരമായ പ്രവിശ്യകൾ പിടിച്ചെടുക്കാൻ സൈന്യത്തെ അയച്ചു. ആ സ്ഥലങ്ങളിലൊക്കെ ഏറെയും ഉക്രേനിയൻകാരായിരുന്നു എന്നായിരുന്നു അദ്ദേഹത്തിന്റെ വാദം-അതോ റഷ്യക്കാരോ? നല്ല ഓർമ്മയില്ല.

അതിനെക്കാൾ മെച്ചപ്പെട്ട വല്ല നയത്തിനും പ്രസക്തിയുണ്ടായിരുന്നോ? ഞങ്ങളായിരുന്നു അവരുടെ സ്ഥാനത്തെങ്കിൽ

മറ്റൊരു മട്ടിലാവും ചെയ്തിരിക്കുക. ഹിറ്റ്ലർ ആക്രമിച്ചു കീഴട ക്കാൻ ശ്രമിക്കുന്ന ആ നാടിന്റെ പിൻവശത്തു കൂടി പോയി ആക്ര മണം സംഘടിപ്പിക്കുന്നു എന്ന ധാരണയുണ്ടാക്കാതെ, ആ ഭാഗത്തെ ജനങ്ങളോട് അതിർത്തി കടന്ന് ഇങ്ങോട്ടു പോരാനും സംരക്ഷണം തേടാനുമായിരിക്കും ഞങ്ങൾ ഉപദേശിച്ചിരിക്കുക. അല്ലാതെ, ആ രാജ്യത്തിന്റെ അതിർത്തി ലംഘിച്ച്, ഹിറ്റ്ലർ മുന്നിൽനിന്ന് ആക്രമിക്കുമ്പോൾ പിന്നിലൂടെ ഒരാക്രമണം സംഘടി പ്പിക്കാൻ ഞങ്ങൾ മെനക്കെടില്ലായിരുന്നു-അവരുമായി ആശയപര മായി എന്തെല്ലാം വ്യത്യാസങ്ങളുണ്ടായിരുന്നാലും അന്താരാഷ്ട്രന യങ്ങളുടെയും തത്വങ്ങളുടെയും വീക്ഷണകോണിലൂടെ നോക്കു മ്പോൾ അത് വലിയ ഒരു തെറ്റായിരുന്നു.

ഫിൻലൻഡിനെതിരായ യുദ്ധവും തെറ്റുതന്നെയായിരുന്നു; തത്വാധിഷ്ഠിതമായി നോക്കിയാലും അന്താരാഷ്ട്ര നിയമങ്ങളുടെ അടിസ്ഥാനത്തിലായാലും.

അങ്ങനെ സ്റ്റാലിൻ പല തെറ്റുകളും ചെയ്തു. ഇവയെല്ലാം സോവിയറ്റ് യൂണിയനെ ലോകജനതയ്ക്കുമുന്നിൽ മോശമാക്കി കാണിക്കാനേ ഉപകരിച്ചുള്ളു. സോവിയറ്റ് യൂണിയനോട് സൗഹൃ ദവും ആദർശപരമായ ഐക്യവും പ്രഖ്യാപിച്ചിരുന്ന ലോക കമ്യൂ ണിസ്റ്റുകാരെ വല്ലാത്തൊരു വിഷമസന്ധിയിലാണ് ഈ അവസ്ഥാവി ശേഷം കൊണ്ടുചെന്ന് എത്തിച്ചത്. അത്തരം കാര്യങ്ങളൊക്കെ അവരുടെ രാജ്യങ്ങളിലും അവർക്ക് ന്യായീകരിക്കേണ്ടിവന്നു. ഇന്റർനാഷണലിന്റെ കാലമായിരുന്നല്ലോ അത്. സോവിയറ്റ് യൂണി യനെ ന്യായീകരിക്കാനുള്ള ബദ്ധപ്പാടിൽ ലോകത്തെമ്പാടുമുള്ള കമ്യൂണിസ്റ്റുകാർക്ക് ഒരു തരം ഹരികിരി (ജപ്പാനിൽ നിലവിലുള്ള അനുഷ്ഠാനപരമായ ഒരു ആത്മഹത്യ)തന്നെ നടത്തേണ്ടിവന്നു സോവിയറ്റ് യൂണിയനെ സാധൂകരിക്കാൻ. സോവിയറ്റ് യൂണിയനെ സംരക്ഷിക്കുക എന്നത് അത്യാവശ്യമായിരുന്നു. വേണ്ടെന്നല്ല പറ യുന്നത്. അന്ന് സോവിയറ്റ് യൂണിയൻ എന്തുതന്നെ തെറ്റുകൾ ചെയ്താലും കമ്യൂണിസ്റ്റുകാർക്കൊന്നും അവരെ തള്ളിപ്പറയാനാവി ല്ലായിരുന്നു. പക്ഷേ, മൊളോട്ടോവ്-റബ്ബൻ ട്രോപ് ഉടമ്പടി, പോളീഷ് പ്രവിശ്യകളിലേക്കുള്ള കടന്നുകയറ്റം, ഫിൻലാൻഡുമായുള്ള യുദ്ധം മുതലായ വീഴ്ചകളൊക്കെ ശരിവെക്കാൻ അവർ നിർബന്ധി തരായി.

ഇപ്പോൾ താങ്കളോട് ഞാൻ ഇതൊക്കെ പറയുന്നുണ്ടെങ്കിലും, ഇന്നോളം മറ്റു പത്രപ്രവർത്തകരോടൊന്നും ഞാൻ ഇക്കാര്യങ്ങളെ ക്കുറിച്ചു സംസാരിച്ചിട്ടില്ലെന്നു പറയാൻ ഈ അവസരം ഉപയോഗി ക്കട്ടെ.

രാഷ്ട്രീയമായി-താത്വികമായും-അവയൊക്കെ വലിയ തെറ്റു കളായിരുന്നു. ഞങ്ങൾ ഒരു കാലത്തും അത്തരം തെറ്റുകൾ

ചെയ്യുകയുണ്ടാവില്ല ക്യൂബൻ വിപ്ലവത്തിന്റെ ചരിത്രം അതിനു സാക്ഷ്യമാണ്. തത്വങ്ങൾ ഞങ്ങൾ ഇന്നോളം ബലികഴിച്ചിട്ടില്ല. ഞങ്ങളുടെ പ്രധാന ശത്രു കരുത്തനായ യു എസ് ഗവൺമെന്റായിട്ടുകൂടി, ഞങ്ങളുടെ നാടിന്റെ നേട്ടത്തിനായി ഏതെങ്കിലും വിപ്ലവ പ്രസ്ഥാനത്തെ ഞങ്ങൾ കയ്യൊഴിയുകയോ, ലോകത്തെവിടെയെങ്കിലുമുള്ള ന്യായമായ കാര്യങ്ങളെ പിന്തുണക്കാതിരിക്കുകയോ ചെയ്തിട്ടില്ല. ഞങ്ങൾ ഞങ്ങളുടെ തത്വങ്ങളെ ഒരിക്കലും കയ്യൊഴിഞ്ഞിട്ടില്ലെന്നാണ് വിപ്ലവത്തിന്റെ ചരിത്രം കാണിച്ചുതരുന്നത്.

നേരത്തെ ഞാൻ സൂചിപ്പിച്ച സംഭവങ്ങളൊക്കെ തത്വങ്ങൾക്കും സിദ്ധാന്തങ്ങൾക്കും വിരുദ്ധമാണ്. രാഷ്ട്രീയമായ വിവേകത്തിനും നിരക്കാത്തവയാണ്. 1939–സെപ്തംബർ മാസം മുതൽ 1941 ജൂൺ മാസം വരെ, ഒരു വർഷവും ഒമ്പതു മാസവും പടക്കോപ്പുകളുമായി സജ്ജമാവാൻ സോവിയറ്റ് യൂണിയന് സമയം കിട്ടി എന്നതു ശരിതന്നെ. പക്ഷെ, കരുത്താർജ്ജിച്ചത് ഹിറ്റ്ലറാണ്. പത്തുമടങ്ങു ശക്തിനേടി, ഹിറ്റ്ലർ.

രാഷ്ട്രീയമായും നൈതികമായും അത്ര വലിയ വില– കൊടുത്തുകൊണ്ടാണ് സോവിയറ്റ് യൂണിയൻ സൈനികമായി, ആയുധങ്ങൾ നേടി, സജ്ജമായത് എങ്കിൽ, ഇതേകാലത്ത് ഹിറ്റ്ലർ പതിന്മടങ്ങ് കരുത്താർജ്ജിച്ചു.

1939–ൽ ഹിറ്റ്ലർ സോവിയറ്റ് യൂണിയനെതിരായി യുദ്ധം തുടങ്ങിയിരുന്നുവെങ്കിൽ ഉണ്ടാകാമായിരുന്ന നഷ്ടം, 1941 ജൂണിൽ യുദ്ധമുണ്ടായപ്പോൾ സംഭവിച്ചതിനെക്കാൾ എത്രയോ കുറവാകുമായിരുന്നു. ഒക്ടോബർ വിപ്ലവത്തിന്റെ പാരമ്പര്യമുള്ള ഓഫീസർമാരായിരുന്നു സോവിയറ്റ് സൈന്യം നയിച്ചത്; ധീരന്മാരും പോരാളികളുമായ സോവിയറ്റ് ജനതയെയും യുദ്ധത്തിൽ അണിനിരത്താമായിരുന്നു. അത്തരമൊരു സൈന്യത്തെയും ജനതയെയും നേരിടേണ്ടിവരുന്ന ഹിറ്റ്ലർക്ക്, പണ്ട് നെപ്പോളിയൻ ബോണപാർട്ടിന് ഉണ്ടായ അനുഭവം തന്നെ നേരിടേണ്ടിവരുമായിരുന്നു. അത്യാവശ്യം വരുമ്പോൾ യുദ്ധസജ്ജമാക്കുന്ന ജനകീയ സേനയുടെ പങ്കാളിത്തം കാരണം, അന്നു തന്നെ സോവിയറ്റ് യൂണിയൻ ഹിറ്റ്ലറെ പരാജയപ്പെടുത്തുമായിരുന്നു. അതുകൊണ്ടാണ് സ്റ്റാലിനും മറ്റുനേതാക്കളും മുൻ കയ്യെടുത്ത് ഉണ്ടാക്കിയ ഈ ഉടമ്പടി തെറ്റായിരുന്നുവെന്ന് ഞാൻ എക്കാലവും കരുതുന്നത്.

പിന്നെ, സ്റ്റാലിന്റെ സ്വഭാവവിശേഷവും, ആരെയും എന്തിനേയും ഭയങ്കരമായി അവിശ്വസിക്കുന്ന സ്വഭാവവിശേഷവും, മറ്റു പല ഗുരുതരമായ തെറ്റുകളും വരുത്തിവെച്ചു. ജർമൻ ഉപജാപങ്ങളുടെ കെണിയിൽപ്പെട്ട് അദ്ദേഹം സോവിയറ്റ് സൈന്യത്തിൽ ഭയങ്കരമായ, രക്തപങ്കിലമായ, ഒരു ശുദ്ധീകരണം നടത്തി, യുദ്ധത്തിന്റെ തലേന്ന് തലയറുത്തതുപോലെയായി സോവിയറ്റ് സൈന്യം.

ഇനി, വളരെ ഗുരുതരമായ മറ്റൊരു തെറ്റ്. 1941–ജൂണിൽ ജർമൻകാർ ദഷലക്ഷക്കണക്കിന് പട്ടാളക്കാരെയും ആയിരക്കണക്കിന് വിമാനങ്ങളും പതിനായിരക്കണക്കിന് ടാങ്കുകളും കവചിത വാഹനങ്ങളും, നൂറുകണക്കിന് ഡിവിഷനുകളും.......ജർമൻ, റുമാനിയൻ, ഹംഗേറിയൻ, ഫിന്നിഷ്.................ഡിവിഷനുകൾ–റഷ്യയുടെ അതിർത്തിയിൽ വിന്യസിച്ചു. അവരുടെ ഉദ്ദേശ്യം ആക്രമണമാണെന്ന് വളരെ വ്യക്തമായിരുന്നു, മറയില്ലാതെതന്നെ അത് ആർക്കും കാണാമായിരുന്നു. എന്നിട്ടും, അത് വെറുമൊരു പ്രകോപനം മാത്രമാണ് എന്ന സിദ്ധാന്തത്തിൽ കടിച്ചു തൂങ്ങി നിന്നു സ്റ്റാലിൻ. അത്ര ഭീമമായ ഒരു സൈനികവിന്യാസത്തെപ്പറ്റി അദ്ദേഹം കേട്ട കാര്യങ്ങളും ഇന്റലിജൻസ് റിപ്പോർട്ടുകളും വെറും പ്രകോപനമെന്നും പറഞ്ഞ്, ഒരു ഒട്ടകപക്ഷിയെപ്പോലെ മണലിൽ തലപൂഴ്ത്തിയിരിക്കുകയായിരുന്നു സ്റ്റാലിൻ. തന്റെ രാജ്യത്തിന്റെ നേർക്ക് ഒരു ആക്രമണം ആസന്നമാണെന്നറിയുന്ന ഏത് രാഷ്ട്രനേതാവിന്റെയും ആദ്യപ്രതികരണം പൊതുവായ ഒരു തയ്യാറെടുപ്പിനുള്ള ആഹ്വാനമാവും. പക്ഷേ, ദശലക്ഷക്കണക്കിന് ജനങ്ങളെ–യുദ്ധസജ്ജമാക്കാൻ കഴിവുള്ള ആയിരമായിരം യുദ്ധവിമാനങ്ങളും ടാങ്കുകളും എല്ലാമുള്ള സോവിയറ്റ് യൂണിയൻ, അവരെയൊക്കെ ക്രമേണയെങ്കിലും യുദ്ധസന്നദ്ധമാക്കാൻ ഒന്നും ചെയ്തില്ല– ഒരു ഉത്തരവു പുറപ്പെടുവിക്കുക പോലും ചെയ്തില്ല. തങ്ങൾ ഹിറ്റ്ലർക്ക് എതിരാണ് എന്ന് ഒരു സൂചനകൂടി കൊടുക്കാത്ത മട്ടിൽ, അതീവശ്രദ്ധയോടെയുള്ള ആ പെരുമാറ്റം വിചിത്രമായിട്ടാണ് എനിക്ക് എക്കാലവും തോന്നിയിട്ടുള്ളത്.

എന്നിട്ടെന്തു സംഭവിച്ചു. 1941–ൽ സോവിയറ്റ് യൂണിയൻ വരുത്തിവെച്ച അത്തരം വിനകൾകാരണം ആ വർഷം തന്നെ ജൂൺ 22ന് ഹിറ്റ്ലർ സോവിയറ്റ് യൂണിയനെതിരായി 'അപ്രതീക്ഷിത'മായ ആക്രമണം തുടങ്ങി–ഒരു ശനിയാഴ്ചയോ ഞായറാഴ്ചയോ ആയിരുന്നു എന്നാണ് എന്റെ ഓർമ്മ.

ദശലക്ഷക്കണക്കിലുള്ള സൈന്യവുമായി എങ്ങനെയാണാവോ 'അപ്രതീക്ഷിതമായ'ഒരു ആക്രമണമുണ്ടാവുക!' എന്തായാലും, അതാണ് നടന്നത്. അങ്ങനെ, തീരെ യുദ്ധസജ്ജമല്ലാതിരുന്ന ഒരു രാജ്യത്തിനെതിരെയാണ് ഹിറ്റ്ലറുടെ സേന ആക്രമണം നടത്തിയത്. അന്നത്തെ ദിവസം, മുൻനിരയിലെ വിമാനത്താവളങ്ങളിലെയും വ്യോമസേനാവിഭാഗങ്ങളിലേയുമടക്കം ഒട്ടേറെ ഓഫീസർമാരും സാധാരണപട്ടാളക്കാരും പാസും നേടി പുറത്തു പോയിരുന്നു–ശനിയാഴ്ചയോ ഞായറാഴ്ചയോ ആയിരുന്നല്ലോ.

അന്ന് അവർ ചേയ്യേണ്ടതെന്തായിരുന്നു എന്നതിനെപ്പറ്റി എനിക്ക് വളരെ വളരെ വ്യക്തമായ ഒരു കാഴ്ചപ്പാടുണ്ട്. സൈന്യത്തെ ഒരുക്കി സമരരംഗത്തേക്കു സജ്ജമാക്കുകയും യുദ്ധ

വിമാനങ്ങളും കവചിതവാഹനങ്ങളുമൊക്കെ മുൻനിരയിൽ നിന്ന് ഏറെ പിന്നോക്കം മാറ്റുകയുമാണ് അവർ ചെയ്യേണ്ടിയിരുന്നത്. ആക്രമണത്തിനു ഭാവമില്ലെങ്കിൽ, ആത്മരക്ഷയ്ക്കുള്ള പ്രതിരോധം എന്ന നയമായിരുന്നുവെങ്കിൽ, അവർ വിമാനങ്ങളും മറ്റ് ആയുധങ്ങളും ഉള്ളോട്ടുവലിച്ച്, ആകാവുന്നത്ര സൈന്യത്തെ നയതന്ത്ര സ്ഥാനങ്ങളിൽ വിന്യസിച്ച്, പരമാവധി ജാഗ്രത പുലർത്തേണ്ടതായിരുന്നു. അങ്ങനെയായിരുന്നുവെങ്കിൽ, ഹിറ്റ്ലർക്ക് അത്തരമൊരു മിന്നൽ ആക്രമണം നടത്താനും ഇത്രയേറെ നാശനഷ്ടങ്ങൾ വരുത്താനും കഴിയുമായിരുന്നില്ല.

യുഗോസ്ലാവിയയുടെ നേരെ ആക്രമണമുണ്ടായപ്പോൾത്തന്നെ –ഹിറ്റ്ലറുടെ ആ ആക്രമണം മൂലം സോവിയറ്റ് യൂണിയന് ചില ആഴ്ചകൾ തന്നെ സമയം കിട്ടിയിരുന്നു–സോവിയറ്റ് യൂണിയൻ സജ്ജീകരണം തുടങ്ങേണ്ടതായിരുന്നു. അവർ അന്ന് അത് ചെയ്തിരുന്നുവെങ്കിൽ 1941–ൽ തന്നെ സോവിയറ്റ്സേന സോവിയറ്റ് യൂണിയനകത്തു വച്ചു തന്നെ ഹിറ്റ്ലറെ അമർത്തിപ്പൊടിച്ചു വിട്ടേനെ. ലക്ഷക്കണക്കിൽ സൈനികരെ വലയം ചെയ്ത്, ഒന്ന് രണ്ട് ആഴ്ചകൾക്കുള്ളിൽ നൂറായിരം പട്ടാളക്കാരെ യുദ്ധത്തടവുകാരാക്കി, ഒന്നാം ദിവസം തന്നെ എല്ലാ പോർവിമാനങ്ങളും നഷ്ടമായി. യുദ്ധത്തിന്റെ ആദ്യവാരങ്ങളിലും മാസങ്ങളിലുമായി സർവനാശം നേരിടുക എന്ന ദുര്യോഗം സോവിയറ്റ് യൂണിയന് ഒഴിവാക്കാമായിരുന്നു– ജർമൻ സേന മോസ്കോവിലും കീവിലും സ്റ്റാലിൻഗ്രാദിലും ഒന്നും ചെന്നെത്താതെ നോക്കാമായിരുന്നു. അത്രയും വലിയ ഒരു നാട്ടിലെ ജനതയെയാകെ യുദ്ധ സജ്ജമാക്കിയിരുന്നെങ്കിൽ അവർ ജർമൻ സൈന്യത്തെ അപ്പാടെ വിഴുങ്ങുമായിരുന്നു. അന്ന് സോവിയറ്റ് യൂണിയൻ ചെയ്യേണ്ടതു ചെയ്തിരുന്നുവെങ്കിൽ, രണ്ടാംലോകമഹായുദ്ധം ബർലിനിൽ ആയിരിക്കില്ല അവസാനിക്കുക; ഹിറ്റ്ലറുടെ സേന കീഴടങ്ങിയിരുന്നില്ലെങ്കിൽ, പോർച്ചുഗലിൽ ആകുമായിരുന്നു യുദ്ധത്തിന്റെ അന്ത്യം.

തോമസ് ബോർഗെ: *അങ്ങനെയായിരുന്നെങ്കിൽ സോവിയറ്റ് യൂണിയന് യൂറോപ്പാകെ കീഴടക്കാമായിരുന്നു; ഫ്രാൻസിലുടെയെങ്കിലും..........*

കാസ്ട്രോ: അവർ ഹിറ്റ്ലറെ ജർമനിയുടെ പടിഞ്ഞാറൻ അതിർത്തി പ്രദേശത്തോ ബർലിനിലോ വച്ച് തോൽപ്പിച്ചിരുന്നുവെങ്കിൽ അവർക്ക് പിന്നെ മുന്നോട്ടു നീങ്ങേണ്ട ആവശ്യമുണ്ടാകുമായിരുന്നില്ല. ഹിറ്റ്ലറുടെ സൈന്യം ഫ്രാൻസിൽ കയറി–സ്പെയിനുമായി ചങ്ങാത്തത്തിലായിരുന്നതുകൊണ്ട് ആ രാജ്യത്തെ ഒഴിവാക്കുകയും ചെയ്തു. അങ്ങനെ യുദ്ധം അതിന്റെ സ്വാഭാവിക പരിണാമത്തിലെത്തിയിരുന്നുവെങ്കിൽ, പോർച്ചുഗലിൽ വെച്ചായിരിക്കും അവസാനി

ച്ചിരിക്കുക. ഒരു രണ്ടാംനിരയുടെ ആവശ്യമുണ്ടാവില്ലായിരുന്നു–അമേരിക്കൻ സൈന്യം യൂറോപ്പിലെത്തുകയുമില്ലായിരുന്നു. എല്ലാ വസ്തുതകളും വിസ്തരിച്ചു പഠിച്ചുകൊണ്ടുതന്നെയാണ് ഞാൻ ഇതു പറയുന്നത്.

അപ്പോൾ, സ്റ്റാലിൻ ചെയ്ത ഏറ്റവും മോശമായ തെറ്റുകൾ ഞാൻ എണ്ണിയെണ്ണി പറഞ്ഞു–അധികാര ദുർവിനിയോഗം, നിയമലംഘനങ്ങൾ, കാട്ടിക്കൂട്ടിയ ക്രൂരതകൾ..........എല്ലാം. വളരെ അടിസ്ഥാനപരമായ തെറ്റുകളായിരുന്നു അവയൊക്കെ.

തോമസ് ബോർഗെ: *സ്റ്റാലിൻ ചെയ്ത നല്ല കാര്യങ്ങൾ എന്തെല്ലാമാണ് താങ്കളുടെ അഭിപ്രായത്തിൽ?*

കാസ്ട്രോ: സോവിയറ്റ് യൂണിയന്റെ ഏകീകരണത്തിന്റെ പിന്നിലുള്ള ഏറ്റവും വലിയ ശക്തി സ്റ്റാലിനായിരുന്നു– ഞാനതിന്റെ വിശദാംശങ്ങളിലേക്ക് കടക്കുന്നില്ല. പാർട്ടിയുടെ ഐക്യത്തിനും അന്തർദേശീയ വിപ്ലവ പ്രസ്ഥാനത്തിന് ആക്കം കൂട്ടാനും, ലെനിൻ തുടങ്ങിവച്ച പ്രവർത്തനങ്ങളെ വേണ്ടപോലെ ഏകോപിപ്പിക്കാനും അദ്ദേഹത്തിനു കഴിഞ്ഞു. സംശയമില്ലാത്ത കാര്യമാണത്. അതുപോലെതന്നെ, സോവിയറ്റ് യൂണിയന്റെ വ്യവസായവൽക്കരണവും വലിയൊരു വിജയമായിരുന്നു. സോവിയറ്റ് യൂണിയന് ശക്തമായി ഉറച്ചു നിൽക്കാനായതിന്റെ പിന്നിലുള്ള ഒരു അടിസ്ഥാനകാരണം ആ വ്യവസായവൽക്കരണമായിരുന്നു. അതിന്റെ പ്രധാന കാരണക്കാരൻ സ്റ്റാലിനായിരുന്നു.

പടക്കോപ്പു നിർമാണ വ്യവസായവും തന്ത്രപ്രാധാന്യമുള്ള മറ്റു ചില അടിസ്ഥാനവ്യവസായങ്ങളും സൈബീരിയയിലേക്കും സോവിയറ്റ് യൂണിയന്റെ ഉൾപ്രദേശങ്ങളിലേക്കും നീക്കാൻ കഴിഞ്ഞതാണ് സ്റ്റാലിന്റെ മറ്റൊരു പ്രധാനനേട്ടം. ഈ നേട്ടങ്ങളും കോട്ടങ്ങളും ഒക്കെത്തന്നെ ഒരു കൂട്ടായ്മയുടെ ഫലമാണ്. ഇന്ന് പലരും ഇതൊക്കെ സ്റ്റാലിൻ എന്ന വ്യക്തിയുടെ നേട്ടങ്ങളോ കോട്ടങ്ങളോ ആയിട്ടാണ് കാണുന്നത്. അതു ശരിയല്ല. പലരുടേയും കൂട്ടായ ജയങ്ങളോ പരാജയങ്ങളോ ആയിരുന്നു അവയൊക്കെ.

അവസാനം യുദ്ധം തുടങ്ങിയപ്പോൾ സോവിയറ്റ് യൂണിയന് നേതൃത്വം കൊടുക്കുന്ന കാര്യത്തിൽ അദ്ദേഹം നല്ല ഒരു പങ്കാണ് വഹിച്ചത്. ആദ്യനാളുകളിലൊക്കെ അദ്ദേഹത്തിന് കുറെയേറെ പരിഭ്രമവും ആശയക്കുഴപ്പവും ഉണ്ടായിരുന്നു എന്ന കാര്യം ചരിത്രം രേഖപ്പെടുത്തിയിട്ടുണ്ട്. അന്നത്തെ ആദ്യത്തെ ചില മണിക്കൂറുകളിലെ സംഭവവികാസങ്ങളെപ്പറ്റി മിക്കോയാൻ എന്നോടു പറഞ്ഞിട്ടുണ്ട്. തന്റെ കണക്കു കൂട്ടലുകളൊക്കെ തെറ്റുന്നു എന്നു കണ്ടപ്പോൾ അദ്ദേഹത്തിന് ഏറെ ദുഃഖവും വേദനയുമുണ്ടായി. അപ്രതീക്ഷമായിട്ടാണല്ലോ സോവിയറ്റ് യൂണിയൻ ആക്രമിക്കപ്പെട്ടത്. വെറുമൊരു പ്രകോപനം എന്ന മട്ടിൽ തള്ളിക്കളഞ്ഞ കാര്യങ്ങളാണ് യുദ്ധത്തി

ലേക്കെത്തിച്ചത്. ഏറെ നാശവും വരുത്തിവച്ചു ഹിറ്റ്ലർ. അങ്ങനെ കുറെയേറെ മണിക്കൂറുകൾ, അല്ല, ദിവസംതന്നെ, സ്റ്റാലിൻ വെപ്രാളത്തിലായിരുന്നു. പക്ഷേ ഏറെത്താമസിക്കാതെ അദ്ദേഹം തിരിച്ചടിക്കാൻ തുടങ്ങുകയും നല്ലൊരു യുദ്ധനായകനാവുകയുമാണ് ഉണ്ടായത്. ഔദ്യോഗികമായ അധികാരവും പ്രതാപവും അദ്ദേഹത്തിൽ ഒരുമിച്ചു സമ്മേളിച്ചിരുന്നതുകൊണ്ട് പലതരം പ്രവൃത്തികൾ ഏകോപിപ്പിച്ചുകൊണ്ടുപോകാൻ അദ്ദേഹത്തിനു കഴിഞ്ഞു. അന്നുതൊട്ട് സ്റ്റാലിൻ സോവിയറ്റ് യൂണിയന്റെ സുരക്ഷക്കായി സ്വയം ഉഴിഞ്ഞുവെച്ചു. നാസിസത്തിനെതിരായ സോവിയറ്റ് യൂണിയന്റെ ചെറുത്തുനിൽപ്പിൽ സ്റ്റാലിൻ നൽകിയ നേതൃത്വത്തെപ്പറ്റി ഷുഖോവിനെ പോലുള്ള പട്ടാള മേധാവികൾ വളരെയധികം പ്രകീർത്തിച്ചിട്ടുണ്ട്. എല്ലാവർക്കും അക്കാര്യം ബോധ്യമാണുതാനും.

സോവിയറ്റ് യൂണിയനിൽ സംഭവിച്ചതിനൊക്കെ സ്റ്റാലിനെ പഴിക്കാതെ, നിഷ്പക്ഷമായ ഒരു അപഗ്രഥനം നടത്തുന്ന സമയം വരും. കാര്യങ്ങൾ ആഴത്തിൽ പഠിക്കുമ്പോൾ വ്യക്തമാക്കുന്നത് സോവിയറ്റ് യൂണിയൻ യഥാർഥത്തിൽ ശക്തമായിരുന്നു എന്നുതന്നെയാണ്. ഹിരോഷിമയിലും നാഗസാക്കിയിലും ആറ്റംബോംബിട്ട്-ആണവായുധങ്ങളുടെ കാര്യത്തിൽ യു എസ് എയ്ക്ക് കുത്തകാവകാശം നേടിക്കൊടുത്തത് ആ സംഭവമാണല്ലോ-ഏതാണ്ട് നാല് വർഷത്തിനകം സോവിയറ്റ് യൂണിയനും ആണവായുധങ്ങൾ ഉണ്ടാക്കാൻ കഴിഞ്ഞു. ഏറെത്താമസിയാതെ തെർമോ ന്യൂക്ലിയർ ആയുധങ്ങളും അവ വിക്ഷേപിക്കാനുള്ള വാഹനങ്ങളും അവർ ഉണ്ടാക്കി. ഭക്ഷ്യോൽപ്പാദനത്തിലും വ്യാവസായിക പുരോഗതിയിലും ബഹിരാകാശ യാത്രകളിലും റോക്കറ്റ് വിക്ഷേപണരംഗത്തും ഒക്കെത്തന്നെ സോവിയറ്റ് യൂണിയൻ മുൻപന്തിയിലായിരുന്നു.

ചില വർഷങ്ങളിൽ അവർ 2000 മില്യൺ ടണ്ണിലേറെ ഭക്ഷ്യധാന്യങ്ങൾ ഉൽപ്പാദിക്കുകയുണ്ടായി. രണ്ടാംലോകമഹായുദ്ധത്തിന്റെ തുടക്കത്തിൽ അവരുടെ ഗോതമ്പ് ഉൽപ്പാദനം കഷ്ടിച്ച് 50-60 മില്യൺ ടൺ മാത്രമായിരുന്നു.

വീണ്ടും വിശദാംശങ്ങളിലേക്കു കടക്കുന്നില്ലെങ്കിലും, നമുക്കു പരിചയമുള്ള സോവിയറ്റ് യൂണിയൻ വളരെ സമ്പന്നമായ ഒരു രാഷ്ട്രമായിരുന്നു- അപാരമായ സാമ്പത്തിക വിഭവങ്ങളും അസംസ്കൃതപദാർഥങ്ങളും വ്യാവസായിക വിഭവങ്ങളും ഒക്കെയുള്ള ഒരു വൻശക്തി (സൂപ്പർപവർ)

സോവിയറ്റ് യൂണിയനെ അത്തരത്തിലുള്ള ഒരു സൂപ്പർപവർ ആക്കി വളർത്തുന്ന കാര്യത്തിൽ സ്റ്റാലിനു വല്ല പങ്കുമുണ്ടായിരുന്നോ? തീർച്ചയായും ഉണ്ടായിരുന്നു. അപ്പോൾ പിന്നെ അവിടെ സംഭവിച്ച പ്രമാദങ്ങൾക്കൊക്കെ സ്റ്റാലിനെ എങ്ങനെ പഴിപറയാൻ കഴിയും? അങ്ങനെ ചെയ്യുന്നത് ചരിത്രത്തോട് ഉപരിപ്ലവമായ ഒരു

സമീപനമെടുക്കലായിരിക്കും-അത് ഞാൻ അംഗീകരിക്കില്ല. സോഷ്യലിസ്റ്റ് വിപ്ലവത്തിനു കളമൊരുക്കുകയും വിന്റർ പാലസ് പിടിച്ചടക്കുകയും സോവിയറ്റ് ഗവൺമെന്റ് രൂപീകരിക്കുകയുമൊക്കെ ചെയ്ത ലെനിനാണ് ഇതിനൊക്കെ ഉത്തരവാദി എന്നു പറയും പോലെ ബാലിശമായിരിക്കും ആ വാദം. അങ്ങനെ പോയാൽ നാം ആരെയെല്ലാം പഴിക്കും. ഒരുപക്ഷേ ദൈവത്തെവരെ പഴിക്കുമായിരിക്കും-അദ്ദേഹമാണല്ലോ ലെനിന് ഒരു 15-20 വർഷം കൂടി ആയുസ് നീട്ടിക്കൊടുക്കാത്തതിന് ഉത്തരവാദി!

അങ്ങനെയൊക്കെ പറയാമെങ്കിലും ഞാൻ ഇതിനെ ഒരു തമാശയാക്കി മാറ്റുന്നില്ല. വസ്തുതയെന്തെന്നാൽ, കരുത്തുള്ള ആ രാഷ്ട്രത്തിന്റെ പിൻമുറക്കാർ വളരെ ചുരുങ്ങിയ കാലം കൊണ്ട് അതിനെ നശിപ്പിച്ചു-ഹിറ്റ്ലറുടെ ലോകത്തിലെ മറ്റെല്ലാ പിന്തിരിപ്പൻ ശക്തികളും വളരെ പണിപ്പെട്ടിട്ടു പോലും ഫലിക്കാതെ പോയ ഒരു കാര്യം ഒന്നു രണ്ടു വർഷം കൊണ്ട് അവർ നേടി! 20 മില്യൺ പൗരന്മാർ കൊല്ലപ്പെട്ടിട്ടുപോലും തങ്ങളുടെ അഖണ്ഡത നില നിർത്താൻ കഴിഞ്ഞ ശക്തമായ ആ രാഷ്ട്രത്തെ അവർ ഇല്ലാതാക്കി. ഭീമമായ ആ ഉത്തരവാദിത്വം ഈ പിൻമുറക്കാർക്കാണ്. ഒരു കാലത്ത് ചരിത്രം ആ ഉത്തരവാദിത്വം അവരുടെ മേൽ അടിച്ചേൽപ്പിച്ചു. ഒരു വെടിപോലും വെക്കാതെ സാമ്രാജ്യത്വത്തിന് അവരുടെ ലക്ഷ്യം നേടാൻ സഹായിച്ചത് അവരാണല്ലോ.

നാം വസ്തുനിഷ്ഠമായി കാര്യങ്ങളെ അപഗ്രഥിക്കണം. സ്റ്റാലിൻ വരുത്തിവെച്ച രാഷ്ട്രീയമായ തെറ്റുകൾ, തത്വദീക്ഷയുടെ കാര്യത്തിൽ വന്ന പരാജയങ്ങൾ, അതേ സമയത്ത് അദ്ദേഹത്തിന്റെ നേട്ടങ്ങൾ എന്നിവയൊക്കെ വസ്തുതാപരമായി അപഗ്രഥിക്കണം; സോവിയറ്റ് യൂണിയന്റെ തകർച്ചയിലേക്ക് നയിച്ച സംഭവവികാസങ്ങളെ ആഴത്തിൽ പഠിക്കണം; ഓരോ വ്യക്തിയുടെയും ഉത്തരവാദിത്വത്തെപ്പറ്റി വിലയിരുത്തണം. സോവിയറ്റ് യൂണിയനിൽ സോഷ്യലിസം കെട്ടിപ്പടുത്തത് മാനവചരിത്രത്തിലെ ആദ്യത്തെ അനുഭവമായിരുന്നു. തെറ്റുപറ്റാത്ത ഒരു വിപ്ലവ പ്രസ്ഥാനവും ഉണ്ടായിട്ടില്ല. ഫ്രഞ്ചുവിപ്ലവമെടുത്തു പരിശോധിച്ചു നോക്കൂ-ചരിത്രം പഠിപ്പിക്കുന്ന മറ്റു സുപ്രധാന വിപ്ലവങ്ങൾ പരിശോധിച്ചു നോക്കൂ. ലാറ്റിനമേരിക്കയിലുണ്ടായ മെക്സിക്കൻ വിപ്ലവത്തിന്റെ കഥയെന്ത്? ബോൾഷെവിക്ക് വിപ്ലവത്തിനു തൊട്ട് മുമ്പുണ്ടായ ചരിത്ര സംഭവമാണല്ലോ അത്. അവിടെ ഹിംസയുടെ ക്രൂരതയും നിയമനിഷേധവും എല്ലാം ഉണ്ടായിട്ടുണ്ട്. ഫ്രഞ്ചുവിപ്ലവത്തിലും അതൊക്കെ ഉണ്ടായില്ലേ? വിപ്ലവം കഴിഞ്ഞശേഷമുണ്ടായ പുനഃസ്ഥാപനത്തിന്റെ കാലത്തും കുറെയേറെ നിയമ ധ്വംസനമുണ്ടായില്ലേ. എല്ലാ വിപ്ലവത്തിന്റെ കാര്യത്തിലും അതൊക്കെ സംഭവിക്കും.

ഞങ്ങളുടെ കാര്യത്തിൽ, പരിമിതമായ വീഴ്ചകളേ ഞങ്ങൾ

ക്കു പറ്റിയിട്ടുള്ളുവെന്ന് ഞാൻ ഇതിനിടക്ക് എവിടെയോ, സൂചിപ്പിച്ചിട്ടുണ്ട്. മറ്റു പല വിപ്ലവങ്ങൾക്കും പറ്റിയ അബദ്ധങ്ങൾ ഞങ്ങൾക്ക് ഒഴിവാക്കാൻ കഴിഞ്ഞു. വേണമെങ്കിൽ ഞാൻ അവയൊക്കെ എണ്ണിയെണ്ണിപ്പറയാം–പക്ഷേ നാം ഇപ്പോൾ അതല്ലല്ലോ ചർച്ച ചെയ്യുന്നത്.

സാറിന്റെ ആ പഴയ സാമ്രാജ്യത്തിനെതിരായ ഒരു വിപ്ലവം കുറ്റമറ്റതാക്കാമെന്ന് ആർക്കെങ്കിലും ചിന്തിക്കാനാവുമോ? സാധ്യമല്ല. അപ്പോൾ, തോമസ്, അന്ന് ഒരു വിപ്ലവം നടന്നു. കുറ്റങ്ങളും കുറവുകളും ഉണ്ടെങ്കിലും, വളരെയേറെ നേട്ടങ്ങളും കൈവരിച്ച ഒരു വിപ്ലവം. ലോകചരിത്രത്തിൽ ആ വിപ്ലവത്തിന് വലിയ പ്രാധാന്യമുണ്ടായിരുന്നു. സോവിയറ്റ് യൂണിയന്റെ അസ്തിത്വവും അവർ നേരിടേണ്ടിവന്ന സമരങ്ങളും ലോകത്തിലെ മറ്റുപല ഭാഗങ്ങളിലും വിപ്ലവ പ്രസ്ഥാനത്തിന് ആക്കം കൂട്ടി. മാനവരാശി ഫാസിസത്തിന്റെ ചതിക്കുഴിയിൽ ചെന്നു വീഴാതെ കാത്തത് സോവിയറ്റ് യൂണിയനാണ്. വളരെയേറെ പ്രാധാന്യമർഹിക്കുന്ന ചൈനീസ് വിപ്ലവപ്രസ്ഥാനം ത്വരിതപ്പെടുത്താൻ അതിനു കഴിഞ്ഞു; വിയത്നാമിന്റെ സ്വാതന്ത്ര്യം, ആഫ്രിക്കയിലും മറ്റു രാജ്യങ്ങളിലുമുണ്ടായ വിമോചന സമരങ്ങൾ എന്നിവയ്ക്കൊക്കെ കാരണം സോവിയറ്റ് യൂണിയനാണ്. രണ്ട് വൻ ശക്തികളുടെ ബലാബലത്തിനിടക്ക് ഞെരുങ്ങുന്ന ലോകത്തിന് അവർ ആശ്വാസമായിരുന്നു. യു എസ് എ യുടെ സാമ്രാജ്യത്വത്തിന്റെ നുകക്കീഴിൽ പെടരുത് എന്നു മോഹിച്ച രാജ്യങ്ങൾക്ക് സോവിയറ്റ് യൂണിയന്റെ നിലനിൽപ്പ് ഏറെ ഉപകരിച്ചു. സോവിയറ്റ് യൂണിയന്റെ തകർച്ചയോടെ അതാണല്ലോ നമുക്ക് നഷ്ടപ്പെട്ടത്.

4

ആദർശങ്ങളുടെ അപനിർമാണവും പുത്തൻ ഉദാരവൽക്കരണവും

ആദർശങ്ങളൊക്കെ കാലഹരണപ്പെട്ടു കൊണ്ടിരിക്കുന്നു എന്ന മിഥ്യാധാരണ മനുഷ്യരാശിയുടെ വിവേകത്തെ കൽപ്പിച്ചു കൂട്ടി അവഹേളിക്കലാണ്.

വിപ്ലവത്തിന്റേതായ ആശയങ്ങൾ-പല തുണ്ടുകൾ ഒട്ടിച്ചു ചേർത്ത് എങ്ങനെയോ നിലനിർത്തിവരുന്ന ആശയങ്ങൾ-അന്യംനിന്നുകൊണ്ടിരിക്കുന്നു എന്നാണ് ചിലരുടെ വാദം. അവർ, കാതടപ്പിക്കുന്ന മട്ടിൽ, ആദർശങ്ങളുടെ അപചയത്തെപ്പറ്റി പറഞ്ഞുകൊണ്ടിരിക്കുന്നു.

'ഡി-ഐഡിയോളജൈസേഷൻ' എന്ന ഈ വാക്ക് ദൂരെ വലിച്ചെറിയേണ്ടതാണ്. ഒരു പൊട്ടക്കവിയുടെ കൃതിയിലുംകൂടി പ്രത്യക്ഷപ്പെടാത്തമട്ടിൽ തിരസ്കരിക്കേണ്ടതാണ്. വളരെ അമൂർത്തമായ ഒരു വസ്തുതയാണ് എന്നെ സംബന്ധിച്ചിടത്തോളം ആശയങ്ങളുടെ അപചയം.

ഒരു കാര്യത്തിലും പഴയ ആദർശങ്ങൾ ഉണ്ടാവരുത് എന്നാണ് ചിലരുടെ അഭിപ്രായം-സാമ്പത്തിക കാര്യങ്ങളുടെ ചർച്ചയായാലും രാഷ്ട്രീയ നിർദേശങ്ങളായാലും അന്താരാഷ്ട്രബന്ധങ്ങളായാലും ശരി, ഇതൊക്കെ ഒരു പുതിയ ലോകക്രമത്തിന്റെ അപദാനങ്ങൾ പാടാൻ അവർ നമ്മെ ക്ഷണിച്ചുകൊണ്ടിരിക്കുന്നു.

ഒക്കെ സുന്ദരമാണ്: യൂറോപ്പിലെ കടകളുടെ കവാടങ്ങളിൽ കാഴ്ചക്കു നിർത്തിയ സ്ത്രീകൾ എത്ര സുന്ദരികളാണ്: മനാഗ്വയിലും മനിലയിലും ലാഗോസിലുമൊക്കെ ചവറുകളിൽ ചികഞ്ഞു നടക്കുന്ന കുട്ടികൾ മനോഹരമായ കാഴ്ചയാണ്! ഏറ്റവും നല്ല ഒരു

ലോകമാണിത്–എത്ര ആവേശത്തോടെയാണ് നമ്മുടെ സർക്കാരുകളൊക്കെ അന്താരാഷ്ട്ര നാണയനിധിയുടെ മുന്നിൽ മുട്ടുമടക്കുന്നത്; എത്ര മനോഹരമായാണ് രാഷ്ട്രങ്ങളെയും അവയിലെ താമസക്കാരായ സ്ത്രീപുരുഷന്മാരേയും ചൂഷണം ചെയ്യുന്നത്!

"ഈ മനോഹരമായ സംവിധാനത്തിനെതിരെ വിരലനക്കരുത്; മുതലാളിത്തത്തെ വിമർശിച്ച് ഒരു വാക്കുപോലും മിണ്ടരുത്. അത് ദൈവം പൊറുക്കില്ല" എന്ന് അവർ ആക്രോശിക്കുന്നു.

ഇതൊന്നും ആദർശങ്ങളുടെ അവസാനമല്ലെന്നു നമുക്കറിയാം. യൂറോപ്പിലെ രാഷ്ട്രീയ നിലവറകളും നിക്കരാഗ്വയിലെ ബാലറ്റുപെട്ടികളുമൊക്കെ മാർക്സിസത്തെ കുഴിച്ചു മൂടാനുള്ള അവരുടെ വിഫലശ്രമങ്ങളാണ്.

ക്യൂബയിൽ വ്യാപാരമാകെ ദേശസാൽക്കരിച്ചതും വിദേശ വ്യാപാര മേഖലയിലും ബാങ്കിംഗ് മേഖലയിലും ഗവൺമെന്റ് കുത്തകാവകാശം സ്ഥാപിച്ചതും തെറ്റായിപ്പോയി എന്നാണ് ഇവരുടെ വാദം. സ്വതന്ത്രവ്യാപാരം എന്ന പരിശുദ്ധക്ഷേത്രത്തെ അവർ അശുദ്ധമാക്കി, സ്വകാര്യസ്വത്ത് എന്ന നിർമലമായ മണ്ഡലത്തെ അവർ മലിനമാക്കി, സാമ്പത്തിക ജീവിതത്തിൽ അനാവശ്യമായി ഇടങ്കോലിട്ടുകൊണ്ടിരുന്നു. പ്രകൃതിയെയും സമൂഹത്തെയും വസ്തുനിഷ്ഠമായി കാണാൻ ശ്രമിക്കുന്ന ഒരു വിദ്യാഭ്യാസ സമ്പ്രദായത്തിനു രൂപം നൽകുകയും ആ മേഖലയിൽ അനാവശ്യമായി കടന്നുകയറ്റം നടത്തി അതിനെ നശിപ്പിക്കുകയും ചെയ്തു; പോപ്പിന്റെ ചുറ്റോലകളെ അവഗണിക്കുകയും അദ്ദേഹം നടത്തിയ സ്മാർത്തവിചാരങ്ങളെ ബഹുമാനിക്കാതിരിക്കുകയും ചെയ്തു......എന്നൊക്കെ വിമർശകന്മാരുടെ പരാതികൾ.....

ഇതിനെക്കുറിച്ചൊക്കെ സംസാരിക്കുമ്പോൾ ഫിദൽ കാസ്ട്രോ, ഈ ആദർശങ്ങളുടെ അപനിർമാണം' എന്നതിലെ കാപട്യത്തെ തുറന്നു കാട്ടുകയാണ്. നാണം മറയ്ക്കാൻ ഉപയോഗിക്കുന്ന ഈ ഇലകളൊക്കെ വരാനിരിക്കുന്ന കൊടുങ്കാറ്റിൽ പറന്നു പോകുമെന്നും ക്ഷേമവും പ്രതീക്ഷകളും സൃഷ്ടിക്കാൻ കഴിയാത്ത വന്ധ്യതയെ ജനസമക്ഷം തുറന്നു കാണിക്കുമെന്നും അദ്ദേഹം പറയുന്നു.

'സാമ്രാജ്യത്വം' ബൂർഷ്വാസി എന്നിവയൊന്നും വെറും തേയ്മാനം വന്ന വാക്കുകളല്ലെന്നും അവയ്ക്ക് ഇന്നും വേണ്ടതിലേറെ പ്രസക്തിയുണ്ടെന്നും അദ്ദേഹം പറയുന്നു. അവയൊന്നും നിങ്ങൾ വകവയ്ക്കുന്നില്ലെന്നു നടിച്ചാൽ പോലും, ഏറെത്താമസിയാതെ അവ നിങ്ങളെ പിടികൂടി ആണിയടിച്ച് ശരിപ്പെടുത്തും.

ടി ബി

തോമസ് ബോർഗെ: *ചെ ഗുവേരയുടെ ചിന്തകൾ കുറേ കാലമായി മറന്നിരുന്ന ക്യൂബയിൽ ഈയിടെയായി ജനങ്ങൾ ആ ചിന്തകൾക്ക് കേന്ദ്രസ്ഥാനം കൊടുക്കുന്നതായി കാണാനുണ്ടല്ലോ. ഇത് എന്തുകൊണ്ടാണ്?*

കാസ്ട്രോ: നോക്കൂ, തോമസ്, ഞങ്ങൾ എക്കാലത്തും ചെയുടെ ചിന്തകൾക്ക് വേണ്ടത്ര ശ്രദ്ധകൊടുത്തിട്ടുണ്ട്. ഞങ്ങൾ പുനർനിർമാണപ്രക്രിയ തുടങ്ങിയ കാലം മുതൽക്ക്, സോഷ്യലിസ്റ്റ് ചേരിയിലെ പ്രശ്നങ്ങൾ ആരംഭിക്കുന്നതിനും പെരിസ്ത്രോയ്ക്കയ്ക്കും എല്ലാം വളരെമുമ്പ്, ഞാൻ തന്നെ ചെയുടെ ചിന്തകൾ മനനം ചെയ്യാൻ തുടങ്ങിയിട്ടുണ്ട്. ചെയുടെ ഒരു ചരമവാർഷിക വേളയിൽ ഇരുപതാം വാർഷികമാണെന്നാണ് എന്റെ ഓർമ്മ-ഞാൻ ചെയെ പറ്റിയും അനുബന്ധ വിഷയങ്ങളെപ്പറ്റിയും വിസ്തരിച്ചു പ്രസംഗിക്കുകയുണ്ടായി.

സോഷ്യലിസ്റ്റു ക്യാമ്പിലുണ്ടായ സംഭവവികാസങ്ങൾ നിരീക്ഷിക്കുമ്പോൾ ചെയോടുള്ള ബഹുമാനം കൂടിക്കൂടി വരികയാണ്. സോഷ്യലിസം കെട്ടിപ്പടുക്കാൻ വേണ്ടി മുതലാളിത്തമാർഗം ഉപയോഗിക്കുന്ന രീതിയോട് അദ്ദേഹത്തിന് എക്കാലവും എതിർപ്പായിരുന്നു. സാമ്പത്തിക ശാസ്ത്രജ്ഞനായ നമ്മുടെ ഒരു സഖാവ് ചെയുടെ പ്രസംഗങ്ങളും ലേഖനങ്ങളുമെല്ലാം സവിസ്തരം പഠിച്ച്, അവയിലെ ആശയങ്ങളെയെല്ലാം ക്രോഡീകരിച്ച്, ഒരു സങ്കലനം പുറത്തിറക്കിയിട്ടുണ്ട്. വളരെ വിലപ്പെട്ട ആ ആശയങ്ങൾ വേണ്ട പോലെ പഠന വിധേയമാക്കേണ്ടതാണ്. മുതലാളിത്ത മാർഗങ്ങളും വർഗീകരണവുമൊക്കെ സോഷ്യലിസ്റ്റ് രാഷ്ട്രങ്ങളെ അന്യാധീനപ്പെടുത്താൻ എങ്ങനെ സഹായിച്ചു എന്നറിയാൻ ആ ആശയങ്ങൾ ഉപകരിക്കും.

ആ രാജ്യങ്ങളിലൊക്കെ സോഷ്യലിസം എങ്ങനെ പരാജയപ്പെട്ടു എന്ന് താങ്കൾ നേരത്തെ ചോദിക്കുകയുണ്ടായല്ലോ. കിഴക്കൻ യൂറോപ്യൻ രാജ്യങ്ങളിൽ സോഷ്യലിസം കെട്ടിപ്പടുക്കാൻ ഉപയോഗിച്ച മാർഗങ്ങളിലെ പോരായ്മകളെയും പരിമിതികളെയും കുറിച്ച് 1960കളുടെ തുടക്കത്തിൽത്തന്നെ ചെ വേണ്ടത്ര ബോധവാനായിരുന്നു-ഒരു തരം ക്രാന്തദർശിത്വമുണ്ടായിരുന്നു അദ്ദേഹത്തിന്.

അത്തരം മാർഗങ്ങളും മുതലാളിത്ത തത്വസംഹിതയും പിൻതുടരേണ്ട ആവശ്യമേ ഇല്ലെന്ന് അദ്ദേഹം പറയുകയുണ്ടായി. യൂറോപ്യൻ സോഷ്യലിസ്റ്റ് അനുഭവങ്ങളെ മാതൃകയാക്കി ഞങ്ങളും ഒരിക്കൽ സാമ്പത്തികാസൂത്രണവും അതിനോടു ബന്ധപ്പെട്ട നിയന്ത്രണ മാർഗങ്ങളും ഉപയോഗിച്ചുനോക്കി. വിപ്ലവത്തിന്റെ ആദ്യവർഷങ്ങളിൽ ആശയപരമായ ചില തെറ്റുകളൊക്കെ ഞങ്ങൾക്കും പറ്റിയിരുന്നു. അന്നൊക്കെ സോവിയറ്റ് യൂണിയനും മറ്റു സോഷ്യലിസ്റ്റ് രാജ്യങ്ങളും, അവയുടെ കീർത്തിയുടെ പാരമ്യത്തിലായിരുന്നു. അതുകൊണ്ട് ആ നാടുകളിൽ ഉപയോഗിച്ച മാർഗം ക്യൂബയിലും പ്രയോഗിക്കാൻ തുടങ്ങിയപ്പോൾ പലർക്കും നല്ല മതിപ്പായിരുന്നു. പക്ഷേ, പത്തു പതിനൊന്നു വർഷം കഴിഞ്ഞ്, ആ പദ്ധതികളുടെ ഫലമറിയാൻ തുടങ്ങിയപ്പോൾ ഞങ്ങൾ കണ്ടത് ഏറെ വൈക

ല്യങ്ങളും വ്യതിയാനങ്ങളുമാണ്. ചെയുടെ ക്രാന്തദർശിത്വത്തെപ്പറ്റി, സോഷ്യലിസ്റ്റ് മാതൃകയെ തള്ളിപ്പറയാൻ അദ്ദേഹം കാണിച്ച ധൈര്യത്തെപ്പറ്റി, ഞങ്ങൾ അപ്പോൾ ഓർമ്മിക്കുകയായിരുന്നു. സോഷ്യലിസ്റ്റ് ചേരിയിലുണ്ടായ സംഭവവികാസങ്ങളുടെ പശ്ചാത്തലത്തിൽ, സോഷ്യലിസം കെട്ടപ്പടുക്കുന്ന കാര്യത്തിൽ ചെയുടെ സാമ്പത്തിക ചിന്തകൾക്ക് കൂടുതൽ കാലിക പ്രാധാന്യമുണ്ട്.

ഞങ്ങൾ ഒരു ശുദ്ധീകരണ പ്രക്രിയ തുടങ്ങിയ കാലത്ത് ചെയുടെ കൃതികൾ പുനഃപ്രസിദ്ധീകരിക്കാനും അദ്ദേഹത്തിന്റെ സാമ്പത്തിക ചിന്തകൾക്ക് കൂടുതൽ പ്രചാരമുണ്ടാക്കാനും ശ്രമിക്കുകയുണ്ടായി. അവയൊക്കെ പരിശുദ്ധ ഗ്രന്ഥങ്ങളാണെന്ന മട്ടിലോ അദ്ദേഹത്തിന്റെ ചിന്തകളൊക്കെ പരിപൂർണമാണെന്ന മട്ടിലോ അല്ല- രാഷ്ട്രീയ സാമ്പത്തിക മേഖലകളിൽ ആരുടെ ചിന്തകൾക്കും അപ്രമാദിത്വം കൽപ്പിക്കാനാവില്ല. എന്റെ ആയുഷ്കാലമത്രയും ഞാൻ വരട്ടു വാദങ്ങൾക്കെതിരാണ്. ഏറ്റവും ബഹുമാന്യരായ രാഷ്ട്രീയ നേതാക്കളുടെയും വിപ്ലവവാദികളുടെയും ചിന്തകൾപോലും അപ്രമാദിത്വത്തോടെയുള്ള സിദ്ധാന്തങ്ങളായി വളരാതിരിക്കാൻ നാം ശ്രദ്ധിക്കേണ്ടതുണ്ട്. ഓരോ ചിന്തയും, ഒരു പ്രത്യേക നിമിഷത്തിൽ, ചില പ്രത്യേക സാഹചര്യങ്ങളിൽ, ലഭിക്കുന്ന അനുഭവങ്ങളുടെയും വിവരണങ്ങളുടെയും അടിസ്ഥാനത്തിലാണ് ഉരുത്തിരിഞ്ഞുവരുന്നത്. അങ്ങനെ, ഒരു പ്രത്യേക സന്ദർഭത്തിൽ, ഒരു പ്രത്യേക സാഹചര്യത്തെ നേരിടാൻ ഒരാൾ ആവിഷ്കരിച്ച തന്ത്രങ്ങളും സൂത്രവാക്യങ്ങളും മറ്റൊരു കാലത്ത്, മറ്റൊരു സാഹചര്യത്തിൽ, ഫലിച്ചുകൊള്ളണമെന്നില്ല.

മാർക്സിന്റെയും എംഗൽസിന്റെയും ലെനിന്റെയും ചെയുടെയും ആശയങ്ങളൊന്നും തന്നെ വരട്ടു തത്വശാസ്ത്രങ്ങളല്ല. അവയൊക്കെ ഒരു പ്രത്യേക സന്ദർഭത്തിൽ സൃഷ്ടിക്കപ്പെട്ട രാഷ്ട്രീയ സാമൂഹ്യ മേഖലകളിലെ വിപ്ലവാത്മകമായ ഉൾക്കാഴ്ചകൾക്കുള്ള നിദർശനങ്ങളാണ്. അവയൊക്കെ പലമട്ടിൽ പ്രയോഗക്ഷമമാണെങ്കിലും, നിത്യസത്യങ്ങളായി സിദ്ധാന്തവൽക്കരിച്ചുകൂടാ. അങ്ങനെ ചെയ്യുന്നത് അത്തരം സിദ്ധാന്തങ്ങൾക്ക് ആധാരമായ, ശാസ്ത്രീയവും രാഷ്ട്രീയവും വിപ്ലവകരവുമായ സാഹചര്യങ്ങളിൽ നിന്ന് അവയെ അടർത്തിമാറ്റി, മതതത്വവാദങ്ങളെപ്പോലെ, വിശ്വാസ പ്രമാണങ്ങളാക്കിമാറ്റലായിരിക്കും.

സോവിയറ്റ് യൂണിയനും സോഷ്യലിസ്റ്റ് ചേരിയിലെ മറ്റു രാജ്യങ്ങളും വഴിമാറിപ്പോകുന്നു എന്നു കാണാൻ തുടങ്ങിയപ്പോൾ, ചെയുടെ ചിന്താധാരകളിൽനിന്ന് ഏറെദൂരം പോയപ്പോൾ, അവർ മുതലാളിത്ത സമ്പ്രദായത്തിന്റെ വികസനമാർഗങ്ങൾക്ക് പ്രാമുഖ്യം നൽകാൻ തുടങ്ങിയപ്പോൾ, ഞാൻ ചെയുടെ ആശയങ്ങൾക്ക് വിപുലമായ പ്രചാരണം കൊടുക്കാൻ തുടങ്ങി. സോഷ്യലിസത്തെ

വളർത്തി വികസിപ്പിക്കാനാണ് അവർ ശ്രമിച്ചിരുന്നെങ്കിലും, ആ വ്യവസ്ഥയെ നശിപ്പിക്കാൻ ഉതകുന്ന വിഷവസ്തുക്കളാണ് അവർ ഉപയോഗിച്ചിരുന്നത്. അവിടങ്ങളിലെ ദുരന്തത്തിന് ഒരു പ്രധാനകാരണം അതായിരുന്നു.

ഞങ്ങൾക്ക് അത്തരം തെറ്റുകൾ പറ്റുകയുണ്ടായില്ല. വളരെ ശ്രദ്ധിച്ചാണ് ഞങ്ങൾ പരിഷ്കാരങ്ങൾ നടപ്പാക്കിയത്. സ്വാഭാവികമായും, സാഹചര്യങ്ങൾ മാറിക്കൊണ്ടിരിക്കുന്നുണ്ട്. ചില കാര്യങ്ങൾ ഞങ്ങൾ തുടക്കത്തിൽ ചിന്തിച്ചപോലെ ഇപ്പോൾ മുന്നോട്ടു കൊണ്ടുപോകാൻ പറ്റുന്നില്ല. എന്നാലും വളരെ ക്ഷമയോടെ. ചിട്ടയോടെ ആവിഷ്കരിച്ച പരിപാടികൾ നടപ്പിലാക്കാൻ ഞങ്ങൾ ശ്രമിക്കുന്നുണ്ട്. വർഷങ്ങളായി കുമിഞ്ഞു കൂടിയ തെറ്റുകളും നിഷേധാത്മകമായ പ്രവർത്തനങ്ങളും രണ്ടു മൂന്നുവർഷം കൊണ്ട് തിരുത്തിയെടുക്കാനാവില്ല. പഴയ തെറ്റുകളും പുതിയ തെറ്റുകളും തിരുത്തണം. ചിലതൊക്കെ പഴയ മുതലാളിത്ത വ്യവസ്ഥയിൽതന്നെ നിലനിന്നിരുന്ന തെറ്റുകളാണ്; വേറെ ചിലത് വിപ്ലവത്തിന്റെ കാലത്തും സംഭവിച്ചതാണ്; വിപ്ലവാനന്തരകാലത്തു സംഭവിച്ച കുറേയേറെ തെറ്റുകൾ പലതും ഞങ്ങൾ തിരുത്തിക്കഴിഞ്ഞിരിക്കുന്നു.

സോവിയറ്റ് യൂണിയനിൽ മാറ്റങ്ങളെപ്പറ്റി ചർച്ചതുടങ്ങുന്നതിനൊക്കെ മുമ്പുതന്നെ, 'പെരിസ്ത്രോയ്ക്ക' എന്ന വാക്കൊക്കെ പ്രചാരത്തിൽ വരുന്നതിനു മുമ്പ്, ഞങ്ങൾ ക്യൂബയിൽ ചില തിരുത്തൽ നടപടികളെപ്പറ്റി പറയാൻ തുടങ്ങിയിരുന്നു. പെരിസ്ത്രോയ്ക്ക് നേരായ വഴിക്കുള്ള ഒരു തെറ്റുതിരുത്തൽ പ്രസ്ഥാനത്തിനുള്ള ശ്രമമായിട്ടാണ് ഞങ്ങൾക്കൊക്കെ തോന്നിയത്- അവയ്ക്ക് പറ്റുന്ന തെറ്റുകളെപ്പറ്റിയും ഞങ്ങൾ ബോധവാന്മാരായിരുന്നുവെങ്കിലും.

'പെരിസ്ത്രോയ്ക്ക' എന്ന വാക്ക് ഉപയോഗത്തിൽ വരാൻ തുടങ്ങിയ ആദ്യകാലങ്ങളിൽ അതിനോടു ബന്ധപ്പെടുത്തി പറഞ്ഞിരുന്ന ഒരു കാര്യം, അധ്വാനത്തിലൂടെയല്ലാതെയുള്ള എല്ലാ വരുമാനമാർഗങ്ങളും ഇല്ലാതാക്കണം എന്നായിരുന്നു. ഞങ്ങൾക്ക് അതു മഹത്തായ ഒരു ആശയമായിത്തോന്നി. ഊഹക്കച്ചവടം, കളവ്,കൈക്കൂലി, അഴിമതികൾ എന്നിങ്ങനെ, അധ്വാനത്തിലൂടെയല്ലാതെയുള്ള വരുമാനമാർഗങ്ങളോട് ഞങ്ങൾക്ക് വലിയ വിരോധമായിരുന്നു. മദ്യനിരോധനത്തിനു വേണ്ടി-അത് എത്രത്തോളം ഫലപ്രദമാവുമെന്ന് അറിയില്ലെങ്കിലും ഒരു സന്മാർഗപ്രക്ഷോഭം തുടങ്ങുന്നത് നല്ലോരു കാര്യമായി ഞങ്ങൾക്കു തോന്നിയിരുന്നു. ശാസ്ത്ര-സാങ്കേതിക വിദ്യകൾ പരമാവധി പ്രയോജനപ്പെടുത്തി സാമ്പത്തിക പുരോഗതി ത്വരിതപ്പെടുത്തുക എന്നതും മനോഹരമായ ഒരാശയമായിരുന്നു. എന്തായാലും പെരിസ്ത്രോയ്ക്ക എന്ന പദം അവർ ഉപയോഗിക്കാൻ തുടങ്ങുന്നതിനൊക്കെ മുമ്പു തന്നെ ഞങ്ങൾ 'തിരുത്തൽ പ്രസ്ഥാനം (Rectification) എന്ന വാക്ക് ക്യൂബ ഉപയോഗിക്കാൻ തുടങ്ങിയിരുന്നു.

അന്നൊക്കെ എനിക്കു തോന്നിയിരുന്നത്, പുതിയ സങ്കൽപ്പങ്ങളും ആദർശങ്ങളുമൊക്കെയായി, സോവിയറ്റ് യൂണിയനിൽ ഒരു യഥാർഥ തെറ്റുതിരുത്തൽ പ്രസ്ഥാനത്തിന്റേതായ അന്തരീക്ഷമുണ്ടായിരുന്നു എന്നാണ്. അന്നൊന്നും ആരും പാർട്ടിയെയോ സോവിയറ്റ് രാഷ്ട്രത്തെയോ സോഷ്യലിസത്തെയോ നിർമാർജനം ചെയ്യുന്ന മട്ടിലൊന്നും സംസാരിച്ചിരുന്നില്ല. അങ്ങനെയൊന്നും ചിന്തിക്കാനേ കഴിയുമായിരുന്നില്ലല്ലോ. സോഷ്യലിസത്തെ നശിപ്പിക്കുന്നതിനെപ്പറ്റിയല്ല, മറിച്ച് അതിനെ മെച്ചപ്പെടുത്തുന്നതിനെപ്പറ്റിയായിരുന്നു സംസാരമൊക്കെ.

ഞങ്ങളുടെ തിരുത്തൽ പ്രസ്ഥാനത്തിന്റെ സന്ദർഭത്തിൽ ഓർമ്മിച്ച ഒരു പ്രധാന കാര്യമുണ്ടായിരുന്നു. സോഷ്യലിസം കെട്ടിപ്പടുക്കുന്ന പ്രക്രിയയിലും സാമ്പത്തികാസൂത്രണത്തിന്റെ മേഖലയിലും മനേജ്മെന്റിലുമൊക്കെ മറ്റു സോഷ്യലിസ്റ്റ് രാജ്യങ്ങളുടെ അനുഭവങ്ങൾ അതേപടി പകർത്തുക എന്നത് ചിലപ്പോഴെങ്കിലും തെറ്റായിത്തീരാമെന്ന ധാരണ. ഇതിനെപ്പറ്റി ഞാൻ നേരത്തെ വിവരിച്ചിട്ടുണ്ടല്ലോ.

തോമസ് ബോർഗെ: *'ആശയങ്ങളുടെ അപനിർമാണം' (De-ideologisations) എന്ന വാക്ക് ഈയിടെയായി കൂടെക്കൂടെ ഉപയോഗിച്ചു കാണാറുണ്ടല്ലോ. ഏതു തരത്തിലുള്ള തെറ്റുതിരുത്തലാണ് ആ പദംകൊണ്ട് ഉദ്ദേശിക്കുന്നത്.*

കാസ്ട്രോ: ഈയിടെയായി വളരെയേറെ ആദർശവൽക്കരിക്കപ്പെട്ട ഒരു വാക്കാണ് അത്. കാരണം മുതലാളിത്തത്തിന്റെയും സാമ്രാജ്വത്വത്തിന്റെയും നവീന ഉദാരവൽക്കരണത്തിന്റെയും ഒക്കെ ആദർശങ്ങളാണ് അവർ നമ്മുടെ മേൽ അടിച്ചേൽപ്പിക്കാൻ ശ്രമിക്കുന്നത്; അതുമായി പൊരുത്തപ്പെടാത്ത മറ്റ് എല്ലാ ആദർശങ്ങളെയും രാഷ്ട്രീയ ഭൂപടത്തിൽ നിന്ന് അപ്പാടെ തുടച്ചു മാറ്റാനാണ് അവരുടെ ശ്രമം. ഇതൊക്കെ ഒരു പ്രഹസനമാണ്. പച്ചക്കള്ളമാണ്, എന്ന കാര്യത്തിൽ എനിക്കൊരു സംശയവുമില്ല.

ഉദാഹരണത്തിന്, രാഷ്ട്രീയ സാമ്പത്തിക-സാമൂഹ്യഘടനകളിൽ എന്തു വ്യത്യാസമുണ്ടായാലും ശരി, സമാധാനപരമായ സഹവർത്തിത്വം എന്ന ആശയം രാഷ്ട്രങ്ങൾ തമ്മിലുള്ള ബന്ധങ്ങളുടെ കാര്യത്തിൽ ഒരു നിർണായകഘടകമായിരുന്നു. വർഷങ്ങളായി നിലനിന്നുവരുന്ന ഒരാശയമാണത്. രാജ്യങ്ങൾ തമ്മിലുള്ള പരസ്പരബന്ധങ്ങളിലും, സമാധാനത്തിനും സഹകരണത്തിനുമുള്ള ശ്രമങ്ങളിലും ആദർശ ഭിന്നതകൾ പ്രതിബന്ധമാവില്ല എന്നാണോ നിങ്ങൾ 'ആദർശങ്ങളുടെ അപനിർമാണം' എന്ന പദം കൊണ്ട് ഉദ്ദേശിക്കുന്നത്? എങ്കിൽ, അത് പുതിയ ഒരു ആശയമൊന്നുമല്ല. വിപ്ലവപ്രസ്ഥാനങ്ങളൊക്കെ ഒരു പാട് കാലമായി മുന്നോട്ടു വെച്ചുകൊണ്ടിരിക്കുന്ന ഒരു ആശയമാണത്. മുതലാളിത്തത്തിന്റെയും സാമ്രാജ്യ

ത്വത്തിന്റെയും ആദർശങ്ങളുമായി സമരസപ്പെടാതെ നിൽക്കുന്ന ആശയങ്ങളെയൊക്കെ നിർമാർജനം ചെയ്യുക എന്നല്ലെങ്കിൽ പിന്നെ മറ്റെന്താണ് ആ പദം കൊണ്ട് ഇവരൊക്കെ ഉദ്ദേശിക്കുന്നത്? എനിക്കു മനസിലാവുന്നില്ല.

തോമസ് ബോർഗെ: *ഈ നവീന ഉദാരവൽക്കരണമെന്നത് വെറുമൊരു സാമ്പത്തിക സിദ്ധാന്തമാണോ? അതോ, നിലവിലുള്ള സാമ്പത്തിക ഘടന ശാശ്വതമായി നിലനിർത്താനുള്ള ഒരു രാഷ്ട്രീയ തന്ത്രമാണോ അത് ? എന്തു തോന്നുന്നു?*

കാസ്ട്രോ: നിലവിലുള്ള ഘടനയെ ശാശ്വതീകരിക്കുക മാത്രമല്ല അതിനെ കൂടുതൽ ക്രൂരവും അന്യായ പൂർണവുമാക്കുക, യു എസ് എ യുടെയും മറ്റ് വികസിത മുതലാളിത്ത രാജ്യങ്ങളുടെയും ഇച്ഛയ്ക്കൊത്ത് ലോകക്രമം തന്നെ മാറ്റിയെടുക്കുക-അതാണ് ലക്ഷ്യം.

നവീന ഉദാരവൽക്കരണം എന്നത് സാമ്രാജ്യത്വത്തിന്റെ ആദർശമാണ്; സാമ്രാജ്യത്വം ലോകാധിപത്യം നേടാൻ ശ്രമിക്കുന്ന ഘട്ടത്തിന്റെ ആദർശമാണ്-അവരുടെ ആശയങ്ങൾ മറ്റു രാജ്യങ്ങളുടെമേൽ അടിച്ചേൽപ്പിക്കാനുള്ള ശ്രമമാണ്. എന്നാൽ യു എസ് എക്ക് ഈ ആശയങ്ങളൊന്നും ബാധകമല്ല. കമ്മിബജറ്റുകളുണ്ടാവരുതെന്ന് അവർ ലാറ്റിനമേരിക്കക്കാരോടും മൂന്നാം ലോക രാജ്യങ്ങളോടും പറയുമ്പോൾത്തന്നെ, യു എസ് എയുടെ ബജറ്റ്കമ്മി 400 ബില്യൺ ഡോളറാണ്. അങ്ങനെ അവർ ലോകത്തിലെ മറ്റു രാജ്യങ്ങളിൽ നിന്നുള്ള കരുത്തുറ്റ കറൻസികളെ വിഴുങ്ങിക്കൊണ്ടിരിക്കുന്ന ഒരു കൂറ്റൻ യന്ത്രമായി മാറുകയാണ്. വിദേശവ്യാപാര ശിഷ്ടത്തിൽ കമ്മി കാണരുത് എന്ന് അവർ മറ്റു രാജ്യങ്ങളെ നിർബന്ധിക്കുന്നു. പക്ഷേ, ഈ മേഖലയിൽ ലോകത്തിൽ വച്ച് ഏറ്റവുമേറെ കമ്മിയുള്ളത് അവരുടെ രാജ്യത്താണ്. ഒരു രാജ്യവും ഇറക്കുമതിത്തീരുവ ചുമത്തി തങ്ങളുടെ ആഭ്യന്തര വ്യവസായങ്ങൾക്ക് സംരക്ഷണം നൽകരുതെന്ന് ശഠിക്കുമ്പോൾ അത്തരം സംരക്ഷണം ഏറ്റവുമധികം കൊടുക്കുന്നത് അവരാണ്. മറ്റു രാജ്യങ്ങളിൽ കൃഷിക്കോ വ്യവസായങ്ങൾക്കോ ഗവൺമെന്റ് സഹായധനം നൽകരുതെന്നു പറയുമ്പോൾത്തന്നെ, അത്തരം സബ്സിഡികൾ നൽകുന്നതിൽ മുമ്പന്മാർ അവർ തന്നെ. സ്വതന്ത്ര വ്യാപാരത്തിന്മേൽ ഒരു നിയന്ത്രണമുണ്ടാവരുതെന്നു പറയുന്ന അവർ, അവരുടെ സൗകര്യത്തിനുള്ള സ്വതന്ത്രവ്യാപാരമേ അനുവദിക്കുന്നുള്ളൂ.

യു എസ് എയും അന്താരാഷ്ട്ര നാണയനിധിയും കൂടി ഉണ്ടാക്കിയ നയങ്ങൾ നമ്മെ എവിടെയാണ് എത്തിച്ചിരിക്കുന്നത്? ഒളിമ്പിക് ചാമ്പ്യന്മാരുടെ ഒരു ടീമും ബാലവാടിക്കുട്ടികളുടെ മറ്റൊരു ടീമും കൂടി, ഇരുടീമുകൾക്കും ഒരേ നിയമാവലി തന്നെ ബാധകമായ ഒരു ഫുട്ബോൾ മാച്ചുപോലെയുണ്ട് ഈ കളി. സെന്റർ ലൈനിൽ നിന്ന് അമ്പതുമീറ്റർ ദൂരെയുള്ള ഗോൾപോസ്റ്റിലേക്ക്-അമ്പതുമീ

റ്റർതന്നെയല്ലേ?-പന്ത് അടിച്ചുകൊണ്ടു പോയാലേ കളി ജയിക്കു എന്ന് ബാലവാടിക്കുട്ടികളോടു പറയുന്നു-ഒളിമ്പിക് ചാമ്പ്യന്മാരോടു അതുതന്നെ പറയുന്നു. ഇതു ശരിയാണോ? ഒളിമ്പിക്ക് ചാമ്പ്യന്മാർക്ക് അമ്പതു മീറ്റർ ദൂരപരിധി നിശ്ചയിക്കുമ്പോൾ ബാലവാടിക്കുട്ടികൾക്ക് 20 സെന്റിമീറ്റർ എന്നോ മറ്റോ പരിധിവെയ്ക്കുകയല്ലേ വേണ്ടത്? രണ്ടു കൂട്ടർക്കും വ്യത്യസ്തമായ നിയമങ്ങളാണ് വേണ്ടത്. ഇവിടെ, സാമ്പത്തിക ക്രമങ്ങൾക്ക് എല്ലാവർക്കും ഒരേതരം നിയമമാണ്, സ്വന്തം വ്യവസായങ്ങൾക്ക് യാതൊരു സംരക്ഷണവും നൽകാൻ പഴുതില്ലാത്ത സ്വതന്ത്ര വ്യാപാരം!

അങ്ങനെ, യു എസ് എ മറ്റുള്ളവരോടു പറയുകയാണ്: "എല്ലാവിധത്തിലുള്ള സാമ്പത്തിക നടപടികളും നടപ്പാക്കുക-ഞങ്ങൾ അവയെല്ലാം പാലിക്കുന്നുണ്ടോ എന്ന് നിങ്ങൾ നോക്കേണ്ട കാര്യമില്ല. എല്ലാ തരത്തിലുള്ള തടസങ്ങളും നിയന്ത്രണങ്ങളും എടുത്തുമാറ്റുക. മൂലധന നിക്ഷേപത്തിനും സാമ്പത്തിക വളർച്ചക്കും അതാണ് പോംവഴി." എന്നിട്ട്, അവർ ഉയർന്ന പലിശനിരക്ക് ചുമത്തിയും, നിക്ഷേപത്തിന്മേൽ വലിയ ലാഭം കൊയ്തും ആ രാജ്യങ്ങളെ കൊള്ളയടിക്കുന്നു. നിക്ഷേപം ഒരു രാജ്യത്തിൽ നിന്ന് മറ്റൊരു രാജ്യത്തിലേക്ക് അനായാസമായി കടത്തിക്കൊണ്ടുപോകുന്നു. അസംസ്കൃത സാധനങ്ങൾ കുറഞ്ഞ വിലയ്ക്കുവാങ്ങി, നിർമിത വസ്തുക്കൾ ഏറെ വിലയ്ക്കു വിറ്റ് അന്താരാഷ്ട്ര വ്യാപാരം അവർക്ക് അനുകൂലമായി മാറ്റുന്നു. സാങ്കേതിക വിദ്യയിൽ അവർ നേടിയ പുരോഗതികാരണം, അസന്തുലിതമായ കിടമത്സരമുണ്ടാക്കുന്നു. പുതിയ പുതിയ സാമ്പത്തിക നിർദേശങ്ങൾ അടിച്ചേൽപ്പിച്ച് കൊള്ളയുടെ വ്യാപ്തി വർധിപ്പിച്ചുകൊണ്ടേയിരിക്കുന്നു-ലാറ്റിനമേരിക്കൻ സർക്കാരുകൾ അവയെല്ലാം അപ്പടി അനുസരിച്ചുകൊണ്ടേയിരിക്കുന്നു.

സാമ്പത്തിക കരാറുകളിലെ നിബന്ധനകളും അസന്തുലിതമാണ്. യു എസ് എയെപ്പോലെയുള്ള ഒരു വൻശക്തിയുടെ ചൊൽപ്പടിക്കു നിൽക്കുന്ന അന്താരാഷ്ട്ര സാമ്പത്തിക സ്ഥാപനങ്ങളാണ് ഏറെ ശോഭിച്ച, വിഷമങ്ങളും പ്രശ്നങ്ങളും കൊണ്ടു പൊറുതിമുട്ടുന്ന രാജ്യങ്ങളുമായി ചർച്ചകൾ നടത്തുന്നത്. സമത്വത്തിന്റെ അടിസ്ഥാനത്തിലല്ല കരാറുകളും നിബന്ധനകളും രൂപം കൊള്ളുന്നത്.

അതാണ് യു എസ് എ ലാറ്റിനമേരിക്കൻ നാടുകളുടെ മേൽ അടിച്ചേൽപ്പിച്ചുകൊണ്ടിരിക്കുന്ന നയം. അവരുടെയൊക്കെ ഭാവി എന്താവും? അസഹ്യമാവും. മുതലാളിത്തവ്യവസ്ഥയുടെയും പുത്തൻ ഉദാരവൽക്കരണത്തിന്റെയും ഒക്കെ മാന്യത ഏറെക്കാലം നിലനിൽക്കില്ല. അപ്പോൾത്തന്നെ 400 മില്യൺ ജനങ്ങളുള്ള ഈ പ്രദേശത്ത്, അടുത്ത 25-30 വർഷങ്ങളിൽ ജനസംഖ്യ 800 മില്ല്യൻ ആവും. അവരൊന്നും ഈ ദുർവിധിക്ക് കീഴടങ്ങുകയുണ്ടാവില്ല.

800 മില്യൺ ജനങ്ങളുടെ ജീവനും ഭാവിയും അങ്ങനെ ബലി കൊടുക്കാനോ ചൂഷണം ചെയ്യാനോ കണ്ടില്ലെന്ന് നടിക്കാനോ പറ്റില്ല. മറ്റു ലാറ്റിനമേരിക്കൻ നാട്ടുകാരോടു സംസാരിക്കുമ്പോഴൊക്കെ എനിക്കിതു മനസിലാവുന്നുണ്ട്. ചേരിപ്രദേശങ്ങളിലൊക്കെ നടക്കുന്ന കാര്യങ്ങൾ ഹൃദയഭേദകമാണ്-കുട്ടികളുടെയും സ്ത്രീകളുടെയും തൊഴിലില്ലാത്തവരുടെയും ഒക്കെ അവസ്ഥ. വീടുകൾ നഷ്ടപ്പെട്ട് തെരുവുകളിൽ കഴിയേണ്ടിവരുന്ന ലാറ്റിനമേരിക്കൻ കുട്ടികളുടെ എണ്ണം പ്രതിദിനം വർധിച്ചുവരികയാണ്. അവിടങ്ങളിലെയൊക്കെ വിദ്യാഭ്യാസത്തിന്റെയും ആരോഗ്യത്തിന്റെയും കഥ ശോചനീയമാണ്. വികസിത രാജ്യങ്ങളിൽ കാണാത്ത കോളറ പോലുള്ള ശാപങ്ങൾ ലാറ്റിനമേരിക്കൻ നാടുകളെ ഈയിടെയായി വല്ലാതെ വേട്ടയാടുന്നുണ്ട്; അതിനു പുറമെയാണ് വികസിതരാജ്യങ്ങളിൽപ്പോലും കാണുന്ന എയ്ഡ്സ് പോലുള്ള രോഗങ്ങൾ.

ഇത്തരം അവസ്ഥകളെയൊക്കെ നേരിടേണ്ടിവരുന്ന ലാറ്റിനമേരിക്കക്കാർ കടുത്ത നിരാശയിലാണ്. രാഷ്ട്രീയ നേതാക്കളുടെ കാര്യമല്ല ഞാൻ പറയുന്നത്-സാധാരണ ജീവനക്കാരും ബുദ്ധിജീവികളും എഴുത്തുകാരും ശാസ്ത്രജ്ഞന്മാരും ഡോക്ടർമാരും അധ്യാപകൻമാരും എഞ്ചിനീയർമാരും എല്ലാംതന്നെ. അത്തരക്കാർ സംസാരിക്കുന്ന പല സമ്മേളനങ്ങളിലും പങ്കെടുക്കാൻ എനിക്ക് അവസരമുണ്ടായിട്ടുണ്ട്- ഡോക്ടർമാരുടെയും അധ്യാപകരുടെയും അമ്മമാരുടെയും, പൊതുവെ സ്ത്രീകളുടെയും, ഒക്കെ വേദികളിൽ. അവരൊക്കെ പറയുന്ന കഥകളുണ്ടല്ലോ, തോമസ്, ഒരു മുപ്പതു വർഷങ്ങൾക്കു മുമ്പു ഞങ്ങളുടെ വിപ്ലവം തുടങ്ങുന്ന കാലത്തുണ്ടായിരുന്നതിനേക്കാൾ എത്രയോ മടങ്ങ് ഭീകരവും ദുരിതപൂർണവും നിരാശാഭരിതവുമാണ്. എനിക്കത് വ്യക്തമായും മനസിലാവുന്നുണ്ട്. ലാറ്റിനമേരിക്കൻ നാടുകളിലെ ഇപ്പോഴത്തെ ഈ അവസ്ഥ ഒരു വലിയ ടൈംബോംബ് സ്ഥാപിച്ച പോലെയാണ്. അത് എപ്പോൾ പൊട്ടുമെന്നു പറയാനാവില്ല. ഈ പ്രശ്നങ്ങളൊക്കെ ചർച്ചചെയ്യാൻ നാം അതു പൊട്ടുവോളം കാത്തിരിക്കണോ? നമ്മുടെ ഭാവി ഏറെ ഇരുണ്ടതാണ്. ലാറ്റിനമേരിക്കൻ നാടുകളിലെ രാഷ്ട്രീയക്കാരും പുരോഗമനവാദികളും ജനാധിപത്യവിശ്വാസികളുമൊക്കെ ഇത്തരം പ്രശ്നങ്ങൾക്ക് അവ അർഹിക്കുന്ന പ്രാധാന്യവും ശ്രദ്ധയും കൊടുക്കുന്നില്ലെങ്കിൽ ഏറെ താമസിയാതെ നാമെല്ലാം അടിമകളായിമാറും. യൂറോപ്പുകാർ നമ്മുടെ നാട് കണ്ടുപിടിക്കുകയും കീഴടക്കുകയും ചെയ്ത കാലത്തെ ചരിത്രം ആവർത്തിക്കും. ഇനിയും ഒരു അഞ്ഞൂറ് വർഷങ്ങൾക്കപ്പുറം, പുത്തൻ ഉദാരവൽക്കരണനയങ്ങൾ നമ്മുടെ മേൽ, അടിച്ചേൽപ്പിച്ച കാലത്തെ കഥകൾ ജനങ്ങൾ അയവിറക്കുമായിരിക്കും.

അതു സംഭവിക്കില്ല എന്നുതന്നെയാണ് എന്റെ വിശ്വാസം. അടുത്ത 30 വർഷത്തിനുള്ളിൽ നമ്മുടെ ജനസംഖ്യ 800 മില്യൺ ആവും. 800 മില്യൺ ജനങ്ങളെ ഈച്ചയെ കൊല്ലുംപോലെ കൊല്ലാൻ കഴിയുമോ? നിർമാർജനം ചെയ്യാൻ കഴിയുമോ? ഇല്ല. അമേരിക്ക കണ്ടുപിടിക്കുകയും കീഴടക്കുകയും ചെയ്ത കാലമൊന്നും ആവർത്തിക്കില്ല. അവരിപ്പോൾ 'കണ്ടുപിടിക്കുകയും ' കീഴടക്കുകയും പുതിയ പാഠങ്ങൾ പഠിപ്പിക്കുകയും ചെയ്യുന്ന 'ഇന്ത്യക്കാർ' നൂറുനൂറു മില്യൺ കണക്കിലുള്ള ഈ നമ്മളാണല്ലോ. ഈ നമ്മൾ ഉള്ളപ്പോൾ അത് നടക്കില്ല.

5

അഞ്ഞൂറാം വാർഷികം

അമേരിക്ക കോളനിവൽക്കരിക്കപ്പെട്ടതിന്റെ അഞ്ഞൂറാം വാർഷികമാണ്. മനം മടുപ്പിക്കുന്ന ഒട്ടേറെ ചർച്ചകൾ നടക്കുന്നു. ഒരു ഉപഭോക്തൃ സമൂഹത്തിൽ എല്ലാ ആർഭാടങ്ങളോടും കൂടി പ്രചരിപ്പിക്കപ്പെടുന്ന മറ്റൊരു കച്ചവടച്ചരക്കായി മാറിയിരിക്കുന്നു അത്.

പക്ഷെ, നമ്മുടെ സ്വതന്ത്രചിന്തകൾക്കു തടയിടാനുള്ള എല്ലാ തത്രപ്പാടുകൾക്കുമിടയിലും, അത് ഒരു കറുത്ത അധ്യായമായിത്തന്നെ അവശേഷിക്കുന്നു: കൊള്ളയുടെയും ഉന്മൂലനാശത്തിന്റെയും ഓർമ്മയായി നിലനിൽക്കുന്നു. നമുക്ക് ലാറ്റിനമേരിക്കക്കാർക്ക് യൂറോപ്പിലെ പള്ളികളിൽ നിന്ന് മുഴങ്ങിക്കേൾക്കുന്ന മണിയടികളുമായി ഒരു ബന്ധവുമില്ല. അതേ സമയം, നമ്മുടെ ദുഃഖം പാടുന്നതിലും അർഥമില്ല.

യൂറോപ്യന്മാർ വന്ന് നമ്മെ അവഹേളിച്ചു എന്നതു നേരു തന്നെ. അവരുടെ ഭാഷകൾ നമ്മുടെമേൽ അടിച്ചേൽപ്പിച്ചു. മനോഹരമായ കാസ്റ്റീലിയൻ ഭാഷയും, കാതിന് ഇമ്പം തരുന്ന പോർച്ചുഗീസ് ഭാഷയും മറ്റും അവർ നമ്മെ പൂർണമായി കീഴടക്കി എന്നു പറയുന്നതു ശരിയാവില്ല. നാം ഇന്നും 'ഇന്ത്യക്കാർ' തന്നെ. കറുത്തവരോ മെസ്റ്റിസോകളോ (സ്പാനിഷ്-അമേരിക്കൻ സങ്കരവർഗം) ആണ്. അവരെപ്പോലെയല്ല. വ്യത്യസ്തരാണ്-മോശപ്പെട്ടവരെന്നോ മെച്ചപ്പെട്ടവരെന്നോ അല്ല പറയുന്നത്. വ്യത്യസ്തരാണ്. നൂറ്റാണ്ടുകൾക്കു മുമ്പുസംഭവിച്ച ഒരു കപ്പലപകടത്തിൽ അവശേഷിച്ചവരാണ് നാം. നമ്മുടെ സ്വന്തം കാരവെല്ലുകൾ (15-16 നൂറ്റാണ്ടുകളിലെ സ്പാനിഷ്-പോർച്ചുഗീസ് പായക്കപ്പലുകൾ) ഉണ്ടാക്കാൻ തന്നെ തീരുമാനിച്ചവരാണ് നാം.

വളരെ ഗൗരവമായ ഒരു സമരമാണ് നമ്മുടേത്; യൂറോപ്പുകാർ അതിനെ വേണ്ടത്ര ഗൗരവത്തോടെ എടുക്കുന്നില്ലെങ്കിലും. ലാറ്റിനമേരിക്കക്കാർ തയ്യാറെടുപ്പു നടത്തിക്കൊണ്ടിരിക്കുന്ന യുദ്ധങ്ങൾ, ബർലിൻമതിൽ ഇടിച്ചു നിരത്തിയപോലുള്ള കുട്ടിക്കളികളൊന്നുമല്ല.

വടക്കും തെക്കും തമ്മിൽ വിഭജിക്കുന്ന മതിൽ, കൊളസ്റ്ററോളിനും അനീമിയയ്ക്കും ഇടയ്ക്കുള്ള മതിൽ, ഇടിഞ്ഞു വീഴുമ്പോഴുണ്ടാകുന്ന പൊട്ടലും ചീറ്റലുമായി താരമ്യപെടുത്തുമ്പോൾ, സോവിയറ്റ് യൂണിയനിൽ സംഭവിച്ചതൊക്കെ നിസാരമായിരിക്കും. (.....രക്തച്ചൊരിച്ചിലുകളും ഉൽപ്രേക്ഷകളും സ്ഥാനത്തും അസ്ഥാനത്തും ഉപയോഗിക്കുന്നവരാണല്ലോ നമ്മുടെ നാട്ടുകാർ.)

മധ്യഅമേരിക്കൻ മേഖലയിൽ നിന്ന് ഉദാഹരണങ്ങൾ എടുത്താൽ, നിക്കരാഗ്വയുടെയും എൽസാൽവദോറിന്റേയും സമീപകാല ചരിത്രം കാണിക്കുന്നത്, വിവേകം വിളയിക്കുമെന്നു തന്നെയാണ്. അവിടെ ശാന്തിയുടെയും സുസ്ഥിരതയുടെയും അടിത്തറ തത്വത്തിലെങ്കിലും, ഉണ്ടായിക്കഴിഞ്ഞിരിക്കുന്നു.

കൊളംബിയയിൽ നടക്കുന്ന അക്രമ സംഭവങ്ങൾ മറ്റു യുദ്ധങ്ങളുടെ തുടർച്ചയാണ്–യൂറോപ്പിലെ മാധ്യമങ്ങളൊക്കെ നമ്മുടെ എഴുത്തുകാരുടെ നിരങ്കുശമായ ഭാവനാവിലാസമായിട്ടാണ് അതിനെ കാണുന്നതെങ്കിലും. എപ്പോൾ വേണമെങ്കിലും ക്ഷോഭിക്കാവുന്ന നമ്മുടെ അഗ്നിപർവതങ്ങളിലൊന്നാണ് പെറു. അവിടെ എന്തു സംഭവിക്കുമെന്ന് ഊഹിക്കാൻപോലും വയ്യ.

സാമൂഹ്യനീതിയില്ലാത്ത ജനാധിപത്യം, വിലയില്ലാത്ത കറൻസിയാണ്. വെനിസ്വലയിലെ ഈയിടത്തെ സംഭവങ്ങൾ അക്കാര്യം വീണ്ടും വ്യക്തമാക്കുന്നു. സാമ്പത്തിക ജനാധിപത്യമില്ലാത്ത രാഷ്ട്രീയ ജനാധിപത്യം വെറുമൊരു ആചാരം മാത്രമാണ്.

നൂറ്റാണ്ടുകളായി കോളനികളെ പിഴിഞ്ഞ് യൂറോപ്പുകാർ അവരുടേതുമാത്രമായ ഒരു സ്വർഗലോകം പണിതെടുത്തു. വൻകരകളുടെമേൽ ആധിപത്യം നേടി. വാക്കുകൾ കൊണ്ടും ലോഹം കൊണ്ടും അവരുടേതായ സ്മാരകങ്ങളുണ്ടാക്കി, സംഗീതമുണ്ടാക്കി, യന്ത്രങ്ങളുണ്ടാക്കി, തത്വശാസ്ത്രങ്ങളുണ്ടാക്കി.

യൂറോപ്പുകാർ വലിയൊരു രംഗമഞ്ചമുണ്ടാക്കി. അവിടെ നടക്കുന്ന കേളികളൊക്കെ അതിദൂരെയിരുന്ന് നമുക്ക് കാണത്തക്കവിധത്തിൽ. അവർക്ക് വേണ്ടതൊക്കെ ആവശ്യത്തിലേറെയുണ്ട്. പക്ഷെ, സ്വയം മനസിലാക്കാൻ അവർക്ക് കഴിയില്ല, മറ്റുള്ളവരോടു സംവദിക്കാനും അറിഞ്ഞുകൂടാ.

ഇതൊക്കെയായാലും യൂറോപ്പുകാർക്കിടയിലും, നമ്മുടെ വികാരങ്ങൾ വേണ്ടപോലെ മനസിലാക്കുന്ന നമ്മെ സ്നേഹിക്കുന്ന, ഒരുപാട് ആളുകളുണ്ട്. അവരിൽ പലരേയും എനിക്ക് അടുത്തറി

യാം. അവരോട് നമുക്ക് കടപ്പാടുണ്ട്. യൂറോപ്പിൽ അത്തരക്കാരുടെ എണ്ണം കൂടിക്കൊണ്ടേയിരിക്കുന്നു.

ഇനി, തിരശീല വീഴണം. എന്നാലേ ചരിത്രം എന്നു നാം വിളിക്കുന്ന ഈ നാടകത്തിലെ നടന്മാർക്ക് സ്വയം കാണാനും പരിചയപ്പെടാനും പറ്റൂ. എങ്കിലേ അവരുടെ സംഭാഷണവും നാടകത്തിന്റെ പരിണാമവും മാറ്റിയെടുക്കാൻ പറ്റൂ; എങ്കിലേ ലോകത്തിന്റെ മറ്റു ഭാഗത്തുള്ള നടന്മാർക്ക് എന്തെങ്കിലും പറയാൻ അവസരം കിട്ടൂ.

യൂറോപ്പിൽ അവർ അത്യന്താധുനികതയെ പ്രകീർത്തിക്കുമ്പോൾ നാം ഇവിടെ ലാറ്റിനമേരിക്കയിൽ പുതിയ മനുഷ്യരെ സൃഷ്ടിക്കാനുള്ള ശ്രമത്തിലാണ്. ദുഃഖങ്ങളിൽ നിന്നും നിരാശയിൽ നിന്നും വേദനയിൽ നിന്നും മോചിപ്പിച്ച്, ലതാ കിരീടങ്ങളണിയിച്ച്, അവരെ ദേവന്മാരാക്കാനുള്ള ശ്രമത്തിലാണ്.

'നമ്മുടെ അമേരിക്ക,' 'കൃത്രിമത്വമില്ലാത്ത മനുഷ്യന്റെ തറവാട്' എന്നൊക്കെ മാർട്ടി വിശേഷിപ്പിച്ച ഈ പുതുലോകത്തെപ്പറ്റി ആ പഴയ വൻകരയിലുള്ളവർക്ക് കാര്യമായൊന്നും പറയാനില്ല. ഇനി വല്ലതും പറയുകയാണെങ്കിൽത്തന്നെ, "അയ്യോ! പാവം!!" എന്ന ഭാഷയിലാണ്, ദീനാനുകമ്പയോടെയാണ്. ദുർല്ലഭം അവസരങ്ങളിൽ യഥാർഥ ഐക്യദാർഢ്യവുമാവാം.

പല സന്ദർഭങ്ങളിലും സ്ഥാപനങ്ങളെ സംബന്ധിച്ചിടത്തോളം വിശേഷിച്ചും, ഈ ദീനാനുകമ്പയ്ക്കും ഐക്യദാർഢ്യപ്രകടനത്തിനും പിന്നിൽ സ്വാർഥമാണുള്ളത്. ചിലപ്പോൾ അത് പള്ളിക്കു മുന്നിൽ പിച്ചകൊടുക്കുംപോലെ, ദൈവംപോലും കൈവെടിഞ്ഞ ഈ പാവങ്ങളെക്കുറിച്ചുള്ള ഉൽക്കണ്ഠ കൊണ്ടാവാം.

തിരിച്ചറിയാൻ പറ്റാത്ത ഒരു വസ്തുതയായിക്കൊണ്ടിരിക്കുകയാണ് യൂറോപ്പ്-അവിടത്തെ നിവാസികൾക്കുപോലും. ഏറെത്താമസിക്കാതെ ലാറ്റിനമേരിക്കക്കാർ യൂറോപ്പു 'കണ്ടുപിടിക്കു'മോ എന്നാണ് എന്റെ സംശയം. അത് കോളനിവൽക്കരണത്തിനാവില്ല, എന്നാലും.

വാളോ കുരിശോ ഒന്നുമില്ലാതെത്തന്നെ നാം യൂറോപ്പ് 'കണ്ടുപിടിക്കും'. അത് സ്വർണം നേടിയോ നിത്യയൗവനത്തിന്റെ ഉറവകൾ നേടിയോ ആവില്ല. അവിടത്തെ കൊച്ചു മക്കളെ സ്വാതന്ത്ര്യത്തിന്റേതായ ഒരു സമൂഹത്തിലെ അംഗങ്ങളാക്കി മാറ്റാനുള്ള വ്യഗ്രതകൊണ്ടായിരിക്കും.

ഈ അഞ്ഞൂറാം വാർഷികാഘോഷത്തിന്റെ ഭാഗമായി, വിലപ്പെട്ട ഒരു സംരംഭമുണ്ടായി. 1991-ജൂലായിൽ ഗ്വാഡലജാറിൽ വെച്ചും തുടർന്ന് 1992-ജൂലായിൽ മാഡ്രിഡിൽ വെച്ചും നടന്ന ഐബിറോ-അമേരിക്കൻ ഉച്ചകോടി സമ്മേളനം. ഭാവിയിൽ നല്ല വിളവെടുപ്പുണ്ടാകാവുന്ന സംരംഭമാണ് അത്.

ആഗോളാടിസ്ഥാനത്തിലും മേഖലാടിസ്ഥാനത്തിലുമുള്ള

പ്രശ്നങ്ങൾക്ക് പരിഹാരം കാണാൻ വേണ്ടി ഈ ഭാഗത്തെ സർക്കാർ തലവന്മാരുടെയും രാഷ്ട്രത്തലവന്മാരുടെയും ഈ സമ്മേളനങ്ങൾ ഇവിടങ്ങളിലെ അകാലവാർധക്യത്തിന് നല്ലൊരു മരുന്നായേക്കാം. "ഇവിടത്തെ സമൂഹങ്ങളുടെ വളർച്ചക്കും വൈവിധ്യത്തിനും വേണ്ടിയുള്ള ഇന്നാട്ടിലെ ജനങ്ങളുടെ മഹത്തായ സംഭാവന" കളെ പ്രകീർത്തിക്കുകയും അവരുടെ "സാമൂഹ്യ സാമ്പത്തികക്ഷേമത്തിനുള്ള പ്രവർത്തനങ്ങളെ പിൻതുണക്കാനും അവകാശങ്ങളും സാംസ്കാരികത്തനിമയും നിലനിർത്താനും ബാധ്യസ്ഥരാണ്" തങ്ങൾ എന്ന് ആവർത്തിച്ചുറപ്പിക്കുകയും ചെയ്തു ഈ സമ്മേളനങ്ങൾ.

നമ്മുടെ ഇന്ത്യക്കാരുടെ (അമേരിക്കൻ-ഇന്ത്യക്കാരെപ്പറ്റിയാണ് പറയുന്നത്) വികസനത്തിനായി ഒരു ഫണ്ട് സ്വരൂപിക്കാൻ കൂടി ഈ സമ്മേളനങ്ങൾ നിർദേശിച്ചു. "സംവരണത്തിന്റെ രൂപത്തിലും സൗമനസ്യഭാവത്തിലുമൊക്കെ നീട്ടിക്കിട്ടുന്ന സഹായങ്ങൾ ഒഴിവാക്കിക്കൊണ്ട്, നമ്മുടെ നാട്ടുകാരെ ഞെരുക്കുന്ന പ്രശ്നങ്ങൾക്കു പരിഹാരമുണ്ടാക്കുക" എന്നതാണ് ഈ നിധിയുടെ ലക്ഷ്യം.

സാൻഡിനിസ്റ്റ വിപ്ലവം നിക്കരാഗ്വയുടെ കരീബിയൻ തീരങ്ങളിൽ വളർത്തിക്കൊണ്ടുവന്ന 'സ്വയംപര്യാപ്തത' എന്ന ആശയത്തിനു സമാനമാണ് ഇത്. നാം പ്രതീക്ഷിക്കും പോലെ കാര്യങ്ങൾ നീങ്ങുകയാണെങ്കിൽ സ്പെയിനും പോർച്ചുഗലും മറ്റു വികസിത യൂറോപ്യൻ രാജ്യങ്ങളും ഈ സംരംഭത്തെ സഹായിക്കും.

പൊതുവെ പറഞ്ഞാൽ നമ്മെ കോളനികളാക്കി ഭരിച്ച ആ രാജ്യങ്ങളുമായുള്ള നമ്മുടെ ബന്ധം ഇപ്പോഴും വിദൂരവും ഔപചാരികവും വാക്കുകളുടെ കസർത്തിൽ ഒതുങ്ങുന്നതുമാണ്. യൂറോപ്പുകാരെ സംബന്ധിച്ചിടത്തോളം ഈ 500-ാം വാർഷികാഘോഷം ഒരു പശ്ചാത്താപ പ്രകടനമല്ല. ചെയ്തതൊക്കെ തെറ്റാണെന്നു സമ്മതിക്കാനും അവർക്ക് ഭാവമില്ല.

നമ്മുടെ നാട്ടിലെ ജനങ്ങൾ വിശന്നു മരിക്കുമ്പോൾ അവർ ദശലക്ഷക്കണക്കിന് ഡോളറുകളാണ് ഈ വാർഷികാഘോഷത്തിനു ചെലവാക്കുന്നത്. വംശനാശത്തിന്റെ ഇരകളായിരുന്ന നമുക്ക് പ്രത്യേകിച്ച് ഒരു പ്രതിഫലവും കിട്ടുന്നില്ല-അത്തരക്കാരിൽ നിന്ന് ഐക്യദാർഢ്യവും കിട്ടുന്നില്ല. വലിയനേട്ടങ്ങളുടെ ആഘോഷമായിട്ടാണ് യൂറോപ്പുകാർ ഇതിനെ കാണുന്നത്. ആ വസ്തുത ഏറെ സന്തോഷകരവുമാണ്, ഏറെ ദുഃഖകരവുമാണ്. യൂറോപ്യൻ രാജ്യങ്ങൾ തമ്മിലുള്ള ഐക്യത്തിന്റെയും കമ്യൂണിസത്തിന്റെമേൽ അവർ നേടിയ വിജയത്തിന്റെയും പുതിയൊരു ജർമനിയുടെ ഉദയത്തിന്റെയും ലാറ്റിനമേരിക്കക്കാരോട് വാക്കിൽ മാത്രം ഒതുങ്ങുന്ന പ്രജാവാത്സല്യത്തിന്റെയും ഒക്കെ ആഘോഷമാണ് അവർക്ക് ഇത്.

നമ്മെ സംബന്ധിച്ചിടത്തോളം കൊളംബസ് ഈ കടൽക്കരയിലെത്തിയതിന്റെ അഞ്ഞൂറാം വാർഷികം പിന്നോക്കാവസ്ഥയുടെ പുറമ്പോക്കുകളിൽ തളയ്ക്കപ്പെട്ട നമ്മുടെ ജനതയുടെ മോചനത്തെപ്പറ്റി ചിന്തിക്കാനുള്ള അവസരമാണ്.

എന്റെ ഭാഷ ക്രൂരമാവണമെന്നല്ല ഉദ്ദേശ്യം: 500 വർഷം പഴക്കമുള്ള ഒരു തീക്ഷ്ണവികാരത്തിന്റെ വിക്ഷോഭമാണ് ഇത്. അതേസമയം, ലാറ്റിനമേരിക്കക്കാരുമായി ഒരു പരസ്പര ധാരണയുണ്ടാക്കാനുള്ള ശ്രമത്തിലേക്ക് യൂറോപ്പുകാരെ ക്ഷണിക്കുക കൂടിയാണ്.

ഞങ്ങൾ അവർക്കു വേണ്ടി കാത്തിരിക്കും. 1992–ഒക്ടോബറിൽ മാത്രമല്ല, വരും കാലമത്രയും എല്ലാ ഒക്ടോബറിലും–ഇത് വെറുമൊരു കാഴ്ചബംഗ്ലാവല്ലെന്നും, മറിച്ച് വാഗ്ദത്ത ഭൂമിയാണെന്നും അവർ കണ്ടുപിടിക്കുന്നതുവരെ.

വേണ്ടത്ര ബഹുമാനത്തോടെ, സമചിത്തതയോടെ, വസ്തുനിഷ്ഠമായി ഫിദൽ കാസ്ട്രോ ഈ ആഘോഷങ്ങളെപ്പറ്റി അപ്രതീക്ഷിതമായ ചില നിരീക്ഷണങ്ങൾ നടത്തുകയാണ്. നമ്മുടെ കൺമുന്നിൽ പഴയ കാരവെല്ലുകളും കാൽവരികളും വീണ്ടും തെളിയിക്കുന്ന ആഹ്ലാദകരവും അതേസമയം, ദുഃഖകരവുമായ ഒരു വാർഷികാഘോഷമാണ് ഇത്.

ടി ബി

***തോമസ് ബോർഗെ**: ഫിദൽ, അമേരിക്ക കണ്ടുപിടിച്ചതിന്റെ 500–ാം വാർഷികമെന്നു ചിലരും, രണ്ടു സംസ്കാരങ്ങളുടെ സമ്മേളനത്തിന്റെ 500–ാം വാർഷികമെന്നു മറ്റു ചിലരും, പിന്നെ എന്തെല്ലാമോ മറ്റു പലരും, പറയുന്ന ആഘോഷങ്ങൾക്കും ഈ വർഷം നമ്മെ ക്ഷണിച്ചിരിക്കുകയാണല്ലോ. അതിനെപ്പറ്റി താങ്കളുടെ നിരീക്ഷണങ്ങൾ എന്താണ്?*

കാസ്ട്രോ: നോക്കൂ, തോമസ്, ക്രിസ്റ്റോഫർ കൊളംബസ് വന്നതിന്റെ 500–ാം വാർഷികമാഘോഷിക്കുന്നതിന് ഞാൻ എതിരല്ല. ആ വരവിന്റെ ചരിത്രപരമായ പ്രാധാന്യം ഞാൻ ഒട്ടും തന്നെ കുറച്ചു കാണുന്നില്ല. ഞാൻ ഇത്രയേ പറയുന്നുള്ളു. 'കണ്ടുപിടിത്തം' എന്ന പേരിലറിയപ്പെടുന്ന ആ സംഭവത്തിനും അതിന്റെ പരിണാമങ്ങൾക്കും വെള്ളപൂശാൻ മാത്രമുള്ള ഒരു ആഘോഷമായി ഇത് അവസാനിച്ചുകൂടാ; ആ സംഭവത്തിന്റെ വിമർശനാത്മകമായ ഓർമ്മ പുതുക്കലാവണം.

ശാസ്ത്രീയമായും മാനസികമായും നോക്കുമ്പോൾ കൊളംബസിന്റെ പ്രാധാന്യം തള്ളിക്കളയാനാവില്ല. തന്റെ വ്യക്തിപരമായ ധൈര്യം മാത്രമല്ല, നാവിക വിദ്യയിൽ അന്നുണ്ടായിരുന്ന പരിമിതമായ അനുഭവങ്ങളെ പരമാവധി ഉപയോഗിക്കാനുള്ള ആന്തരിക ജ്ഞാനവും ശേഷിയും അദ്ദേഹം പ്രദർശിപ്പിച്ചു. അത് മഹത്തായ ഒരു നേട്ടം തന്നെയായിരുന്നു. ഇന്നത്തെ ആശയങ്ങളുടെ വെളിച്ച

ത്തിൽ അന്നത്തെ മനുഷ്യരുടെ ചെയ്തികളെ വിലയിരുത്തുന്നതു ശരിയല്ല. കൊളംബസ് അദ്ദേഹത്തിന്റെ കാലത്തെ മനുഷ്യനായിരുന്നു. കണ്ടതെല്ലാം സ്വന്തമാക്കണമെന്ന ഉദ്ദേശ്യത്തോടുകൂടിയാണ് അദ്ദേഹം കുരിശും വാളുമായി അമേരിക്കയിലെത്തിയത്. ഇവിടെ നിന്ന് കുറേപേരെ അടിമകളാക്കി പിടിച്ചുകൊണ്ടുപോയി. എന്നാലും, ഇന്നത്തെ സദാചാര നിലവാരംവെച്ച് അദ്ദേഹത്തെ അളക്കരുത്. ഒരു ശാസ്ത്രജ്ഞനെന്ന നിലയിലും മഹാസാഹസി എന്ന നിലയിലുമാണ് ഞാൻ കൊളംബസിനെ കാണുന്നതെന്ന് തുറന്നു സമ്മതിക്കട്ടെ.

പക്ഷെ, ഈ 'കണ്ടുപിടുത്ത'ത്തിന്റെ പിന്നാലെ വന്നത് അമേരിക്കക്കാരെ സംബന്ധിച്ചിടത്തോളം, ഭയങ്കരമായ അനുഭവങ്ങളായിരുന്നു എന്നത് ആർക്കും വിയോജിക്കാനാവാത്ത ചരിത്രസത്യമാണ്: അവരെ കീഴടക്കി, സ്വന്തം ഭൂമിയിൽ നിന്ന് കുടിയൊഴിപ്പിച്ചു; അവരുടെ നാഗരികതകളെല്ലാം തുടച്ചുമാറ്റി; അവിടത്തെ ആദിവാസികളെ ഉന്മൂലനം ചെയ്തു. ഇതിന്റെയൊക്കെ നേരെ നമുക്ക് കണ്ണടക്കാൻ കഴിയുമോ? ഉഗ്രമായ കൊള്ളയും കൊലയും നടത്തി; നാട്ടുകാരെ മൃഗീയമായി ചൂഷണം ചെയ്തു: അവരുടെ നാട്ടിലെ മഹാമാരികൾ ഇങ്ങോട്ട് ഇറക്കുമതി ചെയ്ത് ദശലക്ഷക്കണക്കിന് ജനങ്ങളെ തുടച്ചുമാറ്റി. ഇത്രയും രക്തപങ്കിലമായ ദാരുണ സംഭവങ്ങൾ മാനവ ചരിത്രത്തിൽ വേറെ കാണില്ല.

ഈ 'കണ്ടുപിടിത്ത'ങ്ങളുമായി ബന്ധപ്പെട്ട് ഒരു പുതിയ അടിമസമ്പ്രദായം വളർന്നുവന്നു–മനുഷ്യരെ വിൽക്കുകയും വാങ്ങുകയും ചെയ്യാമെന്ന നീചമായ ആചാരം. അങ്ങനെ, മൂന്നൂറോളം വർഷക്കാലം ലക്ഷോപലക്ഷം ആഫ്രിക്കക്കാർ സ്വന്തം മണ്ണിൽ നിന്ന് വലിച്ചെറിയപ്പെട്ടു; അമേരിക്കകളിലെ ഖനികളിലും വിശാലമായ തോട്ടങ്ങളിലും ക്രൂരമായ മർദ്ദനങ്ങൾക്കു വിധേയരായി ജോലി ചെയ്യാൻ നിയോഗിക്കപ്പെട്ടു.

1492–ഒക്ടോബർ–12നുണ്ടായ ആ ഐതിഹാസിക സംഭവത്തെ ഇപ്പോഴും ലോകജനത, പ്രത്യേകിച്ചും നമ്മുടെ നാട്ടിലെ ജനങ്ങൾ 'കണ്ടുപിടിത്തം' എന്നു വിളിക്കുന്നതു കേൾക്കുമ്പോൾ എനിക്ക് അത്ഭുതം തോന്നുന്നു. ഏറെ വികാസം പ്രാപിച്ച ഒരു സംസ്കൃതിയാണ് അമേരിക്കയിലുണ്ടായിരുന്നത്. അതിനെ കണ്ടുപിടിച്ചു എന്ന് ജനം പുച്ഛത്തോടെ പറയുന്നത് നാം അനുവദിച്ചുകൂടാ. ഉദാഹരണത്തിന് അന്നത്തെക്കാലത്ത് ലോകത്തിലാകെത്തന്നെ ഏറ്റവും ജനനിബിഡമായ നഗരമായിരുന്നു ടേനോച്ടെട്ലാൻ (അസ്തെക് സാമ്രാജ്യത്തിന്റെ തലസ്ഥാനം) എന്ന കാര്യവും വിദഗ്ധവും വിപുലവുമായ ഒരു ഭരണസംവിധാനമാണ് ഇൻകാ സാമ്രാജ്യത്തിൽ നിലനിന്നിരുന്നതെന്നുമൊക്കെ ഇക്കൂട്ടർ മറക്കുന്നു. അതൊക്കെ അംഗീകരിച്ചാൽത്തന്നെയും കോളംബസിന്റെ സമുദ്ര

യാത്ര ലോകചിന്താഗതിയെത്തന്നെ മാറ്റിമറിക്കാൻ പര്യാപ്തമായി ത്തീർന്നു. നാം ആ സംഭവത്തെ ഒരു 'കണ്ടുപിടുത്ത' മായിട്ടാണ് വിവക്ഷിക്കുന്നതെങ്കിൽ, അമേരിക്കക്കാരും യൂറോപ്യന്മാരും പരസ്പരം 'കണ്ടുപിടിച്ചു' എന്നു പറയേണ്ടിവരും. സർവോപരി യൂറോപ്യൻ കോൺക്വിസ്റ്റഡോറുകളുടെ (മെസ്കിക്കോവും പെറുവും അതിഭീകരമായി കീഴടക്കിയവരെ അങ്ങനെയാണ് വിളിക്കാറ്) ക്രൂരതയും ഹിംസാത്മകതയും ലോകം 'കണ്ടുപിടിച്ചു'.

ഈയൊരു വിഷമാവസ്ഥയിൽ നിന്നു രക്ഷപ്പെടാൻ ചിലർ 'രണ്ടു സംസ്കാരങ്ങളുടെ സംഗമം' എന്നുപറയാറുണ്ട്. പക്ഷെ അതും അത്ര ശരിയാണെന്ന് എനിക്കു തോന്നുന്നില്ല. ഏറെ സൈനികബലമുള്ളവർ, അതില്ലാത്തവരെ മർദ്ദിച്ചു കീഴടക്കുകയും, അവരുടെ സംസ്കാരം കീഴടക്കപ്പെട്ടവരുടെമേൽ അടിച്ചേൽപ്പിക്കുകയുമാണ് യഥാർഥത്തിൽ സംഭവിച്ചത്. യൂറോപ്പുകാർ ബലപ്രയോഗത്തിലൂടെ അമേരിക്കകളിൽ കടന്നുകൂടുകയാണുണ്ടായത്. അതുകൊണ്ട്, ഈ വാർഷികത്തെ, 'രണ്ടു സംസ്കാരങ്ങൾ തമ്മിലുള്ള മഹാസംഘട്ടന'ത്തിന്റെ 500-ാംവർഷികമായി കാണാവുന്നതാണ്.

മഹാരോഗങ്ങൾക്കും സാമൂഹ്യമായ അനീതികൾക്കും പുറമെ, ചില നല്ല കാര്യങ്ങളും അമേരിക്കക്കാർക്ക് യൂറോപ്യന്മാരിൽ നിന്നും കിട്ടി എന്നതുനേരാണ്. സ്പാനിഷ് അമേരിക്കക്കാരായ നമുക്കു പരസ്പരം ബന്ധപ്പെടാൻ സ്പെയിനിൽ നിന്ന് ഒരു പൊതു ഭാഷ കിട്ടി. അതുപോലെതന്നെ, സ്പെയിനുകാർ നമുക്കെല്ലാം പൊതുവായ ചില സാമൂഹ്യഘടനകളും നിയമവ്യവസ്ഥയുമുണ്ടാക്കി. ഇവിടെ നിലനിന്നിരുന്നതും, പിന്നീട് ആഫ്രിക്കയിൽ നിന്നു വന്നതുമായ സംസ്കാരങ്ങളും സ്പെയിനിൽ നിന്നു വന്ന സംസ്കാരവും എല്ലാം കൂടിച്ചേർന്നു സമൃദ്ധമായ ഒരു സ്പാനിഷ്-അമേരിക്കൻ സംസ്കാരത്തിനു രൂപം നൽകി-പ്രാമുഖ്യം അവരുടെ സംസ്കാരത്തിനായിരുന്നുവെങ്കിൽപ്പോലും. ആ സ്പാനിഷ് കൊളോണിയൽ മൂശയിലൂടെ കടന്നു പോകുന്നതുകൊണ്ടാണ് നമ്മുടെ അമേരിക്കക്കാർക്കിടയിൽ അത്യാവശ്യമായിരുന്ന ഒരു ഉദ്ഗ്രഥനത്തിന്റെ അടിത്തറയുണ്ടാക്കാൻ കഴിഞ്ഞതും ഒരേ നാട്ടിലെ പൊതുപൗരന്മാരാണ് നാം എന്ന ബോധമുണ്ടായതും.

നമ്മുടെ വടക്കൻ മേഖലയിൽ കോളനികളുണ്ടാക്കിയ ഇംഗ്ലീഷുകാർ അന്നാട്ടിലെ ജനതയിൽ നിന്നും വിട്ടു നിന്നപ്പോൾ സ്പെയിനുകാർ നമ്മുടെ ഇന്ത്യക്കാരും ആഫ്രിക്കക്കാരുമായി ഇഴുകിച്ചേരാൻ ശ്രമിച്ചു എന്നത് അവർ ചെയ്ത ഒരു നല്ല കാര്യമാണ്. നമ്മുടെ നാട്ടിലെ സ്ത്രീകൾക്കെതിരായ ബലപ്രയോഗവും ഈ ഇഴുകിച്ചേരലിന്റെ ഒരു ഭാഗമായിരുന്നുവെങ്കിലും, ഇന്നു നാം കാണുന്ന ഈ രാഷ്ട്രങ്ങളുടെ നിർമാണത്തിൽ ഈ ഇടപഴകൽ പ്രധാനപ്പെട്ട ഒരു പങ്കാണ് വഹിച്ചത്.

ഈ ആഘോഷവേളയിൽ നാം തദ്ദേശീയരായ അമേരിക്കൻ പ്രതിനിധികളുടെ അത്യന്തം വിമർശനാത്മകമായ വീക്ഷണങ്ങളെ കണ്ടില്ലെന്നു നടിച്ചുകൂടാ എന്നാണ് എനിക്കു പറയാനുള്ളത്. അവരുടെ ആവശ്യങ്ങൾ ശ്രദ്ധാപൂർവം പഠിക്കണം. എന്നാൽ മാത്രമേ ഈ സംഭവത്തിന്റെ ഗുണങ്ങളെയും ദോഷങ്ങളെയും കുറിച്ച് സന്തുലിതമായ ഒരു സമീപനമുണ്ടാവൂ.

ഇവയെല്ലാം ചരിത്രസംഭവങ്ങളായതുകൊണ്ട്, ചരിത്രത്തിന്റേതായ വസ്തുനിഷ്ഠതയോടെ ഇവയെ അപഗ്രഥിക്കാൻ കഴിയണം. ഒരു പ്രത്യേക രാജ്യത്തോടുള്ള വെറുപ്പിൽ നിന്ന് ഉളവാകുന്നതല്ല ഈ പറയുന്നതൊന്നും. ഒരിക്കൽ ക്യൂബയുടെ ശത്രുക്കൾ, അവരുടെ താൽപര്യത്തിനു വേണ്ടി, പറഞ്ഞു നടന്നിരുന്നു, ഞങ്ങൾക്ക് സ്പെയിനിനോട് വെറുപ്പാണെന്ന്, ഒരുപക്ഷെ മറ്റ് ഏത് സ്പാനിഷ് അമേരിക്കൻ നാടിനേക്കാളുമേറെ, സ്പെയിനുമായി രക്തബന്ധമുള്ളവർ ഞങ്ങളായിരിക്കണം. ഞാനീ പറയുന്ന വിമർശനാത്മകമായ സമീപനം തന്നെ അത്തരം സ്പാനിഷ് മൂല്യങ്ങളുടെ സംരക്ഷണത്തിനാണ്.

വംശീയഭ്രാന്തുള്ള യൂറോപ്യന്മാരല്ല, നേരെമറിച്ച് ആ ഭ്രാന്തില്ലാത്ത സ്പെയ്ൻകാരാണ് ക്യൂബയിൽ കോളനി സ്ഥാപിച്ചത് എന്ന കാര്യത്തിൽ, ഒരു ക്യൂബക്കാരനെന്ന നിലക്ക് ഞാൻ സന്തുഷ്ടനാണ്. അത്തരമൊരു കോളനിവൽക്കരണം കൊണ്ടാണ് ഞങ്ങളുടെ ജനങ്ങളിൽ കാണുന്ന മഹത്തായ മിശ്രണം സാധ്യമായത്, സ്പെയ്ൻകാരുടെ പല സ്വഭാവ വിശേഷങ്ങളും ക്യൂബക്കാർ ഉൾക്കൊണ്ടിട്ടുണ്ട്. അവരുടെ സമരാവേശവും എന്തും എതിർക്കാനുള്ള വാസനയും കൂടി. ആ ആവേശമാണ് ഞങ്ങളെ ഒരു നീണ്ട യുദ്ധത്തിന് പ്രേരിപ്പിച്ചത്. തുടക്കത്തിൽ കൊളോണിയലിസത്തിനെതിരായും പിന്നീട് നവകൊളോണിയലിസത്തിനെതിരായും. മൂന്നാം ലോകമെന്നു വിളിക്കപ്പെടുന്ന നാടുകളിലെ ജനങ്ങൾ അനുഭവിച്ചിരുന്ന കൊള്ളകൾക്കും ചൂഷണങ്ങൾക്കും സാമ്പത്തിക മുരടിപ്പിനുമൊക്കെ എതിരായിരുന്നു ഞങ്ങളുടെ യുദ്ധം. ഒരു നൂറ്റാണ്ടോളം നീണ്ടുനിന്ന ആ യുദ്ധം വെറും താത്വിക മേഖലയിലോ ആശയങ്ങളുടെ ലോകത്തോ ഒതുങ്ങി നിൽക്കാതെ ഞങ്ങളുടെ നാടു ഭരിക്കാൻ വന്ന യു എസ് എക്കാരുടെ പദ്ധതികൾക്കെതിരായി പ്രായോഗികമായിത്തന്നെ ഞങ്ങൾക്ക് യുദ്ധം ചെയ്യേണ്ടിവന്നു. അതുകൊണ്ട്, ദേശീയത, രാജ്യസ്നേഹം എന്നീ ആശയങ്ങളെപ്പറ്റിയുള്ള ഞങ്ങളുടെ ബോധവും കൊളോണിയലിസത്തോടും അധീശത്വത്തോടുമുള്ള ഞങ്ങളുടെ എതിർപ്പും വളരെ ശക്തമാണ്.

അവഗണിക്കാൻ പറ്റാത്ത മറ്റൊരു വസ്തുതയുണ്ട്. ഈ ഉപഭൂഖണ്ഡത്തിന്റെ വടക്കൻ മേഖലയിലുള്ള ശക്തമായ സാമ്രാജ്യം ചരിത്രപരമായി നമ്മുടെ അമേരിക്കക്കാരോട് അനുവർത്തിച്ചുപോ

രുന്ന നയം അക്രമത്തിന്റേതും, ഇടങ്കോലിടലിന്റെയും ഇടപെടലുകളുടെയും യജമാനത്വത്തിന്റെയും ധാർഷ്ട്യത്തിന്റെയും ഒക്കെ അടിസ്ഥാനത്തിലുള്ളതുമാണ്. അവർ നമ്മുടെ വിഭവങ്ങൾ ചൂഷണം ചെയ്യുന്നു; നമുക്കിടയിൽ സ്പർധകളും വിടവുകളുമുണ്ടാക്കിക്കൊണ്ടിരിക്കുന്നു. അതുകൊണ്ട്, നമ്മുടെ നാട്ടുകാർക്കിടയിൽ ഐക്യം ഊട്ടിയുറപ്പിക്കാൻ സഹായിക്കുന്ന അഹങ്കാരികളായ ആ വടക്കൻ അയൽക്കാർ സൃഷ്ടിക്കുന്ന വിടവുകൾ തടുക്കാൻ സഹായിക്കുന്നു, എന്തിനേയും നാം സ്വാഗതം ചെയ്യും.

അതുകൊണ്ട്, ഈ 500-ാം വാർഷികാഘോഷത്തിനും പ്രയോജനമുണ്ടാകുമെന്ന് എനിക്ക് ഉറപ്പുണ്ട്. ലാറ്റിനമേരിക്കൻ രാജ്യങ്ങൾക്ക് പൊതുവായുള്ള സാംസ്കാരികവും ചരിത്രപരവും വംശീയവുമായ, മൂല്യങ്ങളെ ഉയർത്തിക്കാട്ടാനും, നാമെല്ലാം പങ്കുവയ്ക്കുന്ന ആചാരാനുഷ്ഠാനങ്ങളെപ്പറ്റി നമ്മെ കൂടുതൽ ബോധവാന്മാരാക്കാനും ഇത് സഹായിക്കും. നമ്മുടെയൊക്കെ പൊതുസ്വത്തായ അത്തരം മൂല്യങ്ങളെ വളർത്തിയെടുക്കാൻ സഹായിക്കുന്നതെന്തും തന്നെ, നമ്മെ ഭീഷണിപ്പെടുത്തുന്നവയ്ക്കെതിരായ ഒരു കവചമുണ്ടാക്കാൻ ഉപകരിക്കും. നമ്മുടേതായ വ്യതിരിക്തതയെപ്പറ്റിയും നമ്മുടെ ഐക്യത്തെപ്പറ്റിയുമുള്ള അവബോധം എത്രത്തോളം ഊട്ടിയുറപ്പിക്കാൻ കഴിയുമോ അത്രത്തോളം 21-ാം നൂറ്റാണ്ടിൽ നാം അർഹിക്കുന്ന ഇടംതേടാൻ നമുക്ക് അവകാശമുണ്ടാവും.

500 വർഷങ്ങൾക്കുമുമ്പ് നമ്മുടെ മേൽ ഒരു സംസ്കാരം അടിച്ചേൽപ്പിച്ചു. ഇപ്പോൾ അവർ നമ്മുടെ ചിന്താഗതിയെത്തന്നെ നിയന്ത്രിക്കാനും മറ്റൊരു ജീവിതരീതി നമ്മുടെമേൽ അടിച്ചേൽപ്പിക്കാനും ശ്രമിക്കുകയാണ്. ലോകത്തെയാകെ ഏകരൂപമായ ഒരു അവസ്ഥയിലേക്ക് തള്ളിക്കൊണ്ടിരിക്കുകയാണ്. ചരിത്രത്തിന്റെ അവസാനമായി എന്ന് മുറവിളികൂട്ടിക്കൊണ്ട്, നമ്മുടെ ചരിത്രാവബോധത്തെത്തന്നെ ഇല്ലായ്മ ചെയ്യാനുള്ള ശ്രമത്തിലാണ്. ഈയൊരവസരത്തിൽ ലാറ്റിനമേരിക്കക്കാർക്ക് അവരുടെ വ്യക്തിത്വത്തെപ്പറ്റിയും വൈവിധ്യത്തെപ്പറ്റിയും സ്വന്തമായ ബോധമുണ്ടായേ പറ്റൂ. ഉദ്ഗ്രഥനത്തിന്റേതായ ഒരു പുതിയ ചരിത്രത്തിന്റെ തുടക്കം നാം പ്രഖ്യാപിക്കണം. ജോസ് മാർട്ടി പറഞ്ഞപോലെ, നമ്മുടെ റിപ്പബ്ലിക്കിലെ ദുഃഖാർത്തരായ, കറുത്തവരും ദരിദ്രരും ഓരങ്ങളിലേക്കു തള്ളിമാറ്റപ്പെട്ടവരുമായ, നിശബ്ദരായ, ആ ഇന്ത്യക്കാരെ കൂടി നമ്മുടെ ഈ പ്രഖ്യാപനത്തിൽ പങ്കെടുപ്പിക്കണം. അവരെ ചരിത്രത്തിന്റെ മുന്നണിപ്പോരാളികളാക്കിമാറ്റണം. ചരിത്രം അവസാനിച്ചിട്ടില്ല. ഇനിയും അവസാനിക്കാത്ത ചരിത്രത്തിൽ ഈ നിശബ്ദ ജീവികൾ ഇപ്പോഴും ചൂഷണം ചെയ്യപ്പെട്ടുകൊണ്ടേയിരിക്കുന്നു.

അങ്ങനെ, ഈ 500-ാം വാർഷികാചരണം വെറുമൊരു വെള്ള

പുശലാവാതെ നോക്കണം. അങ്ങനെ സംഭവിച്ചാൽ അതിന്റെ അർഥം നാം അവർ ചെയ്തതൊക്കെ അംഗീകരിക്കുന്നു എന്നായിരിക്കും; നമ്മെ ആക്രമിച്ചു കീഴടക്കിയതും കോളനിവൽക്കരിച്ചതും അടിമകളാക്കിയതും നമ്മുടെ വ്യക്തിത്വത്തെയും ചരിത്രത്തെയും അപ്പാടെ നശിപ്പിച്ചതും എല്ലാം. ഇനിയും വല്ലവരും നമ്മെ 'കണ്ടുപിടിക്കാനും' കീഴടക്കാനും വരികയാണെങ്കിൽ അത്തരത്തിലുള്ള യഥാർഥ അപകടങ്ങളിൽ നിന്ന് നമ്മെ രക്ഷിക്കാൻ പാകത്തിലുള്ള ആശയങ്ങളുടെ ആയുധങ്ങൾ നമുക്കുണ്ടാവണം.

ഈ 'കണ്ടുപിടുത്ത'ത്തോടു ബന്ധപ്പെട്ട് ഒട്ടേറെ നിഷേധാത്മകമായ ചരിത്രപരിണാമങ്ങളുണ്ടായിട്ടുണ്ട്. അവ മുഴുവനും ഇനിയും അപ്രത്യക്ഷമായിട്ടുമില്ല. ഈ വാർഷികാഘോഷത്തിൽ നാം പ്രദർശിപ്പിക്കുന്ന ഗാംഭീര്യവും ആവേശവും അത്തരം ചരിത്രസത്യങ്ങളെ മറന്നു കൊണ്ടാവരുത്. പഴയതിനെക്കാൾ നീചമായ ഒരു പുത്തൻ കൊളോണിയലിസത്തിലേക്കാണ് നാം നയിക്കപ്പെട്ടുകൊണ്ടിരിക്കുന്നത്. എന്ന ഓർമ്മ വേണം. അസമത്വത്തിൽ അധിഷ്ഠിതമായ അന്താരാഷ്ട്ര വ്യാപാരം,വിദേശകടം, പരിസ്ഥിതി നാശം, വിഭവങ്ങൾ കൊള്ളയടിക്കൽ എന്നിവയൊക്കെയായി അവികസിത ലോകം ഇന്നും വലയുകയാണ്.

'ഇന്ത്യക്കാർ'എന്നു വിളിക്കപ്പെടുന്ന നാം ഇന്ന് ഒട്ടേറെപ്പേരുണ്ട്–400 മില്യൺ ജനങ്ങളുണ്ട്. നമ്മുടെ ഉൽപ്പാദനക്ഷമതയും പണ്ടത്തേതിനേക്കാളേറെ വർധിച്ചിരിക്കുന്നു. ഇപ്പോഴും നമ്മുടെ അമേരിക്കകളിൽ നിന്ന് പ്രതിവർഷം കടത്തിക്കൊണ്ടുപോകുന്ന സ്വത്തിന്റെ കണക്കെടുത്താൽ, മുന്നൂറുവർഷങ്ങളിൽ സ്പെയിൻകാർ ഇവിടെ നിന്നും കൊണ്ടുപോയ സ്വർണവും വെള്ളിയുമൊന്നും ഒന്നുമല്ല.

ലാറ്റിനമേരിക്കക്കാരായ നാം ഈ 500–ാം വാർഷികം സമുചിതമായി ആഘോഷിക്കേണ്ടത് മറ്റൊരുതരത്തിലാണ്. വിദേശകടവും വിദേശവ്യാപാരത്തിലെ അസമാനതയും ഇല്ലാതാക്കി. നമ്മുടെ ജനങ്ങൾക്ക് സാമ്പത്തിക വളർച്ചയും പ്രതീക്ഷകളും സാധ്യമാക്കുന്ന രൂപത്തിലാവണം നമ്മുടെ ആഘോഷം. അപ്പോഴെ അതിന് വിപ്ലവാത്മകമായ ഒരു മാനം കൈവരൂ.

അതാണ്, തോമസ്, താങ്കളുടെ ചോദ്യത്തിനുള്ള എന്റെ പ്രതികരണം. ഇതിനെപ്പറ്റി നമുക്ക് ഇനിയും ഒരു പാടുനേരം സംസാരിക്കാം. ഞാനിപ്പോൾ പറഞ്ഞതൊക്കെയാണ് എന്റെ ചിന്താഗതി. വീണ്ടും പറയട്ടെ, ഈ ആഘോഷം, വെറുമൊരു വെള്ളപൂശലാവരുത്, വിമർശനാത്മകമാവണം.

6

ജനാധിപത്യം

'ഡമോക്രസി' എന്ന ഗ്രീക്ക് പദത്തിന്റെ അർഥം ജനങ്ങളുടെ അധികാരം, ജനശക്തി എന്നൊക്കെയാണ്, അതിന്റെ ഗാംഭീര്യം കണ്ടുപേടിച്ച് ബാങ്കർമാരും പട്ടാളമേധാവികളുമൊക്കെ, ചിലപ്പോൾ ധാർഷ്ട്യത്തോടെയും ചിലപ്പോൾ ജനങ്ങളെ കബളിപ്പിച്ചും, അത് സ്വകാര്യസ്വത്താക്കിവെച്ചിരിക്കുന്നു.

ന്യൂനപക്ഷം ഭൂരിപക്ഷത്തിനു കീഴ്പ്പെടുക എന്നതാണ് ജനാധിപത്യത്തിന്റെ അടിത്തറ; സ്വാതന്ത്ര്യവും സമത്വവും പൗരാവകാശമായി അംഗീകരിക്കലാണ് ജനാധിപത്യം. പക്ഷേ ഇതൊക്കെ, വെറുമൊരു ഔപചാരികത എന്ന മട്ടിലല്ലാതെ, സാമൂഹ്യസത്യങ്ങളായി കാണാൻ നാം ശീലിച്ചിട്ടില്ല. ആഴത്തിൽ പഠിച്ചാൽ മനസിലാവും സ്വത്തുടമകളാണ് ജനാധിപത്യം കയ്യാളുന്നത് എന്ന്. അവരാണ് വാർത്താമാധ്യമങ്ങൾ നിയന്ത്രിക്കുന്നതും വിഭവങ്ങൾ പങ്കിട്ടുകൊടുക്കുന്നതും. ചിരിത്രത്തിന്റെ സൃഷ്ടിയാണ് ഇതൊക്കെ, കാസ്ട്രോ അങ്ങനെയാണ് ചിന്തിക്കുന്നത്.

മുതലാളിത്തത്തിന്റെ താൽപര്യങ്ങൾക്കു നിരക്കുന്ന മട്ടിലാണെങ്കിൽ അവർക്ക് ജനാധിപത്യത്തോട് വലിയ ആദരവാണ്. ഒരു 'അക്യുപങ്ചർ സൂചി'പോലെയോ ശസ്ത്രക്രിയക്കുള്ള കത്തിപോലെയോ അവർ അതുപയോഗിച്ച് തങ്ങളുടെ രാഷ്ട്രീയാധിപത്യം നിലനിർത്തുന്നു. അപ്പോഴൊക്കെ ഭരണഘടനയെപ്പറ്റിയുള്ള വാചാടോപങ്ങളും തിരഞ്ഞെടുപ്പിന്റെ മാഹാത്മ്യവും രാഷ്ട്രീയ സ്വാതന്ത്ര്യത്തെപ്പറ്റിയുള്ള പ്രസംഗങ്ങളും കേൾക്കാം. പൊതുവെ പറഞ്ഞാൽ, ഇതൊന്നും, ദാരിദ്ര്യം അനുഭവിക്കുന്നവന് ബാധകമല്ല.

സൂത്രത്തിലാണെങ്കിലും ശക്തമായിത്തന്നെ ഈ സംവിധാനങ്ങൾ ഉപയോഗിക്കുന്നതിൽ നിന്ന് ഇല്ലാത്തവരെയാകെ ഒഴിവാക്കി നിർത്തിയിരിക്കയാണ്. ജനാധിപത്യത്തിന്റെ പുനർനിർമാണം എന്ന വാഗ്ദാനം കൊണ്ടൊന്നും അത്തരം സമൂഹങ്ങളിലെ പിച്ചച്ചട്ടികളും കീറത്തുണികളും ഒളിച്ചുവെക്കാനാവില്ല.

നമ്മുടെ റിപ്പബ്ലിക്കുകളിലൊക്കെ നിലവിലുള്ള ജനാധിപത്യ സമ്പ്രദായം ബഹുജനങ്ങളെ രാഷ്ട്രീയ പ്രവർത്തനത്തിൽ നിന്ന് ഒഴിവാക്കിക്കൊണ്ടുള്ളതാണ്. തീരുമാനങ്ങളെടുക്കുന്ന കാര്യത്തിൽ തൊഴിലാളികൾക്കു പങ്കില്ല. പക്ഷേ ക്യൂബയിലെ ജനാധിപത്യം മറ്റൊരു തരത്തിലുള്ളതാണ് കുത്തകമുതലാളിമാരെ പ്രീതിപ്പെടുത്തുന്ന മട്ടിലല്ല അത്.

പല ലാറ്റിനമേരിക്കൻ നാടുകളിലും നിയമത്തിന്റെ വരുതിയിൽ വരാൻ കൂട്ടാക്കാത്ത കുറേയേറെ കുട്ടികളുണ്ട്. എന്നാൽ ക്യൂബയിലെ അവസ്ഥ അതല്ല–ചെറിയ ഒരു ഇടവേളക്കാലത്ത് നിക്കരാഗ്വയിലേയും.

ലിങ്കന്റെ ഒരു ഉദ്ധരണിയിലൂടെയായിരുന്നു കാസ്ട്രോവിന്റെ തുടക്കം. ഇത് എന്നെ അത്ഭുതപ്പെടുത്തിയില്ല. പിന്നീട് അദ്ദേഹം ജനാധിപത്യത്തിലധിഷ്ഠിതമായ ജീവിതത്തിന്റെ സ്വഭാവത്തെപ്പറ്റിയുമൊക്കെ പറയുന്നു. സോഷ്യലിസ്റ്റ് വിപ്ലവത്തിന്റെ സത്തയോട് യോജിച്ചു പോകാവുന്ന രാഷ്ട്രീയ മാറ്റങ്ങൾക്കുള്ള സാധ്യതകളെപ്പറ്റിയും അദ്ദേഹം സംസാരിക്കുന്നു.

ടി ബി

തോമസ് ബോർഗെ: ജനാധിപത്യത്തിന് താങ്കൾ കൽപ്പിക്കുന്ന അർഥമെന്താണ് ഫിദൽ?

കാസ്ട്രോ: വളരെച്ചുരുക്കത്തിൽ, ലിങ്കൺ നിർവചിച്ചപ്പോലെ, ജനങ്ങളുടെതായ, ജനങ്ങളുണ്ടാക്കിയ ജനങ്ങൾക്കുവേണ്ടിയുള്ള ഭരണമാണ് ജനാധിപത്യം.

എന്നെ സംബന്ധിച്ചിടത്തോളം ജനങ്ങളുമായി ഏറ്റവുമടുത്ത സമ്പർക്കം പുലർത്തുന്ന, അവരിൽ നിന്ന് ഉയർന്നുവരുന്ന, അവരുടെ പിൻബലത്തോടെ നിലനിൽക്കുന്ന, തൊഴിലാളികളുടെയും മറ്റ് അധ്വാനിക്കുന്ന ജനവിഭാഗങ്ങളുടെയും താൽപര്യങ്ങൾക്കായി നിലകൊള്ളുന്ന ഒരു ഭരണ സമ്പ്രദായമാണ് ജനാധിപത്യം. സ്വാശ്രയത്വം, സ്വാതന്ത്ര്യം, സ്വന്തം രാജ്യത്തിന്റെ പേരിൽ അഭിമാനം കൊള്ളൽ എന്നിവ ഉൾപ്പെടെയുള്ള പൗരാവകാശങ്ങളുടെ സംരക്ഷണമാണ് ജനാധിപത്യം കൊണ്ട് ഉദ്ദേശിക്കുന്നത്. ഈ ലോകത്തിൽ ജനിച്ച എല്ലാ സ്ത്രീ–പുരുഷന്മാർക്കും യഥാർഥത്തിലുള്ള അവസര സമത്വം, സ്ത്രീപുരുഷ സമത്വം, മാനവരാശിയുടെ സാഹോദര്യം, ഇതൊക്കെയാണ് ജനാധിപത്യം കൊണ്ട് ഞാൻ അർഥമാക്കുന്നത്.

മുതലാളിത്ത ബൂർഷ്വാ ജനാധിപത്യത്തിന് ഈ ഘടകങ്ങളൊന്നുമില്ല. ഒരു ന്യൂനപക്ഷം അളവറ്റ സമ്പത്ത് കൈയടക്കി വെക്കുകയും ബഹുഭൂരിപക്ഷവും ഇല്ലായ്മയിൽ കഴിയുകയും ചെയ്യുന്ന അത്തരം രാജ്യങ്ങളിൽ ജനാധിപത്യത്തെപ്പറ്റി സംസാരിക്കാൻ അവർക്ക് എന്ത് അവകാശമാണുള്ളത്? ഒരു ലക്ഷപ്രഭുവും പിച്ചക്കാരനുമിടയ്ക്ക് എന്തു സമത്വവും സാഹോദര്യവുമാണ് ഉണ്ടാവുക? ദരിദ്രരും ചൂഷിതരും സർവസ്വവും നഷ്ടപ്പെട്ടവരുമായ ജനങ്ങൾക്ക് എന്ത് അവകാശങ്ങളാണുള്ളത്? മുതലാളിത്ത വ്യവസ്ഥയിൽ ഇത് പഴയ ഒരു സൂത്രമാണ്, പഴയ ഒരു കഥയാണ്. അവിടെ, എല്ലാ സ്വത്തിന്റെ സ്രോതസ്സുകളും പ്രചാരണോപാധികളും ഒരു ന്യൂനപക്ഷവർഗം കയ്യടക്കി വെച്ചിരിക്കുകയാണ്. മറ്റുള്ളവരെ, വിവേചനത്തിന്റെ അടിസ്ഥാനത്തിൽ, മാറ്റി നിർത്തിയിരിക്കുകയാണ്. അവർക്ക് യഥാർഥത്തിൽ അവകാശങ്ങളുമില്ല, ഭരണപ്രക്രിയയിൽ പങ്കാളിത്തവുമില്ല.

പഴയ ഗ്രീക്ക് ജനാധിപത്യത്തെ ഉദാഹരണമായി ചൂണ്ടിക്കാണിക്കാറുണ്ട്. ജനാധിപത്യത്തിന്റെ പ്രാഗ്രൂപമുണ്ടായിരുന്ന ആതൻസിൽ, സ്ത്രീകളും പുരുഷന്മാരും കുട്ടികളുമടക്കം 40,000 പൗരന്മാരാണ് ഉണ്ടായിരുന്നത്–90,000 അടിമകളും, ഏതാണ്ട് 35,000 അടിമകൾ വർക്ക്ഷോപ്പുകളിലും കൃഷിയിടങ്ങളിലുമായി ജോലി ചെയ്തിരുന്നു; 20,000 സ്ത്രീകൾ വീട്ടുജോലിക്കായി നിയോഗിക്കപ്പെട്ട അടിമകളായിരുന്നു; 10,000 കുട്ടികൾ പലതരം സേവനങ്ങൾക്കായി അടിമപ്പണിചെയ്തുപോന്നു. 25,000 അടിമകൾ ഖനികളിലും ജോലി ചെയ്തിരുന്നു. ഓരോ സ്വതന്ത്രവ്യക്തിക്കും ശരാശരി രണ്ട് അടിമകൾ എന്ന മട്ടിലായിരുന്നു ആതൻസിൽ. അന്നത്തെ കേമന്മാരായ ചരിത്രകാരന്മാർക്കും തത്വ ശാസ്ത്രജ്ഞന്മാർക്കും ഒക്കെ അടിമകളുണ്ടായിരുന്നു. ഞാൻ അവരെ വിമർശിക്കുകയല്ല; അവർ അത്തരം സമൂഹങ്ങളുടെ ഉൽപ്പന്നങ്ങളായിരുന്നല്ലോ. അടിമകൾ അന്ന് ആരുമായിരുന്നില്ല–വിൽക്കുകയും വാങ്ങുകയും ചെയ്യാവുന്ന, ഉടമകൾക്ക് കൊല്ലാൻ പോലും അധികാരമുണ്ടായിരുന്ന, മനുഷ്യ ജീവികളായിരുന്നു അവർ.

അന്നത്തെ ആ സമൂഹവും, ഇന്ന് സാമ്രാജ്യത്തിന്റെ ആരാധകന്മാരും വൈതാളികന്മാരും പാടിപ്പുകഴ്ത്തുന്ന ഈ സമൂഹവും തമ്മിൽ വാസ്തവത്തിൽ വല്ല വ്യത്യാസവുമുണ്ടോ? മാർട്ടി അത്തരത്തിലൊരു ജനാധിപത്യത്തെപ്പറ്റി വിഭാവനം ചെയ്തിട്ടേ ഇല്ല. ലാറ്റിനമേരിക്കൻ രാജ്യങ്ങളിൽ അത്തരമൊരു ജനാധിപത്യസമ്പ്രദായത്തെപ്പറ്റി ബൊളിവറും ചിന്തിച്ചിട്ടില്ല. നേരെമറിച്ച്, ഫ്രാൻസിലും യു എസ് എയിലുമൊക്കെ നിലവിലുള്ള രാഷ്ട്രീയ സംവിധാനങ്ങളെ ഇവിടെ അതുപോലെ അനുകരിക്കുന്നതിനെ അദ്ദേഹം വിമർശിച്ചിട്ടേ ഉള്ളൂ.

നമ്മുടെ അമേരിക്കയിലെ ആ മഹാന്മാരായ ചിന്തകന്മാരെല്ലാം തന്നെ, സാമ്രാജ്യത്വശക്തികൾ നമ്മുടെ മേൽ അടിച്ചേൽപ്പിക്കാൻ ആഗ്രഹിച്ച ചിലയിടങ്ങളിൽ അടിച്ചേൽപ്പിച്ചുകഴിഞ്ഞതും മറ്റു പല യിടങ്ങളിലും ശ്രമിച്ചുകൊണ്ടേയിരിക്കുന്നതുമായ അത്തരമൊരു ജനാധിപത്യസമ്പ്രദായവുമായി പൊരുത്തപ്പെടാൻ കഴിയാത്തവരാ യിരുന്നു. സാമ്രാജ്യത്വജനാധിപത്യ മാതൃകകൾ നമ്മുടെ സമൂഹ ങ്ങളെ ദുർബലപ്പെടുത്താനേ സഹായിച്ചിട്ടുള്ളൂ. അവ പരീക്ഷിക്ക പ്പെട്ട സ്ഥലങ്ങളിലെല്ലാം തന്നെ സമൂഹം ഛിന്നഭിന്നമാവുകയും ചെയ്തു. അത്തരമൊരു ജനാധിപത്യത്തിൽ, പൊതുജനാഭിപ്രായ മെന്നത് മാധ്യമങ്ങൾ സൃഷ്ടിച്ചെടുക്കുന്ന ഒരു വസ്തുതയായതു കൊണ്ട്, ജനപങ്കാളിത്തം തന്നെയില്ല. അവിടെ ജനങ്ങളുടെ മാനദ ണ്ഡങ്ങളും തീരുമാനങ്ങളും പരസ്യങ്ങളുടെയും പ്രചാരണങ്ങളു ടെയും അടിസ്ഥാനത്തിലാണ്. ജനങ്ങളുടെ ചിന്താവ്യാപാരത്തെ സ്വാധീനിക്കുന്ന "ശാസ്ത്രീയ"മാർഗങ്ങളാണ് അവർ ഉപയോഗിക്കു ന്നത്.

ജനാധിപത്യമെന്ന പേരും പറഞ്ഞ് അഭിനയിക്കുന്ന അത്തരം പല നാടകങ്ങളും ഏറെ വെറുപ്പുണ്ടാക്കുന്നവയാണ്. അവരുടെ നാട്ടിലെ തിരഞ്ഞെടുപ്പു പ്രചാരണങ്ങളിലൊക്കെ പണം ഒരു നിർണായക ഘടകമാണ്. യു എസിലൊന്നും കാശില്ലാത്തവന് ഒരു രാഷ്ട്രീയ ലക്ഷ്യവുമുണ്ടാവാൻ വയ്യ; അത്തരക്കാരെയെല്ലാം അവി ടെ,തള്ളി മാറ്റി ഇല്ലാതാക്കിയിരിക്കുന്നു. ചില ലാറ്റിനമേരിക്കൻ നാടു കളിൽ ഇരുന്നൂറും മുന്നൂറും മില്യൺ ഡോളറാണ് തിരഞ്ഞെടുപ്പു പ്രചാരവേലകൾക്കും പരസ്യങ്ങൾക്കുമായി ചെലവാക്കുന്നത്. കൊക്കകോള കുടിക്കാനോ ഒരു പ്രത്യേക ബ്രാൻഡ് സിഗരറ്റു വലി ക്കാനോ ഒരു പെർഫ്യൂം വിറ്റഴിക്കാനോ ഉപഭോക്താക്കളെ പിടി ക്കുന്ന പരസ്യം പോലെ തന്നെയാണ് ഇതും. ഇത് എന്തൊരു ജനാ ധിപത്യമാണ്!

ഒന്നിലേറെ പാർട്ടികൾ വേണമെന്നും ഞാൻ വിശ്വസിക്കുന്നി ല്ല. നമ്മുടെയൊക്കെ നാടുകൾക്ക്, പ്രത്യേകിച്ച് ക്യൂബയെപ്പോ ലൊരു രാജ്യത്തിന്, അത്യാവശ്യം വേണ്ടത് ഐക്യമാണ്-നാടിന്റെ ഐക്യവും സേനകളുടെ ഐക്യവും. ഐക്യമുണ്ടെങ്കിലേ നമുക്ക് യു എസിനെപ്പോലൊരു ശക്തിയിൽ നിന്നുണ്ടാവുന്ന ഭീഷണിക ളെയും ആക്രമണങ്ങളെയും അതിജീവിക്കാൻ കഴിയൂ. ഞങ്ങളുടെ രാജ്യം ഒരു പത്തു കഷണമായി മുറിഞ്ഞിരുന്നെങ്കിൽ ഞങ്ങൾക്ക് പിടിച്ചുനിൽക്കാനാവുമായിരുന്നോ?

ജനാധിപത്യം എന്ന് നാം സാധാരണ വിളിക്കാറുള്ള സംവിധാനം വെറുമൊരു ഉപകരണം മാത്രമാണ്. സാമ്രാജ്യത്വ ത്തിന്റെ സാമ്പത്തികവും സാമൂഹ്യവുമായ ആശയങ്ങൾ ഉൾക്കൊ ള്ളുന്നതാണ് ആ സംവിധാനം. പക്ഷെ, എന്നെ സംബന്ധിച്ചിട

ത്തോളം ജനാധിപത്യമെന്നാൽ മറ്റു ചിലതൊക്കെയാണ്. മറ്റു പല ജനാധിപത്യസംവിധാനങ്ങളേക്കാൾ മെച്ചപ്പെട്ടതാണ് ഞങ്ങളുടെ വ്യവസ്ഥ എന്നാണ് എന്റെ വിശ്വാസം. യു എസ് എയിലുള്ളതിനെക്കാളൊക്കെ എത്രയോ ഭേദമാണ് അത്.

ജനാധിപത്യം ആതൻസിൽ നിന്നാണ് തുടങ്ങിയത് എന്നൊന്നും പറഞ്ഞുകൂടാ. വർഗാധിഷ്ഠിതമായ ഒരു സമൂഹമാണ് അവിടെ ഉണ്ടായിരുന്നത്. മനുഷ്യനെ മനുഷ്യൻ ചൂഷണം ചെയ്യുന്ന സമ്പ്രദായം അവസാനിപ്പിച്ചാലേ യഥാർഥ ജനാധിപത്യമുണ്ടാവൂ. അക്കാര്യത്തിൽ എനിക്ക് ഒരു സംശയവുമില്ല. മനുഷ്യർ തമ്മിൽ നികത്താനാവാത്ത അസമത്വങ്ങൾ നിലനിൽക്കുന്നിടത്തോളം കാലം ജനാധിപത്യമുണ്ടാവില്ല.

തോമസ് ബോർഗെ: *മറ്റൊരു രാജ്യത്തിന്റെ ചൊൽപ്പടിക്കു നിൽക്കുന്നവരുടെ കഥയോ? യഥാർഥ ജനാധിപത്യം നിലനിൽക്കണമെങ്കിൽ അത്തരം വ്യവസ്ഥയും ഇല്ലാതാവണ്ടേ? ഒരു ആശ്രിത രാജ്യത്തിൽ ജനാധിപത്യമുണ്ടാവാൻ കഴിയുമോ?*

കാസ്ട്രോ: അത്തരമൊരു രാജ്യത്തിൽ ജനാധിപത്യമുണ്ടാവാൻ വയ്യ. അതുപോലെ തന്നെ, സാമൂഹ്യമായി ചേരിതിരിവുകളുള്ള, അനീതിയും അസമത്വവും നിറഞ്ഞ തൊഴിലില്ലായ്മകൊണ്ടു പൊറുതിമുട്ടുന്ന, ആരോഗ്യ-വിദ്യാഭ്യാസ സൗകര്യങ്ങൾ ലഭ്യമല്ലാത്ത....സമൂഹങ്ങളിലൊന്നും ജനാധിപത്യമുണ്ടെന്നു പറയാൻ വയ്യ. ബഹുഭൂരിപക്ഷം ജനങ്ങളും ആറാം ക്ലാസുവരെയെങ്കിലും പഠിക്കാത്ത നാടുകളിൽ-മൂന്നാം ലോക രാഷ്ട്രങ്ങളിൽ-ജനാധിപത്യമുണ്ടെന്നു പറയാമോ? സ്വന്തമായ സ്വത്തോ ക്ഷേമപ്രവർത്തനങ്ങളുടെ ഗുണഫലങ്ങളോ ഒന്നുമില്ലാത്ത ജനങ്ങൾക്ക് എന്തു ജനാധിപത്യം? അവിടങ്ങളിലൊന്നും ജനപങ്കാളിത്തമുണ്ടാവാൻ വയ്യ എന്നതുകൊണ്ടുതന്നെ ജനാധിപത്യമുണ്ടാവില്ല. സ്ഥിരമായും ആഭ്യന്തര യുദ്ധങ്ങളാണ് ആ രാജ്യങ്ങളിലൊക്കെ നടക്കുന്നത്. അത്തരം സമൂഹങ്ങൾ പല ചേരികളായിത്തിരിഞ്ഞ് പടവെട്ടിക്കൊണ്ടിരിക്കുകയാണ്. ഒരു പ്രശ്നവും അവർക്ക് പരിഹരിക്കാനാവില്ല. അങ്ങനെ സാമ്രാജ്യത്വശക്തികൾക്ക് അവരുടെ ആധിപത്യം സ്ഥാപിക്കാൻ പാകത്തിൽ ഒരു ആയുധമായി അത്തരം സംവിധാനങ്ങൾ മാറുന്നു.

തോമസ് ബോർഗെ: *രാഷ്ട്രീയ കക്ഷികളുടെ വൈവിധ്യം ജനങ്ങളെ വിഭജിക്കാനുള്ള ഒരു ഉപകരണമാണെന്ന്..........*

കാസ്ട്രോ: നമ്മുടെ രാജ്യങ്ങളിലെ സ്ഥിതിവെച്ചു നോക്കുമ്പോൾ അതാണു സത്യമെന്ന് എനിക്കു തോന്നുന്നു. ലാറ്റിനമേരിക്കയുടെ കഴിഞ്ഞ 200 വർഷത്തെ ചരിത്രം പരിശോധിച്ചാൽ മനസിലാവും അത്തരം ആശയങ്ങളുടെയൊക്കെ പാപ്പരത്തം. ലാറ്റിനമേരിക്കയിലെ ഇന്നത്തെ പരിതഃസ്ഥിതി വെച്ചുനോക്കിയാലും അത്തരം

ആശയങ്ങൾ പരാജയമാണ്. രാഷ്ട്രീയ സംവിധാനങ്ങൾ ഐക്യം ഊട്ടിയുറപ്പിക്കയാണ് ചെയ്യേണ്ടത്.

തോമസ് ബോർഗെ: *യൂറോപ്പിലൊക്കെ നിലവിലുള്ള ജനാധിപത്യ വ്യവസ്ഥ ലാറ്റിനമേരിക്കൻ ജനതകൾക്ക് നേടിയെടുക്കാൻ കഴിയുമോ?*

കാസ്ട്രോ: യൂറോപ്പിലെ അവസ്ഥകളും മൂന്നാം ലോകരാഷ്ട്രങ്ങളിൽ നിലവിലുള്ള അവസ്ഥകളും തമ്മിൽ താരതമ്യപ്പെടുത്തിക്കൂടാ. യൂറോപ്യൻ രാജ്യങ്ങളൊക്കെ സമ്പന്നമാണ്, വളർച്ച പ്രാപിച്ചവയാണ്. അവരൊക്കെ ചില പ്രത്യേക രാഷ്ട്രീയ നിലവാരത്തിലെത്തിയവരാണ്. ലോകത്തിലെ മറ്റു ഭാഗങ്ങളെ ചൂഷണം ചെയ്തും കൊള്ളയടിച്ചും ഒരു പ്രത്യേക ജീവിതനിലവാരത്തിലെത്തിയവരാണ് അവർ. മൂന്നാം ലോക രാജ്യങ്ങളിൽ നിന്ന്, പഴയ കോളനികളിൽ നിന്നും പുത്തൻ കൊളോണിയലിസത്തിലൂടെയും, ഒരുപാടു സമ്പത്തു നേടി, സാമാന്യം ഭേദപ്പെട്ട ഒരു ജീവിത നിലവാരമാണ് അവർക്കുള്ളത്. ഇങ്ങനെ നേടിയെടുത്ത സമ്പത്തിൽ ഒരൽപ്പമൊക്കെ ജനങ്ങൾക്കിടയിൽ വിതരണം ചെയ്ത്, മുതലാളിത്ത സംവിധാനത്തിന്റെ ചൂഷണത്തിനു വിധേയരാവുന്ന വർഗങ്ങളെത്തന്നെ നിലക്കുനിർത്താനും, ദരിദ്രരും അശരണരും ആയവരെക്കൂടി സമാധാനിപ്പിക്കാനും പാകത്തിലുള്ള സംവിധാനങ്ങൾ അവർ വളർത്തിയെടുത്തിട്ടുണ്ട്. ഏകകക്ഷി ഭരണമല്ലെങ്കിലും ഒരു ഏകവർഗ ഭരണമാണ് അവർ വളർത്തിക്കൊണ്ടുവന്നിട്ടുള്ളത്. പല പല വിദ്യകളിലൂടെ അവർ ഒരു ഭരണവർഗം സ്ഥാപിച്ചെടുത്തിട്ടുണ്ട്. (മുതലാളിത്ത വ്യവസ്ഥിതിക്കുള്ളിൽത്തന്നെയുള്ള ചില അഭിപ്രായ വ്യത്യാസങ്ങൾ അവർക്കിടയിൽ കണ്ടേക്കാമെങ്കിലും) അങ്ങനെ തങ്ങളുടെ വ്യവസ്ഥയ്ക്ക് ഭീഷണിയൊന്നും തട്ടാത്ത മട്ടിലുള്ള ഒരു രാഷ്ട്രീയ പരിതസ്ഥിതി അവർ സൃഷ്ടിച്ചെടുത്തിട്ടുണ്ട്. ആ സംവിധാനത്തിലെ അംഗങ്ങളൊക്കെ, പൊതുവെ സമാധാനത്തോടെ കഴിഞ്ഞുകൂടുന്ന സമ്പന്നരാണ്. അവരെ ആരും ആക്രമിക്കുകയോ ഭീഷണിപ്പെടുത്തുകയോ ചെയ്യില്ല. മൂന്നാം ലോകരാജ്യങ്ങളിലെ അവസ്ഥകളിൽനിന്ന് ഒട്ടേറെ ഭിന്നമായ അവസ്ഥയിലാണ് അവരുടെയൊക്കെ ജീവിതം. ക്യൂബയെപ്പോലുള്ള ഒരു രാജ്യത്തിന്റെ കഥയെന്താണ്? സാമ്പത്തിക ഉപരോധം കൊണ്ടും സാമ്രാജ്യത്വത്തിന്റെ ആക്രമണഭീഷണി നേരിട്ടുകൊണ്ടും പൊറുതിമുട്ടുന്ന ഞങ്ങളുടെ നിലനിൽപ്പുതന്നെ വലിയ ഒരു സാഹസമാണ്. അതൊന്നും യൂറോപ്പിലെ അവസ്ഥകളുമായി താരതമ്യപ്പെടുത്തിക്കൂടാ.

ഏറെ അധ്വാനമുള്ള ജോലികളൊന്നും യൂറോപ്യൻ രാജ്യങ്ങളിലെ പൗരന്മാർ ചെയ്യാറില്ല. യൂറോപ്പിൽ അത്തരം ജോലികളൊക്കെ ചെയ്യുന്നത് ആരാണ്? ആഫ്രിക്കക്കാരും തുർക്കികളും ഏഷ്യക്കാരുമൊക്കെയാണ്. കെട്ടിടനിർമാണ പ്രവർത്തനങ്ങളി

ലൊക്കെ അവരാണ്. അതുപോലെ, കൃഷിപ്പണികളും അവർ തന്നെയാണ് ചെയ്യുന്നത്. അവിടങ്ങളിലെ കുടിയേറ്റക്കാരാണ് അവരൊക്കെ. ഒരു പുതിയ രൂപത്തിലുള്ള അടിമത്തമാണ് അത്- പഴയ ഗ്രീസിലുണ്ടായിരുന്നതിനെക്കാൾ മെച്ചമാണെങ്കിലും, ചൂഷണത്തിന്റെയും അടിമത്തത്തിന്റെയും മറ്റൊരു വകഭേദം.

അഭിപ്രായ വ്യത്യാസങ്ങളുണ്ടാകാമെങ്കിലും അതൊക്കെ വ്യവസ്ഥക്കുള്ളിൽത്തന്നെയുള്ള അഭിപ്രായഭിന്നതകളാണ്. വാർത്താവിനിമയ ഉപാധികളിന്മേലും പണത്തിന്മേലും സ്വത്തിന്മേലും ഭരണാധികാരത്തിന്മേലും ഉള്ള കുത്തകാവകാശമാണ് അത്തരമൊരു വ്യവസ്ഥിതിക്കു നിദാനം. അങ്ങനെയൊരു കുത്തകയില്ലെങ്കിൽ അത്തരമൊരു വ്യവസ്ഥക്കു നിലനിൽപ്പില്ല.

ദേശീയ തലത്തിലും അന്തർദേശീയ തലത്തിലും ഒരു ചൂഷണ വ്യവസ്ഥ നിലനിൽക്കുന്നുണ്ട്. ഐക്യരാഷ്ട്ര സഭയിൽ പടിഞ്ഞാറൻ ആശയങ്ങൾ പ്രതിഫലിക്കുന്നതു നോക്കൂ. യു എസിൽ എന്തു ജനാധിപത്യമാണുള്ളത്? ഏതാണ്ട് 180 സ്വതന്ത്രരാഷ്ട്രങ്ങൾ ഐക്യരാഷ്ട്രസഭയിൽ അംഗങ്ങളായിട്ടുണ്ട്-സോവിയറ്റ് യൂണിയൻ തകർന്നതോടെ ഈ എണ്ണം കൂടിയിട്ടുണ്ടാവാം; ഇപ്പോൾ എത്രയുണ്ടോ ആവോ! പക്ഷേ അഞ്ചു രാഷ്ട്രങ്ങൾക്കുമാത്രമേ വീറ്റോ അധികാരമുള്ളൂ. അങ്ങനെ വീറ്റോ അധികാരമുള്ള ഒരൊറ്റ രാജ്യം വിചാരിച്ചാൽ, മറ്റുള്ളവരൊക്കെ സർവസമ്മതത്തോടെ രക്ഷാസമിതിയിൽ എടുക്കുന്ന ഒരു തീരുമാനം അട്ടിമറിക്കാം. ഇതിനെയാണ് അവർ ജനാധിപത്യമെന്നു വിളിക്കുന്നത്! അപ്പോൾ, അന്തർദേശീയ തലത്തിൽത്തന്നെ എന്തു ജനാധിപത്യമാണുള്ളത്? ഇതിനൊക്കെ വല്ല ന്യായീകരണവുമുണ്ടോ?

അപ്പോൾ, കഷ്ടിച്ച് 50 മില്യൺ ജനസംഖ്യയുള്ള അത്തരമൊരു രാജ്യത്തിന് ലോകത്തിലെ മറ്റെല്ലാ ജനങ്ങളും കൂടിയെടുക്കുന്ന ഒരു തീരുമാനത്തെ വീറ്റോ ചെയ്യാൻ കഴിയും. എന്നാൽ, 800 മില്യൺ ജനസംഖ്യയുള്ള ഇന്ത്യയെപ്പോലൊരു രാജ്യത്തിന് വീറ്റോ അധികാരമില്ല. ജനസംഖ്യയുടെ അടിസ്ഥാനത്തിൽ ഇതൊന്നു വിശകലനം ചെയ്തു നോക്കൂ. 150 മില്യൺ ജനങ്ങളുള്ള ബ്രസീലിനോ 100 മില്യൺ ജനസംഖ്യയുള്ള നൈജീരിയയ്ക്കോ വീറ്റോ അധികാരമില്ല. അവരൊന്നും സെക്യൂരിറ്റി കൗൺസിലിലെ സ്ഥിരാംഗങ്ങളുമല്ല.

ഇനി സാമ്പത്തികാടിസ്ഥാനത്തിൽ നോക്കിയാലോ? ജപ്പാനെപ്പോലെ സാമ്പത്തികമായി ഏറെ കനപ്പെട്ട പല രാജ്യങ്ങളും സെക്യൂരിറ്റി കൗൺസിലിൽ സ്ഥിരാംഗങ്ങളല്ല, അവർക്കൊട്ട് വീറ്റോ അധികാരവുമില്ല. ജർമനിക്കോ? വലിയൊരു ജനസംഖ്യയുമുണ്ട്, നല്ല സാമ്പത്തികശേഷിയുമുണ്ട്. എന്നിട്ടും വീറ്റോ അധികാരമില്ല. അങ്ങനെ, കാലഹരണപ്പെട്ട, ചരിത്രാതീതകാലത്തെ ചില വിശേഷാ

ധികാരങ്ങൾക്കു സമാനമായ അധികാരങ്ങളാണ് ഐക്യരാഷ്ട്രസഭയിൽ ചിലർക്കുള്ളത്. അതുകൊണ്ടാണ് ഞാൻ പറയുന്നത്, നിങ്ങളൊക്കെ ജനാധിപത്യത്തെപ്പറ്റി സംസാരിക്കാൻ തുടങ്ങുന്നതിനുമുമ്പ്, ഐക്യരാഷ്ട്രസഭയെ ജനാധിപത്യവൽക്കരിക്കുക എന്ന്.

ദേശീയമോ അന്തർദേശീയമോ ആയ തലങ്ങളിലൊന്നും ഒരു ജനാധിപത്യവുമില്ല. യുണൈറ്റഡ് നേഷൻസിന്റെ ഘടനയിൽ മാറ്റം വരുത്തണം; കൂടുതൽ ജനപ്രാതിനിധ്യം വേണം. പക്ഷേ ഇതൊക്കെ എങ്ങനെ നടപ്പിൽ വരുത്തും? ഒരൊറ്റ രാജ്യത്തിന്റെ അധികാരം പോരെ ഇതൊക്കെ അട്ടിമറിക്കാൻ? ഐക്യരാഷ്ട്രസഭയുടെ മേൽ യു എസ് എ യുടെ നിയന്ത്രണം പതുക്കെപ്പതുക്കെ കൂടിക്കൂടി വരികയാണ്. അങ്ങനെ യുണൈറ്റഡ് നേഷൻസിനെയും സെക്യൂരിറ്റി കൗൺസിലിനെയുമൊക്കെ തങ്ങളുടെ മേൽക്കോയ്മ നിലനിർത്താനുള്ള ആയുധമാക്കിക്കൊണ്ടിരിക്കുകയാണ്–അതിനെ ജനാധിപത്യവൽക്കരിക്കുക എന്നതൊക്കെ അതിവിദൂരസ്വപ്നങ്ങളാണ്. വാസ്തവത്തിൽ, ഏറെ ഉൽക്കണ്ഠാജനകമാണ് ഈ അവസ്ഥ.

തോമസ് ബോർഗെ: *ക്യൂബയിലെ വ്യവസ്ഥ മറ്റു ജനാധിപത്യ വ്യവസ്ഥകളേക്കാൾ മെച്ചപ്പെട്ടതാണെന്നു പറഞ്ഞുവല്ലോ. അതെന്തുകൊണ്ടാണ്?*

കാസ്ട്രോ: അസമത്വവും അനീതിയും നിലനിൽക്കുന്ന, ജനങ്ങൾ ധനികരും ദരിദ്രരുമായി വേർതിരിക്കപ്പെട്ടു കിടക്കുന്ന സമൂഹങ്ങളിൽ ജനാധിപത്യമുണ്ടാവില്ല. യഥാർഥ സോഷ്യലിസത്തിലേ ജനാധിപത്യത്തിനു നിലനിൽപ്പുള്ളൂ. ജനാധിപത്യത്തിന്റെ ഏറ്റവും ഉദാത്തമായ രൂപം കമ്യൂണിസമായിരിക്കും. പക്ഷേ നാം അവിടേക്ക് ഇനിയും എത്തിയിട്ടില്ല.

മറ്റു കാലഘട്ടങ്ങളിലൊക്കെ മേലാളവർഗം ചൂഷിതവർഗത്തിന്മേൽ അടിച്ചേൽപ്പിച്ചിരുന്ന മർദ്ദന മുറകൾ ഓർത്താൽ ഇന്നു നാം ജനാധിപത്യമെന്നു വിളിക്കുന്ന ഈ സംവിധാനങ്ങൾ ഏറെക്കുറെ മനുഷ്യത്വത്തോടു കൂടിയതാണെന്ന് ഞാൻ സമ്മതിക്കും. കേവലമായ രാജാധിപത്യത്തെക്കാളും നാടുവാഴിവ്യവസ്ഥയെക്കാളുമൊക്കെ പുരോഗമിച്ചതാണ് അത്– കഴിഞ്ഞ നൂറ്റാണ്ടിൽ നിലവിലിരുന്ന ജനാധിപത്യത്തെക്കാൾ മെച്ചപ്പെട്ടതാണ്. അത് ഞാൻ നിഷേധിക്കുന്നില്ല. കുറച്ചുകൂടി ഭേദപ്പെട്ട രൂപത്തിൽ സ്വത്തു പങ്കിടാനുള്ള വ്യവസ്ഥയുണ്ട്; കടുത്ത ദാരിദ്ര്യവും ചൂഷണവും ഒഴിവാക്കാനുള്ള നയങ്ങളുണ്ട്; മിക്കവാറും ജനങ്ങൾക്ക് ഉപയോഗപ്രദമായ ചില ക്ഷേമപ്രവർത്തനങ്ങളും തൊഴിലില്ലായ്മ വേതനവും ഒക്കെയുണ്ട്. പക്ഷേ, അതൊക്കെ, ഒരു സാമൂഹ്യവിപ്ലവം വരുത്തിവെച്ചേക്കാവുന്ന വിനകളെ ഭയന്നാണ്. കുറെയൊക്കെ സോഷ്യലിസത്തിന്റെ വളർച്ചകൊണ്ടുമാണ്.

സോഷ്യലിസത്തിന്റെ ഉദയത്തിനു ശേഷം ബൂർഷ്വാ സമൂഹങ്ങളൊക്കെ വിപ്ലവപ്രസ്ഥാനങ്ങളെയും സാമൂഹ്യപരിവർത്തനങ്ങളെയും ആകാവുന്നത്ര തടഞ്ഞു നിർത്താനുള്ള തന്ത്രപ്പാടിലാണ്. കടുത്ത ദാരിദ്ര്യം ഒരളവോളം കുറയ്ക്കാൻ ശ്രമിക്കുകയാണ് അവർ. കുറേയേറെ സമ്പാദിച്ചിട്ടുണ്ടല്ലോ അത്തരം രാജ്യങ്ങൾ. അതിൽ കുറച്ചൊക്കെ പുനർവിതരണം ചെയ്തുകൊണ്ടിരിക്കുകയാണ് അവർ. ഫ്രാൻസ്, ഇംഗ്ലണ്ട്, സ്പെയിൻ, യു എസ് എ, ജർമനി എന്നീ രാജ്യങ്ങളിലൊക്കെ അൽപ്പം തൊഴിലില്ലായ്മ വേതനം കൊടുക്കാനും ക്ഷേമ പ്രവർത്തനങ്ങൾ നടത്താനും വലിയ വിഷമമില്ല. ഏറെ വിഷമിക്കുന്ന വർഗങ്ങളുടെ അത്യാവശ്യങ്ങൾ നിറവേറ്റാൻ വേണ്ടത്ര വിഭവങ്ങൾ അവർക്കുണ്ട്. പക്ഷേ മൂന്നാം ലോകരാഷ്ട്രങ്ങളിലൊക്കെ എന്തു വിഭവങ്ങളാണുള്ളത്? ലാറ്റിനമേരിക്കൻ നാടുകളിലൊക്കെ തൊഴിലില്ലായ്മ വേതനം കൊടുക്കാനോ ജീവിത നിലവാരം മെച്ചപ്പെടുത്താനോ ഭേദപ്പെട്ട വിദ്യാഭ്യാസമോ വൈദ്യസഹായമോ നൽകാനോ വല്ല വിഭവവുമുണ്ടോ?

ലാറ്റിനമേരിക്കയുടെ കാര്യം നോക്കു: ജനാധിപത്യത്തെപ്പറ്റി ഏറെ വാചാലമാകുന്നതോടൊപ്പംതന്നെ, ചേരികളും കൂടിക്കൂടിവരുന്നു. ലക്ഷോപലക്ഷം ജനങ്ങൾ നിരക്ഷരരാണ്, തൊഴിലില്ലാത്തവരാണ്, വൈദ്യസഹായം ലഭിക്കാത്തവരാണ്. അന്താരാഷ്ട്ര നാണയനിധി കൈക്കൊള്ളുന്ന നടപടികൾ, സംഗതി വഷളാക്കാനേ സഹായിക്കുന്നുള്ളു, മെച്ചപ്പെടുത്താനല്ല. ചില ലാറ്റിനമേരിക്കൻ രാജ്യങ്ങളിൽ വരുമാനത്തിന്റെ അമ്പതുശതമാനവും കഷ്ടിച്ച് പത്തുശമാനം ജനങ്ങൾ കയ്യടക്കിവെച്ചിരിക്കുകയാണ്. ഇത്തരം അവസ്ഥകളിൽ നിങ്ങൾക്കെങ്ങനെ ജനാധിപത്യത്തെപ്പറ്റി സംസാരിക്കാൻ കഴിയും?

മാത്രമല്ല, വികസിത മുതലാളിത്ത രാജ്യങ്ങളും സാമ്രാജ്യത്വവും ചേർന്ന് ചൂഷണത്തിന്റെയും മേൽക്കോയ്മയുടെതുമായ ഒരു ലോകവ്യവസ്ഥതന്നെ സൃഷ്ടിച്ചിരിക്കുന്നു. അവരിൽ ആർക്കെങ്കിലും ഒരു സാമ്പത്തിക പ്രശ്നമുണ്ടായാൽ, പരസ്പരം സഹായിക്കുന്നു. ഡോളറിന് എന്തെങ്കിലും പ്രശ്നമുണ്ടായാൽ യെന്നും മാർക്ക്-പൗണ്ട് സ്റ്റെർലിങ്ങും വന്ന് ഡോളറിനെ രക്ഷിക്കുന്നു. ലിറയുടെ സഹായത്തിന് പൗണ്ട് സെറ്റർലിങ്ങും ഫ്രാങ്കും എത്തുന്നു. പരസ്പരം താങ്ങുകളാവുന്ന ഒരു സംവിധാനമാണ് അവരുടേത്. പക്ഷേ മൂന്നാം ലോകരാഷ്ട്രങ്ങളുടെ സഹായത്തിന് ആരുണ്ട്? അർജന്റീനയിലെ ഓസ്റ്ററോളോ ബൊളീവിയയുടെ പെസോയോ മെക്സിക്കോവിലെ പെസോയോ വെനിസ്വേലയുടെ ബൊളിവറോ, അങ്ങനെ മൂന്നാം ലോകരാജ്യങ്ങളിലെ ഏതെങ്കിലും ഒരു കറൻസിക്ക് എന്തെങ്കിലും കുഴപ്പം വന്നാൽ ആരുണ്ട് സഹായിക്കാൻ? അവരുടെ രക്ഷയ്ക്ക് ആരുവരും.

അങ്ങനെ, ലോകവ്യാപകമായി രാഷ്ട്രീയമോ സാമ്പത്തി

കമോ ആയ ജനാധിപത്യമില്ല; ദേശീയതലത്തിലും യഥാർഥ ജനാധിപത്യമൊന്നും എവിടെയുമില്ല–സമത്വവുമില്ല.

ഈ ബൂർഷ്വാമുതലാളിത്ത സമൂഹങ്ങളൊക്കെത്തന്നെ ഫ്രഞ്ച് വിപ്ലവത്തിന്റെ ആദർശങ്ങളുടെ ചുവടുപിടിച്ച് രൂപംകൊണ്ടവയാണ്. മാർക്സും മാർക്സിസ്റ്റുകാരും പറയുംപോലെ, ഫ്യൂഡൽ ഭരണത്തിൽ നിന്ന് ഒരു പുരോഗതിയായിരുന്നു ആ സംഭവം. സ്വാതന്ത്ര്യം, സമത്വം, സാഹോദര്യം എന്നീ അടിസ്ഥാനതത്വങ്ങൾ ഫ്രഞ്ചുവിപ്ലവത്തിന്റെ പ്രഖ്യാപനമാണ്. പക്ഷേ, വർഗാധിഷ്ഠിതമായ അത്തരം സമൂഹങ്ങളിലൊക്കെ യഥാർഥ സ്വാതന്ത്ര്യമുണ്ടോ? അവിടെ സമത്വത്തിനും സാഹോദര്യത്തിനും എന്തു സ്ഥാനമാണുള്ളത്?

മുതലാളിത്ത സമൂഹങ്ങൾക്ക് ജനാധിപത്യപരമാവാൻ കഴിയില്ല. ക്രൂരമായ സംഘർഷങ്ങളാണ് അവയിലൊക്കെ. സമത്വത്തിനും സാഹോദര്യത്തിനുമൊന്നും ഒരു സ്ഥാനവുമില്ല. അതുകൊണ്ട് മുതലാളിത്ത വ്യവസ്ഥയിൽ ജനാധിപത്യസമ്പ്രദായം എനിക്കു സങ്കൽപ്പിക്കാനേ വയ്യ. സോഷ്യലിസത്തിലേ അതു സാധ്യമാവൂ. സോഷ്യലിസ്റ്റ് സംവിധാനത്തിൽ ഓരോ രാജ്യത്തിന്റെയും പ്രത്യേക പരിതഃസ്ഥിതിക്കൊത്ത മട്ടിൽ, അതിന് ഒരുപക്ഷേ രൂപാന്തരമുണ്ടായേക്കാം. ശാന്തിയും സമാധാനവുമുള്ള ഒരു ലോകത്തിൽ പല രൂപത്തിലുള്ള ജനാധിപത്യമുണ്ടാവും. നേരെമറിച്ച്, ഉഗ്രപ്രതാപിയായ ഒരു സാമ്രാജ്യത്വശക്തിയുടെ കാൽക്കീഴിൽ ഞെരിഞ്ഞമരുന്ന നാടുകളിൽ ജനങ്ങളുടെ സർവാധികാരവും രാഷ്ട്രീയ സ്വാതന്ത്ര്യവുമൊക്കെ ഭീഷണി നേരിടുന്ന നാടുകളിൽ ജനാധിപത്യത്തിന് പറയത്തക്ക രൂപഭേദങ്ങളൊന്നുമുണ്ടാവില്ല.

ഞങ്ങൾക്ക് ഇവിടെ ഒരു ജനാധിപത്യരൂപമുണ്ട്. ഞങ്ങളുടെ നാടിന് യോജിച്ചതാണ് അത് എന്നാണ് ഞങ്ങളുടെ വിശ്വാസം, കഴിഞ്ഞ 30 വർഷങ്ങളായി അതിന്റെ പ്രയോഗക്ഷമത കൂടുതൽ കൂടുതൽ വ്യക്തമാക്കപ്പെട്ടുകൊണ്ടിരിക്കയാണ്. ഞങ്ങളുടെ നാട്ടിലുള്ള ജനതയ്ക്ക് വേണ്ടത്ര രാഷ്ട്രീയാവബോധവും ഐക്യവുമുണ്ടായിരുന്നില്ലെങ്കിൽ ഈ ഉപരോധങ്ങളും ഭീഷണികളും ആക്രമണങ്ങളുമൊക്കെ നേരിടാനും സോവിയറ്റ് യൂണിയന്റെയും സോഷ്യലിസ്റ്റ് ചേരിയുടെയും പതനത്തോടെ ഞങ്ങൾക്ക് അനുഭവിക്കേണ്ടിവന്ന ഭീമമായ പ്രഹരങ്ങളെയുമൊക്കെ അതിജീവിക്കാനും ഞങ്ങൾക്കു കഴിയുമായിരുന്നോ? ഇത്തരം പരിതഃസ്ഥിതികളിൽ മറ്റേതെങ്കിലും രാജ്യത്തിന് പിടിച്ചു നിൽക്കാനാവുമോ? അതുകൊണ്ട് ഐക്യം തന്നെയാണ് ഞങ്ങൾക്കു പ്രധാനം.

ഇതൊക്കെ മാർട്ടിയുടെ തത്വങ്ങൾക്ക് അനുസൃതമാണ്. വിപ്ലവം നയിക്കാൻ മാർട്ടി ഒരു രാഷ്ട്രീയ കക്ഷിക്ക് രൂപം നൽകുകയുണ്ടായി. ആ വിപ്ലവം നിലനിർത്താൻ ഞങ്ങൾക്കുമുണ്ട് ഒരു രാഷ്ട്രീയ കക്ഷി.

ഞാൻ പറഞ്ഞതിന്റെ ചുരുക്കം ഇതാണ്; മുതലാളിത്ത വ്യവസ്ഥയിൽ ജനാധിപത്യത്തിന് നിലനിൽപ്പില്ല; സോഷ്യലിസ്റ്റ് വ്യവസ്ഥിതിയിലേ ജനാധിപത്യമുണ്ടാവൂ.

തോമസ് ബോർഗെ: *ജനാധിപത്യമില്ലാതിരുന്നതിനാലാണോ കിഴക്കൻ യൂറോപ്യൻ രാജ്യങ്ങൾ തകർന്നത്?*

കാസ്ട്രോ: അടിസ്ഥാനപരമായി കിഴക്കൻ യൂറോപ്യൻ രാജ്യങ്ങൾ ഒരു കൃത്രിമ സൃഷ്ടിയാണ്-വിപ്ലവപരമായ പരിവർത്തനങ്ങളിലൂടെ രൂപം കൊണ്ടവയല്ല.

എന്നാലും പടിഞ്ഞാറൻ മുതലാളിത്ത രാജ്യങ്ങളിലുള്ളതിനെക്കാളൊക്കെ മെച്ചപ്പെട്ട അവകാശങ്ങൾ അവിടത്തെ ജനങ്ങൾക്കുണ്ടായിരുന്നു. പരിമിതികളൊക്കെ ഉണ്ടായിരുന്നുവെങ്കിലും ആ യൂറോപ്യൻ സോഷ്യലിസ്റ്റ് രാജ്യങ്ങളിൽ, മനുഷ്യത്വത്തിന്റേതായ ഒരായിരം വിവിധ വശങ്ങളുണ്ടായിരുന്നു.

ഒരു യഥാർഥ വിപ്ലവത്തിന്റെ അഭാവമാണ് യൂറോപ്യൻ സോഷ്യലിസ്റ്റ് രാജ്യങ്ങളുടെ പതനത്തിന്റെ പ്രധാന കാരണം. അതിനു പുറമെ, നേതൃത്വത്തിനു പറ്റിയ തെറ്റുകളും ധാരാളമുണ്ടായിരുന്നു. നേതാക്കളും ബഹുജനങ്ങളും തമ്മിൽ ഒരു വലിയ വിടവുണ്ടായിരുന്നു- നേതാക്കന്മാർക്ക് ബഹുജനങ്ങളുമായി സാത്മ്യം പ്രാപിക്കാൻ കഴിയാതെ പോയതോ, ഒരു കാലത്ത് ഉണ്ടായിരുന്ന ആത്മബന്ധങ്ങൾ നശിച്ചുപോയതോ ആവാം ഇതിനു കാരണം.

ആദർശങ്ങളുടെ അപചയവും ഈ പ്രക്രിയക്ക് ആക്കം കൂട്ടി. സാമ്പത്തികവളർച്ചക്കുവേണ്ടി മുതലാളിത്ത മാർഗങ്ങൾ സ്വീകരിച്ചതും തെറ്റായിപ്പോയി. ഇതൊക്കെ വേണ്ടപോലെ വ്യാഖ്യാനിക്കാൻ ഏറെ കാലമെടുക്കും. ഞങ്ങളുടെ വിപ്ലവത്തിന്റെ ആദ്യവർഷങ്ങളിൽ ചെ അതിനെപ്പറ്റി വേണ്ടത്ര ബോധവാനായിരുന്നു. അത്തരം മാർഗങ്ങൾ സ്വീകരിക്കുന്നതിനോട് അദ്ദേഹത്തിന് കടുത്ത എതിർപ്പുണ്ടായിരുന്നു. ഉപഭോക്തൃസമൂഹത്തെ ഒരു ആദർശമാതൃകയാക്കിയതും ഉപഭോഗത്തെ പ്രധാന ലക്ഷ്യമാക്കിത്തീർത്തതും വലിയ തെറ്റായിപ്പോയി. അത്തരം പ്രവണതകൾ ജനങ്ങളെ വിപ്ലവത്തിൽ നിന്നും പിന്തിരിപ്പിച്ചു. രാഷ്ട്രീയ മാനദണ്ഡങ്ങളും തത്വങ്ങളും ഒക്കെ നഷ്ടപ്പെട്ടു. സമൂഹത്തിന്റെ പ്രധാന ലക്ഷ്യം ഉപഭോഗമായി മാറി.

നിക്കരാഗ്വയിൽ സാൻഡിനിസ്റ്റ ഭരണം കടുത്ത പ്രതിസന്ധി നേടുകയും യു എസ് ആക്രമണങ്ങൾക്കും ഉപരോധങ്ങൾക്കും വിധേയമാവുകയും ചെയ്തപ്പോൾ, ആ രാജ്യങ്ങൾ നിങ്ങളോട് ഐക്യദാർഢ്യം പ്രകടിപ്പിക്കുകയോ ത്യാഗങ്ങൾക്കു തയ്യാറാവുകയോ ഒന്നുമുണ്ടായില്ലെന്ന് താങ്കൾക്കറിയാമല്ലോ. സാർവദേശീയതയെക്കുറിച്ചുള്ള അവരുടെ ബോധവും താൽപര്യങ്ങളുമൊക്കെ നശിച്ചിരുന്നു എന്നർഥം. മാർക്സിസ്റ്റ്-ലെനിനിസ്റ്റ് ചിന്തയുടെ

ആവേശകരമായ ഒരു ഘടകമാണല്ലോ മറ്റു രാജ്യങ്ങളിലെ പോരാടുന്ന ജനങ്ങളോടുള്ള ഐക്യദാർഢ്യം. അത് അവർക്ക് ഇല്ലാതെ പോയി.

വർധിച്ചതോതിൽ സാമൂഹ്യമായ അസമത്വവും വളർന്നുവന്നു. ഉപഭോക്തൃ സംസ്കാരത്തിന്റെയും പരസ്യങ്ങളുടെയും ഒക്കെയായ പടിഞ്ഞാറൻ ആശയങ്ങളുടെ സ്വാധീനവും കൂടിക്കൂടിവന്നു. ഇത്തരം ഘടകങ്ങൾ എല്ലാം കൂടിച്ചേർന്നപ്പോൾ ആ സമൂഹങ്ങൾ ദുർബലമായി. ഉള്ളിൽക്കടന്ന് കുത്തിത്തുളച്ച് നശിപ്പിക്കുക എന്ന സാമ്രാജ്യത്വ തന്ത്രത്തിന്, ഉദ്ദേശിച്ച നേട്ടം നേടാനുള്ള കളമൊരുങ്ങിക്കിട്ടി. സോഷ്യലിസ്റ്റ് രാജ്യങ്ങളോട് അവർ അനുവർത്തിച്ച നയം വ്യത്യസ്തമാണെന്ന കാര്യം ശ്രദ്ധിക്കണം. സോഷ്യലിസ്റ്റ് രാജ്യങ്ങളിൽ നിലനിന്ന ചില പ്രത്യേക സ്വഭാവവിശേഷങ്ങളെ സഹായിച്ചും പരിപോഷിപ്പിച്ചുമാണ് അവർ കാര്യം നേടിയെടുത്തത്. അത്തരം ദൗർബല്യങ്ങളാണ് സോഷ്യലിസ്റ്റ് ചേരിയെ തകർക്കാൻ യു എസും പടിഞ്ഞാറൻ രാജ്യങ്ങളും നടത്തിയ ഗൂഢാലോചനയെ സഹായിച്ചത്.

യൂറോപ്യൻ സോഷ്യലിസ്റ്റ് രാജ്യങ്ങളെ തകർത്തത് ജനാധിപത്യത്തിന്റെ അഭാവമല്ല, വിപ്ലവബോധത്തിന്റെ അഭാവമാണ്–വിപ്ലവ സിദ്ധാന്തങ്ങളുടെയും വിപ്ലവ മാർഗങ്ങളുടെയും അഭാവമാണ്.

ജനാധിപത്യത്തിന്റെ അഭാവമാണ് ലോകത്തിൽ സാമൂഹ്യമാറ്റങ്ങൾക്കു മുന്നോടിയായി വരുന്നതെങ്കിൽ, മുതലാളിത്തം എന്നേ അപ്രത്യക്ഷമായിട്ടുണ്ടാവുമായിരുന്നു. കൈക്കരുത്തിന്റെയും അടിച്ചമർത്തലിന്റെയും അടിസ്ഥാനത്തിലാണല്ലോ മുതലാളിത്തം വളർന്നിട്ടുള്ളത്. അതൊക്കെത്തന്നെയാണ് ഇപ്പോഴും അവസ്ഥ. വിദ്യാർഥികൾ പ്രതിഷേധപ്രകടനങ്ങളുമായി തെരുവിലിറങ്ങുമ്പോൾ പ്രത്യേക പൊലീസ്സേന അവരെ ലാത്തിയും കണ്ണീർവാതകവും ഉപയോഗിച്ചാണ് അടിച്ചമർത്തുന്നത്. തൊഴിലാളികൾ ഒരു പണിമുടക്കു പ്രഖ്യാപിക്കുകയോ പ്രകടനം നടത്തുകയോ ചെയ്താൽ പൊലീസ് മർദ്ദനമായി. ഈയിടെ ഇംഗ്ലണ്ടിലുണ്ടായ പോലെ, ചേരിപ്രദേശങ്ങളിലെ നിവാസികൾ ഇളകിവശായാൽ അവരെയും പൊലീസ് മർദ്ദിക്കുന്നു. വിദ്യാർഥികളെയും തൊഴിലാളികളെയും മറ്റു പൗരന്മാരെയുമൊക്കെ പൊലീസ് മർദ്ദിക്കുന്നതിന്റെ റിപ്പോർട്ടുകൾ നിരന്തരം വന്നുകൊണ്ടിരിക്കുന്നു.

ബലപ്രയോഗത്തിന്റെ അടിസ്ഥാനത്തിലാണ് മുതലാളിത്തഭരണം നിലനിൽക്കുന്നത്–ശ്രദ്ധിച്ചു മെനഞ്ഞെടുത്ത സുസംഘടിതമായ ബലപ്രയോഗത്തിലൂടെ, സാമൂഹ്യപരിവർത്തനത്തെ തടയാൻ മാത്രമല്ല ജനങ്ങളുടെ പ്രതിഷേധ പ്രകടനങ്ങളെയെല്ലാം അമർച്ച ചെയ്യാനും അവർ ബലപ്രയോഗം നടത്തുന്നു.

ഞങ്ങളുടെ വിപ്ലവത്തിനു ശേഷമുള്ള ഈ 30 വർഷങ്ങൾക്കിട

യിൽ ഞങ്ങൾ ഒരിക്കലെങ്കിലും വിദ്യാർഥികളെയും തൊഴിലാളികളെയും മറ്റുള്ളവരെയും അടിച്ചമർത്താൻ പൊലീസിനെയും പട്ടാളത്തെയും നിയോഗിച്ച് ബലപ്രയോഗം നടത്തിയിട്ടില്ല. ജനങ്ങളും ഭരണവും തമ്മിൽ നിലനിൽക്കുന്ന ഗാഢമായ ബന്ധവും, ഞങ്ങൾ നേടിയിട്ടുള്ള ഐക്യബോധവും മനപ്പൊരുത്തവുമാണ് അതിനു കാരണം.

ഞങ്ങൾക്ക് അത് ഇവിടെ സാധ്യമാവുമ്പോൾ, ഏറെ കൊട്ടിഘോഷിക്കുന്ന യൂറോപ്യൻ ജനാധിപത്യങ്ങളിൽ ഇത് എന്തുകൊണ്ടു നടപ്പാവുന്നില്ല? ആ രാജ്യങ്ങളിൽ ജനങ്ങൾക്കെതിരായി സായുധ പൊലീസും വെള്ളംചീറ്റുന്ന പൈപ്പും ടിയർ ഗ്യാസും പൊലീസ് നായ്ക്കളുമെല്ലാം മിക്കവാറും സ്ഥിരമായിത്തന്നെ ഉപയോഗപ്പെടുത്തേണ്ടിവരുന്നതെന്തുകൊണ്ടാണ്?–ഇതൊക്കെ എല്ലാ ദിവസവും നടക്കുന്നുണ്ട് എന്നാണ് റിപ്പോർട്ടുകൾ പറയുന്നത്. ഇവിടെ വിപ്ലവത്തിനുശേഷം അങ്ങനെയൊന്നും സംഭവിക്കാത്തതെന്താ? ഇതിൽ ഏതു സംവിധാനത്തിലാണ് കൂടുതൽ ഐക്യവും സാഹോദര്യവും നിലനിൽക്കുന്നത്? ഇതിൽ ഏതു സംവിധാനത്തിലാണ് വ്യവസ്ഥ നിലനിർത്തിക്കൊണ്ടുപോകാൻ വേണ്ടി ബലപ്രയോഗം നടത്തിക്കൊണ്ടിരിക്കുന്നത്?

ഇങ്ങനെ പല കോണുകളിലും നിന്ന് വിശകലനം നടത്തിയാൽ കാണാം അവിടെ നിലനിൽക്കുന്ന വ്യവസ്ഥയെ ജനാധിപത്യമെന്നു വിളിക്കാൻ പറ്റില്ലെന്ന്. ഞാൻ നേരത്തെ പറഞ്ഞപോലെ, ജനാധിപത്യത്തിന്റെ അഭാവമാണ് സർക്കാരുകളുടെ പതനത്തിനു കാരണമെങ്കിൽ മുതലാളിത്ത വ്യവസ്ഥ എന്നേ അപ്രത്യക്ഷമായേനെ.

തോമസ് ബോർഗെ: *ക്യൂബയിൽ ജനാധിപത്യത്തിന്റെ വ്യാപ്തി വർധിപ്പിക്കേണ്ടതിന്റെ ആവശ്യകതയെപ്പറ്റി പല മാധ്യമങ്ങളിലും ചർച്ചകൾ നടക്കുന്നുണ്ട്. പുരോഗമനസ്വഭാവമുള്ള പാർട്ടികളുടെ നേതാക്കളടക്കം അങ്ങനെ പറയുന്നുണ്ട്. സർക്കാരിന്റെ നയങ്ങളിൽ നിന്നു വ്യത്യസ്തമായ അഭിപ്രായങ്ങളുള്ളവർക്ക് അതു പ്രകടിപ്പിക്കാനും സംഘടിക്കാനുമുള്ള സാധ്യതയുണ്ടാവണം എന്നാണല്ലോ അതിന്റെ അർഥം.*

കാസ്ട്രോ: സോഷ്യലിസ്റ്റ് രാജ്യങ്ങളുടെ തകർച്ച രാഷ്ട്രീയവും ദാർശനികവുമായ വലിയ ഒരാഘാതം സൃഷ്ടിച്ചിട്ടുണ്ട്. അന്തർദേശീയ തലത്തിൽ, പുരോഗമന പ്രസ്ഥാനങ്ങളൊക്കെ ഈ ആഘാതം കാരണം ഏറെ ആശയക്കുഴപ്പത്തിലാണ്. ആർക്കും നിഷേധിക്കാൻ പറ്റാത്ത ഒരവസ്ഥയാണിത്. ഒരുപാട് അവസരവാദമുണ്ട് ഈ പുരോഗമനപ്രസ്ഥാനങ്ങളിൽ. ഒരു കാലത്ത് മാർക്സിസ്റ്റ് ലെനിനിസ്റ്റ് ആശയങ്ങളോടും ഇടതുപക്ഷ പ്രസ്ഥാനങ്ങളോടും കൂറുപുലർത്തിയിരുന്നത് തെറ്റായിപ്പോയി എന്നും പറഞ്ഞ്,

തിരിഞ്ഞ് ഓടുന്നവരുമുണ്ട്. ഇതൊക്കെ ഇപ്പോൾ നടക്കുന്ന കാര്യങ്ങളാണ്. സാമ്രാജ്യത്വശക്തികളുടെ പ്രചാരവേലകളും വിപ്ലവപ്രസ്ഥാനങ്ങൾക്കു നേരിടുന്ന തകർച്ചയും വളരെയേറെ ആശയക്കുഴപ്പങ്ങൾ സൃഷ്ടിച്ചിട്ടുണ്ട്.

മാത്രമല്ല, ഞങ്ങളുടെ നാട്ടിലെ ജനാധിപത്യത്തിന്റെ സ്വഭാവമെന്താണ്, ഭരണം എങ്ങനെയാണ് നടക്കുന്നത്, ഭരണഘടനയിലടങ്ങിയ തത്വങ്ങളെന്തെല്ലാമാണ്, തിരഞ്ഞെടുപ്പു പ്രക്രിയ എങ്ങനെയാണ്, ജന പ്രതിനിധികൾ എങ്ങനെ തിരഞ്ഞെടുക്കപ്പെടുന്നു.....ഇത്തരം കാര്യങ്ങളെപ്പറ്റിയൊന്നും മിക്കവർക്കും ഒരു ധാരണയുമില്ല. ഞങ്ങളുടെ നാട്ടിലെ ജനാധിപത്യത്തെക്കുറിച്ചും ജനാധിപത്യസ്ഥാപനങ്ങളെക്കുറിച്ചും ഒട്ടേറെ അജ്ഞത നിലനിൽക്കുന്നുണ്ട്.

ഞങ്ങളുടെ ജനാധിപത്യവ്യവസ്ഥ കുറ്റമറ്റതാണ് എന്നൊന്നും ഞാൻ പറയില്ല. അതേസമയം എന്നത്തെക്കാളുമേറെ കടുത്ത ഭീഷണികളും വെല്ലുവിളികളും നിലനിൽക്കുന്ന ഇന്നത്തെ അവസ്ഥയിൽ, ആദർശപരമായ തെറ്റുകൾ സംഭവിക്കാൻ അനുവദിച്ചുകൂടാ. ആദർശയോഗ്യമായ പരിതഃസ്ഥിതികൾ നിലവിലുണ്ടെന്നു ധരിച്ചുവശായി, മാതൃകാപരമായ ഒരു നേതൃത്വത്തെയും രാഷ്ട്രീയ സംവിധാനങ്ങളെയും സ്വപ്നം കണ്ട്, ഞങ്ങളുടെ നാടിന്റെ വിപ്ലവതത്വങ്ങളും സ്വാതന്ത്ര്യവും സുരക്ഷിതത്വവുമൊന്നും അങ്ങനെ കളിക്കാൻ വിട്ടുകൊടുത്തുകൂടാ. ഇതൊക്കെയാണെങ്കിലും ഞങ്ങളുടെ ജനാധിപത്യവും രാഷ്ട്രീയ വ്യവസ്ഥയും മെച്ചപ്പെടുത്താൻ ഞങ്ങൾ ആകാവുന്നത്ര ശ്രമിച്ചുകൊണ്ടിരിക്കുന്നുമുണ്ട്.

വ്യത്യസ്തമായ അഭിപ്രായം പുലർത്തുന്നവരോട് ഞങ്ങൾ എതിരല്ല. ക്യൂബയിലെ ഞങ്ങളുടെ ഏറ്റവും പ്രധാന പ്രശ്നം, ഞങ്ങളുടെ രാഷ്ട്രവും-എന്നുവെച്ചാൽ ക്യൂബൻ ജനതയും-സാമ്രാജ്യത്വവും തമ്മിലുള്ള യുദ്ധമാണ്. ഇവിടെ മൂന്നാമതൊരു നിലപാടുണ്ടാവാൻ വയ്യ-ഒന്നുകിൽ നിങ്ങൾ വിപ്ലവത്തിന്റെ കൂടെയാണ്. അല്ലെങ്കിൽ അതിനെതിരാണ്-നിഷ്പക്ഷത എന്നൊന്ന് ഇല്ല, സാമ്രാജ്യത്വത്തെ സഹായിക്കുകയോ, അവരുടെ സമരസന്നാഹങ്ങൾക്ക് ആക്കം കൂട്ടുന്ന മട്ടിലൊരു അവസ്ഥാവിശേഷം സൃഷ്ടിക്കുകയോ ചെയ്യാൻ ഞങ്ങൾ തയ്യാറല്ല എന്നതുകൊണ്ടുതന്നെ, പിന്തിരിപ്പന്മാരുടെയും പ്രതിവിപ്ലവക്കാരുടെയും സാമ്രാജ്യത്വവീക്ഷണം-വെച്ചുപുലർത്തുന്നവരുടെയും ആശയങ്ങൾക്ക് ജനങ്ങൾക്കിടയിൽ പ്രചാരവേലചെയ്യാൻ ഞങ്ങൾ അനുവദിക്കില്ല.

ഞങ്ങളുടെ രാജ്യത്തിനെതിരായ ഉപരോധവും, യു എസ് എയുടെ ഭീഷണികളും ആക്രമണങ്ങളും, ക്യൂബക്കെതിരായ യുദ്ധവും പ്രചാരവേലകളുമൊക്കെ ഒന്ന് അവസാനിക്കട്ടെ. അങ്ങനെ, മാറിയ ഒരു പരിതഃസ്ഥിതി ഉണ്ടാവുകയാണെങ്കിൽ, അതിന് പാകത്തിലൊരു രാഷ്ട്രീയ വ്യവസ്ഥയും ഞങ്ങൾ സൃഷ്ടിക്കും. പക്ഷേ,

ഞങ്ങളുടെ ആശയങ്ങളും ജനശത്രുക്കളുടെ ആശയങ്ങളും തമ്മിൽ ഏറ്റുമുട്ടുന്നതിനിടയ്ക്ക്, ഞങ്ങളുടെ വിപ്ലവത്തിന്റെയും സ്വാതന്ത്ര്യത്തിന്റെയും ശത്രുക്കളോടുള്ള ജീവന്മരണപ്പോരാട്ടത്തിനിടക്ക് ഒരു നിർണായക സമരത്തിനിടക്ക് അത്തരമൊരു മാറ്റത്തെപ്പറ്റി ഞങ്ങൾക്കു ചിന്തിക്കാനാവില്ല. വിപ്ലവത്തിന്റെ മാത്രമല്ല, ക്യൂബൻ രാഷ്ട്രത്തിന്റെ നിലനിൽപ്പുതന്നെ അപകടത്തിലാണ്. ഞങ്ങളുടെ നാടിനെയും വിപ്ലവത്തെയും നശിപ്പിക്കാനൊരുങ്ങിയിറങ്ങിയവർക്ക് അഭിപ്രായസ്വാതന്ത്ര്യം അനുവദിക്കാൻ മാത്രം വിഡ്ഢികളല്ല ഞങ്ങൾ. ഇതാണ് ഞങ്ങളുടെ വീക്ഷണം. ഞങ്ങളുടെ നാട്ടിലെ വാർത്താമാധ്യമങ്ങൾ ജനങ്ങളുടെ സ്വത്താണ്; അവർക്ക് വേണ്ടി നിലകൊള്ളുന്നവയാണ്. ആ ബഹുജനമാധ്യമങ്ങൾ ഞങ്ങൾ പ്രതിവിപ്ലവക്കാർക്കു വിട്ടുകൊടുക്കുന്ന പ്രശ്നമില്ല, അവ സാമ്രാജ്യത്വത്തിനു വിധേയമാവാൻ ഞങ്ങൾ അനുവദിക്കില്ല.

ഉപരോധങ്ങളും അതുപോലുള്ള ഏടാകൂടങ്ങളും ഒന്നവസാനിച്ചാൽ, ഞങ്ങളുടെ രാജ്യത്ത്, സിദ്ധാന്തത്തിലും പ്രയോഗത്തിലും മറ്റൊരു തരത്തിലുള്ള രാഷ്ട്രീയ നേതൃത്വത്തെപ്പറ്റി ഞങ്ങൾ പരിഗണിക്കും. എന്നാലും, അന്നും അതിന് ബൂർഷ്വാജനാധിപത്യവുമായി ഒരു സാമ്യവുമുണ്ടാവില്ല–ജനങ്ങളുടേതായ ജനങ്ങളുടെ യഥാർഥ ജനാധിപത്യം.

ക്യൂബയിലുള്ളതുപോലെ ഭരണവും ജനങ്ങളുമായി താദാത്മ്യം പ്രാപിച്ച മറ്റൊരു രാജ്യമുണ്ടാവില്ല. ഇവിടെ ജനങ്ങളാണ് പറയുന്നത് “ഞാനാണ് രാഷ്ട്രം” എന്ന്. കാരണം, ഞങ്ങളുടെ നാട്ടുകാർക്ക് അധികാരമുണ്ട്; അവരുടെ താൽപര്യങ്ങളെ സംരക്ഷിക്കാനുതകുന്ന ആയുധങ്ങളുണ്ട്. യുദ്ധസജ്ജരാണ് ഞങ്ങളുടെ ജനത. ആത്മരക്ഷയ്ക്കു വേണ്ടി പൊരുതാൻ കഴിഞ്ഞതുകൊണ്ടാണ് ഞങ്ങൾ നിലനിൽക്കുന്നത്.

എല്ലായിടത്തും, എല്ലാ കാലത്തും ഭരണം എന്നത് ശക്തിയുടെ മൂർത്തരൂപമാണ്. ക്യൂബയിലെ ഭരണം ജനശക്തിയുടെ മൂർത്തരൂപമാണ്– അക്ഷരാർഥത്തിൽത്തന്നെ ഞങ്ങൾ ശക്തരാണ്. അത്തരമൊരു ശക്തിയുടെ പിൻബലമില്ലെങ്കിൽ എന്താവുമായിരുന്നു ക്യൂബൻ സർക്കാരിന്റെ അവസ്ഥ? ജനങ്ങൾ സായുധരായിരുന്നില്ലെങ്കിൽ ക്യൂബൻ ഭരണത്തിന്റെ ഗതി എന്താവുമായിരുന്നു. അതിനു നില നിൽക്കാൻ കഴിഞ്ഞിരിക്കില്ല, തീർച്ച.

ജനാധിപത്യത്തെപ്പറ്റിയാണ് നാം സംസാരിക്കുന്നത് എന്നതുകൊണ്ട്, ഞങ്ങൾ ഒരു വെല്ലുവിളി ഉയർത്താനാഗ്രഹിക്കുന്നു; ഞങ്ങളുടെ നാട്ടിലെ ജനങ്ങൾക്ക്, വോട്ടവകാശം മാത്രമല്ല, ആയുധങ്ങൾ കൈവശം വെക്കാനുള്ള അവകാശവുമുണ്ട്–കൃഷിക്കാരായാലും–തൊഴിലാളികളായാലും വിദ്യാർഥികളായാലും മറ്റ് ഏത് ജനവിഭാഗമായാലും അവർക്ക് ആയുധങ്ങൾ ധരിക്കാം. ഈയൊരു സൗകര്യം

യുറോപ്പിലാണുണ്ടായിരുന്നതെങ്കിൽ എന്തു സംഭവിക്കുമായിരുന്നു? എന്തെങ്കിലും ഒരാവശ്യം ഉന്നയിക്കുമ്പോഴോ സ്വയം സംഘടിക്കുമ്പോഴോ, നിരന്തരം അടിച്ചമർത്തപ്പെടുന്ന തൊഴിലാളികളും വിദ്യാർഥികളും മറ്റു മേഖലകളിലുള്ളവരും ഇങ്ങനെ ആയുധധാരികളായിരുന്നുവെങ്കിൽ എന്താവും അവസ്ഥ? ചൂഷകരും ചൂഷിതരുമുള്ള ഒരു സമൂഹത്തിൽ ജനങ്ങൾക്ക് ആയുധം കൈവശം വെക്കാൻ അവകാശമുണ്ടായിരുന്നുവെങ്കിൽ എന്താവും ഗതി? അതുകൊണ്ടാണ് ഞാൻ പറയുന്നത്, ജനങ്ങളും സർക്കാരും തമ്മിൽ ഇവിടെ നിലനിൽക്കുന്ന ആത്മബന്ധംപോലെ മറ്റെവിടെയും കാണില്ലെന്ന്. ജനാധിപത്യത്തിന്റെ സത്തയ്ക്ക് 'ന്യായാധിഷ്ഠിതമായ ഒരു സോഷ്യലിസ്റ്റ് സമൂഹത്തിലേ ജനാധിപത്യത്തിനു നിലനിൽപ്പുള്ളു എന്ന സത്യത്തിന്, ഇതിലും വാചാലമായ മറ്റെന്തു തെളിവാണു വേണ്ടത്?

തോമസ് ബോർഗെ: *താങ്കൾ ചില മാറ്റങ്ങളെപ്പറ്റി സൂചിപ്പിക്കുകയുണ്ടായല്ലോ. നാടിന്റെ സുരക്ഷയെ ബാധിക്കാത്ത മട്ടിൽ അത്തരം മാറ്റങ്ങൾ എങ്ങനെ സാധിച്ചെടുക്കാൻ പറ്റും?*

കാസ്ട്രോ: അതെ. ഞങ്ങൾ ജനകീയ അധികാരം ശക്തിപ്പെടുത്തിക്കൊണ്ടിരിക്കുകയാണ്.

തോമസ് ബോർഗെ: *ആ ദിശയിലുള്ള ശ്രമങ്ങൾ എന്തൊക്കെയാണ്?*

കാസ്ട്രോ: ഞങ്ങൾ സൃഷ്ടിച്ചെടുത്തിട്ടുള്ള ചില സ്ഥാപനങ്ങൾ വളരെയേറെ പുരോഗമിച്ചവയാണ്. അവയെ തൊടുന്നില്ല. ജനകീയ അധികാരത്തിന് ഞങ്ങൾ കൂടുതൽ കരുത്തുനൽകിക്കൊണ്ടിരിക്കുന്നു. ഉദാഹരണത്തിന്, ഹവാനയിൽ 93 ജനകീയ കൗൺസിലുകൾക്കു രൂപം കൊടുത്തിട്ടുണ്ട്.

15 മുനിസിപ്പാലിറ്റികളാണ് ഹവാനയിലുള്ളത്. അവിടത്തെ ജനസംഖ്യ 21 ലക്ഷം വരും. നഗരസഭകളെക്കാളേറെ അടിസ്ഥാനതലത്തിലുള്ളവയാണ് ജനകീയ കൗൺസിലുകൾ. വിപുലമായ അധികാരങ്ങളുണ്ട് അവയ്ക്ക്. ഇവയിലെ അംഗങ്ങൾ ജനങ്ങൾ നേരിട്ടു തിരഞ്ഞെടുക്കുന്നു. ബഹുജനസംഘടനകളും ഉൽപ്പാദന കേന്ദ്രങ്ങളും സർവീസ് സ്ഥാപനങ്ങളും എല്ലാം അടങ്ങുന്ന ജനങ്ങൾ. ഓരോ ജനകീയ കൗൺസിലിന്റെയും തലവൻ, ജനങ്ങളെയും നഗരസഭാ ഭരണത്തെയും സംസ്ഥാന ഭരണത്തെയും കേന്ദ്രഭരണത്തെയും പ്രതിനിധാനം ചെയ്യുന്നു. താന്താങ്ങളുടെ ഭരണ പ്രദേശത്തുള്ള വ്യവസായ-വ്യാപാര സ്ഥാപനങ്ങളുമായും സേവനമേഖലകളുമായും അടുത്ത ബന്ധം പുലർത്തിക്കൊണ്ട് ഈ ഓരോ കൗൺസിലും വിപുലമായ അധികാരം കൈയാളുന്നു. ഞങ്ങളുടെ വ്യവസ്ഥ മെച്ചപ്പെടുത്തുന്നതിന്റെ ഭാഗമായി വളർത്തിയെടുത്ത ഒരു പുതിയ സ്ഥാപനമാണ് ഇത്.

ഭരണാധികാരത്തിലെ സുപ്രധാന ഘടകമായ നാഷണൽ അസംബ്ലിയിലേക്കുള്ള ഡെപ്യൂട്ടികളെ നേരിട്ട് തിരഞ്ഞെടുക്കുക എന്നതാണ് ഞങ്ങളുടെ അടുത്ത നീക്കം.

ഇതുവരെയുണ്ടായിരുന്ന രീതി ജനാധിപത്യപരമായിരുന്നില്ല എന്നല്ല; തിരഞ്ഞെടുപ്പ് പരോക്ഷമായിരുന്നു-തദ്ദേശഭരണസ്ഥാപനങ്ങളിലേക്ക് നേരിട്ടുള്ള തിരഞ്ഞെടുപ്പ്; അങ്ങനെ തിരഞ്ഞെടുക്കപ്പെട്ട പ്രതിനിധികൾ സംസ്ഥാന അസംബ്ലികളിലെ പ്രതിനിധികളെ തിരഞ്ഞെടുക്കുന്നു. സംസ്ഥാന അസംബ്ലികളിലേക്കു തിരഞ്ഞെടുക്കപ്പെട്ടവർ നാഷണൽ അസംബ്ലിയിലെ പ്രതിനിധികളെയും തിരഞ്ഞെടുക്കുന്നു. ഇതായിരുന്നു ഇതുവരെയുള്ള വ്യവസ്ഥ. ഇപ്പോൾ അതു മാറ്റി. ഇപ്പോൾ, സംസ്ഥാനത്തെ അസംബ്ലികളിലേക്കും നാഷണൽ അസംബ്ലിയിലേക്കും നേരിട്ടുള്ള തിരഞ്ഞെടുപ്പാണ്. ഇത് ജനകീയാധികാരം മെച്ചപ്പെടുത്താൻ സഹായിച്ചിട്ടുണ്ട്.

തോമസ് ബോർഗെ: *കമ്യൂണിസ്റ്റ് പാർട്ടിയിൽ അംഗങ്ങളല്ലാത്തവർക്കും സ്ഥാനാർഥികളാകാമോ?*

കാസ്ട്രോ: ഓഹോ, തീർച്ചയായും, ഒട്ടേറെ പ്രതിനിധികൾ പാർട്ടി അംഗങ്ങളല്ല, ക്യൂബക്കു വെളിയിലുള്ളവർക്ക് ഞങ്ങളുടെ തിരഞ്ഞെടുപ്പു പ്രക്രിയയെപ്പറ്റി ഒരു ധാരണയുമില്ല. പ്രതിനിധികളെ നിർദേശിക്കുന്നത് ആരാണ്? പാർട്ടിയൊന്നുമല്ല.

ബഹുകക്ഷി വ്യവസ്ഥയെക്കാൾ മെച്ചപ്പെട്ടതാണ് ഞങ്ങളുടെ സംവിധാനം. ഒരു നിയോജകമണ്ഡലത്തിലെ എല്ലാ പൗരന്മാരും ചേർത്താണ് സ്ഥാനാർഥിയെ നാമനിർദേശം ചെയ്യുന്നത്-രണ്ടു മുതൽ എട്ടുവരെ സ്ഥാനാർഥികളുണ്ടാവാം. അവരിലൊരാളെ തിരഞ്ഞെടുക്കുന്നു.

ഒരു നിയോജകമണ്ഡലത്തിലെ ജനങ്ങളെല്ലാം കൂടി ഒരിടത്ത് ഒത്തുചേരുന്നു. "ഇന്നയിന്ന പ്രത്യേകതകൾ കാരണം, ഇന്ന മട്ടിലുള്ള സ്വഭാവവിശേഷങ്ങൾ കാരണം ജോ ബ്ലോ ആണ് നമ്മുടെ നിയോജകമണ്ഡലത്തിലെ പ്രതിനിധിയാവാൻ ഏറ്റവും അനുയോജ്യൻ. അതുകൊണ്ട്. അദ്ദേഹത്തെ നമ്മുടെ പ്രതിനിധിയായി നാം തിരഞ്ഞെടുത്ത് അയയ്ക്കുന്നു........" അങ്ങനെ അയാൾ തിരഞ്ഞെടുക്കപ്പെടുന്നു.

അദ്ദേഹം പാർട്ടിയിൽ അംഗമാണോ എന്നൊന്നും ആരും അന്വേഷിക്കാറില്ല-പാർട്ടി ഈ പ്രക്രിയയിൽ ഇടപെടുകയേ ഇല്ല. ഒരു നിയോജകമണ്ഡലത്തിൽനിന്ന് തിരഞ്ഞെടുക്കപ്പെടേണ്ട പ്രതിനിധിക്കു വേണ്ടി പാർട്ടി യാതൊരുവിധ പ്രചാരവേലയും ചെയ്യില്ല. പാർട്ടിയല്ല, പൗരന്മാരാണ് തിരഞ്ഞെടുപ്പിൽ പങ്കു ചേരുന്നത്. ഒരു നിയോജക മണ്ഡലത്തിൽ നിന്ന് 50 ശതമാനത്തിലേറെ വോട്ടു നേടുന്ന ഒരാൾക്കേ സ്ഥാനാർഥിയാവാൻ പറ്റൂ. ഇനി കുറെയൊക്കെ സ്ഥാനാർഥികളുണ്ടാവുകയും ആർക്കും അമ്പതു ശതമാനം വോട്ടു

കിട്ടാതിരിക്കുകയും ചെയ്താൽ, ഏറ്റവും കൂടുതൽ വോട്ടു കിട്ടുന്ന രണ്ടുപേർ തമ്മിലാവും മത്സരം. അങ്ങനെയാണ് ഓരോ നിയോജക മണ്ഡലത്തിൽ നിന്നുമുള്ള പ്രതിനിധികളെ തിരഞ്ഞെടുക്കുന്നത്.

വളരെയേറെ ജനാധിപത്യപരമാണ് ഈ സംവിധാനം. ബഹുകക്ഷിവ്യവസ്ഥയെക്കാളൊക്കെ മെച്ചപ്പെട്ടതാണ്. അത്തരമൊരു വ്യവസ്ഥയിൽ ജനങ്ങളല്ല പാർട്ടികളാണ് സ്ഥാനാർഥികളെ തീരുമാനിക്കുന്നത്. തിരഞ്ഞെടുക്കപ്പെടുമെന്ന് ഉറപ്പുള്ളവരെ മാത്രമേ പാർട്ടികൾ നിർദേശിക്കുകയുള്ളൂ.–അങ്ങനെ, ആ സംവിധാനത്തിൽ, ആരൊക്കെയാണ് തിരഞ്ഞെടുക്കപ്പെടുക എന്നത് മിക്കവാറും കണക്കുകുട്ടി പറയാവുന്നതേയുള്ളൂ. അപ്പോൾ, ഞങ്ങളുടേതിനെക്കാൾ മെച്ചപ്പെട്ട ഒരു ജനാധിപത്യ സംവിധാനം മറ്റെവിടെയാണുള്ളത്?

മറ്റൊരു കാര്യം: ഞങ്ങൾ വിഭാവനം ചെയ്യുന്ന ഒരു ഭരണഘടനാ ഭേദഗതിയനുസരിച്ച്, ഓരോ നിയോജകമണ്ഡലത്തിൽ നിന്നും തിരഞ്ഞെടുക്കപ്പെടുന്ന ജനപ്രതിനിധികളാവും നാഷണൽ അസംബ്ലിയിലേക്കുള്ള സ്ഥാനാർത്ഥികളെ നാമനിർദേശം ചെയ്യുക–പാർട്ടിയല്ല.ഓരോ നിയോജക മണ്ഡലത്തിൽ നിന്നുമുള്ള സ്ഥാനാർഥികളെയോ നാഷണൽ അസംബ്ലിയിലേക്കുള്ള സ്ഥാനാർഥികളേയോ പാർട്ടി നിർദേശിക്കാറില്ല. ഇതിനെക്കാൾ മെച്ചപ്പെട്ട ഒരു ജനാധിപത്യമുണ്ടോ?

ഞാൻ നിർദേശിച്ച ഈയൊരു ഭേദഗതിയെ പാർട്ടിയിലെ മറ്റു നേതാക്കളും പിൻതാങ്ങുന്നുണ്ട്. ഇതു നടപ്പിലാവേണ്ടതാണ്. അങ്ങനെ, ജനകീയാധികാരത്തെയും ജനാധിപത്യവ്യവസ്ഥയെയും ശക്തിപ്പെടുത്താനുള്ള നിർദേശങ്ങൾ പലതും പല കമ്മീഷനുകളും പഠിച്ചു കൊണ്ടിരിക്കുകയാണ്.

ഭൂരിപക്ഷം ജനങ്ങളുടെയും പിൻതുണ ഞങ്ങൾക്കുണ്ടെന്നു തന്നെയാണ് ഞങ്ങളുടെ വിശ്വാസം. ഭൂരിപക്ഷവും വിപ്ലവത്തിനെതിരായിരുന്നുവെങ്കിൽ, ഇത്തരമൊരു വ്യവസ്ഥയിൽ വിപ്ലവത്തിന്റെ ശക്തിയാകെ ചോർന്നുപോയിരുന്നേനെ.

സ്ഥാനാർഥികളെ ജനങ്ങൾ നിർദേശിക്കുമ്പോൾ അവർ ഏറ്റവും നല്ലവരെ മാത്രമെ നിർദേശിക്കൂ. അങ്ങനെ ഏറ്റവും നല്ലവരൊക്കെ പാർട്ടിയിൽ അംഗങ്ങളാണ്. വളരെ നല്ലവർ പലരും പാർട്ടിയിൽ അംഗങ്ങളല്ലാതെയുണ്ട്–പാർട്ടിയിൽ അംഗമായാൽ വീര്യം ചോർന്നു പോകുമെന്നും ഒട്ടേറെ ത്യാഗങ്ങൾ സഹിക്കേണ്ടിവരുമെന്നും തോന്നുന്നവരാണ് അവരിൽ ചിലർ. പാർട്ടിയിൽ അംഗമാവുക എന്നാൽ പ്രതിബദ്ധതയും ത്യാഗസന്നദ്ധതയും ഉണ്ടാവുക എന്നാണ് അർഥം.'

7

ക്യൂബയും യു എസ് എയും

ക്യൂബയിൽ ജനങ്ങൾ അധികാരം കയ്യാളാൻ തുടങ്ങിയപ്പോൾ ലോകമെമ്പാടുമുള്ള വിപ്ലവകാരികൾ ആ മാറ്റത്തിന്റെ പ്രാധാന്യത്തെ പറ്റി ബോധവാന്മാരായിരുന്നു. ഭൂമിശാസ്ത്രപരമായ മുൻധാരണകളൊക്കെ അതു തെറ്റിച്ചു. നമ്മുടെ കാലഘട്ടത്തിലെ ഏറ്റവും നല്ല വാഗ്മിയായ, ഏറ്റവും വശീകരണ ശക്തിയുള്ള ഒരു ജനനേതാവിന്റെ ഉദയവും കൂടിയായിരുന്നു സംഭവം.

എല്ലാ നല്ല കാര്യങ്ങളോടും നല്ലതെന്നു തോന്നിച്ച കാര്യങ്ങളോടും - ക്യൂബക്കാർ ഐക്യദാർഢ്യം പ്രകടിപ്പിച്ചു. അങ്ങനെ അവർ പല രാജ്യങ്ങളേയും ഒട്ടേറെ മനുഷ്യജീവികളെയും സഹായിച്ചു. അത്തരം രാജ്യങ്ങളും മനുഷ്യരും ക്യൂബയുടെ ഇന്നത്തെ അവസ്ഥയിൽ അവരുടെ കൃതാർഥത പ്രകടിപ്പിക്കുന്നുണ്ട് - പ്രകടിപ്പിക്കേണ്ടതാണുതാനും.

എണ്ണയും ഗിറ്റാർ കമ്പികളും ക്യൂബ ദാനം ചെയ്തു. ലാറ്റിനമേരിക്കയിലെയും ആഫ്രിക്കയിലെയും യുദ്ധക്കളങ്ങളിലെ ഭൂകമ്പബാധിത പ്രദേശങ്ങളിലെയും ജനങ്ങൾക്ക് ക്യൂബക്കാർ അവരുടെ രക്തം നൽകി.

കേൾക്കാൻ താൽപര്യമുള്ളവർക്ക് വേണ്ടി ക്യൂബക്കാർ ഉറക്കുപാട്ടുകളും ബോലെറോയും (ഒരുതരം സ്പാനിഷ് നൃത്തവും അതിനുള്ള പാട്ടും) പ്രേമഗാനങ്ങളും സമരഗീതങ്ങളും പാടി. മറ്റുള്ളവർക്ക് വേണ്ടി അവർ രൂപകങ്ങളും ഔഷധങ്ങളും പ്രദാനം ചെയ്തു. ആർക്ക് എന്തുവേണമോ, അതു കൊടുക്കാൻ തയ്യാറായി കാസ്ട്രോ സൃഷ്ടിച്ച ഒരു പ്രവർത്തനശൈലിയാണ് അത്.

ക്യൂബൻ വിപ്ലവം അപ്രത്യക്ഷമാവുകയാണെങ്കിൽ അത് നമ്മുടെ ജനതയ്ക്കാകെ ഒരു വൻപ്രഹരമാവും. ഈ ഭൂഖണ്ഡത്തിലെ സർക്കാരുകൾക്കും അത് ഏറെ വിനാശകരമായിരിക്കും – അവരുടെയൊക്കെ സ്വാതന്ത്ര്യവും പരമാധികാരവും യു എസ് എ വെട്ടിക്കുറക്കാൻ അതു കാരണമായിത്തീരും. അവിടങ്ങളിലൊക്കെ പിന്തിരിപ്പൻ പട്ടാള ഭരണാധികാരികളുടെ തിരിച്ചുവരവിനും അതു വഴിവയ്ക്കും. അവരൊക്കെ, വരാൻ തക്കം പാർത്ത് കാത്തിരിക്കുകയാണ്.

ലാറ്റിനമേരിക്കൻ നാടുകളുടെയാകെ സ്വാതന്ത്ര്യത്തിനുള്ള ഒരു ഉറപ്പാണ് ക്യൂബ. അതുകൊണ്ടാവണം, പൊതുവെയുണ്ടായിരുന്ന പ്രവചനങ്ങൾക്കൊക്കെ വിരുദ്ധമായി, 1991–ജൂലായിൽ ഗുവഡ ജലറയിൽ സമ്മേളിച്ച ഐബിറോ – അമേരിക്കൻ രാഷ്ട്രത്തലവന്മാർ ക്യൂബയോടു ബഹുമാനം പ്രകടിപ്പിച്ചതും, നമ്മുടെ രാജ്യങ്ങൾക്ക് സ്വന്തമായി തീരുമാനമെടുക്കാനുള്ള അവകാശമുണ്ടെന്നു പ്രഖ്യാപിച്ചതും. സ്റ്റേജിന്റെ സൈഡ് കർട്ടനുകളുടെ പിന്നിൽ നിന്ന് പ്രോംറ്റ് ചെയ്യാൻ അവിടെ വാഷിംങ്ടണിൽ നിന്നുള്ള ആൾക്കാർ ഉണ്ടായിരുന്നില്ലല്ലോ.

ഇക്കാര്യത്തെപ്പറ്റി ഞാൻ ഈ മേഖലയിലെ പല നേതാക്കന്മാരോടു സംസാരിച്ചിട്ടുണ്ട്. അതിൽ പലരും ലാറ്റിനമേരിക്കയിലേയും കരീബിയയിലേയും രാഷ്ട്രീയ പാർട്ടികളുടെ സ്ഥിരം സഭയിലെ (ജല്യാമിലിlട ഇീളലൃലിരല ീള ഘമമശേ അാലൃശരമി മിറ ഇമൃശയയലമി ജീഹശശേരമഹ ജമൃശേലെ ഇഛജജജഅഘ) അംഗങ്ങളാണ്. അവരൊക്കെ ഇതേ വീക്ഷണം പുലർത്തുന്നവരാണ്.

ക്യൂബയുടെ ഏറ്റവും സുന്ദരമായ, പ്രശംസാർഹമായ, വശം അവരുടെ മഹാമനസ്കതയാണ്.

അവർ നമുക്കു തന്നതിന്റെ പത്തിലൊരംശമെങ്കിലും നാം അവർക്കു തിരിച്ചുകൊടുക്കേണ്ടതാണ്. മനുഷ്യത്വത്തിനു നിരക്കാത്ത യു എസ് ഉപരോധത്തെ നാം എല്ലാവരും ചേർന്ന് പരസ്യമായി എതിർക്കുന്നത് നന്നായിരിക്കും. യു എസ് എ ക്യൂബക്കെതിരായി ഏർപ്പെടുത്തിയിട്ടുള്ള ഈ ക്രൂരവും വിവേകരഹിതവും പ്രാകൃതവുമായ ഉപരോധം നീക്കിയെടുക്കാൻ അവിടത്തെ ഭരണകൂടത്തിൽ സമ്മർദ്ദം ചെലുത്തത്തക്ക രീതിയിൽ നാം അന്തർദേശീയ തലത്തിൽ പൊതുവെയും യു എസ് എയിൽ പ്രത്യേകിച്ചും പൊതുജനാഭിപ്രായം രൂപീകരിക്കാൻ ശ്രമിക്കേണ്ടിയിരിക്കുന്നു.

ഏറെത്താമസിയാതെ യു എസ് എയിൽ ഉള്ളവർക്ക് വിവേകം ഉദിക്കും; അവർ അനതിവിദൂര ഭാവിയിൽ നമ്മോട് ബഹുമാനത്തോടെ പെരുമാറാൻ തുടങ്ങും; ഇപ്പോഴത്തെ ക്രൂരമായ നാട്യങ്ങളൊക്കെ ഉപേക്ഷിച്ച്, ചിറ്റമ്മനയം വേണ്ടെന്നു വെച്ച്; നമ്മുടെ

യൊക്കെ സഹോദരിയായി മാറും. അന്നേ അവർ മറ്റു ജനങ്ങളുടെ സ്നേഹത്തിനും ബഹുമാനത്തിനും യോഗ്യരാവൂ.

യു എസ് നിക്കരാഗ്വയ്ക്കെതിരായി നടത്തിയ യുദ്ധങ്ങളുടെയും ഒടുക്കിയ രക്തപ്പുഴകളുടെയും തെറ്റ് അവർ തിരിച്ചറിയുമോ? ഫിദൽ കാസ്ട്രോയെ വധിക്കാൻ ശ്രമിച്ചത് തെറ്റായി എന്ന് സ്വയം വിമർശനം അവർ നടത്തുമോ? ഗദ്ദാഫിയുടെ വീട്ടിനു മുകളിൽ ബോംബിട്ടതിൽ പശ്ചാത്തപിക്കുമോ? കെന്നഡിയുടെ വധത്തിന്റെ ഉത്തരവാദിത്തം ആർക്കാണ് എന്ന് അവർ എന്നെങ്കിലും വെളിപ്പെടുത്തുമോ?
സാമ്രാജ്യത്വം അസ്തമിച്ചാലേ ഈ ചോദ്യങ്ങൾക്കൊക്കെ ഉത്തരം കിട്ടൂ.

ടി ബി

തോമസ് ബോർഗെ: *മുകളിൽ വിവരിച്ച വീക്ഷണത്തിലൂടെയാണ് ഞാൻ ചോദിക്കുന്നത്. ബുഷ് (ഇത് പഴയ ബുഷ് ആണ്!) യു എസ് പ്രസിഡന്റായി തിരഞ്ഞെടുക്കപ്പെടാൻ സാധ്യതയുണ്ടോ/ യു എസ് എയിലെ രാഷ്ട്രീയത്തിൽ അടുത്ത ഭാവിയിലെങ്ങാൻ സാരമായ വല്ല മാറ്റവുമുണ്ടാവുമെന്ന് താങ്കൾക്ക് തോന്നുന്നുണ്ടോ?*

കാസ്ട്രോ: യു എസ് എയിൽ ഒരു സാമ്പത്തിക മാന്ദ്യമുണ്ടെന്നിരിക്കിലും, ബുഷ് വീണ്ടും തിരഞ്ഞെടുക്കപ്പെടാനാണ് സാധ്യത. അതിനു പാകത്തിലുള്ള വിഭവശേഷിയും കൗശലവുമൊക്കെ അദ്ദേഹത്തിനുണ്ട് – സാരമായ എതിർപ്പ് ഒട്ടില്ല താനും, ഇന്നത്തെ പരിതഃസ്ഥിതിയിൽ, ഒരു തിരഞ്ഞെടുപ്പിൽ ബുഷിനെ പരാജയപ്പെടുത്താൻ പാകത്തിൽ ഒരു നേതാവിനെ ഞാൻ ഡമോക്രാറ്റിക് പാർട്ടിയിൽ കാണുന്നില്ല. യു എസ് എയിലെ പ്രശ്നങ്ങളെയും അന്തർദേശീയ തലത്തിലുള്ള പ്രശ്നങ്ങളെയും കുറിച്ച് വ്യക്തമായ ധാരണയുള്ള നേതാക്കന്മാർ ഡമോക്രാറ്റിക്കുകളുടെ ഇടയിൽ ഉണ്ടെന്നു തോന്നുന്നില്ല. ലോകത്തിലെ പ്രശ്നങ്ങളെ പറ്റി വ്യക്തമായ വീക്ഷണമുള്ള യു എസ് എയിലെ ജനങ്ങൾക്ക് അവരുടെ താൽപര്യങ്ങളെപ്പറ്റി വ്യക്തമായ ഒരു സന്ദേശം നൽകാൻ കഴിയുന്ന, ഒരു പ്രതിപക്ഷത്തിനേ അവിടെ ഒരു തിരഞ്ഞെടുപ്പു ജയിക്കാനും അവിടെ ഇന്നുള്ള രാഷ്ട്രീയ പ്രവണതകളിൽ ഒരു മാറ്റം വരുത്താനും കഴിയൂ.

അന്നാട്ടിലെ സംവിധാനം എങ്ങനെയാണ് പ്രവർത്തിക്കുന്നതെന്നു താങ്കൾക്കറിയാമല്ലോ. ഒരേ തത്വങ്ങളും രാഷ്ട്രീയാശയങ്ങളും ലക്ഷ്യങ്ങളും ഉദ്ദേശ്യങ്ങളുമൊക്കെയുള്ള, പക്ഷെ, രണ്ടു ചേരികളായി പിരിഞ്ഞു നിൽക്കുന്ന, ഒരൊറ്റ പാർട്ടിയാണ് അവിടെയുള്ളത്. ഈ നൂറ്റാണ്ടു മുഴുവൻ സാമ്രാജ്യത്വത്തിന്റെ ചട്ടുകമായി പ്രവർത്തിച്ച രണ്ട് പാർട്ടികളാണ് അവ. അങ്ങനെത്തന്നെ തുടരുകയും ചെയ്യുന്നു.

മഹാബുദ്ധിമാന്മാരും വളരെയേറെ കഴിവുള്ളവരും ഇവിടെ യുണ്ട് എന്ന കാര്യം ഞാൻ നിഷേധിക്കുന്നില്ല. യു എസ് എയുടെ ചരിത്രത്തെ സ്വാധീനിക്കാനും ചിലപ്പോഴൊക്കെ സർവനാശത്തിൽ നിന്നുതന്നെ ആ രാഷ്ട്രത്തെ രക്ഷിക്കാനും ഇത്തരം ചില വ്യക്തി കൾ മഹത്തായ സംഭാവനകൾ നൽകിയിട്ടുണ്ട് എന്ന കാര്യവും ഞാൻ നിഷേധിക്കുന്നില്ല. ഫ്രാങ്ക്ളിൻ ഡെലാനോ റൂസ്വെൽറ്റ് അത്തരമൊരു വ്യക്തിയാണ്. യു എസ് എയിലെ മുതലാളിത്തത്തെ, അതിന്റെ ഏറ്റവും വലിയ പ്രതിസന്ധിയിൽ നിന്നു രക്ഷപ്പെടുത്തിയ പ്രതിഭാശാലിയാണ് റൂസ്വെൽറ്റ്. സാമ്പത്തിക കുഴപ്പം മൂലമു ണ്ടായ ആഭ്യന്തര പ്രശ്നങ്ങളിൽ നിന്ന് രാജ്യത്തെ രക്ഷിക്കാൻ കഴിഞ്ഞു എന്നതുകൊണ്ട്, ഏറെ പ്രശംസയർഹിക്കുന്ന ഒരു രാജ്യ തന്ത്രജ്ഞനുമാണ് അദ്ദേഹം. അതുപോലെത്തന്നെ, അന്താരാ ഷ്ട്രീയ രംഗത്ത് ഫാസിസത്തോടും ഹിറ്റ്ലറുടെ ജർമനിയോടുമുള്ള ചെറുത്തുനിൽപ്പിലും അദ്ദേഹം ഒരു വിജയമായിരുന്നു — കൂടുതൽ അക്രമാസക്തമായ മറ്റൊരു സാമ്രാജ്യത്തോടുള്ള പോരാട്ടമായി രുന്നു അന്ന് അത്. (ഇന്നത്തെ യു എസ് സാമ്രാജ്യത്വം അതിലേറെ അക്രമാസക്തവും യുദ്ധ സന്നദ്ധവുമാണ്.)

തോമസ് ബോർഗെ: *അത്തരം പ്രശംസനീയരായ രാജ്യതന്ത്രജ്ഞ ന്മാരിൽ കെന്നഡിയെ ഉൾപ്പെടുത്താമോ?*

കാസ്ട്രോ: മഹാനായ ഒരു വ്യക്തിയായിരുന്നു കെന്നഡി - പക്ഷെ അത്ര യോഗ്യനായ ഒരു രാജ്യതന്ത്രജ്ഞനായിരുന്നുവെന്ന് പറഞ്ഞു കൂടാ, ബുദ്ധിമാനായിരുന്നു, നല്ല വ്യക്തിത്വവുമായിരുന്നു, പക്ഷെ, ഒരു രാജ്യതന്ത്രജ്ഞനെന്ന നിലക്ക് തന്റെ കഴിവുകൾ പ്രദർശിപ്പി ക്കാൻ അവസരം കിട്ടിയില്ല. പ്രസിഡന്റ് എന്ന നിലക്ക് അദ്ദേഹ ത്തിന്റെ ആദ്യത്തെ കാലാവധിക്കിടയിൽത്തന്നെ, വളരെ ചെറുപ്പ ത്തിൽ, മരിക്കുകയാണല്ലോ ഉണ്ടായത്.

കെന്നഡിക്ക് ഉൽകൃഷ്ടമായ വ്യക്തി വൈശിഷ്ട്യമുണ്ടായിരു ന്നുവെങ്കിലും, പ്രസിഡന്റായി സ്ഥാനാരോഹണം ചെയ്യുന്ന കാലത്ത് അദ്ദേഹത്തിന് വേണ്ടത്ര അനുഭവജ്ഞാനമില്ലായിരുന്നു. പലപ്പോഴും മറ്റുള്ളവരുടെ ചിന്തകളാണ് അദ്ദേഹത്തെ നയിച്ചിരുന്ന ത്. ചിലപ്പോഴൊക്കെ സ്വന്തം വികാരങ്ങളും. ധാരാളം തെറ്റുകൾ അദ്ദേഹത്തിനു പറ്റിയിട്ടുണ്ട്. - ബേ ഓഫ് പിഗ്സിനെ ആക്രമിച്ചതു പോലെ നല്ല ചില ആശയങ്ങളുമുണ്ടായിരുന്നു അദ്ദേഹത്തിന്. 'അല യൻസ് ഫോർ പ്രോഗ്രസ്' അത്തരത്തിലൊരു ആശയമായിരുന്നു. ലാറ്റിനമേരിക്കൻ രാജ്യങ്ങളിൽ, ഒരു സാംസ്കാരിക വിപ്ളവം തന്നെ വരുത്തിവെക്കാൻ ഉതകുന്ന പല പ്രവണതകളും നിയ ന്ത്രിച്ചു നിർത്താനുള്ള ബുദ്ധിപൂർവകമായ ഒരു ശ്രമമായിരുന്നു അത്. ഏറ്റവും ദരിദ്രരായ ജനതയുടെ അടിയന്തരാവശ്യങ്ങൾ നിർവഹിച്ചു കൊടുക്കാൻ പാകത്തിലുള്ള സാമ്പത്തിക - സാമൂഹ്യ

പരിവർത്തനങ്ങൾക്ക് സഹായം നൽകുന്ന ഒരു പരിപാടിയായിരുന്നു അത് — മുതലാളിത്ത അവസ്ഥയ്ക്ക് ചേർന്ന ഒരു പ്രതികരണം. ക്യൂബൻ വിപ്ലവം ആ നാടുകളും പകർത്താതിരിക്കാനുള്ള സമർഥമായ ഒരു നീക്കമായിരുന്നു അത്. ക്യൂബൻ വിപ്ലവം സൃഷ്ടിച്ച ഭീതിയിൽ നിന്നാണ് സത്യത്തിൽ 'അലയൻസ് ഫോർ പ്രോഗ്രസ് രൂപമെടുത്തത് - ബേ ഓഫ് പിഗ്സ് ആക്രമണത്തിന്റെ പരാജയമായിരുന്നു പെട്ടെന്നുണ്ടായ കാരണം.

ക്രിയാത്മകമായ ഒരു നിലാപാടുണ്ടായിരുന്നു കെന്നഡിക്ക്; അല്ല ബുദ്ധിശക്തിയും. ക്യൂബയുടെ കാര്യങ്ങളിൽ നേരിട്ട് ഇടപെടാതിരിക്കാനുള്ള വിവേകം അദ്ദേഹം പ്രദർശിപ്പിക്കുകയുണ്ടായി. അങ്ങനെ സംഭവിച്ചിരുന്നെങ്കിൽ അവിടെ അവർക്കും ഇവിടെ ഞങ്ങൾക്കും വളരെയേറെ ജീവഹാനി സംഭവിക്കുമായിരുന്നു. സത്യത്തിൽ തിരഞ്ഞെടുപ്പിൽ ജയിച്ച് കെന്നഡി അധികാരമേൽക്കുന്നതിനുമുമ്പുതന്നെ നിക്സനും ഐസൻ ഹോവറും ബേ ഓഫ് പിഗ്സിൽ ആക്രമണം തുടങ്ങിവെച്ചിരുന്നു. എന്നിട്ടും, ആ ആക്രമണത്തിന്റെ പരിപൂർണ ഉത്തരവാദിത്വം സ്വയം ഏറ്റെടുക്കാനുള്ള ധൈര്യം കാണിച്ചു കെന്നഡി.

ആക്രമണപരമായ ഒരു നയം തന്നെയാണ് അദ്ദേഹം ക്യൂബയോടു കൈക്കൊണ്ടത്. അതുകൊണ്ട്, ചെറുത്തു നിൽപ്പിന്റേതായ ഒരു മാർഗം സ്വീകരിക്കാൻ ഞങ്ങളും നിർബന്ധിതരായി . അങ്ങനെയാണ് ഒക്ടോബറിലെ മിസൈൽ പ്രതിസന്ധിയുണ്ടായത്. അതിന് ഉത്തരവാദി കെന്നഡിയായിരുന്നു. പക്ഷെ, സോവിയറ്റ് യൂണിയന് ഇക്കാര്യത്തിൽ നേരിടേണ്ടി വന്ന നാശനഷ്ടങ്ങളെപ്പറ്റിയും അദ്ദേഹം വേണ്ടത്ര ബോധവാനായിരുന്നു. അന്ന് സമാധാനത്തിനു അനുകൂലമായ ഒരു പ്രസംഗം അദ്ദേഹം നടത്തുകയുണ്ടായി. സ്വയം ഒരു രാജ്യതന്ത്രജ്ഞനായി വളരുന്നതിന്റെ തുടക്കമായിരുന്നു. വാസ്തവത്തിൽ ആ പ്രസംഗം.

ഒക്ടോബർ മിസൈൽ പ്രതിസന്ധിക്കുശേഷം; തന്റെ അധികാരത്തിന്റെയും അന്തസിന്റെയും പാരമ്യത്തിലാണ് കെന്നഡി മരിച്ചത്. യു എസിൽ അദ്ദേഹത്തിനുള്ള സ്വാധീനശക്തി ഉപയോഗിച്ച് അന്തർദേശീയ നയങ്ങളിൽ ക്രിയാത്മകമായ ചില മാറ്റങ്ങളും അദ്ദേഹത്തിന് വരുത്താമായിരുന്നു.

കെന്നഡിക്ക് മറ്റൊരു തെറ്റുപറ്റി. താൻ തന്നെ സൃഷ്ടിച്ച പ്രത്യേക സേനയായ ഗ്രീൻ ബെറെ (green Berrets)യുടെ കഴിവു മനസിലാക്കാൻ അവരെ വിയത്നാമിലേക്ക് അയച്ചു. അങ്ങനെ വിയറ്റ്നാം യുദ്ധത്തിൽ ചെന്നുപെട്ടതാണ് ആ തെറ്റ്. അതു തിരുത്താനും ബുദ്ധിമാനായ ഒരു രാജ്യതന്ത്രജ്ഞനാണ് താൻ എന്നു തെളിയിക്കാനും അദ്ദേഹത്തിനു സമയം കിട്ടിയതുമില്ല. എനിക്ക് കെന്നഡിയെപ്പറ്റി നടത്താൻ കഴിയുന്ന വിശകലനം അതാണ്.

തോമസ് ബോർഗെ: *'ജെ എഫ് കെ' എന്ന സിനിമ വന്നശേഷം അദ്ദേഹത്തിന്റെ വധത്തെപ്പറ്റി ലോകത്താകമാനം ഒരുപാടു ചർച്ചകൾ നടക്കുന്നുണ്ടല്ലോ. അതിനെപ്പറ്റിയുള്ള അന്വേഷണം പുനരാരംഭിക്കണമെന്ന നിർദേശവും ഉയർന്നുവരാൻ തുടങ്ങിയിരിക്കുന്നു. കെന്നഡിയുടെ വധത്തെക്കുറിച്ച് എന്താണ് താങ്കളുടെ അഭിപ്രായം? അതിന്റെ പിന്നിൽ ആരായിരിക്കാമെന്നാണ് തോന്നുന്നത്?*

കാസ്ട്രോ: ഡള്ളസിൽവെച്ച് കെന്നഡിയെ വധിക്കാനൊരു ശ്രമം നടന്നു എന്ന വാർത്ത കേട്ട ദിവസം ഞാൻ ഫ്രഞ്ച് പത്രപ്രവർത്തകനായ ജീൻ ഡാനിയലിനെ കാണാനിരിക്കുകയായിരുന്നു. കെന്നഡിയുടെ കൂടെ മണിക്കൂറുകളോളം വാഷിങ്ടണിൽ ചെലവഴിച്ചിട്ടുണ്ടായിരുന്നു അദ്ദേഹം. ഒക്ടോബറിൽ നടന്ന മിസൈൽ പ്രതിസന്ധിയെപ്പറ്റി കെന്നഡി അദ്ദേഹത്തോട് ഉള്ളു തുറന്നു സംസാരിച്ചിരുന്നു; എന്നെ വന്നു കാണാനും, ആ സംഭവത്തെപ്പറ്റി എന്റെ അഭിപ്രായം അന്വേഷിച്ചറിയാനും, അങ്ങനെ വന്ന്, കണ്ട്, സംസാരിച്ച് മനസ്സിലാക്കിയ കാര്യങ്ങൾ വീണ്ടും വാഷിംങ്ടണിൽ ചെന്നു പറയാനും ഏൽപ്പിച്ചിരുന്നു. കെന്നഡി എന്തെല്ലാമോ തീരുമാനിച്ചിരുന്നു എന്നു തീർച്ച. അങ്ങനെ, ഡാനിയലിന്റെ സന്ദർശനത്തിൽ എനിക്കും താൽപര്യമുണ്ടായിരുന്നു.

ഡാനിയൽ വന്നപ്പോൾ ഞാൻ അദ്ദേഹത്തോടു പറഞ്ഞു: "നാം ഇവിടെ, ഈ നഗരത്തിന്റെ ബഹളത്തിൽ, ഇരുന്നു സംസാരിച്ചാൽ ശരിയാവില്ല. ശാന്തമായ എവിടെയെങ്കിലും ചെന്നിരുന്ന് സംസാരിക്കാം.'' ഞാൻ അദ്ദേഹത്തെ വാരഡെറോവിലേക്കു കൊണ്ടുപോയി. ഞങ്ങൾ അവിടെ സംസാരിച്ചുകൊണ്ടിരിക്കുകയായിരുന്നു. ഏതാണ്ട് ഉച്ചയായിക്കാണും. അപ്പോഴാണ് ആ വാർത്ത വന്നത്. പിന്നീട് അദ്ദേഹത്തിന് തിരിച്ചുപോയി കെന്നഡിയോടു സംസാരിക്കാനുള്ള അവസരം കിട്ടുകയുണ്ടായില്ല. കെന്നഡിയുടെ മരണത്തിൽ ഞങ്ങൾ രണ്ടാളും വളരെ വേദനിച്ചു. കെന്നഡി ഞങ്ങളുടെയും, ഞങ്ങൾ, ക്യൂബക്കാർ, അദ്ദേഹത്തിന്റെയും ശത്രുക്കളായിരുന്നു എന്നതു നേരുതന്നെ — എന്നാലും ഒരൽപ്പം മാന്യതയുള്ള ആരായാലും തന്റെ ശത്രുവിന്റെ വേർപാടിൽ ദുഃഖിക്കും. അങ്ങനെയൊരു മട്ടിലാണല്ലോ അദ്ദേഹത്തിന്റെ മരണം എന്നത് ഞങ്ങളെ ഏറെ ദുഃഖിപ്പിച്ചു. മാത്രമല്ല, സമാധാനത്തിന്റെ ആവശ്യകതയെപ്പറ്റി വളരെ പ്രസക്തമായ ഒരു പ്രസംഗം നടത്തി, അന്തർദേശീയ തലത്തിൽത്തന്നെ തന്റെ പ്രശസ്തി വളർന്നു വന്നിരുന്ന ഒരു സന്ദർഭത്തിൽ, ഒക്ടോബർ മിസൈൽ പ്രതിസന്ധി അവസാനിപ്പിച്ച് മാസങ്ങൾ കഴിഞ്ഞപ്പോൾ ആയിരുന്നല്ലോ ആ മരണം. ഞങ്ങളുടെ നാട്ടിലേക്കൊരു ദൂതനെ അയച്ച്, അയാളുടെ മറുപടി കിട്ടുന്നതിനമുമ്പായിരുന്നു കെന്നഡിയുടെ മരണം.

ഞങ്ങളുടെ എതിരാളിയായിരുന്നെങ്കിൽപ്പോലും, കെന്നഡി

യുടെ ബുദ്ധിയെയും കഴിവുകളെയും ഞങ്ങൾ മാനിക്കുന്നു. ഞങ്ങളെ ആക്രമിക്കുകയും അങ്ങയോട് ഒട്ടേറെ തെറ്റുകൾ ചെയ്യുകയുമുണ്ടായെങ്കിലും, അദ്ദേഹത്തിന്റെ മരണം എന്നെ വല്ലാതെ ഉലച്ചു.

അദ്ദേഹത്തിന്റെ മരണത്തോടുള്ള എന്റെ ആദ്യത്തെ പ്രതികരണമെന്തായിരുന്നു എന്നാവും താങ്കളുടെ അടുത്ത ചോദ്യം!

തോമസ് ബോർഗെ: *അല്ല, ആ സംഭവത്തെപ്പറ്റി ഇപ്പോൾ എങ്ങനെ തോന്നുന്നു എന്നാണ്.*

കാസ്ട്രോ: ശരി എന്നാലും ഞാൻ എന്റെ ആദ്യപ്രതികരണത്തെപ്പറ്റി പറയട്ടെ: എന്തെല്ലാമോ പന്തികേടുകളുണ്ട് എന്നാണ് എനിക്കു പെട്ടെന്നു തോന്നിയത്. ടെലസ്കോപ്പിക് സംവിധാനമുള്ള ഒരു റൈഫിളിൽ നിന്നാണ് വെടി പൊട്ടിയത് എന്ന കാര്യം എന്നെ അദ്ഭുതപ്പെടുത്തി. ഓസ്വാൾഡ് നിന്നിരുന്നതായി പറയപ്പെടുന്ന ആ സ്ഥലത്തുനിന്ന്, അത്ര ദൂരത്ത് നിന്ന്, നീങ്ങിക്കൊണ്ടിരുന്ന ഒരു ലക്ഷ്യത്തിലേക്ക്, അത്ര വേഗത്തിലും കൃത്യമായും കെന്നഡിയെ വെടിവെയ്ക്കാൻ എങ്ങനെ കഴിഞ്ഞു?

1952-ൽ 'ഗ്രാന്മ'യിലുണ്ടായിരുന്നവരെ ടെലസ്കോപ്പിക് റൈഫിളുകൾ ഉപയോഗിക്കാൻ ഞാൻ പരിശീലിപ്പിച്ചിട്ടുണ്ട്. അതുകൊണ്ട്, അത്തരം സംവിധാനങ്ങളുമായി എനിക്ക് നല്ല പരിചയമുണ്ട്. വളരെ കൃത്യമായി തന്നെ വെടിവെക്കാൻ പരിശീലിച്ചവരാണ് ഞങ്ങൾ. ആ കപ്പൽ യാത്രയിൽ, 600 മീറ്റർ വരെയുള്ള ഉന്നങ്ങളിലേക്ക് ലക്ഷ്യം തെറ്റാതെ വെടിവെക്കാൻ പാകത്തിൽ അത്തരം റൈഫിളുകളുടെ ദൂരം ഞാൻ ശരിയാക്കിക്കൊടുത്തിട്ടുണ്ട്. ഏതാണ്ട് അമ്പതോളം ടെലസ്കോപ്പിക് റൈഫിളുകൾ 'ഗ്രാന്മ'യിൽ ഉണ്ടായിരുന്നു. കടലിലും കരയിലുമൊക്കെയായി അത്തരം ടെലസ്കോപ്പിക് റൈഫിളുകൾ ഞാൻ അഡ്ജസ്റ്റു ചെയ്തിട്ടുണ്ട്; പലതരം ലക്ഷ്യങ്ങളിലേക്ക് പത്തുപതിനായിരം തവണ അവകൊണ്ട് വെടിവെച്ചിട്ടുമുണ്ട് അക്കാലത്ത്.

ചലിക്കുന്ന ലക്ഷ്യങ്ങൾ വെച്ചും നിശ്ചലമായ ലക്ഷ്യങ്ങൾ വെച്ചും ഞങ്ങൾ പരിശീലിച്ചിട്ടുണ്ട്. റൈഫിൾ ചുമലിൽ വെച്ച് നിന്നുകൊണ്ടും കിടന്നുകൊണ്ടും പരിശീലിച്ചിട്ടുണ്ട്. അന്ന്, 1963-ൽ, അതിനെക്കുറിച്ചൊക്കെയുള്ള ഓർമ്മകൾക്ക് വലിയ മങ്ങലൊന്നും തട്ടിയിരുന്നില്ല. അതുകൊണ്ട്, ചലിച്ചുകൊണ്ടിരിക്കുന്ന ഒരു ലക്ഷ്യത്തിലേക്ക്, ഇത്രയും വേഗതയോടെ ഇത്രയേറെ വെടിയുണ്ടകൾ വർഷിക്കുക എന്നത് ദുഷ്കരമായാണ് തോന്നിയത്. അത്രയും ലക്ഷ്യവേധികളായിരുന്നു ആ ഉണ്ടകൾ - കെന്നഡിക്ക് മൂന്നു തവണ മാരകമായ മുറിവേൽക്കുകയുണ്ടായി. സാധാരണ കാഴ്ചയുള്ള ഒരു ലൈമൻ റൈഫിൾ കൊണ്ട് - യു എസിൽ നിർമിച്ച ഗ്രാൻഡ് റൈഫിളോ എം - 1 കാർബൈനോ, ബെൽജിയത്തിലുണ്ടാക്കിയ എഫ് എ എൽ റൈഫിളോ ഉപയോഗിച്ച് - കൂടുതൽ എളുപ്പ

ത്തിൽ സാധിക്കാവുന്ന ഒരു കാര്യമായിരുന്നു അത് എന്നു തോന്നി.

അത്തരമൊരു പണിക്കു പറ്റിയ ആയുധം ടെലസ്കോപ്പിക്ക് കാഴ്ചയില്ലാത്ത ഒരു ഓട്ടോമാറ്റിക് റൈഫിളായിരുന്നു. ടെലസ്കോപ്പിക് റൈഫിളാവുമ്പോൾ, ഒന്നാമത്തെ നിറയൊഴിച്ച ശേഷം അടുത്ത ബുള്ളറ്റിനെ റൈഫിളിന്റെ ബ്രീച്ചിലേക്ക് കൊണ്ടുവരികയും ലക്ഷ്യത്തെ വീണ്ടും കാഴ്ചപ്പാടിലേക്കെത്തിക്കുകയും വേണം..... അതിനു സമയമെടുക്കും; അത്ര എളുപ്പവുമല്ല, ഇതൊക്കെ തെളിയിക്കണമെങ്കിൽ, നല്ല ഉന്നമുള്ള ഒരാളെക്കൊണ്ട്, അതേ ദൂരത്തു നിന്നും, ആംഗിളിൽ നിന്നും, അതുപോലൊരു ലക്ഷ്യത്തിലേക്ക്, അതേ സമയം കൊണ്ട്, അത്രയും വെടി വെച്ച്, പരീക്ഷണം നടത്തിനോക്കണം. അവർ പറയുംപോലെ ഒരൊറ്റ വ്യക്തിയാണ് അത്തരമൊരു റൈഫിൾ കൊണ്ടു വെടിവച്ച് കെന്നഡയെ കൊന്നത് എന്ന തത്വം ശരിയായി തോന്നണമെങ്കിൽ, അങ്ങനെയൊക്കെ ചെയ്തേ പറ്റു. നിശ്ചലമായ ഒരു ലക്ഷ്യത്തിനേ ടെലസ്കോപ്പിക് റൈഫിൾ ഉപയോഗിക്കാൻ കഴിയൂ എന്നതാണ് എന്നെ അത്ഭുതപ്പെടുത്തിയത്.

ഇതിനേക്കാൾ അത്ഭുതകരമായ മറ്റൊന്നുണ്ടായി. കെന്നഡിയെ വധിച്ചു എന്ന കുറ്റം ചുമത്തി അറസ്റ്റു ചെയ്യപ്പെട്ട വ്യക്തി ഒരു പൊലീസ് സ്റ്റേഷനിൽവെച്ച് കൊല്ലപ്പെട്ടു. ഏറെ സംശയം ജനിപ്പിക്കുന്ന ഒരു കാര്യമായിരുന്നു അത്. ഓസ്വാൾഡിന്റെ പശ്ചാത്തലവും വളരെ വിചിത്രമായിരുന്നു. സോവിയറ്റ് യൂണിയനിലേക്ക് താമസം മാറ്റി, ഒരു സോവിയറ്റ് സ്ത്രീയെ വിവാഹം കഴിച്ച്, കഴിഞ്ഞ് കൂടിയിരുന്ന അയാൾ യു എസ് എയിലേക്ക് തിരിച്ചു വന്നതായിരുന്നു. അയാൾ ഒരു സാധാരണ ചാരനായിരുന്നോ അതോ രണ്ടു രാജ്യങ്ങൾക്കുംവേണ്ടി, ഇരട്ട ചാരപ്പണിചെയ്യാൻ നിയോഗിക്കപ്പെട്ടവനായിരുന്നോ, എന്നു വ്യക്തമല്ല. അതും വളരെ അത്ഭുതകരമായ വസ്തുതയായിരുന്നു.

അത്തരം കാര്യങ്ങളൊക്കെ സംഭവിച്ചശേഷം അയാളുടെ പേരും മറ്റു വസ്തുതകളും വെളിവാക്കപ്പെട്ടശേഷം, ഞങ്ങൾ ഇവിടെ ചില ഫയലുകൾ പരിശോധിച്ചപ്പോൾ ചില കാര്യങ്ങൾ കണ്ടുപിടിച്ചു. അതേ പേരുള്ള അതേ വിവരണങ്ങളുള്ള, ഒരു വ്യക്തി മെക്സിക്കോയിലെ ഞങ്ങളുടെ എംബസിയിൽ നിന്ന് ക്യൂബയിലേക്ക് ഒരു വിസക്കുവേണ്ടി അപേക്ഷിച്ചിരുന്നു — സോവിയറ്റ് യൂണിയനിലേക്ക് പോകുന്ന വഴിക്കുള്ള ഒരു താൽക്കാലിക വിസക്കായിരുന്നു എന്നാണ് എന്റെ ഓർമ്മ. ഞങ്ങളുടെ ആൾക്കാർ ആ അപേക്ഷ നിരസിച്ചു. ഏതെങ്കിലും ഒരു യു എസ് പൗരൻ ഇവിടേക്കു വരാൻ താൽപര്യം പ്രകടിപ്പിക്കുമ്പോൾ അതിനെ സംശയദൃഷ്ടിയോടെ കാണുകയും അത്തരം അപേക്ഷകൾ നിരസിക്കുകയും പതിവായിരുന്നു. ഓസ്വാൾഡ് ക്യൂബയിലേക്കു വരാൻ എന്തുകൊ

ണ്ടാവാം താൽപര്യം കാണിച്ചത് എന്നു ഞാൻ അത്ഭുതപ്പെട്ടു. അത്തരമൊരു വ്യക്തിക്ക് ക്യൂബയിലെന്തുകാര്യം? അന്ന് അയാൾ ക്യൂബയിലൂടെ വന്ന് സോവിയറ്റ് യൂണിയനിൽ പോയി, തിരിച്ച് യു എസ് എയിലെത്തി കെന്നഡിയെ കൊന്നതായിരുന്നുവെങ്കിലോ? ആ സംഭവത്തെ ചുറ്റിപ്പറ്റി അങ്ങനെ എളുപ്പത്തിൽ വ്യാഖ്യാനിക്കാൻ പറ്റാത്ത ഏറെ ദുരൂഹതകളുണ്ട് എന്നാണ് എനിക്കു തോന്നിയത്.

ഞാൻ എന്താണ് ചെയ്തതെന്നോ? അവരുടെ അന്വേഷണങ്ങൾ ഏതു വഴിക്കു നീങ്ങുമെന്നറിയാൻ കാത്തിരുന്നു. അങ്ങനെ, പ്രസിദ്ധമായ വാറൻ അന്വേഷണവുമായി അവർ മുന്നോട്ടു പോയി, കെന്നഡിയുടെ ബന്ധുക്കൾ പല പുസ്തകങ്ങളും പ്രസ്താവനകളും പുറത്തിറക്കി. പക്ഷെ, കെന്നഡിയോട് ഏറ്റവുമടുത്ത ബന്ധുക്കളോ ബുദ്ധിജീവികളോ, എഴുത്തുകാരോ, പത്രപ്രവർത്തകരോ ആരും തന്നെ വാറൻ റിപ്പോർട്ടിനെ ഖണ്ഡിച്ചതായി കണ്ടില്ല. അവരൊക്കെ, ഒന്നും മിണ്ടാതെ, ആ റിപ്പോർട്ട് അപ്പടി സ്വീകരിക്കുകയാണുണ്ടായത്.

അങ്ങനെ അദ്ദേഹത്തിന്റെ ഏറ്റവും അടുത്തവരാരും ഒന്നും പറയാതെ, ആ റിപ്പോർട്ടിനെ തീരെ ഖണ്ഡിക്കാതെ, അതു സ്വീകരിച്ചപ്പോൾ ഞാൻ വിചാരിച്ചത് അന്വേഷണമൊക്കെ വളരെ ശാസ്ത്രീയമായി നടത്തിയിട്ടുണ്ടാവുമെന്നാണ്. അദ്ദേഹത്തെക്കുറിച്ച് എല്ലാ വിവരവും അറിയുന്നവർ പ്രായോഗികമായി ഒരെതിർപ്പും കൂടാതെ ആ റിപ്പോർട്ട് അംഗീകരിച്ചത് വളരെ വിചിത്രമായി തോന്നി — കെന്നഡിയുടെ മരണത്തെപ്പറ്റി വന്നുകൊണ്ടിരുന്ന കുറെയേറെ ആശയക്കുഴപ്പങ്ങൾക്ക് ആക്കം കൂട്ടാനേ അതു സഹായിച്ചുള്ളു.

ഞാൻ ധൃതിയിൽ ഒന്നും പറയാൻ ഇഷ്ടപ്പെടുന്നില്ല. തെളിയിക്കാൻ പറ്റാത്ത കാര്യങ്ങളെപ്പറ്റി പ്രസ്താവനയൊന്നും ഇറക്കുന്നുമില്ല. താങ്കൾ പറഞ്ഞ ആ സിനിമ ഞാൻ കണ്ടിട്ടില്ല. അതിനെപ്പറ്റി ഒട്ടേറെ കേട്ടിട്ടുണ്ട്; കാണണമെന്ന് മോഹവുമുണ്ട്. എന്നാലും, കേട്ട കാര്യങ്ങൾ വെച്ച് അതിനെപ്പറ്റി ഞാൻ ഒരഭിപ്രായം പറയുന്നില്ല.

കെന്നഡിയുടെ വധത്തെപ്പറ്റി പുതിയ വല്ല കണ്ടുപിടിത്തവും വന്നുവെങ്കിൽ അത്ഭുതപ്പെടാനില്ല. അന്നുതന്നെ ഏറെ വിചിത്രവും അസംഭാവ്യവുമായിത്തോന്നിയ ഒരു വസ്തുതയായിരുന്നു അത്. അതിനെപ്പറ്റി ഇപ്പോൾ ഞാനൊരു പുതിയ സിദ്ധാന്തം അവതരപ്പിക്കുന്നതോ വല്ലവരുടെയും മേൽ പഴി ചാരുന്നതോ ആ പഴയ പ്രശ്നം പഠന വിഷയമാക്കുന്നതോ ശരിയാവില്ല.

രഹസ്യാന്വേഷണ വകുപ്പിന്റെ കൈയിൽ ഒരുപാടു രഹസ്യങ്ങളുണ്ടാവാമെന്നും നാം ഓർക്കണം. കെന്നഡിയുടെ മരണത്തിനുശേഷം ഒരു നൂറു വർഷത്തേക്ക് പുറത്തുവിട്ടുകൂടാ എന്ന ശാഠ്യത്തോടെ യു എസ് ഗവൺമെന്റ് സൂക്ഷിക്കുന്ന ആ രഹസ്യവിവരങ്ങൾ എന്താവാം? ആ സംശയം ദൂരീകരിക്കാനുള്ള ബാധ്യത ആ സർക്കാരിനുണ്ട്.

തോമസ് ബോർഗെ: *വിശുദ്ധമായ ഫാത്തിമയുടെ രഹസ്യം പോലെ, അല്ലേ?*

കാസ്ട്രോ: അതെന്താ, വിശുദ്ധമായ ഫാത്തിമയുടെ രഹസ്യം?

തോമസ് ബോർഗെ: *വിശുദ്ധ ഫാത്തിമ മൂന്ന് ഇടയക്കുട്ടികളുടെ മുന്നിൽ പ്രത്യക്ഷപ്പെട്ട് അവരോട് ഒരു സ്വകാര്യം പറഞ്ഞത്രെ. ആ സ്വകാര്യം നൂറുവർഷത്തേക്ക് പുറത്തുപറയരുത് എന്നും ശട്ടം കെട്ടിയത്രേ. ആ പറഞ്ഞതിൽ ഒരു സ്വകാര്യം സോഷ്യലിസത്തിന്റെ പതനമായിരുന്നു എന്നാണ് അവരൊക്കെ ഇപ്പോൾ പറയുന്നത്? മാർപ്പാപ്പയ്ക്കുപോലും പ്രവേശനമില്ലാത്ത ഒരു നിലവറയിലാരുന്നത്രേ ആ രഹസ്യം സൂക്ഷിച്ചിരുന്നത്. അതുപോലെ യു എസ് ഗവൺമെന്റിന്റെ ഈ രഹസ്യവും പുറത്തു വരാൻ നൂറുവർഷം കാത്തിരിക്കേണ്ടി വന്നേക്കും.*

കാസ്ട്രോ: അത്തരം പ്രവചനങ്ങളെ മതവിശ്വാസം എന്നല്ല പറയേണ്ടത്, ആഭിചാരം എന്നാണ്.

തോമസ്, യു എസ് ഗവൺമെന്റിന്റെ പക്കൽ വളരെ പ്രധാനപ്പെട്ട വിവരങ്ങൾ ഉണ്ടായിരിക്കണം. അതുകൊണ്ട്, ഇത്തരം ചർച്ചകളൊക്കെ നല്ലതാണ് – ചിലപ്പോൾ ചില രഹസ്യങ്ങളൊക്കെ പുറത്തുകൊണ്ടുവരാൻ അതു സഹായിച്ചേക്കും. വാറൻ കമ്മീഷൻ റിപ്പോർട്ടാണ് ഇക്കാര്യത്തിലെ അവസാനവാക്ക് എന്നു പറഞ്ഞ് ഇരിപ്പായിരുന്നല്ലോ അവരൊക്കെ. താങ്കൾ ഇപ്പോൾ ഓർമ്മിപ്പിച്ചതു നന്നായി. ഞാൻ ആ സിനിമയൊന്നു കാണട്ടെ. പക്ഷെ, അതിനു മുമ്പ് ഒരഭിപ്രായം പറയാൻ വയ്യ.

തോമസ് ബോർഗെ: *ഇപ്പോഴത്തെ അവസ്ഥയിൽ എന്തു വന്നാലും ഉറച്ചു നിൽക്കുക എന്നതാണ് ക്യൂബയുടെ നയം എന്നു തോന്നുന്നു. ഇവിടത്തെ പ്രതിരോധ മേഖലയിലും മറ്റ് അനുബന്ധ മേഖലകളിലുമുള്ള ചെലവിന്റെ കാര്യത്തിൽ വലിയ കുറവൊന്നും കാണാനില്ല. ഒരു യു എസ് പട്ടാള ഇടപെടലിനെ ചെറുക്കാനുള്ള മുന്നൊരുക്കമായിട്ടല്ലേ അതിനെ കാണേണ്ടത്? ക്യൂബയും യു എസ് എയും തമ്മിൽ വല്ല സംഭാഷണങ്ങൾക്കോ കൂടിയാലോചനകൾക്കോ ഉടമ്പടികൾക്കോ അടുത്ത കാലത്തെങ്ങാൻ സാധ്യതയുണ്ടോ? അങ്ങനെ വല്ല കൂടിയാലോചനയും നടക്കാൻ സാധ്യതയുണ്ടെങ്കിൽ എന്തായിരിക്കും അതിന്റെ അജണ്ട – താങ്കൾ നിർദ്ദേശിക്കുന്ന അജണ്ട?*

കാസ്ട്രോ: പ്രതിരോധ മേഖലയിൽ ഞങ്ങളുടെ ചെലവുകൾ കുറഞ്ഞിട്ടില്ല എന്നതു ശരി തന്നെ. വേറെ വഴിയില്ല ഞങ്ങൾക്ക്. ഒരു മഹാ സാമ്രാജ്യത്തിനെതിരായി ഞങ്ങൾ ഒറ്റയ്ക്കാണ്. അപ്പോൾ, വേണ്ടത്ര സൈന്യബലവും വിഭവശേഷിയും ഞങ്ങൾക്ക് സ്വന്തമായി ഇല്ലെങ്കിൽ, സമരതന്ത്രപരമായി അത് വലിയൊരു വീഴ്ചയായിരിക്കും – ആത്മഹത്യാപരമായിരിക്കും. അതുകൊണ്ട്, ഞങ്ങ

ളുടെ സൈന്യത്തെ ശക്തമാക്കുക, യുദ്ധസജ്ജമാക്കുക എന്നത് ഞങ്ങളെ സംബന്ധിച്ചിടത്തോളം മുന്തിയ പരിഗണനയർഹിക്കുന്ന മേഖലയാണ്. അതിനായി എന്തു ത്യാഗം വേണമെങ്കിലും സഹിക്കാൻ ഞങ്ങൾ തയ്യാറാണ്. ഇവിടെ ഞങ്ങൾ നിരുത്തരവാദപരമായി പെരുമാറിക്കൂടാ – ഇന്നത്തെ തലമുറയും ഭാവിതലമുറയും ഞങ്ങളെ കുറ്റം പറയാനിടവരുത്തിക്കൂടാ.

മറ്റൊരു കാലത്തും ഉണ്ടായിരുന്നിട്ടില്ലാത്തത്ര ഭയങ്കരമായ ഒരു വിപത്ത് ഇന്ന് യഥാർഥത്തിൽ ഉണ്ട്. ഇന്ന് യു എസ് എയുടെ വിചാരം ഈ ലോകം മുഴുവൻ അവരുടെ സ്വത്താണ് എന്നാണ്. സ്വന്തം ശക്തിയിലുള്ള, നിഗൂഢവും ഭ്രാന്തവും അബദ്ധവുമായ ഒരു ഗൂഢവിശ്വാസം കൊണ്ട്, അവർ ജയഭേരിയടിച്ചുകൊണ്ടു നടക്കുകയാണ്. കൈക്കരുത്തും അത്യാധുനിക യുദ്ധസാമഗ്രികളും കൊണ്ട് തങ്ങളുടെ ആജ്ഞ ലോകമെമ്പാടും നടപ്പാക്കണമെന്ന ധാർഷ്ട്യത്തിലാണ് അവർ.

ക്യൂബൻ വിപ്ലവം ഇന്നോളം എടുത്തതും ഇന്നും എടുത്തുകൊണ്ടിരിക്കുന്നതുമായ നിലപാടുകളോടു പൊരുത്തപ്പെടാനും അത് സമ്മതിച്ചു തരാനും യു എസ് എ സന്മനസ്സു കാണിക്കുമെന്നു തോന്നുന്നില്ല. ഞങ്ങളുടെ ഈ കൊച്ചു രാജ്യം അന്തസോടെ ഉറച്ചു നിൽക്കുന്നതും ധീരമായി പൊരുതുന്നതും അവർക്ക് സഹിക്കാൻ കഴിയുന്നില്ല. അതുകൊണ്ട്, വല്ല കൂടിയാലോചനയും സാധ്യമാവണമെങ്കിൽ ആദ്യം യു എസ് നേതാക്കളുടെ മനഃസ്ഥിതി മാറണം. അടുത്ത കാലത്തൊന്നും അങ്ങനെ സംഭവിക്കുമെന്ന് എനിക്കു തീരെ തോന്നുന്നില്ല.

സോവിയറ്റ് യൂണിയന്റെ തിരോധാനത്തോടെ, സോഷ്യലിസ്റ്റ് ചേരിയുടെ പതനത്തോടെ, ഞങ്ങൾ തനിച്ചാണ് ഈ യുദ്ധം ചെയ്തുകൊണ്ടിരിക്കുന്നത് എന്നതുകൊണ്ട്, ഞങ്ങളുടെ അവസ്ഥ വളരെ പരിതാപകരമാണ് എന്നാണ് യു എസ് എയുടെ വിചാരം. അങ്ങനെ എങ്ങനെയെങ്കിലുമൊക്കെ അവരുടെ നയങ്ങൾ ഞങ്ങളുടെമേൽ അടിച്ചേൽപ്പിക്കാൻ ഏറ്റവും പറ്റിയ അവസരമാണ് ഇത് എന്ന് അവർ കരുതുന്നു.

ഞാനീ പറയുന്നതിനർഥം, യു എസ് എ യുമായി ഒരു യുദ്ധം അനിവാര്യമാണെന്നോ ഞാനൊരു വിധി വിശ്വാസിയാണെന്നോ ഒന്നുമല്ല. ഒട്ടേറെ യു എസ് പൗരന്മാർതന്നെ, യു എസ് ഗവൺമെന്റ് ക്യൂബയോടെടുക്കുന്ന ശത്രുതാപരമായ നയത്തെ ചോദ്യം ചെയ്തു തുടങ്ങിയിരിക്കുന്നു. പ്രതിദിനം ശക്തമായിക്കൊണ്ടിരിക്കുന്ന സാമ്പത്തിക ഉപരോധത്തിന്റെ സാംഗത്യം എന്താണെന്ന് ചോദ്യം ചെയ്യാൻ തുടങ്ങിയിരിക്കുന്നു – ക്യൂബയെപ്പോലൊരു കൊച്ചു രാജ്യത്തെ സാമ്പത്തികമായി കെട്ടിവരിഞ്ഞ്, അവിടത്തെ ജനങ്ങളെ പട്ടിണിക്കിട്ട്, അവരുടെ ദുരിതങ്ങൾക്ക് ആക്കം കൂട്ടി, മുട്ടുമടക്കാൻ

അവരെ നിർബന്ധിക്കുന്നതു ശരിയാണോ എന്നു ചോദിക്കാൻ തുടങ്ങിയിരിക്കുന്നു. യു എസ് എയുടെ സുരക്ഷിതത്വത്തിനു യാതൊരുവധ ഭീഷണിയും നേരിടാനില്ല; 'കമ്യൂണിസ്റ്റ് ഭീഷണി'യും മറ്റേ ലോക മഹാശക്തിയും അപ്രത്യക്ഷമായിരിക്കുന്നു. ഇനി എന്തിനെ പേടിച്ചാണ് ഈ ഉപരോധമൊക്കെ എന്ന് അവർ അത്ഭുതപ്പെടുന്നു. ഇത്തരമൊരവസ്ഥയിൽ ഞങ്ങളുടെ രാജ്യത്തോടുള്ള ശത്രുതാപരമായ സമീപനത്തിന് എന്തു നീതീകരണമാണുള്ളത്? ധാർഷ്ട്യവും അവിവേകവും കൂടി സൃഷ്ടിക്കുന്ന ഒരുതരം ചിത്തഭ്രമം. യു എസ് എയിൽ പലരും ഈ വഴിക്ക് ചിന്തിക്കാൻ തുടങ്ങിയിരിക്കുന്നു-പറയത്തക്ക ശക്തിയും സ്വാധീനവുമൊന്നുമില്ലാത്തവരാണ് ഇവരിൽ ഒട്ടേറെ പേർ എങ്കിലും.

യു എസ് എക്ക് ഏറെ അപമാനകരമായ നടപടികളാണ് അവർ ക്യൂബയോടു തുടർന്നുപോരുന്നത്. ക്യൂബയെ സംബന്ധിച്ചിടത്തോളം അത് നല്ലതുമാണ്. യു എസ് എയുടെ ശത്രുത വർധിക്കുന്നതിനൊപ്പം ലോകജനത ആ നയത്തെ തള്ളിപ്പറഞ്ഞുകൊണ്ടുമിരിക്കുന്നു; ലാറ്റിനമേരിക്കയിലേയും മൂന്നാം ലോക രാജ്യങ്ങളിലേയും ജനങ്ങൾ ക്യൂബയോട് കൂടുതൽ കൂടുതൽ ഐക്യദാർഢ്യം പ്രകടിപ്പിച്ചുകൊണ്ടുമിരിക്കുന്നു.

അവർക്ക് തീരെ ശ്രേയസ്കരമല്ലാത്ത, പ്രത്യേകിച്ചൊന്നും നേടാനില്ലാത്ത, ഒരു സമരമാണ് തങ്ങൾ നടത്തിക്കൊണ്ടിരിക്കുന്നത് എന്ന് യു എസ് എയിലെ നയതന്ത്രജ്ഞർ മനസിലാക്കേണ്ടതാണ്. ക്യൂബയെകൊണ്ട് എന്തുചെയ്യണമെന്നാണ് അവരുടെയൊക്കെ മോഹം? ആവോളം ആശയക്കുഴപ്പമുണ്ടാക്കി, വർഷങ്ങളോളം നീണ്ടുനിൽക്കുന്ന ഒരു യുദ്ധമുണ്ടാക്കാനാണോ അവരുടെ ആഗ്രഹം? എങ്ങോട്ടാണ് അവരുടെ ഇത്തരം നയങ്ങൾ അവരെ നയിക്കുന്നത്? ക്യൂബയിലെ വിപ്ലവകാരികൾ കീഴടങ്ങുന്ന പ്രശ്നമില്ല; അവർ പൊരുതിക്കൊണ്ടേയിരിക്കും. യഥാർഥ വിപ്ലവകാരികളാരും തോറ്റുകൊടുക്കില്ല. ഞങ്ങൾക്ക് ലക്ഷക്കണക്കിന് അത്തരം വിപ്ലവകാരികളുണ്ട്. ഞങ്ങൾക്ക് നേടിയെടുത്തതൊന്നും അടിയറ വെക്കാൻ അവർ അനുവദിക്കില്ല. ഏതു മേഖലയിലും, ഏതൊരു പരിതഃസ്ഥിതിയിലും. യുദ്ധം ചെയ്യാൻ അവർ തയ്യാറാണ്. അതുകൊണ്ട്, ക്യൂബയോടുള്ള യു എസ് എയുടെ നയം അവരെ എവിടെയുമെത്തിക്കില്ല. മാത്രമല്ല, അവർ ഞങ്ങളെ എത്രകണ്ട് ഉപദ്രവിക്കുന്നുവോ, ക്യൂബയുടെയും ക്യൂബൻ വിപ്ലവത്തിന്റെയും അന്തസ് അത്രയും വർധിക്കുകയാണുണ്ടാവുക.

ഒരു നാൾ അവർ ഈ നയം തിരുത്താൻ നിർബന്ധിതരാവും, പെട്ടെന്നൊന്നും അങ്ങനെ സംഭവിക്കുമെന്നു പ്രതീക്ഷിച്ചുകൂടാ, എന്നാലും, പ്രത്യേകിച്ചും, അധികാര ദുർമോഹവും രാഷ്ട്രീയ ചൂതാട്ടങ്ങളും ജനനായകന്മാരുടെ ചെയ്തികളെ നിയന്ത്രിക്കുന്ന,

ക്ഷോഭജനകമായ പ്രസംഗങ്ങളെക്കൊണ്ട് നാടുഭരിക്കുന്ന, അത്തരമൊരു രാജ്യത്തിൽ നിന്ന് സ്വാഭാവികമായും ഇങ്ങനെയൊരു പ്രതികരണം പെട്ടെന്നു പ്രതീക്ഷിച്ചുകൂടാ. നാം കാത്തിരുന്നേ പറ്റൂ–എത്ര കാലമോ എന്തോ?

ഞങ്ങളുടെ നാട്ടിലെ വിപ്ലവ പ്രസ്ഥാനത്തെയാകെ തുടച്ചുമാറ്റാമെന്ന സ്വപ്നം അവർ അടുത്ത കാലത്തൊന്നും ഉപേക്ഷിക്കില്ല. രണ്ടു തരത്തിലുള്ള മാർഗങ്ങളാണ് അവർക്കുള്ളത്:– ഒന്നുകിൽ ക്യൂബയോട് നിരന്തരം ശത്രുതയും പോരാട്ടവും, അതല്ലെങ്കിൽ ക്യൂബയോട് ബഹുമാനവും സമാധാനത്തിന്റേതായ പാതയും.....അനുനയത്തിലൂടെ ക്യൂബയുടെ രാഷ്ട്രീയ ജീവിതത്തെ സ്വാധീനിക്കാനുള്ള ശ്രമങ്ങളും.

യുദ്ധത്തിനെതിരെ ഉറച്ചുനിൽക്കാനാണ് ഞങ്ങൾ തയ്യാറെടുത്തിരിക്കുന്നത്. സാമാധാനത്തിന്റെ മാർഗം ഞങ്ങൾ പ്രതീക്ഷിക്കുന്നില്ല. കഴിഞ്ഞ 30 വർഷമായി ഞങ്ങളുടെ അനുഭവം അതാണ്. എന്നാലും, സമാധാനത്തിന്റേതായ ഒരു നയത്തിന് ഞങ്ങൾ എതിരല്ല. ഒരു തത്വമെന്ന നിലക്ക്, യു എസ് എയുമായി സമാധാനപരമായ സഹവർത്തിത്വം എന്ന നയത്തിന് ഞങ്ങൾ എതിരല്ല. സമാധാനപരമായ നയങ്ങളിലൂടെ ക്യൂബയിലെ വിപ്ലവപരമായ ആശയങ്ങളെ സ്വാധീനിച്ച് അവയെ ഇല്ലായ്മ ചെയ്യാനും വിപ്ലവത്തിന്റെ ഫലങ്ങളെ നശിപ്പിക്കാനും യു എസ് എ ശ്രമിക്കുമോ എന്ന ഒരു ഭയം കൊണ്ട് സമാധാന ശ്രമങ്ങളെ ഞങ്ങൾ നിഷേധിക്കുമെന്ന് ആരും കരുതേണ്ട.

അപ്പോൾ, സമാധാനത്തിന്റേതായ ഒരു നയത്തിന് ഞങ്ങൾ എതിരല്ല. എന്നാലും. അത്തരത്തിലുള്ള ഒരു നയത്തിനുവേണ്ടി അവരോട് കെഞ്ചാനോ യാചിക്കാനോ ഞങ്ങളൊട്ടു പോവുകയുമില്ല. ഏതെങ്കിലുമൊരു കാലത്ത് ക്യൂബയോട് സമാധാനത്തിന്റെയും ബഹുമാനത്തിന്റെയും നയമാണ് നല്ലത് എന്ന് അവർക്ക് തോന്നുകയാണെങ്കിൽ, പരസ്പരധാരണ എന്ന ആശയവുമായി അവർ മുന്നോട്ടു വരികയാണെങ്കിൽ, ഞങ്ങൾ അതിനെ എതിർക്കില്ല. പക്ഷേ ഒന്നുണ്ട്. അത്തരം ചർച്ചകളും കൂടിയാലോചനകളുമൊക്കെ പരസ്പരബഹുമാനത്തിന്റെ അടിസ്ഥാനത്തിലേ ആകാവൂ. കെട്ടുപാടുകളും ബാധ്യതകളുമുള്ള മറ്റൊരുത്തന്റെ ആശയങ്ങൾ ഞങ്ങളുടെ ഭരണത്തിന്മേൽ അടിച്ചേൽപ്പിക്കുന്ന മട്ടിലുള്ള യാതൊരു ഉപാധികളും ഞങ്ങൾക്കു സ്വീകാര്യമല്ല.

ഒരു അജണ്ടയെപ്പറ്റി താങ്കൾ ചോദിച്ചുവല്ലോ. ഉണ്ട്, പലതുമുണ്ട്. ഒന്നാമതായി, ഞങ്ങളുടെ തത്വങ്ങളിലും ആദർശങ്ങളിലും വിട്ടുവീഴ്ചചെയ്തു കൊണ്ടുള്ള ഒരു സമാധാനപരിപാടിയും ഞങ്ങൾക്കു വേണ്ട ക്യൂബയ്ക്കും യു എസ് എക്കും പല മേഖലകളിലും പൊതു താൽപ്പര്യങ്ങളുണ്ട്. അവയൊക്കെ ചർച്ചകൾക്കും

ധാരണകൾക്കുമുള്ള വിഷയങ്ങളാവാം. പക്ഷേ, അങ്ങനെ ഉരുത്തിരിഞ്ഞുവരുന്ന ധാരണകളും പദ്ധതികളും ഞങ്ങളുടെ സ്വാതന്ത്ര്യത്തെയും രാജ്യത്തിന്റെ പരമാധികാരത്തെയും ബാധിക്കുന്ന തരത്തിലാവരുത്-അവയെ ബഹുമാനിക്കുന്ന തരത്തിലേ ആകാവൂ. അത് ഒരു പ്രധാന നിബന്ധനയാണ്.

സാമ്പത്തികമായ ഉപരോധങ്ങളും ബന്ധപ്പെട്ട മറ്റു വിഷയങ്ങളും ചർച്ചയുടെ ഭാഗമാവണമെന്ന കാര്യത്തിൽ തർക്കമില്ല. അതിലുപരി, ഗ്വാണ്ടനാമോ നാവികത്താവളം യു എസ് എയുമായുള്ള ചർച്ചയിൽ ഒരു പ്രധാന വിഷയമാവണം-ഞങ്ങളുടെ രാജ്യത്തിന്റെ ഒരു ഭാഗമായ ആ നാവികത്താവളം യു എസ് എ ബലം പ്രയോഗിച്ച് കയ്യടക്കി വെച്ചിരിക്കുകയാണ്; അത് ഞങ്ങൾക്ക് തിരിച്ചുതരണം. ക്യൂബയുടെ ആദർശങ്ങളോടും സ്വയം നിർണയാവകാശത്തോടും സ്വാതന്ത്ര്യത്തോടും വേണ്ടത്ര ബഹുമാനം പുലർത്തിക്കൊണ്ടുള്ള ഒരു ചർച്ചയാണ് അത് എങ്കിൽ ഇരു കക്ഷികൾക്കും താൽപ്പര്യമുള്ള, അല്ലെങ്കിൽ ഏതെങ്കിലും ഒരു കക്ഷിയ്ക്കുമാത്രം താൽപര്യമുള്ള ഏതു വിഷയവും അജണ്ടയിൽ ഉൾക്കൊള്ളിക്കാം. പക്ഷേ, തോമസ്, അത്തരമൊരു അജണ്ടയെപ്പറ്റി നാം ധൃതിപിടിച്ച് ആലോചിക്കുകയൊന്നും വേണ്ട; അടുത്തകാലത്തൊന്നും നടപ്പുള്ള കാര്യമല്ല അങ്ങനെ ഒരു ചർച്ച.

തോമസ് ബോർഗെ: *യു എസ് എയിലുള്ള ക്യൂബൻ ജനത ഇത്തരം വിഷയങ്ങളെപ്പറ്റി ക്രിയാത്മകമായി ചിന്തിക്കുന്നുണ്ടോ? ഭാവിയിൽ ഇത്തരമൊരു ചർച്ചയുണ്ടാവുകയാണെങ്കിൽ അവർക്ക് അതിൽ വല്ല സ്വാധീനവും ചെലുത്താൻ കഴിയുമോ?*

കാസ്ട്രോ: ക്യൂബയ്ക്കും ക്യൂബൻ വിപ്ലവത്തിനുമെതിരായ, അവയെ അങ്ങേയറ്റം വെറുക്കുന്ന പ്രതിവിപ്ലവശക്തികൾക്കാണ് ഇന്നോളം അവിടെ മുൻകയ്യുള്ളത്. അവരുടെ ആശയങ്ങളാണ് അവിടത്തെ നയ രൂപീകരണത്തിൽ അടിച്ചേൽപ്പിക്കപ്പെടുന്നത്. അവിടെയുള്ള വളരെയേറെ ക്യൂബക്കാർ അത്തരം നയങ്ങളോടു യോജിക്കുന്നില്ല; ഉപരോധങ്ങൾക്കൊക്കെ എതിരാണ് പലതും. യു എസ് എയും ക്യൂബയും തമ്മിൽ സാധാരണബന്ധം പുനഃസ്ഥാപിച്ചുകിട്ടാൻ ആഗ്രഹിക്കുന്നു. അവിടെയുള്ള പലർക്കും ഇവിടെ ബന്ധുക്കളുണ്ട്. ആ ബന്ധുക്കളുടെ ഒക്കെ ജീവിതം ദുസ്സഹമാക്കുന്ന നയങ്ങൾക്ക് അവർ എതിരാണ്.

വിദേശത്തുള്ള ക്യൂബൻ സമൂഹത്തിനിടയിൽ മേലാളന്മാരുടെതായ ഒരു വർഗമുണ്ട്. സംശയാസ്പദമായ സ്വഭാവമുള്ളവരും ദുർമോഹികളും നീചമായ താൽപര്യങ്ങളുള്ളവരുമൊക്കെയാണ് ഇവർ. അധികാരത്തിന്റെ മത്ത് തലയ്ക്കു പിടിച്ചവരാണ്. അത്തരക്കാരെ എതിർക്കുന്ന ഒരു ശക്തി അവിടങ്ങളിൽ വളരുന്നുണ്ട്, അവരുടെ ധാർഷ്ട്യവും പിന്തിരിപ്പൻ സ്വഭാവവും കൊണ്ട് പൊറുതിമു

ട്ടുന്ന ഒരു ശക്തമായ വിഭാഗം തന്നെ യു എസ് എയിലുണ്ട് എന്നാണ് എന്റെ വിശ്വാസം.

അവിടെച്ചെന്നു പറ്റിയിട്ടുള്ള അധികാര ദുർമോഹികൾക്ക് എന്നെങ്കിലുമൊരു കാലത്ത് ഇവിടെ ഭരിക്കാനുള്ള അവസരം കിട്ടുകയാണെങ്കിൽ ഈ രാജ്യത്തിന്റെ അവസ്ഥ എന്താവുമെന്ന് ചിന്തിക്കാനേ വയ്യ. ആരും തങ്ങളെ അങ്ങനെ ഭരിക്കാൻ തങ്ങളുടെ നാട്ടിലെ ജനത അനുവദിച്ചിട്ടില്ല–വിപ്ലവം അവരെ അതാണ് പഠിപ്പിച്ചിട്ടുള്ളത്. ഇനിയൊരു നൂറുവർഷത്തേക്കെങ്കിലും ഇവിടെക്കയറി ഭരിക്കാമെന്ന ദുർമോഹം ആർക്കും വേണ്ട. മയക്കുമരുന്നിന്റെയും ചൂതാട്ടത്തിന്റെയും വ്യഭിചാരത്തിന്റെയും... യു എസ് എയിൽ നടമാടിക്കൊണ്ടിരിക്കുന്ന അത്തരം വിഷളത്തരങ്ങളുടെയൊക്കെ കേന്ദ്രമാക്കി, പ്യൂറേറ്റാറിക്കോയേയോ മിയാമിയേയോ പോലെ, ക്യൂബയെ മാറ്റിയെടുക്കാമെന്ന് ആരും വ്യാമോഹിക്കേണ്ട.

പ്രതിവിപ്ലവത്തിന്റെ വിജയത്തിനു ശേഷം ഈ രാജ്യത്തെ എങ്ങനെ വിഭജിക്കാമെന്ന്, ഭൂമിയും ഫാക്ടറികളുമൊക്കെ എങ്ങനെ പങ്കുവെക്കാമെന്ന്, ലക്ഷണം കെട്ട ചില ഘടകങ്ങൾ തീരുമാനിച്ച് ഉറപ്പിച്ചിരിക്കുന്നു. ഇവിടെയുള്ള ഞങ്ങളെയൊക്കെ കൊന്നശേഷമേ ആ ഹീനമായ ലക്ഷ്യം സാധിച്ചെടുക്കാൻ പറ്റു എന്ന് അവർ ഓർമ്മിക്കുന്നില്ല.

കാലക്രമേണ, അത്തരക്കാരുടെ തനിനിറം ജനങ്ങൾ മനസിലാക്കിക്കൊണ്ടിരിക്കുന്നുണ്ട്. ഒട്ടേറെ വിഭവശേഷിയും ഭീകരപ്രവർത്തനത്തിനുള്ള സംവിധാനവും അവർക്കുണ്ടെങ്കിലും, ജനപിന്തുണ കുറഞ്ഞുകൊണ്ടേയിരിക്കുന്നു. അവർക്കുള്ള സാമ്പത്തിക ശേഷികൊണ്ടോ യു എസ് ഗവൺമെന്റിന്റെമേൽ അവർക്കുള്ള സ്വാധീനം കൊണ്ടോ പ്രചാരണ മാധ്യമങ്ങളുപയോഗിച്ചോ മാത്രമല്ല അവർ തങ്ങളുടെ താൽപ്പര്യങ്ങൾ അടിച്ചേൽപ്പിക്കുന്നത്. ഭീകരപ്രവർത്തനങ്ങളിലൂടെയും കൂടിയാണ്. വിദേശങ്ങളിൽ പാർക്കുന്ന ക്യൂബക്കാരിൽ ഒട്ടുവളരെപ്പേരും സംഭീതരാണ്. യു എസ് എയിൽ താമസിക്കുന്ന ക്യൂബൻ വംശജരെല്ലാം ഏകരൂപായ ഒരു സമൂഹമൊന്നുമല്ല. ക്യൂബയെയും ക്യൂബൻ വിപ്ലവത്തെയും നശിപ്പിക്കുക എന്ന നയവുമായി പൊരുത്തപ്പെടാൻ കഴിയാത്ത അത്തരം ജനങ്ങളെ ഞങ്ങൾ വ്യക്തമായും വേർതിരിച്ചു കാണുന്നുണ്ട്.

തോമസ് ബോർഗെ: *നേരാണ്, അവർക്കിടയിൽ ആന്തരികമായി ഒട്ടേറെ ഗുരുതരമായ വിയോജിപ്പുകളുണ്ട്: 'വിദാസ്പാരലേലാസ്' (സമാന്തര ജീവിതങ്ങൾ') എന്ന പേരിലൊരു സിനിമ താമസിയാതെ ലോകമെമ്പാടുമുള്ള തിയേറ്ററുകളിലെത്തും, ഇത്തരം ആന്തരിക വൈരുധ്യങ്ങളെപ്പറ്റിയാണ് ആ സിനിമ.*

കാസ്ട്രോ: എവിടെയാണ് ആ സിനിമ നിർമിച്ചത്?

തോമസ് ബോർഗെ: *വെനിസ്വേലയിൽ. അത് ഒരു ക്യൂബൻ-വെനിസ്വേലൻ-സ്പാനിഷ് സംരംഭമാണ്.*

കാസ്ട്രോ: അതിന്റെ നിർമാണവുമായി താങ്കൾക്കും ബന്ധമുണ്ടായിട്ടുണ്ടാവും, ഇല്ലേ?

തോമസ് ബോർഗെ: *സ്ക്രിപ്റ്റുകൾ മൂല്യ നിർണയം ചെയ്യുന്ന ജൂറിയുടെ തലവൻ ഞാനായിരുന്നു. അതിന്റെ സ്ക്രിപ്റ്റ് ഞങ്ങൾ അംഗീകരിച്ചു. ഹവാന ഫിലിം ഫെസ്റ്റിവലിൽ ആ സിനിമയ്ക്ക് സമ്മാനം കിട്ടുകയുണ്ടായി. മികവുറ്റ ഒരു സിനിമയാണ് അത്.*

കാസ്ട്രോ: ആ സിനിമയും ഞാൻ കണ്ടിട്ടില്ല. കഴിഞ്ഞ കുറച്ചു മാസങ്ങളായി, സിനിമ കാണാൻ എനിക്ക് വളരെ കുറച്ചു സമയമേ കിട്ടിയിട്ടുള്ളൂ.

തോമസ് ബോർഗെ: *ആ സിനിമ, പ്രദർശനം തുടങ്ങിയിട്ടില്ല. നിർമാണം ഇപ്പോൾ പൂർത്തിയായിട്ടേ ഉള്ളൂ. ഈ വിഷയത്തോടു ബന്ധപ്പെട്ട നല്ല ഒരു സിനിമയാണ് അത്.*

ഈ അടുത്തകാലത്തായി നടന്നുകൊണ്ടിരിക്കുന്ന പ്രതിവിപ്ലവ പ്രവർത്തനങ്ങൾ സൂചിപ്പിക്കുന്നത്, ഒരു അഞ്ചാം പത്തിക്ക് അവർ രൂപം കൊടുക്കുന്നുണ്ട് എന്നാണ്. അതിനെപ്പറ്റി എന്താണ് അഭിപ്രായം?

കാസ്ട്രോ: ഒരു അഞ്ചാം പത്തിയുണ്ടാക്കാനൊന്നും എളുപ്പമല്ല. ജനങ്ങൾക്കിടയിൽ വേരോട്ടമില്ലാത്ത, ഒറ്റപ്പെട്ട ഘടകങ്ങളാണ് അവയൊക്കെ. സമൂഹത്തിൽ അവർക്ക് ഒരു സ്വാധീനവുമില്ല. ജനങ്ങളാണല്ലോ യഥാർഥ കളിക്കാർ-അവർ വിപ്ലവത്തെ അനുകൂലിക്കുന്നവരാണ്. തൊഴിലാളികളുടെയും കൃഷിക്കാരുടെയും യൂണിവേഴ്സിറ്റി വിദ്യാർഥികളുടെയും മറ്റ് അനേകം പേരുടെയും നിലപാട് താങ്കൾ കണ്ടറിഞ്ഞതാണല്ലോ. ഇനിയും പരിഹരിക്കാൻ കഴിയാത്ത പ്രശ്നങ്ങളുണ്ടാവാം; പരാതികളുണ്ടാവാം; അതിനോടൊക്കെ വിമർശനാത്മകമായ സമീപനമുണ്ടാവാം. എന്നിരുന്നാലും അവരെല്ലാം തന്നെ വിപ്ലവത്തിന് അനുകൂലമാണ്. വിപ്ലവമോ പ്രതിവിപ്ലവമോ വേണ്ടത് എന്ന ഒരു തിരഞ്ഞെടുപ്പു വരുമ്പോൾ, ജന്മനാടോ, അതിന്റെ ശത്രുക്കളോ മെച്ചം എന്ന ചോദ്യം വരുമ്പോൾ, അവർക്ക് യാതൊരു സംശയവുമില്ല. ഈ ഇടക്കാലത്ത് ആ വികാരം കൂടുതൽ ശക്തിയാർജിച്ചിട്ടേയുള്ളൂ. ശത്രുപാളയത്തിൽ നിന്ന് ഇത്രയേറെ ശ്രമമുണ്ടായിട്ടും ചില മേഖലകളിൽ ആ അധ്വാനത്തിന് ഫലമുണ്ടായിട്ടുണ്ട് എന്നതു ശരിയാണ്. ജനങ്ങളുടെ വീറിന് കരുത്ത് ഏറിയിട്ടേ ഉള്ളൂ എന്നത് അത്ഭുതകരം.

ആഴ്ചയിൽ അമ്പതു മണിക്കൂർ റേഡിയോ പ്രക്ഷേപണം നടന്നുകൊണ്ടിരിക്കുന്നു, ഞങ്ങളുടെ ജനങ്ങൾക്കിടയിൽ അസംതൃപ്തി സൃഷ്ടിക്കാനും പ്രതിവിപ്ലവമുദ്രാവാക്യങ്ങളും പരിപാടികളും പ്രചരിപ്പിക്കാനും. ഒരേ സ്ഥലത്തെ ലാക്കാക്കി നിരന്തരം വെടി

വച്ചുകൊണ്ടിരിക്കുന്ന ഒരു കൂറ്റൻ പീരങ്കി നിര എന്നപോലെയുണ്ട് ഈ പ്രചാരണസമരം. എല്ലാ നിയമങ്ങളും ലംഘിച്ചുകൊണ്ട്, അത്തരം പ്രക്ഷേപണങ്ങൾ നിർലജ്ജം പ്രതിവിപ്ലവത്തിനും രാജ്യദ്രോഹത്തിനും ആഹ്വാനം ചെയ്തുകൊണ്ടിരിക്കുകയാണ്. ലോകം ഇന്നോളം കണ്ടിട്ടില്ലാത്ത ഒരു സാമ്രാജ്യത്തിന്റെ വിഭവങ്ങൾ മുഴുവൻ ക്യൂബക്കെതിരെയാണ് കേന്ദ്രീകരിച്ചിരിക്കുന്നത്-കോടിക്കണക്കിന് ഡോളർ വിലമതിപ്പുള്ള പ്രക്ഷേപണ വ്യവസ്ഥയും ചാരപ്പണിക്കുള്ള സംവിധാനവും യു എസ് സർക്കാരിന്റെ മറ്റു പ്രധാന വകുപ്പുകളുടെ സേവനങ്ങളുമെല്ലാം ക്യൂബക്കെതിരായി തിരിച്ചുവിട്ടിരിക്കുകയാണ്.

തോമസ് ബോർഗെ: *യു എസ് എയിലേക്ക് ക്യൂബ റേഡിയോ പ്രക്ഷേപണം നടത്തുന്നുണ്ടോ?*

കാസ്ട്രോ: ആവശ്യത്തിനനുസരിച്ച്, ഈയിടെ ഞങ്ങളുടെ ടെലിവിഷൻ സിഗ്നലുകളെ തടസപ്പെടുത്താൻ ശ്രമം നടന്നപ്പോൾ അത്തരമൊരു പ്രക്ഷേപണം വേണ്ടി വന്നു-പ്രക്ഷേപണം എന്നതിനെക്കാൾ ഇടപെടലുകളാണ് ഇവ.

അവർ ആദ്യം 'റേഡിയോ മാർട്ടി' എന്ന്, തെറ്റിദ്ധരിപ്പിക്കുന്ന ഒരു പേരിട്ട് പ്രക്ഷേപണം തുടങ്ങി; പിന്നെ ഒരു 'ടെലിവിഷൻ മാർട്ടി'യുണ്ടായി. എല്ലാ തരത്തിലുള്ള അന്താരാഷ്ട്ര നിയമങ്ങളെയും ലംഘിച്ചുകൊണ്ടാണ് അവർ ഈ പ്രക്ഷേപണങ്ങളൊക്കെ നടത്തുന്നത്.

ഈ 'ടെലിവിഷൻ മാർട്ടി'യുടെയും 'റേഡിയോ മാർട്ടി' യുടെയും പ്രക്ഷേപണങ്ങൾ ഫലപ്രദമായി തടയാൻ ഞങ്ങൾ ശ്രമിച്ചു. പക്ഷേ, മറ്റു മാർഗങ്ങളിലൂടെ അവർ പ്രക്ഷേപണം തുടർന്നുകൊണ്ടേയിരിക്കുന്നു.

യു എസ് എയിലേക്ക് പ്രക്ഷേപണം വ്യാപിപ്പിക്കാൻ ഞങ്ങൾക്കും അധികാരമുണ്ട്. അവിടെനിന്ന് ക്യൂബയിലേക്ക് സന്ദേശങ്ങൾ വരുന്നതുപോലെ, ഇവിടെനിന്ന് അങ്ങോട്ട് സന്ദേശങ്ങൾ പ്രക്ഷേപണം ചെയ്യാനും ഞങ്ങൾക്ക് അറിവോ കഴിവോ ഇല്ലാത്തതുകൊണ്ടൊന്നുമല്ല. അവരുടെ ആക്രമണങ്ങൾക്ക് അതേ രൂപത്തിൽ പ്രതികരിക്കുന്നില്ലെന്നു മാത്രം. പരിതഃസ്ഥിതികൾ നിർബന്ധിക്കുകയാണെങ്കിൽ ഞങ്ങളും അങ്ങനെ ചെയ്തേക്കും.

8

ലാറ്റിനമേരിക്ക

ലാറ്റിനമേരിക്കയിൽ, ഒരുപക്ഷേ, ലോകത്താകമാനം തന്നെ– രാഷ്ട്രീയ പാർട്ടികൾ കോടതിക്കൂട്ടിലാണ്. മിക്ക ജനങ്ങൾക്കും, നേതാക്കളിലും പരിപാടികളിലും തിരഞ്ഞെടുപ്പു വാഗ്ദാനങ്ങളിലും തിരഞ്ഞെടുപ്പിന്റെ സാധുതയിൽ പോലും വിശ്വാസം നഷ്ടപ്പെട്ടിരിക്കുന്നു.

വോട്ടർമാരിൽ പലരും വോട്ടു ചെയ്യുന്നതേ ഇല്ല. ഇന്നത്തെ ചില രാഷ്ട്രത്തലവന്മാർ കക്ഷിരഹിതരായിട്ടാണ് തിരഞ്ഞെടുക്കപ്പെട്ടത് എന്നത് വെറും ഒരു ആകസ്മികതയല്ല–ഫ്യൂജിമോറിയെയും, വയലെറ്റാ ബാരിയോസ് ഡി ചമോറോയെയും പോലുള്ളവർ ഉദാഹരണം. അറിസ്റ്റൈഡെ തിരഞ്ഞെടുക്കപ്പെട്ടത് ധാർമിക മൂല്യങ്ങളോടു ബന്ധപ്പെട്ട ചില പരിപാടികളുടെ ബലത്തിലാണ്.

ഈ വിശ്വാസത്തകർച്ചയെപ്പറ്റി രാഷ്ട്രീയ നേതാക്കന്മാർ ബോധവാന്മാരാണ്. പരസ്പരം കണ്ടുമുട്ടുമ്പോൾ ഈ വിഷയത്തെപ്പറ്റി അവർ സംസാരിക്കുന്നത് ഏറെ ഉൽക്കണ്ഠയോടു കൂടിയാണ്. അവർ വല്ലാതെ അമ്പരന്നിരിക്കുന്നു.

ഇടതുപക്ഷ കക്ഷികളെ സംബന്ധിച്ചിടത്തോളം, അവ പിളർപ്പുകൾകൊണ്ടും സംശയങ്ങൾകൊണ്ടും ഏറെ കാലഹരണപ്പെട്ടിരിക്കുന്നു. ലാറ്റിനമേരിക്കയിലെ ഇടതുപക്ഷ പ്രതിച്ഛായ നന്നാക്കാനുള്ള ശ്രമത്തിൽ, കേന്ദ്രീകരിക്കുന്നതിനു പകരം തങ്ങളെ ഭ്രമിപ്പിക്കുന്ന അപകടങ്ങളെപ്പറ്റിയും അത്തരം അത്യാവശ്യ വിഷയങ്ങളെപ്പറ്റിയും ഒരു പുനർ വിചിന്തനം നടത്തുന്നതു നന്നായിരിക്കും.

സ്വയം കണ്ണാടിയിൽ നോക്കുന്നത് ലാറ്റിനമേരിക്കൻ വിപ്ലവകാരികളെ സംബന്ധിച്ചിടത്തോളം ഒരു വ്യഥാവ്യായാമമല്ല-സ്വന്തം പ്രതിച്ഛായ ശ്രദ്ധിച്ചു നോക്കിക്കാണുന്നത് പലതരം അസുഖങ്ങൾക്കും പറ്റിയ പ്രതിവിധിയാണ്. ഓരോരുത്തരും ഒറ്റയ്ക്കിരുന്നു ധ്യാനിക്കുന്നത് അപകടകരമാണ്. കുറെ കണ്ണീരൊഴുക്കുക, പരസ്പരം അനുകമ്പചൊരിയുക എന്നതിലപ്പുറം മെച്ചമൊന്നും അതുകൊണ്ട് ഉണ്ടാവില്ല.

ഒരു സമൂഹഗാനം പോലെ മോങ്ങിക്കൊണ്ടിരിക്കുന്ന നമ്മുടെ ഇടതുപക്ഷത്തെ ഒരു കാര്യം ഓർമ്മിപ്പിക്കാൻ ഞാൻ ആഗ്രഹിക്കുന്നു. യൂറോപ്പിൽ ഇപ്പോൾ കുഴിച്ചു മൂടിക്കൊണ്ടിരിക്കുന്നത് നമ്മുടെ രാഷ്ട്രീയ ശരീരമൊന്നുമല്ല. ഇത്തരം പരിഃസ്ഥിതികളിലൊക്കെ കൂടുതൽ യാഥാർഥ്യ ബോധത്തോടെ പ്രവർത്തിക്കണമെന്നാണ് അനുഭവം നമ്മെ പഠിപ്പിക്കുന്നത്- നമുക്ക് നമ്മുടെ സന്തുലനാവസ്ഥയും നമ്മുടെ വിശ്വാസപ്രമാണങ്ങളും നഷ്ടപ്പെട്ടുകൂടാ.

ലാറ്റിനമേരിക്കയിലെ ഇടതുപക്ഷം ഈ പരിഭ്രമവും അനിശ്ചിതത്വവും തുടരുകയാണെങ്കിൽ, നമുക്കു കൈമോശം വന്ന കളിക്കളങ്ങൾ വീണ്ടെടുക്കാൻ പാകത്തിലുള്ള അനുഗാമികളെ തിരിച്ചുകിട്ടാൻ ഒരുപാട് കാലമെടുക്കും.

നമ്മുടെ വിപ്ലവപ്രസ്ഥാനങ്ങളും പാർട്ടികളും ചെന്നു പെട്ടേയ്ക്കാവുന്ന ഏറ്റവും വലിയ അപകടം യുറോപ്പിലെ ഇടതുപക്ഷം പോയ മാർഗത്തെ പിൻതുടരുക എന്നതാവും. യഥാർഥ സോഷ്യലിസത്തിന്റെ പരാജയവും ഫാസിസത്തിന്റെ തിരിച്ചുവരവും വലതുപക്ഷ കാഴ്ചബംഗ്ലാവുകളിലെ ദീപാലങ്കാരങ്ങളും ആഹ്ലാദപ്രകടനങ്ങളും ഒക്കെ കണ്ട് അമ്പരന്നു നിൽക്കുകയാണ് യുറോപ്പിലെ ഇടതുപക്ഷം.

മുതലാളിത്തം യാതൊരു മുഖംമൂടിയും ചമയങ്ങളുമില്ലാതെ അതിന്റെ എല്ലാവിധ ക്രൂരതയോടുംകൂടി താണ്ഡവമാടിത്തിമർക്കുകയാണ് നമ്മുടെ നാടുകളിൽ. ചൂഷണത്തിന്റെയും മർദ്ദനത്തിന്റെയും ഏറ്റവും ദുർബലമായ കണ്ണികളാണ് ഇവിടെയുള്ളത്. ലാറ്റിനമേരിക്കൻ ഇടതുപക്ഷത്തിന്, വിദേശരാഷ്ട്രീയ സ്വാധീനങ്ങളൊന്നുമില്ലാതെ, അവരുടെ സ്വന്തം തീരുമാനങ്ങൾക്ക് അനുസൃതമായി പ്രവർത്തിക്കാനുള്ള ചരിത്രപരമായ സാധ്യതകളാണ് തെളിഞ്ഞ് വന്നിട്ടുള്ളത്.

ഇവിടെ ദരിദ്രരുടെ സംഖ്യ പ്രതിദിനം കൂടിക്കൊണ്ടേയിരിക്കുന്നു. പോയ ദശകത്തെ 'നഷ്ടപ്പെട്ട ദശകം'എന്നാണ് വിളിച്ചിരുന്നത്. സർവസാധാരണമായ ഒരു പ്രയോഗമായിരുന്നു അത്. ഭൂമുഖത്തു നിന്നു തന്നെ തുടച്ചുമാറ്റപ്പെട്ടിരുന്നു എന്ന് നമ്മൾ കരുതിയിരുന്ന ഒട്ടേറെ മഹാമാരികൾ തിരിച്ചു വരാൻ തുടങ്ങിയിരിക്കുന്നു.

കാലഹരണപ്പെട്ടു എന്ന് പലരും പറഞ്ഞുകൊണ്ടിരിക്കുന്ന തത്വങ്ങൾ ലാറ്റിനമേരിക്കൻ വിപ്ലവകാരികൾ ആവർത്തിച്ച് ഉറപ്പിക്കേണ്ടതുണ്ട്- മറ്റുള്ളവരോടൊപ്പം ചേർന്ന് അവയെ തള്ളിപ്പറയുകയല്ല വേണ്ടത്. ആ തത്വങ്ങൾക്കും ആശയങ്ങൾക്കുമൊക്കെ ഇന്നും ഏറെ പ്രസക്തിയുണ്ട്. അവ രൂപം കൊണ്ട കാലത്തെ പരിതഃസ്ഥിതികളൊന്നും തന്നെ ഇന്നും അപ്രത്യക്ഷമായിട്ടില്ല. സാമ്രാജ്യത്വത്തോടുള്ള സന്ധിയില്ലാ സമരമാണ് ഞാൻ വിവരിക്കുന്നത്. ചില പുത്തൻ 'വിപ്ലവകാരികൾ', അങ്ങനെയൊരു സംഭവമേ ഇല്ലെന്ന മട്ടിൽ, വളരെ ലളിതമായിട്ടാണ് ആ വസ്തുതയെ കാണുന്നത്. കുറച്ചുകൂടി ക്രൂരത കുറഞ്ഞ, കുറച്ചുകൂടി നീതിയുക്തമായ ഒരു മുതലാളിത്ത സംവിധാനത്തിനുവേണ്ടിയുള്ള പ്രവർത്തനമല്ല നാം ഇടതുപക്ഷത്തുനിന്നു പ്രതീക്ഷിക്കുന്നത്. ആത്യന്തികമായും, മനുഷ്യത്വരഹിതമായ ആ വ്യവസ്ഥയുടെ ഉന്മൂലനം എന്നതു തന്നെയായിരിക്കണം അവരുടെ ചരിത്രപരമായ ലക്ഷ്യം.

പുതിയ ഒരു സമൂഹത്തിന്റെ സൃഷ്ടിക്കുവേണ്ടിയുള്ള പൊതുവായ ആശയങ്ങൾ നാം മാർക്സിസ്റ്റ് ക്ലാസിക്കുകളിൽ നിന്നെടുക്കണമെന്നതു നേരുതന്നെ. എന്നാൽ അവയുടെ പ്രയോഗം ഓരോ രാജ്യത്തിലേയും പ്രത്യേക പരിതഃസ്ഥിതികൾക്കനുസരിച്ച്, മനോഹരമായ ലാറ്റിനമേരിക്കൻ-കരീബിയൻ ചിന്താസരണിക്കനുസൃതമായി നാം പുനരാവിഷ്കരിക്കണം. ഇത്തരം ചിന്തകൾക്ക് അത്രയേറെ പ്രചാരം കിട്ടിയിട്ടില്ല.

ലാറ്റിനമേരിക്കൻ ഇടതുപക്ഷം, അവനവന്റെ രാജ്യത്തിലെ സിവിലിയൻ സമൂഹത്തെക്കുറിച്ചും അവിടത്തെ 'ദേശീയ സർക്കാരിനെ'ക്കുറിച്ചും, ജനാധിപത്യപരമായി പാർട്ടിവേദികളിലും പത്രങ്ങളിലും പാർലമെന്റിലും ഉള്ള ചർച്ചകളിൽ ഒതുങ്ങിക്കൂടാ.

പരസ്പരമുള്ള ആദർശഐക്യം കൈവെടിയുന്നത് ലാറ്റിനമേരിക്കൻ ഇടതുപക്ഷത്തെ സംബന്ധിച്ചിടത്തോളം ആത്മഹത്യാപരമായിരിക്കും. ഇവിടത്തെ ഇടതുപക്ഷം ചെയ്യേണ്ടത്, നമ്മുടെ അമേരിക്കയിലാകെയുള്ള ജനങ്ങൾക്ക് ഭാവിയെപ്പറ്റി ഒരു പ്രതീക്ഷയുണ്ടാക്കുകയാണ്; ശുഭാപ്തി വിശ്വാസമുണ്ടാക്കുകയാണ്.

വലതുപക്ഷത്തിന്റെ മനം മടുപ്പിക്കുന്ന ജയഭേരികൾക്കിടയ്ക്കും. നാം ഓർമ്മിക്കേണ്ട ഒരു കാര്യമുണ്ട്: പഴയ രൂപത്തിലുള്ള സാമൂഹ്യരാഷ്ട്രീയ വ്യവസ്ഥിതിയിലേക്കുള്ള ലോകത്തിന്റെ ഗതി. "സാമൂഹ്യമായ ഉട്ടോപ്യകളൊക്കെ, സ്വപ്നങ്ങളൊക്കെ, തകർന്നു കഴിഞ്ഞു; പ്രത്യകിച്ചും സോഷ്യലിസം തകർന്നു; മുതലാളിത്തവ്യവസ്ഥയുടെ വിജയമാണ് ഇത്, മുതലാളിത്തമല്ലാതെ സമൂഹപുരോഗതിക്ക് മറ്റു മാർഗങ്ങളൊന്നുമില്ല...." എന്നൊക്കെയുള്ള വീരസ്യങ്ങളൊന്നും വസ്തുതയ്ക്കു നിരക്കുന്നതല്ല; വെറും പ്രചാരണമാണ്;

മാനവികത വിജയിക്കണമെങ്കിൽ, യഥാർഥ മുതലാളിത്തം തകർന്നേപറ്റൂ.ലാറ്റിനമേരിക്കയിലെ ഇടുപക്ഷത്തെസംബന്ധിച്ചിടത്തോളം, ഉറച്ചു നിൽക്കലാണ് ഏറ്റവും പ്രാധാന്യം. ക്യൂബൻ വിപ്ലവകാരികൾ അതാണ് ചെയ്യുന്നത്. അനന്വയമായ ഈ വസ്തുത മറ്റുള്ളവർക്ക് ഒരു ഉദാഹരണമാണ്-നമ്മുടെയൊക്കെ ബഹുമാനവും പിൻബലവുമെങ്കിലും അത് അർഹിക്കുന്നുണ്ട്.

ടി ബി

തോമസ്ബോർഗെ: *ഫിദൽ, രാഷ്ട്രീയതലത്തിൽ ലാറ്റിനമേരിക്കയിൽ വല്ല പുരോഗതിയുമുണ്ടോ? അതോ ഗതിമുട്ടിനിൽക്കുകയോ പിന്നോട്ടടിക്കുകയോ ആണോ? ഈയൊരു ചട്ടക്കൂടിൽ നിന്നുകൊണ്ട്, നമ്മുടെ ഈ മേഖലയിലെ ഇടതുപക്ഷപ്രസ്ഥാനത്തിന്റെ വിശാല ദൃശ്യത്തപ്പറ്റി ഒന്നു വിവരിക്കാമോ?*

കാസ്ട്രോ: ലാറ്റിനമേരിക്ക പിന്നോട്ടടിക്കുകയാണ്. ഒരൽപ്പം മുമ്പ് നാം 'അലയൻസ് ഫോർ പ്രോഗ്രസ്' (പുരോഗതിക്കുള്ള വിശാല ഐക്യം) എന്ന പ്രസ്ഥാനത്തെപ്പറ്റി സംസാരിച്ചുവല്ലോ. ആ പ്രസ്ഥാനം തുടങ്ങുമ്പോൾ ലാറ്റിനമേരിക്കയിൽ നിലനിന്ന അവസ്ഥയും നമ്മുടെ ഇന്നത്തെ അവസ്ഥയും താരതമ്യപ്പെടുത്തുമ്പോൾ ഇന്നത്തെ അവസ്ഥ കൂടുതൽ വഷളാണെന്നു കാണാം. സാമ്പത്തികവും സാമൂഹ്യവുമായ എല്ലാ ഘടകങ്ങളും കൂടുതൽ കൂടുതൽ മോശമായിക്കൊണ്ടിരിക്കയാണ്.

'അലയൻസ് ഫോർ പ്രോഗ്രസ്' രൂപംകൊണ്ട കാലത്ത് ഉണ്ടായിരുന്നതിനേക്കാൾ രണ്ടു മടങ്ങ് കൂടുതൽ ജനസംഖ്യ ഇന്ന് നമ്മുടെ ഭൂഭാഗത്തുണ്ട്. അതുപോലെ, അന്നത്തെക്കാൾ രണ്ടുമടങ്ങ് ദാരിദ്ര്യവുമുണ്ട്, രണ്ടുമടങ്ങ് ചേരിപ്രദേശങ്ങളുമുണ്ട്. പൊതുജനാരോഗ്യത്തിന്റെ അവസ്ഥ കൂടുതൽ മോശമാണ്. കൂടുതൽ തൊഴിലില്ലായ്മയുണ്ട്; ജനങ്ങളുടെ വരുമാനവും കുത്തനെ ഇടിഞ്ഞിട്ടുണ്ട്. സാമൂഹ്യപ്രശ്നങ്ങൾ അവിശ്വസനീയമാംവിധം ഭീകരമായിരിക്കുന്നു. അന്ന് 'അലയൻസ് ഫോർ പ്രോഗ്രസ്' നമ്മുടെ നാട്ടിൽ ഇരുപതു മില്യൺ ഡോളർ വില മതിക്കുന്ന പരിഷ്കാരങ്ങൾ നടപ്പിലാക്കാമെന്നും ലാറ്റിനമേരിക്കയുടെ ദാരിദ്ര്യത്തിന് അറുതിവരുത്താമെന്നുമുള്ള മനോഹരമായ വാഗ്ദാനങ്ങളാണ് തന്നിരുന്നതെങ്കിൽ, ഇന്നത്തെ അവസ്ഥയെന്താ? നമ്മുടെ നാടുകളിലെ മൊത്തം പൊതുകടം 450 ബില്യൺ ഡോളറായിരിക്കുന്നു.

അങ്ങനെ, ഇന്ന് നമുക്കുള്ളത് 'അലയൻസ് ഫോർ പ്രോഗ്രസ്' അല്ല, നേരെ മറിച്ച് 450 ബില്യൺ ഡോളർ കടവും, സാമ്രാജ്യത്വവും അതിന്റെ പിണിയാളുകളായ അന്താരാഷ്ട്ര നാണയ സ്ഥാപനങ്ങളും അടിച്ചേൽപ്പിച്ചുകൊണ്ടിരിക്കുന്ന സാമൂഹ്യ സംഘർഷങ്ങളുടേതായ നയങ്ങളുമാണ്. ഇവയെല്ലാം ചേർന്ന് ലാറ്റിനമേരിക്കൻ ജനതയുടെ ജീവിതം ഏറെ ദുരിതപൂർണവും ഭയാനകവുമായിരി

ക്കുന്നു. നേരത്തെ പറഞ്ഞ സാമൂഹ്യ സംഘർഷങ്ങൾ ഇന്നാട്ടിലെ സർക്കാരുകളെയാകെ പ്രതിസന്ധിയിലാക്കി ജനാധിപത്യപരമായ പോംവഴികൾ ഇല്ലാതാക്കിയിരിക്കുന്നു. നാം നേരത്തെ വിസ്തരിച്ചു പ്രതിപാദിച്ച ജനാധിപത്യരൂപമാണ് ഞാൻ ഉദ്ദേശിക്കുന്നത്- അല്ലാതെ, അർജന്റീനയിലും ഉറുഗ്വേയിലുമൊക്കെയുള്ള, പിനോച്ചെയുടെ ഭരണം പോലെയുള്ള, പട്ടാള ഗവൺമെന്റുകളെയല്ല. ഈ നാടുകളിൽ 'ജനാധിപത്യം' എന്ന പേരിലറിയപ്പെടുന്ന രാഷ്ട്രീയ സംവിധാനങ്ങളെയും , ഈ മേഖലയിൽത്തന്നെയുണ്ടായിരുന്ന സോമോസ, സ്ട്രോസ്നർ എന്നിങ്ങനെയുള്ള ചരിത്ര പുരുഷന്മാരുടെയും ഗവൺമെന്റുകൾ തമ്മിൽ വേർതിരിച്ചു കാണിക്കാൻ ഞാൻ ആഗ്രഹിക്കുന്നു. ലാറ്റിനമേരിക്ക പിന്നോട്ടടിക്കുന്നു എന്നതിന്റെ ലക്ഷണമാണ് നാം കാണുന്ന പ്രതിസന്ധികളൊക്കെ.

ലാറ്റിനമേരിക്കയിലെ ഇടതുപക്ഷത്തിന് വളരെ മോശമായ ഒരു കാലമാണ് ഇത്. ആ പ്രസ്ഥാനം ഏറെ ആശയക്കുഴപ്പവും ദിശാബോധമില്ലായ്മയും അനുഭവിക്കുന്ന കാലം. സോവിയറ്റ് യൂണിയനിലെയൊക്കെ സംഭവവികാസങ്ങളുടെ വെളിച്ചത്തിൽ ഈ ആശയക്കുഴപ്പം മനസിലാക്കാവുന്നതേയുള്ളു.

പുരോഗമന പ്രസ്ഥാനങ്ങൾക്കും ഇടതുപക്ഷ പ്രസ്ഥാനങ്ങൾക്കും വളരെ വലിയ ഒരു പ്രഹരമായിരുന്നു അത്- രാഷ്ട്രീയ തലത്തിൽ മാത്രമല്ല, ആദർശങ്ങളുടെയും മനോധൈര്യത്തിന്റെയും മേഖലകളിലും ആ ഞെട്ടലിൽ നിന്ന് ഇടതുപക്ഷം ക്രമേണ ക്രമേണ മോചനം നേടിക്കൊണ്ടിരിക്കുന്നുണ്ടെങ്കിലും, പരിപൂർണ മോചനം ഇനിയും ആയിട്ടില്ല. എന്നാലും, ഇത് ഒരു താൽക്കാലിക പ്രതിഭാസം മാത്രമാണെന്ന് നമുക്ക് വിശ്വസിക്കാം.

തോമസ് ബോർഗെ: *ഈയിടെ സാൽവദോറൻ സർക്കാരും മാർട്ടി നാഷണൽ ലിബറേഷൻഫ്രന്റും ഒരു സമാധാനക്കരാറിൽ ഒപ്പുവയ്ക്കുകയുണ്ടായല്ലോ. അതിനെപ്പറ്റി താങ്കളുടെ അഭിപ്രായമെന്താണ്?*

കാസ്ട്രോ: ഒരു നല്ല സംരംഭമാണ് ആ സമാധാന ഉടമ്പടി. എല്ലാവരുടേയും പങ്കാളിത്തത്തോടുകൂടി സാൽവദോറിലെ യുദ്ധത്തിന് സമാധാനപരമായ ഒരു പരിഹാരമുണ്ടാക്കി എന്നതിൽ നാം എല്ലാവരും സന്തുഷ്ടരാണ്. എത്ര വർഷമായി ആ യുദ്ധം തുടർന്നുകൊണ്ടിരിക്കുന്നു! യുദ്ധത്തിലെ ഇരുപക്ഷക്കാരും ഏറെ തളർന്നിരിക്കുന്നു. അറ്റംകാണാത്ത ഒരു നിരന്തരയുദ്ധമാണോ അത് എന്നുപോലും നാം അത്ഭുതപ്പെട്ടിരുന്നു. അത്തരമൊരവസ്ഥയിൽ അവിടത്തെ വിപ്ലവകാരികളെ സംബന്ധിച്ചിടത്തോളം ആ സമാധാനക്കരാർ വിവേകത്തിന്റെ ലക്ഷണമാണ്. സമാധാനത്തിന്റെ മാർഗത്തിലൂടെ അവരുടെ ലക്ഷ്യം നേടാം എന്നും, അവരുടെ ആദർശങ്ങൾ സാക്ഷാത്കരിക്കാനുള്ള രാഷ്ട്രീയ സമരങ്ങൾക്ക് വേണ്ട ചുറ്റുപാടുകളുണ്ടാക്കാം എന്നും അവർ മനസിലാക്കിയത് നന്നായി.

തോമസ് ബോർഗെ: *ആ സന്ധിസംഭാഷണങ്ങളിൽ മെക്സിക്കോവിന്റെ പങ്കിനെപറ്റി എന്തുപറയുന്നു?*

കാസ്ട്രോ: അത്തരം പല സന്ദർഭങ്ങളിലും ചെയ്തപോലെ, നിർണായകമായ ഒരു പങ്കാണ് മെക്സിക്കോവിന് ഉണ്ടായിരുന്നത്. മധ്യ അമേരിക്കൻ മേഖലയെ ആകെത്തന്നെ അപകടത്തിലാക്കാൻ പര്യാപ്തമായ ആ സംഘർഷത്തിന് അറുതിവരുത്തണമെന്ന് മെക്സിക്കോ ആഗ്രഹിച്ചു.

സന്ധിസംഭാഷണങ്ങളിൽ ഏർപ്പെടാനും അവരുടെ താൽപര്യങ്ങൾക്കനുസൃതമായ ഒരു ഉടമ്പടിയിലെത്തിച്ചേരാനും സാൽവദോറിലെ വിപ്ലവകാരികൾ കാണിച്ച പാടവത്തെ ഞാൻ അഭിനന്ദിക്കുന്നു. ആ ഉടമ്പടിയിലെ വ്യവസ്ഥകൾ എത്രത്തോളം പാലിക്കപ്പെടുമെന്ന് കണ്ടറിയണം. എന്നാലും, സാൽവദോറൻ സർക്കാരിന് അത്രവേഗത്തിലൊന്നും അവയിൽ നിന്ന് ഒഴിഞ്ഞുമാറാൻ പറ്റില്ല.

തോമസ് ബോർഗെ: *നിക്കരാഗ്വയിൽ സാൻഡിനിസ്റ്റ് മുന്നണിയുടെ തിരഞ്ഞെടുപ്പു പരാജയത്തിനുശേഷമുണ്ടായ അവസ്ഥയെക്കുറിച്ച് താങ്കൾ ഏറെ അഭിപ്രായപ്രകടനമൊന്നും നടത്തിയതായി കണ്ടില്ല.*

കാസ്ട്രോ: ശരിയാണ്, അതിനെപ്പറ്റി ഞാൻ കാര്യമായി ഒന്നും പറഞ്ഞിട്ടില്ല– ഇപ്പോഴും പറയാൻ ആഗ്രഹിക്കുന്നുമില്ല. നിക്കരാഗ്വയെപ്പോലെ ഞങ്ങൾ എക്കാലവും ആദരവ് പുലർത്തിയിട്ടുള്ള ഒരു രാജ്യത്തിലെ ആഭ്യന്തരകാര്യങ്ങളെപ്പറ്റി ഏറെ വിശകലനം നടത്താൻ ഞാൻ ആഗ്രഹിക്കുന്നില്ല. വളരെ സങ്കീർണമായ ഒരവസ്ഥയാണ് നിക്കരാഗ്വയിൽ നിലവിലുള്ളത്. അതിനെപ്പറ്റി ഒരു വിധി പറയുന്നത് ശരിയാവില്ലെന്നാണ് എന്റെ പക്ഷം. ഞാൻ അങ്ങനെ വല്ലതും പറഞ്ഞാൽ അതുകൊണ്ട് ആർക്കാവും ഗുണം എന്നും എനിക്കറിഞ്ഞുകൂടാ. താങ്കൾക്ക് മറ്റുവല്ലതും ചോദിക്കാനുണ്ടോ?

തോമസ് ബോർഗെ: *ഞങ്ങളുടെ നാട്ടിലെ വിപ്ലവം അവസാനിച്ചെന്നു താങ്കൾക്കു തോന്നുന്നുണ്ടോ? അതോ അത് ഇപ്പോഴും ജീവത്താണോ?*

കാസ്ട്രോ: ഒരു വിപ്ലവവും അവസാനിക്കുമെന്ന് ഞാൻ കരുതുന്നില്ല. മാത്രമല്ല അത്തരം വിപ്ലവങ്ങളുടെ ആദർശങ്ങളെയും തത്വങ്ങളെയും ലക്ഷ്യങ്ങളെയും സദാ ജീവനോടെ നിലനിർത്തുക എന്നതാണ് വിപ്ലവകാരികളുടെ കർത്തവ്യം. ഭാവിപുരോഗതിക്കുള്ള സാധ്യതകളൊക്കെ അടച്ചുവെയ്ക്കാൻ സാൻഡിനിസ്റ്റു മുന്നണി ശ്രമിച്ചാൽപ്പോലും അവർക്ക് അതിനു കഴിയില്ല. ഭാവിയെ നിയന്ത്രിക്കാൻ ആർക്കാണ് കഴിയുക?

നിങ്ങൾ ആ രാജ്യത്ത് മഹത്തായ പലതും ചെയ്തിട്ടുണ്ട്; പ്രധാനപ്പെട്ട പല മാറ്റങ്ങളും കൊണ്ടുവന്നിട്ടുണ്ട്; എക്കാലവും നിലനിൽക്കുന്ന, കാതലായ, പല സാമൂഹ്യപദ്ധതികളും നടപ്പാക്കി

യിട്ടുണ്ട്. അവയെ അടിച്ചമർത്താനോ തുടച്ചുമാറ്റാനോ ആർക്കും കഴിയില്ല. ഭാവിയിലെ വിജയ സാധ്യതയെപ്പറ്റി പറയുകയാണെങ്കിൽ, ലോകത്തിലെല്ലായിടത്തും എല്ലാ രാജ്യത്തിലും ജനതയിലും, ആ സാധ്യത നിലനിൽക്കുന്നുണ്ട്. മാനവരാശിക്ക് ഭാവിയെ അഭിമുഖീകരിക്കാതെ പറ്റില്ലല്ലോ-ഭാവി തീരുമാനിക്കുന്ന മാറ്റങ്ങൾക്കും പുരോഗതിക്കും പരിഷ്കാരങ്ങൾക്കും വിധേയരാവുകയല്ലേ നിർവാഹമുള്ളു.

സർവോപരി, നിക്കരാഗ്വയിലെ ജനത-ദേശസ്നേഹികളും ധീരരും വിപ്ലവകാരികളുമായ ജനത, സാമോസയുടെ ഭരണം വലിച്ചെറിയാനും ഒരു വിപ്ലവ പ്രസ്ഥാനം തുടങ്ങിവെയ്ക്കാനുമായി പൊരുതിയ ജനത- ഏറ്റവും പ്രതികൂലമായ പരിതഃസ്ഥിതികളിലും അവർ പൊരുതിക്കൊണ്ടേയിരുന്നു-പരാജയങ്ങളെ അതിജീവിച്ചുകൊണ്ടിരുന്നു. അതുകൊണ്ട്, ലോകത്തിന്റെ ഭാവി ഭദ്രമാണ് എന്നുതന്നെയാണ് എന്റെ വിശ്വാസം.

തോമസ് ബോർഗെ: *തിരഞ്ഞെടുപ്പിലെ പരാജയത്തെത്തുടർന്ന് സാൻഡിനിസ്റ്റു മുന്നണി വളർന്നിട്ടുണ്ട്. പതിനായിരക്കണക്കിൽ നിക്കരാഗ്വൻ യുവാക്കൾ അതിൽ അംഗമായി ചേർന്നിട്ടുണ്ട്. മാത്രവുമല്ല, അതിനകത്ത് ഉൾപ്പാർട്ടി ജനാധിപത്യം ഒരു കൊടുങ്കാറ്റുപോലെ വളർന്നിട്ടുമുണ്ട്.*

നിക്കരാഗ്വയിലെ സംഘട്ടനങ്ങൾ വർഗ സമരത്തിന്റെ പ്രകടനമാണ്. അതിൽ വംശീയ സമൂഹങ്ങളും സാമൂഹ്യ പ്രസ്ഥാനങ്ങളും പങ്കെടുക്കുന്നു. രാഷ്ട്രത്തിന്റെ മോചനവും ജനങ്ങളുടെ നേട്ടങ്ങളോടുള്ള ബഹുമാനവും ആവർത്തിച്ച് ഉറപ്പിക്കാനുള്ള ഞങ്ങളുടെ തീരുമാനമാണ് അവിടത്തെ സംഘട്ടനത്തിന്റെ കാതലായ വശം. അവിടെയുള്ള കുറെ വിഡ്ഢികൾ ഇതിനെയൊക്കെയാണ് എതിർക്കുന്നത്. അത്തരക്കാർ തോൽക്കുമെന്നതിൽ സംശയമില്ല.

1963-സെപ്തംബറിൽ കൊക്കോനദീതടത്തിൽ ഞങ്ങളുടെ സായുധ സംഘട്ടനം ആരംഭിച്ചതു മുതൽ തന്നെ, രാഷ്ട്രീയ മോചനമാണ് ഞങ്ങളുടെ പരിപാടി എന്ന് എഫ്.എസ്.എൽ.എൻ പ്രഖ്യാപിച്ചിട്ടുണ്ട്. ഞങ്ങളെ സംബന്ധിച്ചിടത്തോളം, രാജ്യത്തിന്റെ സ്വാതന്ത്ര്യവും സമൂലമായ സാമൂഹ്യ പരിവർത്തനവുമാണ് ആ ഒരാശയം കൊണ്ട് ഞങ്ങൾ ഉദ്ദേശിക്കുന്നത്- ഇന്നും ഞങ്ങളുടെ നിലപാടിൽ മാറ്റമൊന്നുമില്ലതാനും.

1979 ജൂലായ് മുതൽ ഒരു പുതിയ നിക്കരാഗ്വ കെട്ടിപ്പടുക്കാൻ ഞങ്ങളാലാവത് ഞങ്ങൾ ചെയ്തിട്ടുണ്ട്. പ്രതീക്ഷിച്ചത്ര മുന്നോട്ടുപോകാൻ കഴിഞ്ഞില്ലെങ്കിലും, കരുത്തുറ്റ അടിത്തറപാകിയിട്ടുണ്ട് എല്ലാ മേഖലകളിലും. നിക്കരാഗ്വയുടെ ചരിത്രത്തിൽ ഇനിയൊരിക്കലും യഥാർഥ രാഷ്ട്രീയ പങ്കാളിത്തത്തിൽനിന്ന് സാമാന്യ ജനതയെ മാറ്റി നിർത്താൻ കഴിയില്ല. ഭരണഘടനമാത്രമല്ല,

സാമൂഹ്യവ്യവസ്ഥയൊട്ടാകെത്തന്നെ ഇത്തരം ഒരു ഉറപ്പ് നൽകിക്കഴിഞ്ഞിട്ടുണ്ട്.

ഞങ്ങളുടെ രാജ്യത്തിന്റെ ഭാവിഭാഗധേയം രൂപപ്പെടുത്തുന്ന പ്രക്രിയയിൽ സാൻഡിനിസം നിർണായകമായ ഒരു ശക്തിയാവുമെന്ന് ഞാൻ ഉറപ്പിച്ചുപറയുന്നു. അതിന്റെ ആന്തരികമായ ഐശ്വര്യവും വിപ്ലവപാരമ്പര്യത്തോടുള്ള ബഹുമാനവും ആ പ്രസ്ഥാനത്തിന് നിലനിർത്താൻ കഴിയുന്നേടത്തോളം കാലം അതിന് നിർണായകമായ സ്വാധീനമുണ്ടായിരിക്കും. ഇപ്പോൾ ആ പ്രസ്ഥാനത്തിനു കിട്ടിക്കൊണ്ടിരിക്കുന്ന ബഹുജന പിന്തുണയുടെ അടിസ്ഥാനത്തിൽ നിക്കരാഗ്വയിൽ അത് വീണ്ടും അധികാരത്തിൽ വരാനുള്ള സാധ്യതയും തള്ളിക്കളഞ്ഞുകൂടാ.

കാസ്ട്രോ: ഭാവിയെക്കുറിച്ച് താങ്കൾക്ക് ഇത്രയും ശുഭാപ്തി വിശ്വാസമുണ്ടെന്ന് കാണുന്നതിൽ സന്തോഷമുണ്ട്.

തോമസ് ബോർഗെ: *ലാറ്റിനമേരിക്കയുടെ ഉദ്ഗ്രഥനത്തെപ്പറ്റി താങ്കൾ പലപ്പോഴും സൂചിപ്പിച്ചിട്ടുണ്ടല്ലോ. ആ പ്രക്രിയയെപ്പറ്റി താങ്കളുടെ അഭിപ്രായമെന്താണ്? അക്കാര്യത്തിൽ മുൻകയ്യെടുക്കുന്ന 'ബുഷ്പരിപാടി' കളെപ്പറ്റി(ഇത് സീനിയർ ബുഷ് ആണ്) എന്തുതോന്നുന്നു?*

കാസ്ട്രോ: നോക്കൂ, ബുഷിന്റെ താൽപര്യങ്ങൾ ലാറ്റിനമേരിക്കയെ ലക്ഷ്യമാക്കിയൊന്നുമല്ല. അദ്ദേഹത്തിന്റെ പരിപാടിയിൽ ഒരു ഘടകം പോലുമല്ല അത്. ലാറ്റിനമേരിക്കയെ യു.എസ് സമ്പദ് വ്യവസ്ഥയുടെ ഒരു ഭാഗമാക്കിമാറ്റാനുള്ള ശ്രമം മാത്രമാണ് അദ്ദേഹം നടത്തുന്നത്. സാമ്പത്തിക മേഖലയിൽ വൻ ശക്തികളായി വളർന്നു വരുന്ന രാജ്യങ്ങളിൽ നിന്നുള്ള കിടമത്സരം കാരണം; ലാറ്റിനമേരിക്കയെ യുഎസ്എയുടെ സ്വകാര്യതാൽപര്യങ്ങൾക്കു വിധേയമാക്കി നിർത്തുക എന്നത് അവർക്ക് ഒരാവശ്യമാണ്.

ലാറ്റിനമേരിക്കൻ താൽപര്യങ്ങളെയെല്ലാം ഉൾക്കൊള്ളിച്ചുകൊണ്ട് ഒരു സ്വതന്ത്രവ്യാപാരമേഖലയുണ്ടാക്കാനൊന്നും യു എസ് എ നിർദേശിക്കുന്നില്ല. ഓരോ രാജ്യവുമായി വേവ്വേറെയുള്ള സ്വതന്ത്രവ്യാപാര ഉടമ്പടികളാണ് അവർ നിർദേശിക്കുന്നത്. അങ്ങനെയായാൽ ലാറ്റിനമേരിക്കൻ ഗവൺമെന്റുകൾക്ക് കൂട്ടായി നിന്ന് വിലപേശാൻ കഴിയാതാവും. യു എസ് എയുടെ താൽപര്യം ഓരോ രാജ്യത്തിന്റെയും മേലെ വെവ്വേറെ അടിച്ചേൽപ്പിക്കാനും, അവയെയൊക്കെ വിഘടിപ്പിച്ചുനിർത്താനുമുള്ള ശ്രമമാണ് ഇത്. ഒറ്റയൊറ്റ ലാറ്റിനമേരിക്കൻ രാജ്യവും കരീബിയൻ രാജ്യവും യു.എസ്. സമ്പദ് വ്യവസ്ഥയുടെ ഒരു ഭാഗമായി മാറുക എന്നതാണ് അവരുടെ ലക്ഷ്യം.

ഒരു കാലത്ത് ബൊളിവറെയും മാർട്ടിയെയും പോലുള്ളവർ

ലാറ്റിനമേരിക്കൻ രാജ്യങ്ങളുടെ ഉദ്ഗ്രഥനവും ഏകീകരണവുമൊക്കെ സ്വപ്നം കണ്ടിരുന്നു. ഇന്നും പലരും ആത്മാർഥമായി അത്തരം ഒരു ഉദ്ഗ്രഥനം ആഗ്രഹിക്കുന്നുമുണ്ട്. ഈ രാജ്യങ്ങൾക്കിടക്ക് രാഷ്ട്രീയവും സാമ്പത്തികവുമായ ഒരു യഥാർഥ ഉദ്ഗ്രഥനമാണ് അവരുടെയൊക്കെ സ്വപ്നം. ആ സ്വപ്നവും, ഇപ്പോൾ നടന്നുകൊണ്ടിരിക്കുന്ന ഈ പരിപാടിയുമായി ഒരു ബന്ധവുമില്ല. ലാറ്റിനമേരിക്കൻ രാജ്യങ്ങളുടെ ഉദ്ഗ്രഥനവും ഏകീകരണവും, അവരുടെമാത്രം താൽപര്യങ്ങളുടേതായ ഒരു ചട്ടക്കൂടിലും സ്വാതന്ത്ര്യത്തിന്റേതായ അന്തരീക്ഷത്തിലും മാത്രമേ സാധ്യമാവൂ. സുപ്രധാനമായ ഒരു സാമ്പത്തിക സമൂഹമാവാനും ലാറ്റിനമേരിക്കൻ രാജ്യങ്ങൾക്ക് കഴിയും. ഇത്തരമൊരു സാമ്പത്തിക ഉദ്ഗ്രഥനമല്ലാതെ ലാറ്റിനമേരിക്കയ്ക്ക് മാന്യവും സ്വതന്ത്രവുമായ മറ്റൊരു പോംവഴിയില്ല. ഇതു നേടിയെടുക്കാൻ കഴിയില്ലെങ്കിൽ ഈ ഭൂവിഭാഗത്തിന് ഭാവിയിലെ ലോകത്തിൽ ഒരു സ്ഥാനവുമുണ്ടാവില്ല.

രാഷ്ട്രീയക്കാരും മറ്റു നേതാക്കളും ഈയൊരവസ്ഥയെപ്പറ്റി തികച്ചും ബോധവാന്മാരാവുകയും പ്രശ്നങ്ങളെ വേണ്ടവിധത്തിൽ കാണുകയും വേണം. ചിലപ്പോഴൊക്കെ, ഓരോ ലാറ്റിനമേരിക്കൻ രാജ്യത്തിന്റെയും പ്രത്യേക സാഹചര്യങ്ങൾ, സമരംചെയ്യാനുള്ള അവരുടെ കഴിവിനെയും മറ്റുള്ളവരുമായുള്ള ഉദ്ഗ്രഥന ശ്രമങ്ങളെയും പരിമിതപ്പെടുത്തുന്നുമുണ്ടാവാം.

ഡസൻകണക്കിന് ചെറിയ ചെറിയ കഷണങ്ങളായി ഈ ഭൂഭാഗത്തെ വിഭജിച്ചു നിർത്താനാണ് യുഎസ്എ ആഗ്രഹിക്കുന്നത്. എന്നിട്ട്, ഓരോ രാജ്യത്തെയും അവരുടെ സമ്പദ്വ്യവസ്ഥയിലേക്ക് വലിച്ചെടുക്കാനും യുഎസ് ആഗ്രഹിക്കുന്നു. ചുരുക്കത്തിൽ, ലാറ്റിനമേരിക്കൻ രാജ്യങ്ങളെയാകെ വിഴുങ്ങാനാണ് യുഎസ് സമ്പദ് വ്യവസ്ഥ ശ്രമിക്കുന്നത്–അവരുടെ സ്വകാര്യസ്വത്തായിട്ടാണ് ലാറ്റിനമേരിക്കയെ കാണുന്നത്.

തോമസ് ബോർഗെ: *ഈ മേഖലയുടെ ഉദ്ഗ്രഥനത്തിനായി പരമാവധി ശ്രമിച്ച ഒരു രാഷ്ട്രീയ നേതാവിന് ഒട്ടേറെ പ്രശ്നങ്ങൾ നേരിടേണ്ടിവന്നതായി അറിയാമല്ലോ. (വെനിസ്വേലൻ പ്രസിഡന്റായ) കാർലോസ് ആൻഡ്രീസ് പെറെസ്സിനെയാണ് ഞാൻ ഉദ്ദേശിക്കുന്നത്. അതിനെപ്പറ്റി താങ്കളുടെ അഭിപ്രായമെന്താണ്?*

കാസ്ട്രോ: വളരെ പരിതാപകരമാണ് വെനിസ്വേലയിലെ അവസ്ഥ. പക്ഷേ യുഎസ്എയും അന്താരാഷ്ട്ര നാണയനിധിയും ചേർന്ന് നമ്മുടെ നാടുകളിൽ അടിച്ചേൽപ്പിച്ചുകൊണ്ടിരിക്കുന്ന സാമൂഹ്യ സംഘട്ടനങ്ങളുടേതായ നയം സൃഷ്ടിക്കുന്ന പ്രതിസന്ധിയെന്താണെന്നു മനസിലാക്കാൻ അവിടത്തെ സംഭവവികാസങ്ങൾ സഹായിക്കും.

ഏറ്റവും സമ്പന്നമായ ലാറ്റിനമേരിക്കൻ രാജ്യമാണ് വെനിസ്വേല. വെറും പഞ്ചസാരമാത്രം ആശ്രയിച്ചു കഴിയുന്നവരുടെ സമ്പദ്‌വ്യവസ്ഥയല്ല അവിടെയുള്ളത്. പ്രതിവർഷം ഏതാണ്ട് 12 ബില്യൺ ഡോളറോളം വരുമാനം നേടിക്കൊടുക്കുന്നത്ര എണ്ണയുണ്ട് വെനിസ്വേലക്ക്. ഏറെ ഇന്ധന വിഭവമുള്ള ഒരു രാജ്യമാണ് അത്- ജലവൈദ്യുതിയുമുണ്ട്, പെട്രോളിയവുമുണ്ട്. ഖനിജ വിഭവങ്ങളും ധാരാളമുണ്ട്-ഇരുമ്പും ബോക്സൈറ്റും. പ്രകൃതി നിർലോഭം സമ്പന്നമാക്കിയ ഒരു രാജ്യമാണ് അത്. യുഎസ്എ അവിടെ നടപ്പാക്കിക്കൊണ്ടിരിക്കുന്ന നയങ്ങളുടെ പ്രത്യാഘാതം എന്നല്ലാതെ അവിടത്തെ സാമൂഹ്യസംഘർഷങ്ങൾക്ക് മറ്റെന്ത് വ്യാഖ്യാമാണുള്ളത്! അത്തരം നയങ്ങൾ ലാറ്റിനമേരിക്കൻ സ്ഥിതിഗതികളെ ദുസ്സഹമാക്കിക്കൊണ്ടിരിക്കയാണ്.

അങ്ങനെ ഈ മേഖലയിലെ ഏറ്റവും സമ്പന്നമായ രാജ്യം, ഏറ്റവും ഉയർന്ന പ്രതിശീർഷ വരുമാനമുള്ള രാജ്യം, അന്യദേശങ്ങൾ അടിച്ചേൽപ്പിക്കുന്ന സാമ്പത്തിക നയങ്ങൾ കാരണം വീർപ്പുമുട്ടുമെങ്കിൽ, ലാറ്റിനമേരിക്കയിലെ മറ്റു രാജ്യങ്ങൾക്ക് വല്ല പ്രതീക്ഷക്കും വകയുണ്ടോ? വെനിസ്വേലയ്ക്കുള്ളത്ര ഊർജ്ജസ്രോതസുകളും പ്രകൃതിവിഭവങ്ങളും ഉയർന്ന പ്രതിശീർഷ വരുമാനവും ഒന്നുമില്ലാത്ത മറ്റുനാടുകളിൽ എന്തുനേടാമെന്നാണ് നമ്മുടെ പ്രതീക്ഷ? മാത്രമല്ല, വെനിസ്വേലയിൽ ഒട്ടേറെ സാമ്പത്തിക-വ്യാവസായിക വളർച്ചയുണ്ടായിട്ടുണ്ട്. പല മേഖലകളിലേക്കും വേണ്ടത്ര വ്യാവസായിക വിഭവങ്ങളും ഏറെ വികസിച്ച സാങ്കേതിക വിദ്യയും അവയ്ക്കുണ്ട്. ഇതെല്ലാമുണ്ടായിട്ടും അവിടെ പ്രശ്നങ്ങളാണ്. ലാറ്റിനമേരിക്ക നേരിടാൻ പോകുന്ന ഭാവിയെപ്പറ്റി നാം നേരത്തെ പറഞ്ഞുവല്ലോ. അതിനു നിദാനമായി, ഇതിലേറെ വ്യക്തമായ തെളിവു വല്ലതും വേണോ?

വെനിസ്വേലയുടെ പ്രതിശീർഷവിദേശ വരുമാനം ക്യൂബയുടേതുമായി തട്ടിച്ചുനോക്കു- ഒരു താരതമ്യവുമില്ല. ഏറെ പരിമിതമായ വിഭവം കൊണ്ട് ഞങ്ങൾ ചെറുത്തുനിൽപ്പിന്റേതായ ഈ കാലഘട്ടം തരണം ചെയ്യുന്നതൊന്നു ചിന്തിച്ചു നോക്കു: ഒരാളെയും ജോലിയിൽ നിന്നു പിരിച്ചയച്ചിട്ടില്ല, ഒരൊറ്റ സ്കൂളോ ആശുപത്രിയോ പൂട്ടിയിട്ടില്ല, ഒരു യൂണിവേഴ്സിറ്റി പോലും അടച്ചിട്ടില്ല, പൗരന്മാർക്കായുള്ള ക്ഷേമപ്രവർത്തനങ്ങൾ ഒന്നുപോലും പിൻവലിച്ചിട്ടില്ല. അങ്ങനെ നോക്കിയാൽ മനസിലാവും, മറ്റേതൊരു ലാറ്റിനമേരിക്കൻ രാജ്യത്തെക്കാളും ഭേദപ്പെട്ടമട്ടിൽ, വിഷമങ്ങളെ അതിജീവിക്കാനുള്ള പരിതഃസ്ഥിതികൾ ഞങ്ങൾ സൃഷ്ടിച്ചിട്ടുണ്ട് എന്ന്. വിഭവങ്ങൾ വേണ്ടപോലെ വിതരണം ചെയ്യുക എന്നതാണ് പ്രധാനം. കുറച്ചേ ഞങ്ങൾക്ക് വിഭവങ്ങൾ ഉള്ളൂ; വളരെക്കുറച്ച്. എന്നാൽ, ഉള്ളത് ഞങ്ങൾ നീതിപൂർവ്വം വിതരണം ചെയ്യുന്നു. ഞങ്ങൾ

അങ്ങനെ ചെയ്തില്ലായിരുന്നുവെങ്കിൽ, ഞങ്ങളുടെ സമൂഹം ആയിരമായിരം കഷണങ്ങളായി ചിന്നിച്ചിതറിയേനെ-ഇനിയൊരിക്കലും ഒരാൾക്കും കൂട്ടിച്ചേർക്കാനാവാത്തമട്ടിൽ.

ഞങ്ങളുടെ ഒരു സഹോദരരാജ്യമായ വെനിസ്വേല ഇത്തരം പ്രതിസന്ധികൾ നേരിടുന്നതു കാണുമ്പോൾ കഷ്ടം തോന്നുന്നു. പക്ഷേ, അതിന്റെ പിന്നിലെ കാരണം മനസിലാക്കാൻ ഒരു വിഷമവുമില്ല-വളരെ വ്യക്തമാണ്. ഇങ്ങനെ സങ്കീർണമായ പ്രശ്നങ്ങൾ നേരിടുന്ന രാജ്യം വെനിസ്വേലമാത്രമല്ല എന്നതും വളരെ വ്യക്തം.

തോമസ് ബോർഗെ: *ഇന്നലെ രാത്രി താങ്കൾ ഇവിടെ വെച്ച് ലാറ്റിനമേരിക്കയിൽ നിന്നുവന്ന പ്രതിനിധികളെ അഭിവാദ്യം ചെയ്യുകയുണ്ടായല്ലോ. അന്നാട്ടിലെയൊക്കെ ജനത പ്രദർശിപ്പിക്കുന്ന ഐക്യദാർഢ്യത്തെപ്പറ്റി കുറച്ചുകൂടി വിശദീകരിക്കുമോ? അതുപോലെ ചില ലാറ്റിനമേരിക്കൻ ഗവൺമെന്റുകൾക്ക് ക്യൂബയോടുള്ള സമീപനത്തെക്കുറിച്ചും ഒന്നും വ്യക്തമാക്കാമോ? കൂടുതൽ ഒറ്റപ്പെടുന്ന മട്ടിലാണോ തോന്നുന്നത്, അതോ, കൂടുതൽ പിൻബലം കിട്ടുന്നുണ്ട് എന്നാണോ?*

ഒന്നുകൂടി ചോദിക്കാനാഗ്രഹിക്കുന്നു. സോഷ്യലിസ്റ്റ് ഇന്റർനാഷണലും ലാറ്റിനമേരിക്കൻ-കരീബിയൻ രാഷ്ട്രീയ കക്ഷികളുടെ സ്ഥിരസഭയും ക്യൂബൻ വിപ്ലവത്തോട് അനുവർത്തിക്കുന്ന സമീപനമെന്താണ്?

കാസ്ട്രോ: ഐക്യദാർഢ്യം വളരുന്നുണ്ട്. അക്കാര്യത്തിൽ സംശയമില്ല. സൗഹൃദവും വളരുന്നുണ്ട്. 'ഐക്യദാർഢ്യം' 'സൗഹൃദം' എന്നീ ആശയങ്ങൾ തമ്മിൽ വ്യത്യാസമുണ്ട്. ഐക്യദാർഢ്യം എന്നത് ജനതയെ സംബന്ധിക്കുന്ന ഒരാശയമാണ്. എല്ലായിടത്തും അത് വളരുന്നുണ്ട്-അത് വ്യക്തമാണ്.

സൗഹൃദം എന്ന ആശയം സർക്കാരുകളെ സംബന്ധിച്ചുള്ളതാണ്. അവിടെയുമുണ്ട് വർധന-കഴിഞ്ഞ കുറച്ചു മാസങ്ങളെപ്പറ്റിയല്ല, വർഷങ്ങളെപ്പറ്റിയാണ് ഞാൻ പറയുന്നത്-വിവിധ സർക്കാരുകൾക്ക്, പ്രത്യേകിച്ച് ലാറ്റിനമേരിക്കൻ സർക്കാരുകൾക്ക്, ഞങ്ങളോടുള്ള സൗഹൃദവും ബഹുമാനവും വർധിച്ചിട്ടുണ്ട്. പക്ഷേ ആ സൗഹൃദവും ബഹുമാനവും വളരെ ശ്രദ്ധിച്ച് വളരെ പിശുക്കി മാത്രമേ അവർക്ക് പുറമേക്ക് പ്രകടിപ്പിക്കാൻ പറ്റൂ. കാരണം, അവർക്കൊക്കെ യു.എസ്.എ യെ പേടിയാണ്. ക്യൂബയോട് സൗഹൃദമോ സഹകരണമോ വല്ലതും പ്രകടിപ്പിക്കുന്നതു കണ്ടാൽ അതിനെതിരായി കർക്കശമായ നടപടികളെടുക്കാൻ യുഎസ്എ മടിക്കില്ല.

സൗഹൃദവും സഹകരണവും ബഹുമാനവും ഒക്കെയുണ്ട്. അക്കാര്യം വ്യക്തമാണ്. പക്ഷേ ഞങ്ങൾ അത്ര ഗൗരവമായി എടുക്കുന്നില്ല. അന്താരാഷ്ട്ര ബന്ധങ്ങളിൽ ഞങ്ങൾ കുറേക്കൂടി പക്വതയും വകതിരിവും കാണിക്കണമല്ലോ-മറ്റൊരു രാജ്യത്തിനോ

അവിടത്തെ ഭരണത്തിനോ സന്ദിഗ്ധതയോ പ്രശ്നങ്ങളോ സൃഷ്ടിക്കുന്നമട്ടിൽ പെരുമാറിക്കൂടല്ലോ.

ഞാൻ ഈയിടെ കണ്ടുമുട്ടിയ പല ലാറ്റിനമേരിക്കൻ നേതാക്കളെയും പറ്റി എനിക്ക് നല്ല കാര്യങ്ങളേ പറയാനുള്ളു. പേരെടുത്തു പറയുന്നില്ലെങ്കിലും ഈ 1991–ൽ നടന്ന ഗ്വാഡലജറ സമ്മേളനത്തിൽ പങ്കെടുത്ത പല ലാറ്റിനമേരിക്കൻ നേതാക്കളുമായി വളരെ സൗഹൃദപൂർണമായ ബന്ധമാണ് എനിക്കുണ്ടായിരുന്നത്. പൊതുവെ പറഞ്ഞാൽ, ക്യൂബയോട് അവർക്ക് വലിയ ബഹുമാനമായിരുന്നു. പല ബുദ്ധിജീവികളുമായി അടുത്ത് ഇടപഴകാൻ കഴിഞ്ഞത് രസകരവും ആവേശഭരിതവുമായ അനുഭവമായിരുന്നു.

ഇന്നത്തെ ലാറ്റിനമേരിക്കൻ രാഷ്ട്രീയ നേതാക്കൾ പൊതുവെ, മുമ്പുള്ളവരെ അപേക്ഷിച്ച് കൂടുതൽ വിദ്യാസമ്പന്നരും കഴിവുള്ളവരുമാണ്. ഗ്വാഡലജറയിൽ അവർ ചെയ്ത പ്രസംഗങ്ങളിൽനിന്ന് ഇതു വ്യക്തമാണ്–അവരുടെയൊക്കെ രാഷ്ട്രീയ ഭിന്നതകൾ എന്തുമാകട്ടെ. ഉദാഹരണത്തിന്, 'നിയോ–ലിബറൽ' (ആധുനിക ഉദാരവൽക്കരണ) നയങ്ങളെ സംബന്ധിച്ചിടത്തോളം അവിടെ ഒരുതരം ആശയഐക്യം കാണുകയുണ്ടായി– എനിക്ക് അതിനോട് പൊരുത്തപ്പെടാൻ കഴിഞ്ഞില്ല എന്നതു ശരിതന്നെ. യുഎസ്എയുടെ ഭാഗത്തുനിന്നു വന്ന ഉദ്ഗ്രഥന ആശയങ്ങളെപ്പറ്റിയും സ്വതന്ത്രവ്യാപാര ഉടമ്പടിയെപ്പറ്റിയും ഒക്കെ ഒരുതരം വിജയോന്മാദം തന്നെ അവിടെ കാണാൻ കഴിഞ്ഞു. അതിന്റെ ഫലമായി പുതിയ കുറേ പ്രതീക്ഷകളും ഉണർന്നുവരുന്നതായി കണ്ടു. അതുമായും എനിക്കു പൊരുത്തപ്പെടാൻ കഴിഞ്ഞില്ല. എന്നാലും, ഒരു കാര്യം പറഞ്ഞാൽ അതു മനസിലാക്കാൻ ശേഷിയുള്ള, ബുദ്ധിയുള്ള, ഒരു കൂട്ടം ജനങ്ങളെ ഞാനവിടെ കാണുകയുണ്ടായി, എനിക്കു സംസാരിക്കാൻ കിട്ടിയ കുറച്ചു സമയത്തിനുള്ളിൽ, ക്യൂബയുടെ നിലപാടുകളെപ്പറ്റി ഞാൻ അവരോടു പറഞ്ഞു. പൊതുവായ മട്ടിൽ മാത്രമല്ല, ഓരോ പ്രത്യേക വിഷയത്തെപ്പറ്റിക്കൂടി: ശാസ്ത്രം, വിദ്യാഭ്യാസം, ആരോഗ്യം, ശാസ്ത്ര ഗവേഷണം, സാമ്പത്തികോദ്ഗ്രഥനം അങ്ങനെ പ്രധാനപ്പെട്ട പല വിഷയങ്ങളെപ്പറ്റിയും.

അവരിൽ പലർക്കും ഉദ്ഘാടനസമ്മേളനത്തിലേ പ്രവേശനമുണ്ടായിരുന്നുള്ളൂ. പ്രത്യേക വിഷയങ്ങളെപ്പറ്റിയുള്ള പ്രസംഗങ്ങളൊന്നും അച്ചടിച്ചു വിതരണം ചെയ്യുകയുണ്ടായില്ല. അങ്ങനെ ചെയ്യേണ്ടതായിരുന്നു; താൽപര്യമുളവാക്കുന്ന ഒട്ടേറെ കാര്യങ്ങൾ ആ പ്രസംഗങ്ങളിലൊക്കെ ഉണ്ടായിരുന്നു. അവിടെ വന്ന രാഷ്ട്രീയ നേതാക്കളിൽ ഗുണപരമായ ഒരു വളർച്ചയുള്ളതായി ഞാൻ ശ്രദ്ധിക്കുകയുണ്ടായി. ലാറ്റിനമേരിക്കൻ രാജ്യങ്ങളുടെ ഉദ്ഗ്രഥനത്തെയോ അവയുടെ പൊതുനയപരിപാടികളെയോ അത് നേരിട്ടു

ബാധിക്കുമെന്നല്ല എന്റെ വിഷയം. നാം നേരത്തെ പറഞ്ഞ പോലെ, ഓരോ ലാറ്റിനമേരിക്കൻ രാജ്യവും ഒട്ടേറെ പ്രശ്നങ്ങളും വിഷമങ്ങളും അഭിമുഖീകരിക്കുന്നുണ്ട്. ഈ രാഷ്ട്രീയ നേതാക്കളൊന്നും ശ്രമിച്ചാൽ പരിഹരിക്കാൻ പറ്റാത്തത്തത്ര സങ്കീർണമാണ് ആ പ്രശ്നങ്ങളൊക്കെ, ചിലപ്പോൾ അവർ തന്നെ വളരെ സങ്കീർണമായ അവസ്ഥകളിൽ പെടാറുണ്ട്.

എന്തായാലും, പ്രഗൽഭമായ പല വ്യക്തികളെയും ഞാൻ പരിചയപ്പെട്ടു. അവർ തമ്മിലുള്ള വ്യത്യാസങ്ങളെപ്പറ്റിയൊന്നും ഞാൻ വിസ്തരിക്കുന്നില്ല– അതുകൊണ്ട് പ്രത്യേകിച്ച് പ്രയോജനവുമില്ല. എന്നാലും, മെക്സിക്കോവിനോടുള്ള എന്റെ മതിപ്പ് പ്രകടിപ്പിക്കാതെ പറ്റില്ല– ഞങ്ങളെ ആ സമ്മേളനത്തിലേക്ക് ക്ഷണിച്ചത് അവിടത്തെ ഗവൺമെന്റാണല്ലോ. യുഎസ്എ ക്ക് ഉണ്ടാകുന്ന അതൃപ്തിയെ വകവയ്ക്കാതെ, തങ്ങളുടെ നാടിന് ഇക്കാര്യത്തിൽ സ്വന്തമായ ഒരു തീരുമാനമെടുക്കാനുള്ള സ്വാതന്ത്ര്യമുണ്ട് എന്ന് അന്തസോടെത്തന്നെ, അവർ ഞങ്ങളെ ക്ഷണിക്കാനുള്ള തീരുമാനത്തിൽ ഉറച്ചുനിന്നു. അതുകൊണ്ടു മാത്രമാണ് ആ സമ്മേളനത്തിൽ പങ്കെടുക്കാൻ ഞങ്ങൾക്ക് അവസരം ലഭിച്ചത്.

തോമസ് ബോർഗെ: *ആ ഗ്വാഡലജറ ഉച്ചകോടി സമ്മേളനം യുഎസ്എയും ലാറ്റിനമേരിക്കൻ രാജ്യങ്ങളുമായുള്ള ബന്ധങ്ങളിൽ സാരമായ മാറ്റം വരുത്തി എന്നാണ് എനിക്കു തോന്നുന്നത്. യുഎസ്എയുടെ സാന്നിധ്യമില്ലാതെ നമ്മുടെ രാഷ്ട്രത്തലവന്മാർ ഒത്തുകൂടിയ ആദ്യത്തെ സംരംഭമായിരുന്നല്ലോ അത്.*

കാസ്ട്രോ: അതെ, യുഎസ് അധികാരികൾ വിളിച്ചു കൂട്ടാത്ത, അവരുടെ സാന്നിധ്യമില്ലാത്ത, ലാറ്റിനമേരിക്കൻ ഗവൺമെന്റുകളുടെ പ്രതിനിധികൾ മാത്രം പങ്കെടുത്ത ആദ്യത്തെ സമ്മേളനമായിരുന്നു അത്. സൈനികവും രാഷ്ട്രീയവുമായി ഏറെ വിലമതിക്കേണ്ട ഒരു സംരംഭം തന്നെയായിരുന്നു അത്–നമ്മുടെ കാലഘട്ടത്തിന്റെ ഒരു പ്രതീകമായിത്തന്നെ അതിനെ കണക്കാക്കാം. നമുക്കു ചുറ്റും നടന്നുകൊണ്ടിരിക്കുന്ന ഒരുപാട് നിഷേധാത്മകമായ പ്രതിഭാസങ്ങൾക്കിടയ്ക്കുണ്ടായ ക്രിയാത്മകമായ ഒരു അനുഭവമായിരുന്നു അത്.

തോമസ് ബോർഗെ: *ലാറ്റിനമേരിക്കൻ–കരീബിയൻ രാഷ്ട്രീയ കക്ഷികളുടെ സ്ഥിരം സഭയെപ്പറ്റി ഞാൻ സൂചിപ്പിക്കാൻ കാരണം, അവർ ക്യൂബയുടെ ദേശീയഐക്യത്തെയും രാജ്യരക്ഷയെയും സംബന്ധിച്ച് ഐക്യദാർഢ്യം പ്രകടിപ്പിക്കുന്ന ഒരു പ്രമേയം പാസാക്കുകയുണ്ടായി. ഏതാണ്ട് നാൽപ്പതോളം ലാറ്റിനമേരിക്കൻ –കരീബിയൻ രാഷ്ട്രീയ കക്ഷികൾ ആ സ്ഥിരം സഭയിൽ അംഗങ്ങളാണ്. അവർ ഈ പ്രമേയം പാസാക്കിയത് ഏകകണ്ഠമായാണ്.*

കാസ്ട്രോ: COPPPAL എന്ന ആ സംഘടനയുമായി ഞങ്ങൾക്ക് വളരെ നല്ല ബന്ധമാണ് ഉള്ളത്. അങ്ങനെ ഏകകണ്ഠമായി അത്തരമൊരു പ്രമേയം പാസാക്കിയ കാര്യത്തിൽ അവരോട് അളവറ്റ നന്ദിയുമുണ്ട്. ലാറ്റിനമേരിക്കൻ പാർലമെന്റിന്റെ സമ്മേളനങ്ങളും ക്യൂബയ്ക്കു പിന്തുണ പ്രഖ്യാപിച്ചുകൊണ്ടും ഉപരോധങ്ങളെ വിമർശിച്ചു കൊണ്ടും പ്രമേയങ്ങൾ പാസാക്കിയിട്ടുണ്ട്. അത്തരമൊരു സമ്മേളനം ഈയിടെ ക്യൂബയിൽ വെച്ചും നടക്കുകയുണ്ടായി-വിവിധ രാഷ്ട്രീയാഭിപ്രായങ്ങളെ പ്രതിനിധീകരിച്ചും അങ്ങനെ കുറെയേറെ ഡപ്യൂട്ടികൾ അതിൽ പങ്കെടുക്കുകയുണ്ടായി. ക്യൂബയ്ക്ക് പിൻതുണ പ്രഖ്യാപിച്ചും ഉപരോധങ്ങളെ വിമർശിച്ചും പുറത്തുവരുന്ന പ്രഖ്യാപനങ്ങളുടെയും ഒക്കെ എണ്ണം കൂടിക്കൊണ്ടേയിരിക്കുന്നു. അതുകൊണ്ടാണ് ഞാൻ നേരത്തെ പറഞ്ഞത്, ജനസമൂഹങ്ങളിൽ നിന്നുള്ള ഐക്യദാർഢ്യം വളരുകയാണ്. അതുപോലെത്തന്നെ, മറ്റു രാജ്യങ്ങളിലെ ഗവൺമെന്റുകളിൽനിന്നും സ്ഥാപനങ്ങളിൽനിന്നും ബഹുമാന്യ വ്യക്തികളിൽ നിന്നും അധികാരികളിൽനിന്നും ഒക്കെ ഞങ്ങൾക്കു കിട്ടിക്കൊണ്ടിരിക്കുന്ന സ്നേഹബഹുമാനങ്ങളും സൗഹൃദവും വർധിക്കുന്നുമുണ്ട്.

തോമസ് ബോർഗെ: *ലാറ്റിനമേരിക്കയിലെയും യൂറോപ്പിലെയും ഒട്ടേറെ ഭരണാധികാരികളുമായും രാഷ്ട്രീയനേതാക്കന്മാരുമായും ഞാൻ സംസാരിച്ചിട്ടുണ്ട്. അവരൊക്കെത്തന്നെ ക്യൂബൻ വിപ്ലവത്തോട് അനുഭാവം പ്രകടിപ്പിച്ചുകൊണ്ടാണ് സംസാരിച്ചിട്ടുള്ളത്. അവരിൽ പലർക്കും താങ്കളോട് ആശയപരമായും രാഷ്ട്രീയമായും അഭിപ്രായ വ്യത്യാസങ്ങളുണ്ടെങ്കിലും, ക്യൂബയുടെ തിരോധാനം യു.എസ്.എ യുടെ പരമാധികാരമോഹത്തിന് ആക്കം കൂട്ടുമെന്ന ഭീതികൊണ്ടാവാം ഒരു പരിധിവരെ.*

സോഷ്യലിസ്റ്റ് ഇന്റർനാഷണലിന്റെ ഉന്നത നേതാക്കളും ഇതേ മട്ടിൽ പ്രതികരിച്ചതായി രേഖകളുണ്ട്. ആ സംഘടന ഈയിടെയായി കുറെയൊക്കെ ദുർബലമായിട്ടുണ്ടെങ്കിലും ഒട്ടേറെ ലാറ്റിനമേരിക്കൻ പാർട്ടികൾ അതിൽ അംഗങ്ങളാണല്ലോ. ബ്രസീലിലെ വർക്കേഴ്സ് പാർട്ടിയും ചിലിയിലെ സോഷ്യലിസ്റ്റ് പാർട്ടിയും കൊളംബിയയിലെ എം. 19-ഉം നിക്കരാഗ്വയിലെ സാൻഡിനിസ്റ്റ് മുന്നണിയുമൊക്കെ സോഷ്യലിസ്റ്റ് ഇന്റർനാഷണലിലെ പൂർണ അംഗങ്ങളാവാൻ ശ്രമിക്കുന്നുണ്ട്. അംഗത്വത്തിനുള്ള അവരുടെ അപേക്ഷ സ്വീകരിച്ചാൽ സോഷ്യലിസ്റ്റ് ഇന്റർനാഷണലിന്റെ പുരോഗമനസ്വഭാവം കൂടുതൽ ശക്തമാക്കാൻ കഴിയുമെന്നും അവരിൽ പലരും ചിന്തിക്കുന്നു.

ആ അന്തർദേശീയ സംഘടനയിൽ ചേരണമോ വേണ്ടയോ എന്ന കാര്യത്തെപ്പറ്റി സാൻഡിനിസ്റ്റ് മുന്നണിയിൽ ഒട്ടേറെ ചർച്ച

നടന്നിരുന്നു. അവസാനം സാൻഡിനിസ്റ്റ് അസംബ്ലിയിലെ-അതാണല്ലോ, ഞങ്ങളുടെ ഉന്നതാധികാര സമിതി-മിക്കവാറും എല്ലാ അംഗങ്ങളും, അതിൽ ചേരണമെന്നു തീരുമാനിച്ച് വോട്ടു ചെയ്യുകയാണുണ്ടായത്.

അവരുടെയൊക്കെ അപേക്ഷകൾ താമസിയാതെ ചേരുന്ന സോഷ്യലിസ്റ്റ് ഇന്റർനാഷണലിന്റെ സമ്മേളനത്തിൽ പരിഗണിക്കാനും തീരുമാനമെടുക്കാനും സാധ്യതയുണ്ട്.

9

അതിജീവനവും വളർച്ചയും

ലാറ്റിനമേരിക്കൻ-കരീബിയൻ കോളനികൾ സ്പെയിനിന്റെ ആധിപത്യത്തിൽ നിന്ന് മോചനം നേടിയതോടുകൂടി-ബൊളിവർ നിർദേശിച്ച ഉദ്ഗ്രഥനം അതോടൊപ്പം സാധ്യമാക്കാമായിരുന്നു-അവരുടെ വ്യാപാരമാകെ തകർന്നു. സാമ്പത്തിക മേഖല ഛിന്നഭിന്നമായി. ഘടനാപരമായ ദൗർബല്യങ്ങളും രാഷ്ട്രീയമായ കോലാഹലങ്ങളും, യുഎസ്എയെപോലുള്ള രാജ്യങ്ങളുടെ കുത്തിത്തിരിപ്പുകളും, നിയമരാഹിത്യവും ദുഷ്പ്രഭുക്കളുടെ അത്യാർത്തിയും ഒക്കെ കാരണം നാമെല്ലാം കഠിനമായ ദാരിദ്യത്തിലും പിന്നോക്കാവസ്ഥയിലും തളച്ചിടപ്പെട്ടു.

കഴിഞ്ഞ ചില ദശകങ്ങളിലായി, നമ്മുടെ നാട്ടിലെ വ്യവസായവൽക്കരണത്തിനു സഹായകമാവുമെന്ന പ്രതീക്ഷയിൽ ചില വ്യാപാരസംഘടനകളൊക്കെ രൂപം കൊള്ളാൻ തുടങ്ങിയിട്ടുണ്ട്. ഏതായാലും, ഈ അടുത്തകാലത്തായി നമ്മുടെ സമ്പദ്വ്യവസ്ഥകളെ ഏകോപിപ്പിക്കാൻ, ഒരു സാമ്പത്തികോദ്ഗ്രഥനം നടപ്പാക്കാൻ, ഉള്ള ശ്രമങ്ങളും നടന്നുവരുന്നുണ്ട്.

ബ്രസീൽ ഇപ്പോൾ പത്തു ദക്ഷിണ അമേരിക്കൻ രാജ്യങ്ങളിലേക്ക് കയറ്റുമതി ചെയ്യുന്നുണ്ട്, 1968-നുശേഷം അർജന്റീനയുമായി അടുത്ത സാമ്പത്തിക ബന്ധമുണ്ടാക്കാനും ശ്രമിക്കുന്നുണ്ട്. 1991-ൽ ബ്രസീൽ, മെക്സിക്കോ, ഉറുഗ്വേ, പരാഗ്വേ എന്നീ രാജ്യങ്ങൾ പരസ്പരം ഐക്യമുണ്ടാക്കുകയും 1969 മുതൽ നിലവിലുള്ള ആൻഡിയൻ ഉടമ്പടി കൂടുതൽ ശക്തമാക്കുകയും ചെയ്തിട്ടുണ്ട്. സമ്പദ്വ്യവസ്ഥകളുടെ ബാൾക്കനൈസേഷൻ-ഛിന്നഭിന്നമായി

തെറിച്ചുപോകുന്ന പ്രവണത-തടയാനുള്ള സുപ്രധാനമായ ചുവടുവെപ്പുകളുമായി ഇവയെ കാണാം. മൊത്തത്തിൽ ഒരു അനുകരണമാണെങ്കിൽപോലും യൂറോപ്യൻ പൊതുവിപണിയുടെ മാതൃകയിലേക്കുള്ള ചുവടുവയ്പുകളാണ് ഇവ .

മധ്യഅമേരിക്കയിൽ, പൂർണമായ സമാധാനത്തിനു വേണ്ടി യുള്ള ചില നടപടികൾ എടുക്കുന്നതിന്റെ ഭാഗമായി ഒരു മധ്യ അമേരിക്കൻ പൊതുവിപണിക്ക് രൂപം കൊടുക്കുകയുണ്ടായി. അതുപോലെ തന്നെ കരീബിയൻ സമൂഹവും, പല പ്രഖ്യാപന ങ്ങളിലൂടെ വരുംകാലങ്ങളിൽ സാമ്പത്തികമായ ഉദ്ഗ്രഥനം നടപ്പാക്കാമെന്ന പ്രതീക്ഷ പ്രകടിപ്പിച്ചിട്ടുണ്ട്.

ക്യൂബയെ സംബന്ധിച്ചിടത്തോളം രണ്ടുതരത്തിലുള്ള പ്രശ്ന ങ്ങളുണ്ട്: വ്യത്യസ്തമായ ഒരു സമ്പദ്‌വ്യവസ്ഥയാണ് അവിടെ നിലവിലുള്ളത്, യുഎസ്എ അടിച്ചേൽപ്പിച്ച ഉപരോധമാണ് മറ്റൊരു പ്രശ്നം. എന്നിരുന്നാലും, മറ്റു ലാറ്റിനമേരിക്കൻ രാജ്യങ്ങളുമായി ക്യൂബയ്ക്കുള്ള വ്യാപാരബന്ധം വളരുകയാണ്.

ഈ അടുത്തകാലത്തായി ലാറ്റിനമേരിക്കൻ രാജ്യങ്ങളിൽ നിന്നും കനഡയിൽ നിന്നും യൂറോപ്പിൽ നിന്നുമൊക്കെ ഡസൻ കണക്കിൽ വ്യാപാരികളും വ്യവസായികളും ക്യൂബ സന്ദർശിക്കുക യുണ്ടായി. ക്യൂബയെ സംബന്ധിച്ചിടത്തോളം അവിടത്തെ പഞ്ചസാര വ്യവസായമാണ് പൊൻമുട്ടയിടുന്ന താറാവ്-അതിനെ വിൽക്കുന്നതോ കൊല്ലുന്നതോ നല്ല കാര്യമല്ല. പക്ഷെ, അവരുടെ ശാസ്ത്രപുരോഗതിക്കും അതുപോലെത്തന്നെ ടൂറിസം മേഖലക്കും ലോകവ്യാപാരത്തിന്റേതായ വാതിൽ തുറന്നു കിട്ടുന്നുണ്ട്.

ഒരു മുതലയുടെ ആകൃതിയിൽ കിടക്കുന്ന ഈ ദ്വീപ് ഭൂമിയിലെ പരമാനന്ദത്തിന്റെ പൂന്തോട്ടമാണ് എന്നൊക്കെ പുറമെ നിന്നു നോക്കുമ്പോൾ തോന്നാമെങ്കിലും, അവർ നേരിടുന്ന പ്രശ്ന ങ്ങളുടെ നേർക്ക് നാം കണ്ണടയ്ക്കരുത്. പ്രധാനമായും യുഎസ് ഉപരോധമാണ് അവരുടെ പ്രശ്നങ്ങൾക്ക് കാരണം. അതിന് ആക്കം കൂട്ടാനെന്നോണം 'യഥാർഥ സോഷ്യലിസം' എന്ന് നാം തെറ്റായി വിളിക്കുന്ന ആ വ്യവസ്ഥയുടെ പതനവും സംഭവിച്ചു.

അത്തരം പ്രശ്നങ്ങൾ ആ നാടിന്റെ ഉൽപ്പാദന പ്രക്രിയയെ സാരമായി ബാധിച്ചു. ഫിദൽ കാസ്ട്രോ തന്നെ, ആരോഗ്യകരമായ ഒരുതരം ആത്മാർഥതയോടെ, അംഗീകരിക്കുന്നതാണ് അത്. അങ്ങനെ അവർക്ക് ഇന്ന് പെട്രോളിയത്തിന്റെ മേഖലയിലും ഇറക്കുമതി മേഖലയിലും സ്പെയർപാർട്ടുകൾ നേടുന്ന കാര്യത്തി ലുമൊക്കെ വലിയ വിഷമമുണ്ട്.

ജനങ്ങളുടെ ഉപഭോഗനിലവാരത്തെയും ഇടത്തരം പ്രശ്ന ങ്ങൾ സാരമായി ബാധിച്ചിട്ടുണ്ട്. 1960-ൽ യുഎസ്എ ആ നാട്ടിനെ തിരെ ഉപരോധം അടിച്ചേൽപ്പിച്ച കാലത്തുണ്ടായിരുന്ന, ഏറ്റവും

താഴ്ന്ന നിലവാരത്തിലെത്തിയിരിക്കുന്നു അത്. പക്ഷേ ഉള്ള ഉപഭോഗവസ്തുക്കളും അതേപോലെ ഇല്ലായ്മയും, കണക്കിന്റെ കണിശതയോടെ സമത്വത്തിന്റെ അടിസ്ഥാനത്തിൽ ക്യൂബക്കാർ പങ്കുവെയ്ക്കുന്നു.

വിദേശത്തുനിന്ന് അടിച്ചേൽപ്പിക്കപ്പെട്ട ഇത്തരം തലതിരിഞ്ഞ നയങ്ങളും കുറെയൊക്കെ വസ്തുനിഷ്ഠമായ ഘടകങ്ങളും സൃഷ്ടിച്ച പ്രശ്നങ്ങൾക്കിടയിലും ഇവർ ആരോഗ്യത്തിന്റെയും വിദ്യാഭ്യാസത്തിന്റെയും ക്ഷേമപ്രവർത്തനങ്ങളുടെയും മേഖലകളിൽ പുരോഗതി നേടിക്കൊണ്ടേയിരിക്കുന്നു എന്നത് അത്ഭുതകരം തന്നെ. ബയോടെക്നോളജി വ്യവസായത്തെയും ടൂറിസത്തെയും കേന്ദ്രീകരിച്ച്, സുസ്ഥിരവികസനത്തിനുള്ള എല്ലാ സാധ്യതകളും അവർക്കുണ്ട്. ആഭ്യന്തര ഉപഭോഗത്തിനു വേണ്ടത്ര ഭക്ഷ്യധാന്യം ഉൽപ്പാദിപ്പിക്കാനുള്ള അതിസാഹസികമായിത്തോന്നാവുന്ന, ഒരു പദ്ധതിയും അവർക്കുണ്ട്.

കഴിഞ്ഞ 30 വർഷമായി അവരെ അംഗീകരിച്ചുകൊണ്ടിരിക്കുന്ന മൂന്നാംലോക രാജ്യങ്ങളിലെ ജനതയുമായി ക്യൂബ ഐക്യദാർഢ്യം നിലനിർത്തുന്നുണ്ട്. ഈ വിഷമങ്ങൾക്കും ഇല്ലായ്മകൾക്കുമിടയ്ക്കും ക്യൂബൻ ഗവൺമെന്റ് ഏഷ്യയിലെയും ആഫ്രിക്കയിലെയും ലാറ്റിനമേരിക്കൻ നാടുകളിലെയും വിദ്യാർഥികൾക്ക് ധനസഹായം നൽകിക്കൊണ്ടിരിക്കുന്നു. എല്ലാ സ്കൂൾ വർഷാരംഭത്തിലും സർവകലാശാല തലത്തിലും സാങ്കേതിക വിദ്യാഭ്യാസത്തിനുമായി നിക്കരാഗ്വൻ വിദ്യാർഥികൾക്കു മാത്രം 400 സ്കോളർഷിപ്പുകൾ അവർ നൽകിക്കൊണ്ടിരിക്കുന്നു. നമ്മുടെ ഈ പ്രദേശത്തുമാത്രമല്ല, ലോകത്തെവിടെയും ഇത്തരമൊരു ഗവൺമെന്റിനെയോ ജനതയെയോ കാണാൻ കഴിയില്ല.

ഇന്ന് ക്യൂബ അവരുടെ സാമ്പത്തിക ആവശ്യങ്ങളും ആദർശങ്ങളും തമ്മിലുള്ള സമതുലനാവസ്ഥ നിലനിർത്താൻ ഒട്ടേറെ അധ്വാനിക്കുന്നുണ്ട്.

ടി.ബി

തോമസ് ബോർഗെ: *സാമ്പത്തിക മേഖലയിൽ ക്യൂബൻ വിപ്ലവം നടത്തിക്കൊണ്ടിരിക്കുന്ന ജീവന്മരണപോരാട്ടത്തെപ്പറ്റി ഇനി നമുക്ക് കുറച്ചുനേരം സംസാരിക്കാം. ഇന്നത്തെ അവസ്ഥയെന്താണ്? താങ്കളുടെ സമരതന്ത്രമെന്താണ്?*

കാസ്ട്രോ: ഒരുപാടു കാര്യങ്ങൾ താങ്കൾ ഒരു ചെറു ചോദ്യത്തിലൊതുക്കിയിരിക്കുന്നല്ലോ! ഇത് അവസാനമില്ലാത്ത ഒരു ഇന്റർവ്യൂ ആവരുതല്ലോ! അതുകൊണ്ട്, ഞാൻ ആവുന്നത്ര ചുരുക്കിപ്പറയാം.

തിരുത്തൽ പ്രസ്ഥാനത്തിന്റെ ഭാഗമായി ഞങ്ങൾ കുറേയേറെ പദ്ധതികൾ ആവിഷ്കരിച്ചു നടപ്പാക്കിക്കൊണ്ടിരുന്നു. 1986-ൽ

തുടങ്ങിയതാണ് ആ പ്രക്രിയ. സാമൂഹ്യപ്രശ്നങ്ങൾ പരിഹരിക്കാനും സാമ്പത്തിക വികസനം ത്വരിതപ്പെടുത്താനും പാകത്തിൽ ഞങ്ങളുടെ ഭൗതികവും മാനവികവുമായ വിഭവങ്ങളെ പരമാവധി ഫലപ്രദമായി ഉപയോഗിക്കാൻ പാകത്തിലുള്ള പല പരിപാടികൾക്കുംഞങ്ങൾ അന്ന് തുടക്കം കുറിക്കുകയുണ്ടായി. വിഭവശേഷിയുടെ കാര്യത്തിൽ ഞങ്ങൾക്ക് ഏറെ പരിമിതികളുണ്ടെങ്കിലും, വളരെ വിശേഷപ്പെട്ട പല കാര്യങ്ങളും ഞങ്ങൾ ചെയ്തുകൊണ്ടിരുന്നു. 1986,'87,'88 വർഷങ്ങളിലെ അവസ്ഥയെപ്പറ്റിയാണ് ഞാൻ പറയുന്നത്. അന്താരാഷ്ട്ര വിപണിയിൽ ഏറെ മൂല്യമുള്ള കറൻസികളുടെ ശേഖരം അക്കാലത്ത് ഏതാണ്ട് ശൂന്യമായിരുന്നു. എന്നാലും, സോവിയറ്റ് യൂണിയനും മറ്റു സോഷ്യലിസ്റ്റ് രാജ്യങ്ങളുമായുള്ള വ്യാപാരം നിലനിന്നിരുന്നതുകൊണ്ട്, വിവിധ ഉൽപ്പന്നങ്ങളും അസംസ്കൃത വസ്തുക്കളും ഞങ്ങൾക്കു കിട്ടിക്കൊണ്ടിരുന്നു. പാർപ്പിട പ്രശ്നം പരിഹരിക്കാൻ കുറേയേറെ വീടുകളുണ്ടാക്കാൻ അക്കാലത്ത് ഞങ്ങൾ തീരുമാനിച്ചു; ജോലിചെയ്യുന്ന സ്ത്രീകൾക്ക് സഹായകമാവുന്ന രീതിയിൽ കൂടുതൽ ശിശുസംരക്ഷണ കേന്ദ്രങ്ങൾ തുടങ്ങി; കൂടുതൽ മെച്ചപ്പെട്ട കുറേ തൊഴിൽ പരിശീലന കേന്ദ്രങ്ങൾ ആരംഭിച്ചു. സാധാരണ വിദ്യാഭ്യാസ വ്യവസ്ഥയിൽ നിന്നു പിന്മാറേണ്ടിവന്നവരെ ഉദ്ദേശിച്ചായിരുന്നു അത്തരം കേന്ദ്രങ്ങൾ; മുൻപും അത്തരം സ്ഥാപനങ്ങൾ ഉണ്ടായിരുന്നുവെങ്കിലും അവയുടെ നിലവാരം മോശമായിരുന്നു. അതുപോലെ, അംഗവൈകല്യവും മാനസിക പ്രശ്നങ്ങളും ബുദ്ധിമാന്ദ്യവും കണ്ണിനോ ചെവിക്കോ ഉള്ള ദൗർബല്യങ്ങളും മറ്റുമുള്ള കുട്ടികളെ ഉദ്ദേശിച്ച് പ്രത്യേക വിദ്യാലയങ്ങൾ ആരംഭിച്ചു.

ഇങ്ങനെ കുറെയേറെ കെട്ടിടങ്ങൾ നിർമിക്കേണ്ടിവന്നതുകൊണ്ട് കെട്ടിടനിർമാണത്തിനാവശ്യമായ അസംസ്കൃതവസ്തുക്കൾ ഉണ്ടാക്കുന്ന വ്യവസായങ്ങളിൽ– സിമന്റ്, ഇഷ്ടിക, നിലത്തു പതിക്കാനുള്ള ഓടുകൾ, മണൽ, പാറപൊടിക്കൽ, ഇരുമ്പ്, ഉരുക്ക് എന്നിങ്ങനെയുള്ള വ്യവസായങ്ങളിൽ– ധാരാളം മൂലധനനിക്ഷേപം നടത്തി.

സാമ്പത്തിക സ്വഭാവമുള്ള മൂലധനനിക്ഷേപവും നടത്തി. ഭക്ഷ്യോൽപ്പാദനപദ്ധതികൾ ഈ കാലഘട്ടത്തിനു മുമ്പുതന്നെ തുടങ്ങിയിരുന്നു. അതുപോലെ, ടൂറിസവികസനം,ബയോടെക്നോളജി വ്യവസായം, ഔഷധനിർമാണം,ആരോഗ്യമേഖലയിലേക്കാവശ്യമായ ഏറ്റവും പുതിയ യന്ത്രോപകരണ നിർമാണ വ്യവസായം...... ഇവയൊക്കെ നേരത്തെതന്നെ തുടങ്ങിയിരുന്നു. മറ്റു സാമ്പത്തിക പരിപാടികളും ഉണ്ടായിരുന്നെങ്കിലും ഇവയായിരുന്നു ഏറെ പ്രധാനം.

1987,'88,'89 കാലഘട്ടം കഴിഞ്ഞു; സോവിയറ്റ് യൂണിയന്റെയും

മറ്റ് സോഷ്യലിസ്റ്റ് രാജ്യങ്ങളുടെയും പതനവും തുടങ്ങി. 1989 ജൂലായ് 26-ന് ഞാൻ കമാഗ്വയിൽ (മധ്യ ക്യൂബയിലെ ഒരു നഗരം) ഒരു പ്രസംഗത്തിൽ, എന്തുതന്നെ സംഭവിച്ചാലും നാം ചെറുത്തു നിൽക്കും എന്ന സ്വരത്തിൽ സംസാരിച്ചത് പലരേയും അദ്ഭുതപ്പെടുത്തി. ഞാൻ അന്നു പറഞ്ഞത് ഇങ്ങനെയാണ്:

> സോഷ്യലിസ്റ്റ് സമൂഹത്തിൽ നെടുംതൂണായ സോവിയറ്റ് യൂണിയൻ അഭിമുഖീകരിക്കുന്ന പ്രശ്നങ്ങളുടെ അടിസ്ഥാനത്തിൽ സാമ്രാജ്യത്വവും ബുഷും, സ്വാഭാവികമായും, ആകാശക്കോട്ടകൾ കെട്ടിക്കൊണ്ടിരിക്കുകയാണ്. സോവിയറ്റ് യൂണിയൻ ഗുരുതരമായ ക്ലേശങ്ങൾ അഭിമുഖീകരിക്കുന്നുണ്ട് എന്നത് നേരുതന്നെ-ഒരു രഹസ്യമൊന്നുമല്ല അക്കാര്യം. സോവിയറ്റ് യൂണിയൻ ആകെ ശിഥിലമാവുമെന്നാണ് സാമ്രാജ്യത്വം മോഹിക്കുന്നത്.

ഉണ്ട്-പ്രശ്നങ്ങളുണ്ട്. സോവിയറ്റ് യൂണിയനിൽ അംഗങ്ങളായ വിവിധ ദേശീയതകൾക്കിടക്ക് പിരിമുറുക്കവും സംഘട്ടനങ്ങളുമുണ്ട്. മറ്റു പല ആഭ്യന്തര പ്രശ്നങ്ങളും കാണാനുണ്ട്-സൈബീരിയയിലേയും ഡോനെറ്റ്സ്കിലേയും മറ്റു പ്രദേശങ്ങളിലേയും ആയിരക്കണക്കിന് കൽക്കരി-ഖനിത്തൊഴിലാളികൾ പണിമുടക്കിലാണ്. അത്തരം വാർത്തകളൊക്കെ സാമ്രാജ്യത്വ വാദികളെയും മറ്റു പിന്തിരിപ്പന്മാരെയും ഏറെ സന്തോഷിപ്പിച്ചിട്ടുണ്ട്.

ഇവിടെ നാം ഇന്ന് ഒരു വാർഷികം ആഘോഷിക്കുകയാണ്. ചരിത്രത്തിലെ ഈ നിർണായക മുഹൂർത്തത്തിൽ നാം വിവേകത്തോടെ ചിന്തിക്കുകയും പെരുമാറുകയും ചെയ്യണം. നാം നമ്മുടെ മഹത്തായ സംരംഭങ്ങളും മുന്നേറ്റങ്ങളും ഇവിടെവെച്ച് അവസാനിപ്പിക്കണോ? ഇല്ല, അങ്ങനെ സംഭവിച്ചുകൂടാ! നാം യാഥാർഥ്യങ്ങളുടെ നേരെ കണ്ണടയ്ക്കണോ? വേണ്ട, അതും ചെയ്തുകൂടാ. നാം തലമണലിൽ പൂഴ്ത്തി, ഒട്ടകപക്ഷികളുടെ നയം സ്വീകരിക്കണമോ? ഇല്ല, അങ്ങനെയും ചെയ്യില്ല.

മറ്റെന്നത്തേക്കാളുമേറെ നാം യാഥാർഥ്യം മനസിലാക്കിയേ പറ്റൂ. നാം കാര്യങ്ങൾ തുറന്നു പറയണം; നമ്മുടെ വിപ്ലവത്തെപ്പറ്റി വലിയ വ്യാമോഹങ്ങളൊന്നും വെച്ചു പുലർത്തേണ്ടെന്ന് സാമ്രാജ്യത്വത്തിന് ഒരു താക്കീതുകൊടുക്കണം. സോഷ്യലിസ്റ്റ് സമൂഹത്തിന് എന്തെങ്കിലും ദുരന്തം സംഭവിച്ചാൽ പിന്നെ നമ്മുടെ വിപ്ലവത്തിന് പിടിച്ചുനിൽക്കാനാവില്ല എന്ന വല്ല ദുർമോഹവും അവർക്കുണ്ടെങ്കിൽ, നിങ്ങൾക്ക് തെറ്റുപറ്റിയിരിക്കുന്നു എന്ന് നാം സാമ്രാജ്യത്വവാദികളോടു തുറന്നു പറയണം. ഇനി നാളെയോ, മറ്റേതെങ്കിലും ദിവസമോ, സോവിയറ്റ് യൂണിയനിൽ ആഭ്യന്തരയുദ്ധം പൊട്ടിപ്പുറപ്പെട്ടിരിക്കുന്നു എന്നോ, സോവിയറ്റ് യൂണിയൻ ആകെ തകർന്നുപോയി എന്നോ- അങ്ങനെയൊന്നും സംഭവിക്കില്ലെന്നു നമുക്കു

പ്രതീക്ഷിക്കാം-ഒരു വാർത്ത കേട്ടാൽ, അത്തരമൊരു പരിതഃസ്ഥിതിയുണ്ടായാൽപ്പോലും ക്യൂബയും ക്യൂബൻ വിപ്ലവവും പൊരുതുക തന്നെ ചെയ്യും, നിവർന്നു നിൽക്കുകതന്നെ ചെയ്യും."

ഒന്നോർക്കണം. ഞാനീപറഞ്ഞത് സോവിയറ്റ് യൂണിയന്റെ ശിഥിലീകരണം നടക്കുന്നതിനും രണ്ടരവർഷം മുമ്പാണ്. സ്വാഭാവികമായും, ഞങ്ങൾ ആവിഷ്കരിച്ച് നടപ്പിലാക്കാനുദ്ദേശിച്ചിരുന്ന പല പരിപാടികൾക്കും അന്നത്തെ അവസ്ഥ ഒരു ഭീഷണിതന്നെയായിരുന്നു.

പറഞ്ഞില്ലല്ലോ: ഞങ്ങളുടെ ഭക്ഷ്യോൽപ്പാദന പരിപാടിക്ക് ഏറെ പ്രധാനപ്പെട്ട പലഘട്ടങ്ങളുമുണ്ടായിരുന്നു. ജലസേചന പദ്ധതികളുടെ പുനർനിർമാണമായിരുന്നു അതിലൊന്ന്. ഞാൻ നേരത്തെ പറഞ്ഞല്ലോ, സോഷ്യലിസ്റ്റ് രാജ്യങ്ങളിൽ പ്രയോഗിച്ചിരുന്ന സാമ്പത്തിക നയങ്ങൾ-ആസൂത്രണത്തിന്റെയും മാനേജ്മെന്റിന്റെയും രീതികൾ- ഇവിടെയും പരീക്ഷിച്ച ഒരു കാലമുണ്ടായിരുന്നു. അന്ന് തീരെ ശ്രദ്ധിക്കാതെ പോയ ഒരു മേഖലയായിരുന്നു ജലസേചനം. ആ മാർഗത്തിലൂടെ വികസിപ്പിച്ചെടുക്കാൻ ശ്രമിച്ച ജനസേചന സംവിധാനം ഒരു പരാജയമായിരുന്നു. അതുകൊണ്ട്, അതു പുനരാരംഭിക്കേണ്ടിവന്നു.

നിർമാണ പ്രവർത്തനത്തിന്റെ മേഖലയിലും ന്യൂനതകളുണ്ടായിരുന്നു. മിക്ക പദ്ധതികളും ഗുണത്തിൽ മോശമായിരുന്നു; പണിപൂർത്തിയാവാതെ, തുടർന്നുമിരുന്നു. വിശ്വസിക്കാൻ പ്രയാസമായിത്തോന്നാമെങ്കിലും, ചിലപ്പോൾ ഒരു നഗരം നിർമിച്ചിട്ടുണ്ടാവും, പക്ഷേ അവിടെ തെരുവുകളോ ജലവിതരണ സംവിധാനമോ ബാലവാടിയോ സ്കൂളോ നിർമിക്കാൻ വിട്ടുപോയിട്ടുണ്ടാവും. ആദ്യമൊക്കെ ഞങ്ങളുടേത് ഒരു സമഗ്രനിർമാണ പദ്ധതിയായിരുന്നു- ഒരു നഗരം നിർമിക്കുമ്പോൾ അതിൽ സ്കൂളിനും ബാലവാടിക്കും ഷോപ്പിങ് കേന്ദ്രത്തിനും എല്ലാം പാകത്തിൽ വിഭവങ്ങളും ജോലിക്കാരെയും നീക്കിവെക്കുമായിരുന്നു. പുതിയ സമ്പ്രദായത്തിൽ മട്ടൊന്നു മാറി. ആ സംവിധാനത്തിൽ, സ്കൂളുകളുണ്ടാക്കേണ്ട ചുമതല വിദ്യാഭ്യാസവകുപ്പിനായിരുന്നു- അവർക്ക് അതിനുള്ള കെട്ടിടനിർമാണ വിഭാഗവുമുണ്ടായിരുന്നു. വീടുവേണ്ടവർ ഭവനനിർമാണവകുപ്പുമായി ബന്ധപ്പെടും- ആ വകുപ്പ് ആ പണി മാത്രം ചെയ്യും. വെള്ളം കിട്ടാനും അഴുക്കുചാൽ പദ്ധതിക്കും വേറെ വിഭാഗമുണ്ട്. പൊതുവെ പറഞ്ഞാൽ, മുതലാളിത്ത വ്യവസ്ഥിതിയിലെ ഇത്തരം സംവിധാനങ്ങൾ സോഷ്യലിസ്റ്റ് വ്യവസ്ഥിതിയിലും നടപ്പാക്കാം എന്ന ധാരണയായിരുന്നു അന്നൊക്കെ.

തോമസ് ബോർഗെ: *അന്നാണോ കെട്ടിടനിർമാണ മേഖലയിൽ നവീകരണ പ്രസ്ഥാനം തുടങ്ങിയത്?*

കാസ്ട്രോ: നേരത്തെ പറഞ്ഞ ആ സംവിധാനം സൃഷ്ടിക്കുന്ന

ആപൽക്കരമായ പ്രവണതകൾ ശ്രദ്ധിച്ചപ്പോഴാണ് ഞങ്ങൾ നവീകരണ പ്രസ്ഥാനം തുടങ്ങിയത്. എവിടെയാണ് പിഴച്ചത് എന്ന് ആദ്യം ശ്രദ്ധിക്കാൻ തുടങ്ങിയത് കെട്ടിട നിർമാണ മേഖലയിലായിരുന്നു. പുതിയ പല തത്വങ്ങളും ആശയങ്ങളും പരിപാടികളും ആവിഷ്കരിച്ച് ആ മേഖലയിൽ ഞങ്ങൾ പുതിയ ഒരു സംവിധാനം കൊണ്ടുവന്നു- സമഗ്രമായ ഒരു സംവിധാനം. അങ്ങനെ, താളം തെറ്റിയ ആ മേഖലയിലെ വളർച്ച വീണ്ടെടുത്തു.

തൊഴിലാളികളെ സംഘടിപ്പിച്ചതും അവരുടെ വീര്യം വളർത്തിയെടുത്തതും എങ്ങനെയാണെന്നോ? പ്രത്യേക പരിശീലനം ലഭിച്ച നിർമാണത്തൊഴിലാളികളുടെ ബ്രിഗേഡുകൾ (സൈനിക ദളം പോലുള്ള സന്നദ്ധസംഘങ്ങൾ) ഉണ്ടാക്കി. ആ പണി അവരെ ഏൽപ്പിച്ചു. നിർമാണ മേഖലയിൽ ഒരു പുതിയ അനുഭവമായിരുന്നു അത്. നല്ല ഫലമുണ്ടായി. അത്തരം സന്നദ്ധസംഘങ്ങൾ ഉൽപ്പാദനക്ഷമത ഇരട്ടിയും മൂന്നിരട്ടിയും നാലിരട്ടിയുമാക്കി ഉയർത്തി.

പദ്ധതികളൊക്കെ വേഗം പൂർത്തിയാവാൻ തുടങ്ങി. മുമ്പൊക്കെ ഒരു പരിപാടിയും അവസാനിക്കലില്ലായിരുന്നു- കാരണം, മണ്ണുകോരലും ഇഷ്ടികവെക്കലുമൊക്കെ പണി എളുപ്പമാണ്, പണം ഏറെ കിട്ടുകയും ചെയ്യും. (അത്തരം പല പണികളും യന്ത്രങ്ങളാണ് ചെയ്യുന്നത് എന്നതുകൊണ്ട് ഉൽപ്പാദനക്ഷമത കൂടും); നേരെ മറിച്ച്, മിനുക്കുപണി കൈകൊണ്ടുതന്നെ വേണം, സാവധാനത്തിലേ പുരോഗമിക്കൂ, ഉൽപ്പാദനക്ഷമത കുറവാണ്, അതുകൊണ്ട് വരുമാനവും കുറവാണ്. അങ്ങനെ പണി ഇഴഞ്ഞിഴഞ്ഞുപോകും.

ആ പഴയ സംവിധാനം പലതരം അനർഥങ്ങൾക്കും കാരണമായി–പണിതീരാത്ത, അത്യാവശ്യ സൗകര്യങ്ങളൊന്നുമില്ലാത്ത പട്ടണങ്ങളും അപൂർണമായ പദ്ധതികളുമൊക്കെയായിരുന്നു അതിന്റെ ഫലം. അങ്ങനെ, ഇറക്കുമതി ചെയ്യപ്പെട്ട ആ സംവിധാനം നടപ്പിലാക്കിയതുകൊണ്ട്, ഞങ്ങൾ തുടങ്ങിവെച്ച ഒട്ടേറെ പരിപാടികൾ പ്രതിസന്ധിയിലായിപ്പോയി–അണക്കെട്ടുകൾ, സ്കൂളുകൾ, റോഡുകൾ, ക്ഷീരോൽപ്പന്ന വ്യവസായശാലകൾ....എല്ലാം.

തോമസ് ബോർഗെ: *എന്നിട്ട്, അത്തരം അടിയന്തര പ്രശ്നങ്ങൾ എങ്ങനെയാണ് പരിഹരിച്ചത്?*

കാസ്ട്രോ: മുതലാളിത്തവ്യവസ്ഥയുടേതായ അത്തരം സംവിധാനങ്ങൾ ഞങ്ങൾ മാറ്റിയെടുത്തു - വ്യവസായ സംരംഭകരുടെ താൽപര്യങ്ങൾക്കനുകൂലമായിട്ടാണല്ലോ ആ വ്യവസ്ഥ. മുതലാളിത്ത സംവിധാനത്തിലൂടെ സോഷ്യലിസം കെട്ടിപ്പടുക്കാം എന്ന വ്യാമോഹമായിരുന്നു അതിനു പിന്നിൽ. പക്ഷേ, സോഷ്യലിസം യഥാർഥത്തിൽ, ചെയ്യാനുള്ള കാര്യങ്ങളെ സമഗ്രമായി കാണുകയും അതിനനുസരിച്ച് ആസൂത്രണം ചെയ്യുകയുമാണ് വേണ്ടത്.

ഞങ്ങൾ തെറ്റു തിരുത്താൻ തുടങ്ങി- പ്രതിബന്ധങ്ങളൊക്കെ തട്ടിമാറ്റാനും തെറ്റായ നയങ്ങളൊക്കെ തിരുത്താനും തുടങ്ങി. വ്യവസായ സംരംഭകരുടെ താൽപര്യത്തെക്കാൾ പ്രധാനം രാജ്യത്തിന്റെ താൽപര്യമാണ് എന്ന തത്വം ഞങ്ങൾ സ്ഥാപിച്ചെടുത്തു. ഒരു വ്യവസായസംരംഭത്തിനെ സംബന്ധിച്ചിടത്തോളം ചിലപ്പോൾ പെസോവിൽ പ്രതിഫലം കിട്ടുന്നതിനെക്കാൾ സൗകര്യം അത് ഡോളറിൽ കിട്ടുന്നതാവും- ഡോളർ കൊടുത്ത് ഒരു കപ്പൽ വാടകക്കെടുക്കുന്നതാവും, പെസോ കൊടുത്ത് ഞങ്ങളുടെ കപ്പൽ തന്നെ ഉപയോഗിക്കുന്നതിനെക്കാൾ സൗകര്യം അത് ഒരു പ്രത്യേക വ്യവസായ സ്ഥാപനത്തിന്റെ താൽപ്പര്യത്തിന് അനുകൂലമായേക്കാമെങ്കിലും രാജ്യത്തിന്റെ താൽപര്യത്തിനു നിരക്കാത്തതാണ്. നിലവിലിരുന്ന വ്യവസ്ഥയെ അപ്പാടെ തകിടം മറിക്കാതെ, പരിഷ്കാരങ്ങളുടെ ഒരു ശൃംഖലതന്നെ ഞങ്ങൾക്ക് സൃഷ്ടിച്ചെടുക്കേണ്ടതുണ്ടായിരുന്നു. ഞങ്ങളുടേതുമാത്രമായ, തനതായ, ഒരു പുത്തൻ വ്യവസ്ഥ ഒന്നോ രണ്ടോ മാസത്തിനുള്ളിൽ രൂപപ്പെടുത്തിയെടുക്കുക എളുപ്പമല്ലല്ലോ. ഉള്ള വ്യവസ്ഥയിന്മേൽ ചെറിയ ചെറിയ ചെപ്പടി വിദ്യകൾ നടത്തി ശരിപ്പെടുത്താനും പറ്റില്ല. എന്നാലും, ഞങ്ങൾ ഒരു പുതിയ വ്യവസ്ഥയുടെ അടിത്തറ രൂപപ്പെടുത്തുകയായിരുന്നു. 1975-നുശേഷം ഞങ്ങളുടെ നാട്ടിൽ നിലവിലുണ്ടായിരുന്ന സംവിധാനത്തിന്റെ പല വശങ്ങളും പരിഷ്കരിച്ചെടുക്കുകയായിരുന്നു.

പല മേഖലകളിലും ഞങ്ങൾക്ക് അഭിമുഖീകരിക്കേണ്ടിവന്ന പ്രശ്നങ്ങളെക്കുറിച്ച് ഞാൻ പറഞ്ഞുവല്ലോ. ഞങ്ങളുടെ പ്രവർത്തനങ്ങൾ മെച്ചപ്പെടാൻ തുടങ്ങി. രണ്ടുമൂന്നു വർഷത്തിനുള്ളിൽ ഞങ്ങളുടെ ജലവിതരണ പദ്ധതികൾക്ക് വ്യക്തമായ രൂപമായി- അണക്കെട്ടുകളും കനാലുകളും മറ്റു ജലസേചന സൗകര്യങ്ങളുമൊക്കെ അദ്ഭുതകരമാംവിധം വളർന്നു. അതിന്റെ കൂടെത്തന്നെ കേന്ദ്രീകൃത ജലസേചനത്തിനു വേണ്ടിയുള്ള ഉപകരണങ്ങൾ സ്ഥാപിച്ചു. ഇപ്പോൾ ആ ഫാക്ടറി പ്രതിവർഷം 1000 ഉപകരണങ്ങൾ ഉണ്ടാക്കുന്നുണ്ട്. ജലവിതരണത്തോടു ബന്ധപ്പെട്ടു തന്നെ പല വ്യവസായ സ്ഥാപനങ്ങളും ഞങ്ങൾ വളർത്തിയെടുത്തു.

കരിമ്പു കൃഷി ചെയ്യുന്ന നിലങ്ങൾക്ക് പാകത്തിൽ, തടമെടുത്ത് ജലസേചനം നടത്തുന്ന ഒരു സംവിധാനം ഞങ്ങൾ വളർത്തിയെടുത്തു. അത്തരത്തിലുള്ള ജലസേചന സംവിധാനം നിർമ്മിക്കാനായി ഇരുന്നൂറിലേറെ സന്നദ്ധസേനാവിഭാഗങ്ങൾക്ക് രൂപം കൊടുത്തു. വലിയൊരു സാങ്കേതിക വിപ്ലവമായിരുന്നു അത്.

നെൽകൃഷി ചെയ്യാൻ പാകത്തിൽ പടവുകളുണ്ടാക്കാൻ കുറെയേറെ സന്നദ്ധസംഘങ്ങളുണ്ടാക്കി. ഇത്തരം സംവിധാനങ്ങൾ

കാരണം കരിമ്പുൽപ്പാദനവും നെല്ലുൽപ്പാദനവും ഇരട്ടിയായി. ഇങ്ങനെയുള്ള സന്നദ്ധസംഘങ്ങൾക്കു രൂപം കൊടുക്കുകയും അവയ്ക്കെല്ലാം വേണ്ടത്ര ഉപകരണങ്ങൾ നൽകി അവയെ പ്രവർത്തനക്ഷമമാക്കുകയും ചെയ്തിട്ട് ഇപ്പോൾ വർഷം ഏറെയായി.

കുറെയേറെ ഉപകരണങ്ങൾ ഞങ്ങൾ ക്യൂബയിൽതന്നെ യുണ്ടാക്കുന്നുണ്ട്- ബുൾഡോസറുകളും ട്രക്കുകളും മണ്ണുമാന്തി യന്ത്രങ്ങളും ഒക്കെ. ഭക്ഷ്യോൽപ്പാദനപദ്ധതിയോടു ബന്ധപ്പെട്ട നിർമാണ പ്രവർത്തനങ്ങളും മറ്റു മേഖലകളിലെ നിർമാണ പ്രവർത്തനങ്ങളും ഏറെ വളർന്നിരിക്കുന്നു.

ഞങ്ങൾ ഇങ്ങനെയൊക്കെ പുരോഗമിക്കുന്നതിനിടയ്ക്കാണ്, തോമസ്, ആ കൊടും വിപത്തു സംഭവിച്ചത്.

തോമസ് ബോർഗെ: *എന്നിട്ടെന്തുണ്ടായി?*

കാസ്ട്രോ: ഹവാനയിലെ പല പദ്ധതികളും ഏതാണ്ട് പൂർത്തീകരിച്ചിരുന്നു. അവിടെ, രണ്ടുവർഷംകൊണ്ട് 110 ശിശു കേന്ദ്രങ്ങളുണ്ടാക്കി. ഞങ്ങൾ ആ പദ്ധതിയുടെ പണി ആരംഭിച്ച കാലത്ത് 19,000 കുഞ്ഞുങ്ങൾക്കുള്ള സംവിധാനമാണ് ആവശ്യമുണ്ടായിരുന്നത്, രണ്ടു വർഷത്തിനുള്ളിൽ പണിതീർന്നപ്പോഴാകട്ടെ 24,000 കുട്ടികൾക്കുള്ള സംവിധാനമായി.

ഹവാനയിൽ, വികലാംഗരായ കുട്ടികൾക്കുള്ള 24 പ്രത്യേക സ്കൂളുകൾ വേണമായിരുന്നു. 2.5 വർഷംകൊണ്ട് അവയുടെ പണി പൂർത്തിയാക്കി. എല്ലാവിധ സജ്ജീകരണങ്ങളോടും കൂടിയ, ആവശ്യമുള്ളത്ര പോളിക്ലിനിക്കുകളും ഹവാനയിൽ നിർമിച്ചു. പല ഭാഗങ്ങളിലായി, ആയിരക്കണക്കിന് കുടുംബ ഡോക്ടർമാരെ വിന്യസിക്കാനുള്ള സൗകര്യങ്ങളും അവർക്കുള്ള വീടുകളും സജ്ജമായി-അങ്ങനെ, ആ കാലയളവിൽ കുടുംബ ഡോക്ടർമാർ എന്ന സംവിധാനത്തിനു തന്നെ വളരെയേറെ പ്രചാരം നൽകി.

അന്ന് ഞങ്ങളുടെ സർവകലാശാലകൾ മിക്കതും പഴക്കമുള്ള, അപര്യാപ്തമായ, കെട്ടിടങ്ങളിലായിരുന്നു പ്രവർത്തിച്ചിരുന്നത്. അവയ്ക്കൊക്കെ ഭേദപ്പെട്ട കാമ്പസുകൾ നിർമിക്കാൻ ഒരു പരിപാടിക്ക് ഞങ്ങൾ രൂപം കൊടുത്തു. അതുപോലെ, കുറെ തൊഴിൽ വിദ്യാഭ്യാസ സ്ഥാപനങ്ങൾക്കും.

ഹവാനയിൽ അത്തരം പല പദ്ധതികളും പൂർത്തീകരിച്ചിരുന്നു. കെട്ടിടനിർമാണ പ്രവർത്തനങ്ങൾക്ക് ഇവയെല്ലാം ഏറെ സഹായകമായി. ഹവാനയിൽ മാത്രം പ്രതിവർഷം 20,000 മുതൽ 25,000 വരെ വീടുകൾ നിർമിക്കാനുള്ള അസംസ്കൃത വിഭവങ്ങൾക്ക് ഞങ്ങൾ അടിത്തറപാകിയിരുന്നു- നാടിന്റെ മറ്റു ഭാഗങ്ങൾ 80,000 മുതൽ 1,00,000 വരെ വീടുകൾക്കും. മറ്റുനാടുകളിൽ സോഷ്യലിസം കെട്ടിപ്പടുക്കാൻ ഉപയോഗിച്ചിരുന്ന ആ സംവിധാനം ഇവിടെ

പകർത്തിയപ്പോൾ ഞങ്ങൾക്കു കൈമോശം വന്നുപോയ 'മിനി ബ്രിഗേഡുകൾ' ഞങ്ങൾ പുനരാവിഷ്കരിച്ചു.

സോഷ്യലിസ്റ്റ് ചേരിയുടെ പതനവും, അതിന്റെ തൊട്ടുപിന്നാലെ സംഭവിച്ച സോവിയറ്റ് യൂണിയന്റെ നാശവും സംഭവിച്ച കാലത്ത് ഞങ്ങളുടെ ഇത്തരം പരിപാടികളൊക്കെ പ്രാവർത്തികമായി വരികയായിരുന്നു. ഏറെ സങ്കടപ്പെട്ടുകൊണ്ടാണെങ്കിലും, ഒരു പുതിയ മുൻഗണനാക്രമങ്ങളുണ്ടാക്കാനും "സമാധാനകാലത്ത് ഒരു പ്രത്യേകഘട്ടം" എന്ന ഒരു പരിപാടിക്ക് രൂപം കൊടുക്കാനും ഞങ്ങൾ നിർബന്ധിതരായി. ഒരു യുദ്ധത്തിന്റെ പ്രത്യേക ഘട്ടത്തിൽ എങ്ങനെ പരിപാടികളാവിഷ്കരിക്കണം എന്നതിന് ഒരു രൂപം കുറെ വർഷങ്ങൾക്കുമുമ്പ്, റീഗൻ ഒരു യുദ്ധഭീഷണിയുയർത്തിയ കാലത്ത്, ഞങ്ങൾ നടപ്പാക്കിയിരുന്നു. ആ ഭീഷണി ഒരു നാവിക ഉപരോധത്തിന്റെ രൂപത്തിലായിരുന്നു- ഞങ്ങളുടെ നാട്ടിലേക്ക് ഒന്നും വരാതാക്കിയ ഒരു ഉപരോധം. അത്തരം ഒരു പരിതഃസ്ഥിതിയിൽ എന്തുചെയ്യണം, എങ്ങനെ പിടിച്ചു നിൽക്കണം എന്നതായിരുന്നു അന്നു ഞങ്ങൾ ആവിഷ്കരിച്ച പദ്ധതിയുടെ രൂപം. അന്ന്, യുദ്ധകാലത്തേക്ക് ഒരു പ്രത്യേക പരിപാടിയുണ്ടാക്കിയശേഷം, ഞങ്ങൾ സമാധാനകാലത്തേക്കും ഒരു പ്രത്യേക പരിപാടിയുണ്ടാക്കിയിരുന്നു- ഒരു നാവിക ഉപരോധമില്ലെങ്കിലും, വളരെ പരിമിതമായ വിഭവശേഷിയേ ഉള്ളു എങ്കിൽ എങ്ങനെ കഴിഞ്ഞുകൂടാം എന്ന മട്ടിൽ ഒരു പരിപാടി. മുമ്പു ഞങ്ങൾക്കു കിട്ടിക്കൊണ്ടിരുന്ന ഇന്ധനത്തിന്റെ 50 ശതമാനം കൊണ്ടാണ് ഞങ്ങൾ ഇന്നു കഴിഞ്ഞുകൂടുന്നത്. യുദ്ധത്തിന്റേതായ ഒരു കാലഘട്ടമല്ലെങ്കിലും ഞങ്ങളെ സംബന്ധിച്ചിടത്തോളം ഇതും ഒരു പ്രത്യേക കാലഘട്ടമാണ്.

ഞങ്ങൾ തീരുമാനിച്ചതെന്താണെന്നോ? ഈ പ്രത്യേക കാലഘട്ടത്തിൽ, ഉറച്ചുനിൽക്കും എന്നു മാത്രമല്ല, വളർച്ചയുമുണ്ടാക്കും എന്നു തീരുമാനിച്ചു. അത്യാവശ്യമല്ലാത്ത ഉൽപ്പാദനങ്ങളൊക്കെ ആകാവുന്നത്ര കുറയ്ക്കും. സാമൂഹ്യക്ഷേമത്തിനുവേണ്ടിയുള്ള പ്രവർത്തനങ്ങൾ മരവിപ്പിക്കേണ്ടിവന്നേക്കും- വീടുകളും ശിശുകേന്ദ്രങ്ങളും സ്പെഷൽ സ്കൂളുകളും തൊഴിലധിഷ്ഠിതവിദ്യാലയങ്ങളും സർവകലാശാലാ കാമ്പസുകളും ഒക്കെ നിർമിക്കുന്നത് തൽക്കാലം നിർത്തിവെക്കേണ്ടിവരും. തൊഴിലധിഷ്ഠിതവിദ്യാലയങ്ങൾ പോലെ ചില സ്ഥാപനങ്ങൾ കുറഞ്ഞതോതിലെങ്കിലും നിലനിർത്താൻ ഞങ്ങൾ ശ്രമിച്ചെങ്കിലും, ഏറെ പ്രതീക്ഷയർപ്പിച്ച മറ്റു പല സാമൂഹ്യക്ഷേമ പദ്ധതികളും നിർത്തലാക്കേണ്ടിവന്നു.

ഒരു കാര്യം ഞങ്ങൾക്ക് ഉറപ്പുണ്ടായിരുന്നു. ഞങ്ങൾ അതുവരെ വികസിപ്പിച്ചെടുത്ത സൗകര്യങ്ങൾ കൊണ്ടുതന്നെ ഞങ്ങളുടെ വിദ്യാഭ്യാസ മേഖല പ്രതിവർഷം മുന്നേറിക്കൊണ്ടിരിക്കും. അന്നു

തന്നെ, 30,000 അധ്യാപകർ ഞങ്ങൾക്കുണ്ടായിരുന്നു. ആയിരക്കണക്കിന് അധ്യാപകരെ ഉപരിപഠനത്തിനു നിയോഗിച്ചാൽത്തന്നെ, അവർക്കു പകരം ക്ലാസെടുക്കാൻ പാകത്തിൽ അധ്യാപകരുടെ ഒരു കരുതൽ പടയുണ്ടായിരുന്നു. അതുപോലെ, ആരോഗ്യമേഖലയും പുരോഗമിച്ചുകൊണ്ടിരിക്കുമെന്ന് ഉറപ്പായിരുന്നു. അതിനുപാകത്തിലുള്ള മാനവശേഷിയും ഞങ്ങൾ വികസിപ്പിച്ചെടുത്തിരുന്നു- പുതുതായി പുറത്തിറങ്ങുന്ന വൻ ശാസ്ത്രപുരോഗതിയുടെ സഹായത്തോടെ കൂടുതൽ മെച്ചപ്പെട്ട സേവനമാണ് കാഴ്ചവെച്ചിരുന്നത്. അതുകൊണ്ട് സാമൂഹ്യക്ഷേമ പ്രവർത്തനങ്ങൾ നിർത്തിവെക്കാൻ ഞങ്ങൾ നിർബന്ധിതരായെങ്കിലും ആരോഗ്യം, വിദ്യാഭ്യാസം, കാർഷികമേഖല, സാംസ്കാരിക മേഖല എന്നിവയിലൊന്നും പറയത്തക്ക ക്ഷതം സംഭവിച്ചില്ല.

ഭവനനിർമാണ പ്രവർത്തനവും ഏറെക്കുറെ നിർത്തിവയ്ക്കേണ്ടി വന്നു. തീരെ നിർത്തിവെച്ചു എന്നല്ല: പുതുതായി നിർമിക്കുന്ന വീടുകൾ കൂടുതൽ തന്ത്രപ്രധാനമായ സ്ഥലങ്ങളിലാവണമെന്നു തീരുമാനിച്ചു-കൃഷിക്കാരുടെ കൂട്ടായ്മകൾക്കുവേണ്ടിയും സ്ഥിര തൊഴിലാളികൾക്കുവേണ്ടിയുമൊക്കെ ഏറെ മുൻഗണന നൽകേണ്ട പദ്ധതികൾക്കും ഭവനനിർമാണത്തിന്റെ ആവശ്യമുണ്ടാവും. പക്ഷേ, പൊതുവെ പറഞ്ഞാൽ, തുടക്കത്തിലുണ്ടായിരുന്ന ഒരു ലക്ഷ്യമുണ്ടല്ലോ-10000 വീടുകൾ എന്ന ലക്ഷ്യം. അത് വളരെയേറെ വെട്ടിച്ചുരുക്കേണ്ടിവന്നു- ഞങ്ങൾ ചെയ്യാനുദ്ദേശിച്ചതിന്റെ ഏതാണ്ട് 20 ശതമാനം മാത്രമേ ചെയ്യാൻ കഴിയു എന്ന അവസ്ഥയായി.

അങ്ങനെ വലിയ വലിയ സാമൂഹ്യപ്രശ്നങ്ങൾ പരിഹരിക്കാൻ ഞങ്ങൾ തയ്യാറാവുന്ന സമയത്താണ് അത്തരം ഒരു അവസ്ഥാവിശേഷമുണ്ടായത്. “ശരി, തൽക്കാലം സാമൂഹ്യക്ഷേമപരിപാടികൾ നിർത്തിവെക്കുക, അത്യാവശ്യമുള്ളതൊഴിച്ച് ബാക്കി സാമ്പത്തിക പരിപാടികളും വെട്ടിച്ചുരുക്കുക. വേറെ ഗതിയില്ല!” എന്ന് ഞങ്ങൾ തീരുമാനിച്ചു. ഗൃഹോപകരണങ്ങൾ വിതരണം ചെയ്യുന്ന പരിപാടി നിർത്തലാക്കി- വിദ്യുച്ഛക്തി ഉൽപ്പാദിപ്പിക്കാൻ വേണ്ടത്ര ഇന്ധനമില്ലെങ്കിൽ പിന്നെ എയർകണ്ടീഷനോ ടിവിയോ ഒക്കെ കൊടുക്കുന്നതിന് അർഥമില്ലല്ലോ.

1991-ൽ ഞങ്ങളുടെ നാടിന് സോവിയറ്റ് യൂണിയനുമായി ഒരു വ്യാപാരക്കരാർ നിലവിലുണ്ടായിരുന്ന കാലത്ത്, അവർ ഞങ്ങൾക്ക് ഒരു ടൺ പഞ്ചസാരയ്ക്ക് 500 റൂബിൾ തന്നുകൊണ്ടിരുന്നു, 10 മില്യൺ ടൺ പെട്രോളിയവും തരാനിരിക്കുകയായിരുന്നു-അതു മുഴുവൻ അവർക്കു തരാൻ കഴിഞ്ഞില്ല.

പലതും വെട്ടിക്കുറക്കേണ്ടിവന്നു, തോമസ്. എന്നാലും അത്യാവശ്യം വേണ്ട പല പദ്ധതികളും ഞങ്ങൾ നിലനിർത്തുക തന്നെ ചെയ്തു. ബയോടെക്നോളജി, ഔഷധനിർമാണ വ്യവ

സായം, വൈദ്യോപകരണങ്ങളുണ്ടാക്കുന്ന വ്യവസായം എന്നിവ യൊക്കെ നല്ല വേഗതയിൽ പുരോഗമിക്കുന്നുണ്ട്. അതുപോലെ തന്നെ ടൂറിസവും. ഭക്ഷ്യോൽപ്പാദനമാണ് ഏറ്റവുമധികം പരിഗണന കിട്ടുന്ന മേഖല. ഭക്ഷ്യോൽപ്പാദന പദ്ധതികൾക്ക് ഞങ്ങൾ അത്രയ്ക്ക് മുൻഗണന നൽകുന്നുണ്ടെങ്കിലും അണക്കെട്ടുകളും കനാലുകളും ജലസേചനസൗകര്യങ്ങളുമൊക്കെ വികസിപ്പിക്കുന്ന കാര്യത്തിലും, കരിമ്പു കൃഷിക്കും നെൽക്കൃഷിക്കുമൊക്കെ കൊടുത്തിരുന്ന എഞ്ചിനീയറിങ്ങ് സംവിധാനത്തിലും ഏറെ പരിമിതികളുണ്ടായിരുന്നു. പദ്ധതികളൊക്കെ പുനഃക്രമീകരിച്ച്, ഭക്ഷ്യോൽപ്പാദനത്തിന് ആക്കം കൂട്ടാൻ പാകത്തിൽ കുറെക്കൂടി ഇന്ധനവും ഊർജവും നേടാൻ ഞങ്ങൾ ശ്രമിച്ചുകൊണ്ടിരുന്നു. ശാസ്ത്ര സാങ്കേതിക മേഖലയും പുരോഗമിച്ചുകൊണ്ടിരുന്നു. ഈ കാലഘട്ടത്തിൽ ഞങ്ങളുടെ വളർച്ചയുടെ നെടും തൂണുകളാ യിരുന്നു ഈ മേഖലകളൊക്കെ.

തോമസ് ബോർഗെ: *നിങ്ങളുടെ സാമ്പത്തിക വളർച്ചയിൽ വിദേശനിക്ഷേപത്തിനും സാങ്കേതികവിദ്യക്കും കാര്യമായ പങ്കാളിത്തം നൽകാൻ തുടങ്ങിയത് എന്നു മുതൽക്കാണ്?*

കാസ്ട്രോ: വിദേശവിഭവങ്ങൾ തേടി കണ്ടുപിടിക്കാൻ വേണ്ടി ഞങ്ങൾ പല മാർഗങ്ങളും സ്വീകരിച്ചു. ടൂറിസം വികസനം പോലുള്ള ചില പദ്ധതികൾ വിദേശ മൂലധനത്തിന്റെ കൂടി സഹായത്തോടെയാണ് നടപ്പിലാക്കിയത്. ഞങ്ങളുടെ പക്കൽ വേണ്ടത്ര മുടക്കുമുതലോ സാങ്കേതിക വിദ്യയോ വിപണന സൗകര്യമോ ഇല്ലാത്ത മേഖലകളിലാണ് വിദേശ നിക്ഷേപത്തി നുള്ള സൗകര്യമൊരുക്കിക്കൊടുത്തത്– ടൂറിസം മേഖലയിൽ മാത്രമല്ല, മൂലധനത്തിന്റെയും സാങ്കേതിക വിദ്യയുടേയും വിപണനത്തിന്റെയും പരിമിതികളുള്ള മറ്റു മേഖലകളിലും.

അതു മാത്രമല്ല, വിപണിയോ സാങ്കേതിക വിദ്യയോ മൂലധനമോ ഏതെങ്കിലും ഒരു മേഖലയിൽ സഹായിക്കാൻ തയ്യാറുള്ളവരുമായും ഞങ്ങൾ ബന്ധം വെച്ചു – ചിലപ്പോൾ അത് കയറ്റുമതി വർധിപ്പിക്കാൻ സഹായിക്കും. ചിലപ്പോൾ അത്യാ വശ്യനിക്ഷേപങ്ങളുടെ ചെലവു കുറയ്ക്കാനായിരിക്കും. ആകാവു ന്നത്ര ഞങ്ങളുടെ തന്നെ വിഭവങ്ങൾ ഞങ്ങൾ പരമാവധി ഉപയോഗി ക്കാൻ ശ്രമിച്ചെങ്കിലും, പല മേഖലകളിലും പല ഫാക്ടറികളിലും വിദേശനിക്ഷേപത്തിനുള്ള സാധ്യതകളും ഞങ്ങൾ ആരാഞ്ഞു കൊണ്ടിരുന്നു – ചിലപ്പോൾ ഒരു സംരംഭത്തിന്റെ ഉടമസ്ഥത തന്നെ വിട്ടുകൊടുക്കും. ചിലപ്പോൾ വ്യാപാരക്കരാറുകൾ മാത്രമേ ഉണ്ടാവൂ. ഓരോ സന്ദർഭത്തിലും ഏറ്റവും അഭികാമ്യമായ പങ്കാളിത്തം ഏതു രൂപത്തിലാവാം എന്ന കാര്യത്തിൽ ഞങ്ങൾ

വളരെ ശ്രദ്ധാലുക്കളായിരുന്നു. ഞങ്ങൾക്ക് വേണ്ടത്ര മൂലധനമോ വിദേശവിപണികളോ ഉണ്ടായിരുന്നില്ല എന്നതാണ് യാഥാർഥ്യം.

തോമസ് ബോർഗെ: *പെട്രോളിയം പോലെ, അല്ലേ?*

കാസ്ട്രോ: അതെ, പെട്രോളിയം ഒരു ഉദാഹരണമാണ്. ആഴക്കടലിൽ പെട്രോളിയത്തിനുവേണ്ടി ഉദ്ഖനനം നടത്താൻ വേണ്ട മുടക്കുമുതലോ സാങ്കേതികവിദ്യയോ ഞങ്ങൾക്കില്ലായിരുന്നു. അതുകൊണ്ട് ഞങ്ങൾക്ക് ഈ മേഖലയിൽ വിദേശ കമ്പനികളുടെ പങ്കാളിത്തം തേടേണ്ടിവന്നു- അതല്ലെങ്കിൽ, ഇന്ധനത്തിന്റെ ആഭ്യന്തരോൽപ്പാദനം വർധിപ്പിക്കാനുള്ള മോഹം തന്നെ കൈവെടിയുക എന്നതായിരുന്നു സ്ഥിതി. വേറെ പോംവഴിയില്ലായിരുന്നു.

മുൻകാലങ്ങളിൽ ഞങ്ങൾ സോവിയറ്റ് യൂണിയന്റെ സഹായ സഹകരണങ്ങളോടുകൂടി എണ്ണ നിക്ഷേപങ്ങൾ കണ്ടുപിടിക്കുകയും എണ്ണക്കിണറുകൾ കുഴിക്കുകയും ചെയ്തിട്ടുണ്ട്. ഇപ്പോൾ സോവിയറ്റ് സഹകരണമോ വിഭവങ്ങളോ സാങ്കേതിക വിദ്യയോ കിട്ടാതായി. വിദേശ നിക്ഷേപകരുമായി കൂട്ടുകൂടുകയേ വഴിയുള്ളു എന്നായി.

ഇത്തരം സ്ഥിതിവിശേഷം ഉള്ള ഇടങ്ങളിലൊക്കെ ഞങ്ങൾ സംശയിച്ചുനിൽക്കാതെ വിദേശപങ്കാളിത്തം സ്വാഗതം ചെയ്തു. എവിടെയെല്ലാം അത്തരം പങ്കാളിത്തത്തിന്റെ ആവശ്യമില്ല എന്നും ഞങ്ങൾക്ക് വ്യക്തമായും അറിയാമായിരുന്നു. കാർഷിക സംരംഭങ്ങൾക്കോ പഞ്ചസാരമില്ലുകൾ നടത്താനോ, അങ്ങനെയുള്ള മേഖലകളിലൊന്നും ഞങ്ങൾക്ക് വിദേശപങ്കാളിത്തം ആവശ്യമില്ല. ആഭ്യന്തര ഉപഭോഗത്തിനാവശ്യമായ വസ്തുക്കളുടെ ഉൽപ്പാദനം ഞങ്ങൾ കണിശമായും ഞങ്ങളുടെ വിഭവങ്ങളെക്കൊണ്ട് ക്യൂബൻ സംരംഭങ്ങളിലൂടെത്തന്നെ നിലനിർത്തി.

വേണ്ട മട്ടിൽ ഒരു വിപണന ശൃംഖല ഞങ്ങൾക്ക് ഇല്ലാതിരുന്നതുകൊണ്ട്, ധാരാളം വിപണന സാധ്യതയുള്ള കൃഷികളുടെ മേഖലയിലും ഞങ്ങൾ വിദേശ പങ്കാളിത്തം പ്രോത്സാഹിപ്പിച്ചു. വ്യാപാരപങ്കാളിത്തമാണ് അത്തരം മേഖലകളിൽ സ്വീകരിച്ചത്. ഞങ്ങൾക്കാവശ്യമായ മുടക്കുമുതലോ ഉപകരണങ്ങളോ വിത്തോ വളമോ ഒക്കെ തന്ന് വിദേശ കമ്പനികൾക്ക് പങ്കാളിത്തം നേടാം- കയറ്റുമതിയിൽ നിന്നു കിട്ടുന്ന വരുമാനത്തിൽ നിന്ന് ലാഭത്തിന്റെ ഒരു വിഹിതം അവർക്ക് എടുക്കുകയും ചെയ്യാം.

എല്ലാത്തരം സാധ്യതകളെപ്പറ്റിയും വെവ്വേറെ ഞങ്ങൾ വിസ്തരിച്ചു പഠിച്ചിട്ടുണ്ട്. ഓരോ മേഖലയ്ക്കും പാകത്തിലുള്ള ചട്ടങ്ങളുണ്ടാക്കി, അവ നടപ്പിലാക്കിയിട്ടുണ്ട്, എല്ലാ കാര്യങ്ങളിലും അത്തരം പങ്കാളിത്തം ഞങ്ങൾ അനുവദിക്കാറില്ല. ചില മേഖലകളിലൊക്കെ മിക്കവാറും എല്ലാം തന്നെ ഞങ്ങളുടെ വിഭവങ്ങൾ മാത്രം

ഉപയോഗിച്ചാണ് പ്രവർത്തിക്കുന്നത്. ടൂറിസം മേഖലയിൽ പാതി ഞങ്ങളുടെ വിഭവങ്ങളും പാതി വിദേശ മൂലധനവുമാണ്. ബയോടെക്നോളജി വ്യവസായവും ഔഷധനിർമാണ വ്യവസായവും ആരോഗ്യമേഖലക്ക് ആവശ്യമായ ഉപകരണങ്ങൾ നിർമ്മിക്കുന്ന വ്യവസായവും പരിപൂർണമായും ഞങ്ങളുടെ മാത്രം വിഭവങ്ങൾകൊണ്ടാണ് നടത്തുന്നത്. ഇപ്പറഞ്ഞ മൂന്നും വളരെ തന്ത്രപ്രാധാന്യമുള്ള മേഖലകളാണ്. ശാസ്ത്രമേഖലയിലെ ഗവേഷണവും ഞങ്ങളുടെ മാത്രം വിഭവങ്ങൾ കൊണ്ടാണ്. വെറും നിലനിൽപ്പു മാത്രമല്ല ഞങ്ങളുടെ പ്രശ്നം, വളർച്ചയും കൂടിയാണ്. ഇനിയും എന്തെല്ലാം ദുരിതങ്ങളാണാവോ, എത്ര കാലത്തേക്കാണാവോ, ഞങ്ങളുടെ മേൽ അടിച്ചേൽപ്പിക്കപ്പെടുക– അതിനും ഞങ്ങൾ തയ്യാറാവണമല്ലോ.

തോമസ് ബോർഗെ: *വിഭവങ്ങളുടെ വിതരണം എങ്ങനെയാണ് ആസൂത്രണം ചെയ്തിരിക്കുന്നത്?*

കാസ്ട്രോ: ഉള്ള വിഭവങ്ങൾ എല്ലാവരുമായി പങ്കിടണമെന്നത് ഒരു തത്വമായിത്തന്നെ ഞങ്ങൾ അംഗീകരിച്ചിരിക്കുന്നു. ഒരു പൗരനും തൊഴിലില്ലാതെ വിഷമിക്കരുത്. വേണ്ടത്ര അസംസ്കൃത പദാർഥങ്ങളില്ലാത്തതുകൊണ്ട് ഒരാൾക്ക് തൊഴിൽ നൽകാൻ കഴിയാതെ വരുമ്പോൾ, അയാളെ ഞങ്ങൾ അങ്ങനെയങ്ങ് എഴുതിത്തള്ളാറില്ല. അയാൾക്ക് സാധാരണ കിട്ടാറുള്ള കൂലിയുടെ വലിയൊരു ഭാഗം കിട്ടുമെന്ന് ഉറപ്പാക്കും. തൊഴിലില്ലാതെ ഒരാളും വിഷമിച്ചു കൂടാ. ഞങ്ങളുടെ വ്യവസ്ഥയും മറ്റുള്ളവരുടെ സാമൂഹ്യസംഘട്ടനത്തിന്റേതായ വ്യവസ്ഥയും തമ്മിലുള്ള വ്യത്യാസം അതാണ്. യുഎസ്എയും ഐഎംഎഫുമൊക്കെ ശുപാർശചെയ്യുന്ന, സാമൂഹ്യസംഘർഷങ്ങളുടേതായ ആ നയമുണ്ടല്ലോ, അത് ലക്ഷക്കണക്കിൽ സ്ത്രീ പുരുഷന്മാരെ തൊഴിലും വരുമാനമില്ലാത്തവരുമായി മാറ്റുന്നു. അവരെ പട്ടിണിയിലേക്കും വറുതിയിലേക്കും തള്ളിവിടുന്നു. മനുഷ്യാവകാശങ്ങളുടെ ഏറ്റവും വലിയ ലംഘനമാണ് അത്. അത്തരമൊരു സാമൂഹ്യസംഘർഷത്തിന്റെ നയമല്ല ഞങ്ങളുടേത്. ഞങ്ങൾക്കുള്ളതെല്ലാം ഞങ്ങളെല്ലാവരും വീതം വെച്ച് പങ്കിട്ട് അനുഭവിക്കുന്നു. ജനങ്ങളുടെ പക്കൽ വേണ്ടത്ര പണമുണ്ട്. കൂലിയും പെൻഷനും മറ്റു മാർഗങ്ങളിലൂടെയുള്ള വരുമാനവുമെല്ലാം കണക്കുകൂട്ടി നോക്കുമ്പോൾ ആകെ മൊത്തമുള്ള ഉൽപ്പന്നങ്ങളുടെയും സേവനങ്ങളുടെയും ആകത്തുകയേക്കാൾ ഏറെയാണ് അത്. പക്ഷേ അതുകൊണ്ട് ജനങ്ങൾക്ക് അത്യാവശ്യവസ്തുക്കൾ കിട്ടാതെ വരില്ല. അവയുടെ വിലയും ഓരോരുത്തർക്കും കിട്ടേണ്ട അളവും നിജപ്പെടുത്തിയിരിക്കുന്നു. ഭാവിയിൽ, ഞങ്ങളുടെ അവസ്ഥ മെച്ചപ്പെടുമ്പോൾ, അത്രതന്നെ അത്യാവശ്യമല്ലാത്ത വസ്തുക്കളും ഉൽപ്പാദിപ്പിച്ച്, അവയൊക്കെ ഉയർന്ന

വിലക്കു വിറ്റ്, ആളുകളുടെ കൈയിൽ മിച്ചമുള്ള പണം പിൻവലിക്കേണ്ടിവരും. മൊത്തത്തിൽ റേഷൻ കാർഡുകളിലൂടെയല്ലാതെ സാധനങ്ങൾ വിതരണം ചെയ്യുന്ന കടകളൊക്കെ തൽക്കാലം അടച്ചിട്ടിരിക്കുകയാണ്. ഞങ്ങൾ നേരിടേണ്ടിവന്ന ആ പ്രത്യേക കാലഘട്ടത്തിലെ അവസ്ഥയിൽ അത്യാവശ്യമല്ലാത്ത സാധനങ്ങൾ കടകളിലെത്തിക്കാൻ ഞെരുക്കമായിരുന്നു- അത്തരം ചില വസ്തുക്കളൊക്കെ ഇപ്പോഴും വിൽക്കപ്പെടുന്നുണ്ടെങ്കിലും.

അങ്ങനെയൊക്കെയാണ് ഞങ്ങൾ പിടിച്ചു നിൽക്കുന്നത്. ഏറെ പരിമിതമായ വിഭവങ്ങൾകൊണ്ട് ഞങ്ങൾ എങ്ങനെ കഴിഞ്ഞു കൂടുന്നു എന്നത് ഒരു മഹാത്ഭുതം തന്നെയാണ്. മറ്റേതൊരു ലാറ്റിനമേരിക്കൻ രാജ്യത്തെക്കാളുമേറെ നിയന്ത്രണങ്ങൾ ഞങ്ങൾക്കു നടപ്പിലാക്കേണ്ടിവരുന്നുണ്ട്. മറ്റ് ഏതു ലാറ്റിനമേരിക്കൻ രാജ്യം നേരിടുന്നതിനേക്കാളേറെ വിഭവസമാഹരണത്തിന്റെ പ്രതിസന്ധികളും ഞങ്ങൾക്കുണ്ട്. എന്നിട്ടും ഞങ്ങൾ ഒരു സ്കൂളോ ആശുപത്രിയോ പോളിക്ലിനിക്കോ ആതുരസേവനങ്ങളോ മതിയാക്കിയിട്ടില്ല, നിർത്തി വെച്ചിട്ടില്ല, ജോലിയോ കൂലിയോ ഇല്ലാതെ ഒരൊറ്റ വ്യക്തിയെയും നിരാധാര നാക്കിയിട്ടില്ല.

അതു മാത്രമല്ല, ഞങ്ങളുടെ നാട്ടിലെ ഓരോ സർവകലാശാലാ വിദ്യാർഥിക്കും, ഓരോ സാങ്കേതിക വിദ്യാർഥിക്കും ഒരു ജോലിയോ സാമ്പത്തിക സഹായമോ ഞങ്ങൾ നൽകിക്കൊണ്ടിരിക്കുന്നു. ശാസ്ത്രജ്ഞരുടെയും സാങ്കേതിക വിദഗ്ധരുടെതുമായ ഒരു റിസർവുണ്ട് ഞങ്ങൾക്ക് – ആവശ്യമുള്ളപ്പോഴെല്ലാം അവരെ വിളിക്കാവുന്നതേയുള്ളു. ഞങ്ങൾ പ്രശ്നങ്ങൾ പരിഹരിക്കുന്ന, പ്രതിസന്ധികൾ തരണം ചെയ്യുന്ന, മാർഗത്തിലുള്ള വ്യത്യാസം നോക്കു.

ഞങ്ങൾ നടപ്പിലാക്കുന്നത്ര നിയന്ത്രണങ്ങൾ മറ്റ് ഒരു രാജ്യത്തിനും നടപ്പിലാക്കേണ്ടിവന്നിട്ടുണ്ടാവില്ല. ഞങ്ങൾക്ക് ഇത് എങ്ങനെ സാധിക്കുന്നു? ജനങ്ങളുമായുള്ള ധാരണയും അവരുടെ സഹകരണവും ഉള്ളതുകൊണ്ടുതന്നെ. ഈ പരിപാടികളൊക്കെ ഞങ്ങൾ എങ്ങനെ നടത്തിക്കൊണ്ടുപോകുന്നു? ജനങ്ങളുടെ സഹകരണത്തോടെ. നമ്മുടെ യാത്രകളിലൊക്കെ താങ്കൾ അത് കണ്ടതാണല്ലോ.

10

ആരോഗ്യരംഗത്തെ മുന്നേറ്റങ്ങൾ

ആയിരത്തി തൊള്ളായിരത്തി എൺപത്തി ഒന്നിനുശേഷം ക്യൂബൻ ഗവൺമെന്റ് ഏറ്റവും പ്രധാനപ്പെട്ട ശാസ്ത്രീയ-സാങ്കേതിക മേഖലയായി വളർത്തിക്കൊണ്ടു വരുന്നത് ബയോ ടെക്നോളജിയാണ്. മനുഷ്യശരീരത്തിലെ ല്യൂക്കോസൈറ്റിക് ആൽഫ ഇന്റർ ഫെറോണിന്റെ ഉൽപ്പാദനത്തിൽ കൈവരിച്ച അസൂയാവഹമായ പുരോഗതിയോടെയാണ് അത് ആരംഭിച്ചത്.

ചുരുങ്ങിയകാലം കൊണ്ട് ആ ബയോ-മോളിക്യൂളിന്റെ ഉൽ പ്പാദനത്തിൽ അവർക്ക് സ്ഥിരത കൈവന്നു. വൈറസുകൾ ഉണ്ടാക്കുന്ന രോഗങ്ങളെ ചികിത്സിച്ച് ഭേദപ്പെടുത്തുന്ന പ്രക്രിയയിൽ ആ സാങ്കേതിക വിദ്യ അവർ ഉപയോഗിക്കാനും തുടങ്ങി.

1982 ജനുവരിയോടെ ക്യൂബ ഒരു ബയോളജിക്കൽ റിസർച്ച് സെന്ററിനു രൂപം നൽകി. ആ സ്ഥാപനത്തിൽ ആൽഫ-ഗാമ ഇൻർഫെറോണുകൾ ഉൽപ്പാദിപ്പിക്കാനും തുടങ്ങി.

1982 നും 86 നും ഇടയ്ക്ക് ആ സ്ഥാപനം പുതിയ രോഗനിർണയ മാർഗങ്ങൾ വികസിപ്പിച്ചെടുത്തു. ജെനറ്റിക് എൻജിനീയറിങ്ങ്, വൈറോളജി, ടിഷ്യുകൾച്ചർ, ഫെർമെന്റേഷൻ എന്നീ മേഖലകളിലും ഏറെ പുതിയ വിജ്ഞാനം നേടി.

'സെന്റർ ഫോർ ജനറ്റിക് എൻജിനീയറിങ്ങ് ആൻഡ് ബയോ ടെക്നോളജി' എന്ന സ്ഥാപനം ആരംഭിച്ചതോടെ ആധുനിക ജീവ ശാസ്ത്രത്തിന്റെ ഏറ്റവും പുതിയ സാങ്കേതിക വിദ്യ കൂടി ഉൾക്കൊള്ളാനും, അവയെ ലബോറട്ടറിതലം മുതൽ വ്യവസായതലം വരെ പ്രായോഗികമായി ഉപയോഗിക്കാനും ക്യൂബക്കു കഴിഞ്ഞു.

മനോഹരമായി പൂന്തോട്ടങ്ങളാൽ ചുറ്റപ്പെട്ട ഡസൻകണക്കിന് കെട്ടിടങ്ങളുണ്ട് ഈ ഗവേഷണ കേന്ദ്രത്തിൽ. ഏറെ പുരോഗമിച്ച വ്യാവസായിക രാജ്യങ്ങളിൽ മാത്രം ഉപയോഗിക്കുന്ന സാങ്കേതിക വിദ്യയും ഉപകരണങ്ങളുമാണ് ഇവിടെയുള്ളത്.

അതിന്റെ ഡയറക്ടറായ ഡോ.മാന്വൽ ലിമോൻഡ, ആൽബർട്ടിക്കോ ലിമോൻഡയുടെ അനുജനാണ്– അസിമോവിന്റെ ഒരു കഥാപാത്രം. അദ്ദേഹത്തിന്റെ പ്രസ്താവങ്ങളെ സ്ഥിരീകരിച്ചു കൊണ്ട് ഒരു പുഞ്ചിരിയോടെ, പച്ച യൂണിഫോം അണിഞ്ഞ ഒട്ടേറെ ചെറുപ്പക്കാർ ഞങ്ങൾക്കുചുറ്റും നിന്നിരുന്നു.

ഞാനിതൊക്കെപ്പറയുന്നത് ശരിയാണോ എന്നറിയില്ലെങ്കിലും, അവർ മീനിന്റെ വലിപ്പത്തിൽ ഏറ്റക്കുറച്ചിലുകളുണ്ടാക്കുന്നതിനെപ്പറ്റിയും പാലി നേരിട്ട് ഔഷധവീര്യം കലർത്തുന്നതിനെപ്പറ്റിയും ഒക്കെ സംസാരിച്ചു.

പ്രോട്ടീനുകൾ, ഹോർമോണുകൾ, വാക്സിനുകൾ, രോഗനിർണയമാർഗങ്ങൾ, സങ്കരസൃഷ്ടികൾ, മാതൃകാജീവികൾ, ഊർജ്ജം, ബയോമാസ്, ചെടികൾ, വളങ്ങൾ അങ്ങനെ എല്ലാ വിഷയങ്ങളെപ്പറ്റിയും പഠിച്ചുകൊണ്ട് നാന്നൂറോളം ശാസ്ത്രജ്ഞന്മാർ ഇവിടെ പ്രവർത്തിക്കുന്നു.

നാഷണൽ സയന്റിഫിക്ക് റിസർച്ച് സെന്റർ ആണ് ബയോടെക്നോളജി മേഖലയിലെ മറ്റൊരു സ്ഥാപനം. അവർ അവിടെ നിർമ്മിക്കുന്ന ഒരു വിശിഷ്ട ഔഷധമാണ് പിപിജി എന്ന ചുരുക്കപ്പേരിലറിയപ്പെടുന്ന പോളികോസനോൾ. പ്രത്യേകിച്ച് ഒരു ദൂഷ്യഫലമൊന്നും ഉളവാക്കാത്ത ഈ ഔഷധം പൊതുവെ ശാരീരികവും, പ്രത്യേകിച്ച്, ലൈംഗികവുമായ ശേഷിയിൽ അത്ഭുതാവഹമായ മാറ്റങ്ങൾ വരുത്താൻ കഴിവുള്ളതാണത്രേ. ഏറെത്താമസിയാതെ, ഇന്ന് ജനങ്ങൾ ആസ്പിരിൻ കഴിക്കുന്ന ലാഘവത്തോടെ, ഇതും ഉപയോഗിക്കാൻ തുടങ്ങുമത്രേ.

ഫിദൽ കാസ്ട്രോവിന് ബയോടെക്നോളജിയിലും ഔഷധനിർമാണ വ്യവസായത്തിലും ഏറെ ആത്മവിശ്വാസമുണ്ട്. തന്റെ നാടിന്റെ വളർച്ചക്ക് ഈ മേഖലകൾ ഏറെ സഹായകമാവുമെന്ന് അദ്ദേഹം വിശ്വസിക്കുന്നു– ഒരു പക്ഷേ പഞ്ചസാര വ്യവസായത്തേക്കാളേറെ.

ആസൂത്രണങ്ങൾക്കും ചർച്ചകൾക്കും ഔദ്യോഗിക ജോലിത്തിരക്കുകൾക്കുമൊക്കെ ഇടയ്ക്കും ഈ ക്യൂബൻ നേതാവ് തന്റെ നാട്ടിലെ ലബോറട്ടറികൾ സന്ദർശിക്കാനും അവിടത്തെ ഗവേഷണ പരിപാടികളെക്കുറിച്ച് ചോദിച്ചു മനസിലാക്കാനും തന്റെ ആശയങ്ങൾ അവിടത്തെ ശാസ്ത്രജ്ഞന്മാരുമായി പങ്കുവെക്കാനും സമയം കാണുന്നുണ്ട്.

അവിടെ ആരോഗ്യപരിപാലനത്തെപ്പറ്റി അവഗാഢമായി

പഠിച്ചുകൊണ്ടിരിക്കുന്ന ആ ശാസ്ത്രജ്ഞന്മാർ പറയുന്ന ശാസ്ത്രത്തിന്റെ അനന്തസാധ്യതകളും കെട്ടുകഥകൾപോലെ അവിശ്വസനീയതകളും നിറഞ്ഞ വസ്തുതകൾ കേട്ട് അദ്ദേഹം ഞെട്ടാറില്ല!

ടി ബി

തോമസ് ബോർഗെ: *ബയോടെക്നോളജിയിലെ ലബോറട്ടറികളിലും ഫാർമസ്യൂട്ടിക്കൽ വ്യവസായത്തിലും ഉണ്ടാകുന്ന ഏതെല്ലാം ഉൽപ്പന്നങ്ങളാണ് ഏറ്റവും പ്രധാനം?*

കാസ്ട്രോ: പ്രധാനപ്പെട്ട പലതുമുണ്ട്. അവയിൽ ചിലത് ഞങ്ങളുടെ നാട്ടിൽ മാത്രമേ ഉണ്ടാക്കുന്നുമുള്ളൂ. 'ആന്റി മെനിഞ്ജോകോസിക്-ടൈപ്പ് ബി വാക്സിൻ' ആണ് അതിലൊന്ന്. വളരെ വിശേഷപ്പെട്ട ആ മരുന്ന്, ലോകത്തിലാകെത്തന്നെ ഞങ്ങളുടെ നാട്ടിൽ മാത്രമേ ഉണ്ടാക്കുന്നുള്ളൂ.

എപ്പിഡെർമൽഗ്രോത്ത് ഫാക്ടറും ഞങ്ങൾ വികസിപ്പിച്ചെടുത്തിട്ടുണ്ട്. മറ്റ് ഒന്നു രണ്ടു ബഹുരാഷ്ട്രക്കമ്പനികളും അത് ഉണ്ടാക്കുന്നുണ്ട്. ജെനറ്റിക് എൻജിനീയറിങ്ങിലൂടെ അത് ഞങ്ങൾ വികസിപ്പിച്ചെടുത്തിട്ട് കുറച്ചുകാലമായി. തീപൊള്ളലിനൊക്കെ അത് നല്ല മരുന്നാണ്.

ജെനറ്റിക് എൻജിനീയറിങ്ങിലൂടെത്തന്നെ ഞങ്ങൾ വികസിപ്പിച്ചെടുത്ത മറ്റൊരു ഔഷധമാണ് സ്ട്രെപ്റ്റോകൈനേസ്. അത് വേറെ വിധത്തിലും ഉൽപ്പാദിപ്പിക്കാമെങ്കിലും ഞങ്ങളുടേത് കുറേക്കൂടി വിലകുറഞ്ഞതാണ്. ഹൃദയാഘാതത്തെ തടയാൻ ഏറ്റവും ഫലപ്രദമാണ് അത്-ഹൃദയാഘാതത്തെത്തുടർന്ന് ഹൃദയപേശികൾക്കു സംഭവിക്കുന്ന നാശത്തെ തടയാനും അത് ഉപകരിക്കും. വലിയൊരു നേട്ടമാണ് അത്.

ടൈപ്പ് ബി ഹെപ്പറ്റൈറ്റിസിനെതിരെയുള്ള വാക്സിനും വളരെ ഫലപ്രദമാണ്. അത്രതന്നെ പേരെടുത്തുപറയാൻ മാത്രമില്ലെങ്കിലും, വേറെയുമുണ്ട് പലതരം വാക്സിനുകൾ.

മോണോക്ളോണൽ ആന്റീബോഡികളെപ്പറ്റിയും പഠനം നടക്കുന്നുണ്ട്. അവ പെട്ടെന്ന് വളർത്തിയെടുക്കാനുള്ള ശ്രമവും. രോഗനിർണയത്തിനും ഔഷധനിർമാണത്തിനും അത് ഉപകരിക്കും. പലമാതിരി ഇന്റർഫെറോണുകൾ ഞങ്ങൾ വികസിപ്പിച്ചെടുത്തിട്ടുണ്ട്. ഇന്റാക്ഗ്ലോബിൻപോലെ, രക്തത്തിൽ നിന്നുണ്ടാക്കിയെടുക്കുന്ന ഔഷധങ്ങളും ഞങ്ങൾ വികസിപ്പിക്കുന്നു. നവജാതശിശുക്കളിലൊക്കെ രോഗപ്രതിരോധശക്തിയുണ്ടാക്കാനും രോഗങ്ങൾ സംക്രമിക്കാതിരിക്കാനും ഇന്റാക് ഗ്ലോബിൻ വളരെ ഫലപ്രദമാണ്.

കൊളെസ്റ്ററോളിനെ പ്രതിരോധിക്കാൻ പറ്റിയ ഒരു ഔഷധവും ഞങ്ങൾ വികസിപ്പിച്ചെടുത്തിട്ടുണ്ട്. പ്രകൃതിദത്തമായ ആ ഉൽപ്പന്നം

വളരെ ഫലപ്രദമാണ്- ധാരാളം സാധ്യതകളുള്ള ഒന്നാണത്. ആറ്റെറോമിക്സോൾ എന്ന പേരിലാണ് അതു വിൽക്കുന്നത്. തുടക്കത്തിൽ പിപിജി എന്നാണ് അത് അറിയപ്പെടുന്നത്. ക്യൂബയിൽ ഞങ്ങൾ അത് വ്യാപകമായി ഉപയോഗിക്കുന്നുണ്ട്. ഹൃദയസംബന്ധമായ അസുഖങ്ങളും രക്തചംക്രമണത്തോടു ബന്ധപ്പെട്ട രോഗങ്ങളും ചികിത്സിച്ചു ഭേദപ്പെടുത്താൻ അതു വളരെയേറെ ഉപകരിക്കും. വേറെയും പല സാധ്യതകളുമുണ്ട് ആ ഔഷധത്തിന്. അതൊക്കെ ഗവേഷണഘട്ടത്തിലായതുകൊണ്ട് ഏറെ വിസ്തരിക്കുന്നില്ല.

അങ്ങനെ പലമാതിരി മരുന്നുകൾ. പുതുതായി പലതും സൃഷ്ടിച്ചുകൊണ്ടിരിക്കുന്നു; പുതിയ വാക്സിനുകളും ഉൽപ്പന്നങ്ങളും അന്വേഷിച്ചുകൊണ്ടുമിരിക്കുന്നു. ഇപ്പോൾ കോളറക്കെതിരായ ഒരു വാക്സിനിന്മേലാണ് ഗവേഷണം നടക്കുന്നത്.

തോമസ് ബോർഗെ: *പി.പി.ജി എന്ന ഔഷധം ലൈംഗികോത്തേജനമുണ്ടാക്കുമെന്നു കേൾക്കുന്നു. നേരാണോ?*

കാസ്ട്രോ: ആ മേഖലയിലും പി.പി.ജിക്ക് അത്ഭുതാവഹമായ കഴിവാണ്-ജൈവഘടനയെ ആകെ മൊത്തം ബാധിക്കുന്നതുകൊണ്ട്. പ്രേമികളുടെ ഒരു ആത്മമിത്രമാണ് ആ മരുന്ന് എങ്കിലും, ആ ഉദ്ദേശ്യത്തോടെയല്ല ഞങ്ങൾ അത് മാർക്കറ്റിലെത്തിക്കുന്നത്. അതിന്റെ വിവിധ രൂപത്തിലുള്ള രോഗശമനശേഷികളെപ്പറ്റി പഠിച്ചുകൊണ്ടിരിക്കുകയാണ്. പല പരീക്ഷണങ്ങളും നടത്തിയിട്ടുണ്ട്; കുറേയേറെ വിവരങ്ങൾ ശേഖരിച്ചിട്ടുമുണ്ട്. ഏതെങ്കിലുമൊരു ലക്ഷ്യത്തോടെ നിങ്ങൾ വിവരം ശേഖരിച്ച് അപഗ്രഥിക്കാൻ തുടങ്ങുമ്പോൾ ആ പഠനം പല അനുബന്ധ പ്രശ്നങ്ങളെപ്പറ്റിയും പഠിക്കാൻ സഹായിക്കും. അതിനെപ്പറ്റിയൊന്നും ഞാൻ അധികം പറയുന്നില്ല. ഞങ്ങളുടെ ഉൽപ്പന്നം നമ്മുടെ കച്ചവട സാധ്യത വർധിപ്പിക്കാനുള്ള ഒരു പരസ്യപരിപാടിയാവരുതല്ലോ ഈ അഭിമുഖം!

എന്തായാലും ഈ ഉൽപ്പന്നത്തെപ്പറ്റി ഞങ്ങൾ വളരെയധികം പഠിച്ചിട്ടുണ്ട്. അധികമൊന്നും ഞാൻ പറഞ്ഞില്ലെന്നേയുള്ളു. അത്ഭുതാവഹമായ ഫലങ്ങളുണ്ടാക്കാൻ സാധ്യതയുള്ള ഈ മരുന്ന് ഞങ്ങൾക്ക് ഒരു തുടക്കം മാത്രം. പ്രായമായവരിൽ എന്നുവച്ചാൽ എൺപത് വയസിലേറെ ആയവരിൽ പല പരീക്ഷണങ്ങളും നടത്തി, അവയെപ്പറ്റിയൊക്കെ രേഖകളുണ്ടാക്കിയിട്ടുണ്ട്. ലഭിച്ചേടത്തോളം ഫലങ്ങൾ അത്ഭുതാവഹമാണ്.

തോമസ് ബോർഗെ: *അപ്പോൾ പിപിജി വാർധക്യജന്യമായ രോഗങ്ങൾക്കു പറ്റിയ ഒരു ഉൽപ്പന്നവുമാണ്....*

കാസ്ട്രോ: അതെ, വളരെ ശ്രദ്ധയോടെയാണ് ഞങ്ങൾ ഇതിന്റെ വിവിധ വശങ്ങളെപ്പറ്റി പഠിക്കുന്നത്. തോക്കിൽക്കടന്ന് വെടിവയ്ക്കു

കയൊന്നുമല്ല. തൽക്കാലം കൊളസ്ട്രോളിനുള്ള ഒരു ഔഷധമായിട്ടാണ് ഞങ്ങൾ ഇതു മാർക്കറ്റിലിറക്കിയിട്ടുള്ളത്. എന്നാലും, രക്തചംക്രമണത്തോടു ബന്ധപ്പെട്ട പല രോഗങ്ങൾക്കും പാകത്തിലുള്ള ഇതിന്റെ ഔഷധഗുണങ്ങളെക്കുറിച്ചും വളരെ ഫലവത്തായ ഗവേഷണങ്ങൾ നടത്തിക്കഴിഞ്ഞിട്ടുണ്ട്. ചുരുക്കത്തിൽ ഈ ഔഷധത്തിന് ഒരു വാജീകരണശക്തിയുണ്ട്. അത്രയേ ഞാൻ ഇപ്പോൾ പറയുന്നുള്ളു. താങ്കൾ അത്രയേറെ ചോദിച്ചതുകൊണ്ടാണ് ഇത്രയും പറഞ്ഞത്. ഗവേഷണം നടത്തിക്കൊണ്ടിരിക്കുന്ന കാര്യങ്ങളെപ്പറ്റി ഞങ്ങൾ അധികം വിസ്തരിക്കാറില്ല.

തോമസ് ബോർഗെ: *ശരി, എന്നാൽ മറ്റ് ഉൽപ്പന്നങ്ങളെപ്പറ്റി സംസാരിക്കാം.*

കാസ്ട്രോ: കോളറക്കു പ്രതിവിധിയായ ഒരു വാക്സിനെപ്പറ്റി പറഞ്ഞല്ലോ. അതോടു ബന്ധപ്പെട്ട ഗവേഷണം ഏതാണ്ട് അവസാനിച്ചു, താമസിയാതെ അതിന്റെ ഫലമറിയാനാവും. ആ അസുഖത്തിന് ഫലപ്രദമായ ഒരു ഔഷധം കണ്ടുപിടിക്കാമെന്ന ശുഭപ്രതീക്ഷയിലാണ് ഗവേഷകരൊക്കെ. ഇപ്പോൾ നിലവിലുള്ള മരുന്നിന് അതിന്റെ 50 ശതമാനം ഗുണമേയുള്ളു. കിട്ടുന്ന പ്രതിരോധശക്തി ഏറെക്കാലം നിലനിൽക്കുന്നില്ല.

ടൈപ്പ് ബി ഇൻഫ്ളുവൻസ ഹീമോ ഫീൽ സൃഷ്ടിക്കുന്ന മെനിൻജോഎൻസെഫലൈറ്റിസിനെതിരായ ഒരു വാക്സിൻ വികസിപ്പിച്ചെടുക്കാനുള്ള ഗവേഷണവും നടന്നുകൊണ്ടിരിക്കുന്നു. മെനിൻജൈറ്റിസ് ഉണ്ടാക്കുന്ന ബാക്ടീരിയ ഭയങ്കരനാണ്. ടൈപ്പ് ബി മെനിൻജൈറ്റിസ് ഞങ്ങൾ മിക്കവാറും നിർമാർജനം ചെയ്തിരിക്കുന്നു. മാരകമായ മറ്റേതരം മെനിൻജൈറ്റിസ് കൂടി നാട്ടിൽ നിന്നും തൂത്തുമാറ്റാനാണ് ഞങ്ങൾ ഇപ്പോൾ ശ്രമിക്കുന്നത്.

ആ വാക്സിൻ ആകാവുന്നത്ര വേഗം വളർത്തിയെടുക്കുന്നുണ്ട്– കുറെയൊക്കെ വിജയിച്ചും കഴിഞ്ഞു. ആ വാക്സിൻ ഉപയോഗ യോഗ്യമാക്കുന്നതുവരെ, ഒരു ഇടക്കാലപരിഹാരം എന്നോണം, മറ്റൊരു മരുന്ന് ഉപയോഗിച്ച് ഞങ്ങൾ ആ രോഗത്തെ ചെറുക്കും.

തോമസ് ബോർഗെ: *എയ്ഡ്സിനെതിരായ ഒരു വാക്സിനുണ്ടാക്കാൻ ക്യൂബൻ ശാസ്ത്രജ്ഞർ ശ്രമിക്കുന്നുണ്ടോ?*

കാസ്ട്രോ: ഉണ്ട്, എയ്ഡ്സിനെ പ്രതിരോധിക്കാനുള്ള ഒരു വാക്സിനുവേണ്ടിയുള്ള ശ്രമം നടക്കുന്നുണ്ട്. ലോകമെമ്പാടും പലരും അതിനുവേണ്ടി ശ്രമിച്ചുകൊണ്ടിരിക്കുന്നുണ്ടല്ലോ. പല അസുഖങ്ങൾക്കെതിരായ വാക്സിനുകൾ കണ്ടുപിടിക്കാൻ ഞങ്ങൾ ശ്രമം തുടർന്നുകൊണ്ടിരിക്കുന്നു.

സാമ്പത്തികമേഖലയിലുള്ള നിക്ഷേപത്തെക്കാളേറെ ബുദ്ധി

യും കഴിവും പ്രയോഗിക്കേണ്ട വിശാലമായ, അധികമാരും കടന്നു ചെല്ലാത്ത, മേഖലയാണിത്. വിപ്ലവത്തിനുശേഷം നടന്ന വിദ്യാഭ്യാസ പ്രവർത്തനങ്ങളുടെ ഫലമായി, ബുദ്ധിയും വൈദഗ്ധ്യവുമുള്ള കുറേയേറെ ആളുകളുണ്ട് ഇവിടെ. വൈദഗ്ധ്യത്തിന്റെ മേഖലയിലുള്ള ആ നിക്ഷേപമാണ് ഈ പുരോഗതിക്കൊക്കെ നിദാനം.

തോമസ്ബോർഗെ: *ഫിസിക്സിലും കെമിസ്ട്രിയിലുമൊക്കെയുണ്ടായ വിപ്ലവകരമായ പരിവർത്തനങ്ങൾക്കുശേഷമാണ് യൂറോപ്യൻ രാജ്യങ്ങളിലും ജപ്പാനിലും യുഎസ്എയിലുമൊക്കെ സാമ്പത്തിക വളർച്ചയുണ്ടായത് എന്നാണല്ലോ ജനം പറയുന്നത്. അതേ വാദഗതി ഇവിടെയും പ്രയോഗിച്ചാൽ, ഈ ബയോടെക്നിക്കൽ വിപ്ലവത്തിന്റെ ഫലമായി ഇവിടെ സാമ്പത്തിക വികസനമുണ്ടാവുമെന്നു പ്രവചിച്ചുകൂടേ?*

കാസ്ട്രോ: ശരിയാണ്, സാമ്പത്തിക വികസനത്തിനുള്ള ഒരു പ്രധാന ഉപാധിതന്നെയാണ് ബയോടെക്നോളജിയിൽ വന്നുകൊണ്ടിരിക്കുന്ന ഈ വിജയം. പല മേഖലകളിലും അതിന്റെ പ്രയോജനം കാണാനുണ്ട്.

പുതിയ സസ്യവർഗങ്ങളുണ്ടാക്കാൻ ഞങ്ങൾ ബയോടെക്നോളജി ഉപയോഗിക്കുന്നുണ്ട്. ടിഷ്യൂകൾച്ചർ വഴി പുതിയ സസ്യബീജങ്ങൾ സൃഷ്ടിക്കുന്നുണ്ട്.

ഉദാഹരണത്തിന്, വാഴത്തോട്ടങ്ങൾ വളരെ വിപുലമായ തോതിൽ പുരോഗമിക്കുന്നുണ്ട്. ഇതിനുകാരണം, വാഴകളുടെ പ്രകൃതിദത്തമായ പ്രജനനത്തിനുവേണ്ടി ഞങ്ങൾ കാത്തു നിൽക്കാറില്ലെന്നതാണ്. സാധാരണഗതിയിൽ ഒരു വാഴയുടെ തടയിൽനിന്ന് ഏതാണ്ട് അതേ ഗുണങ്ങളുള്ള നാലു വാഴക്കന്നുകളാണ് കിട്ടുക. ടിഷ്യൂകൾച്ചർ ഉപയോഗിച്ചാൽ അതേ വാഴയിൽ നിന്ന് 40,000–50,000 പൊടിപ്പുകൾ (മുളകൾ) കിട്ടും. ലബോറട്ടറിയിൽ അവ വേണ്ടത്ര വേഗത്തിൽ പ്രത്യുൽപ്പാദനം ചെയ്തെടുക്കാം. ഇതുതന്നെയാണ് കൈതച്ചക്കയുടെയും കരിമ്പിന്റെയുമൊക്കെ സ്ഥിതി. രോഗപ്രതിരോധശേഷിയുള്ള കൈതച്ചക്കകളും കൂടുതൽ പഞ്ചസാര തരുന്ന കരിമ്പുമൊക്കെ വളർത്തിയെടുക്കാം. ടിഷ്യൂകൾച്ചറിലൂടെ ഇതൊക്കെ വളരെ വേഗത്തിൽ ചെയ്യാം.

ബയോടെക്നോളജിയിലൂടെ ഞങ്ങൾ ജൈവ വളങ്ങളും വികസിപ്പിച്ചെടുക്കുന്നുണ്ട്. ചെടികൾക്കു വളമാകുന്ന ബാക്ടീരിയകളും വായുവിൽ നിന്ന് നൈട്രജൻ വലിച്ചെടുത്ത്, നേരിട്ടോ മണ്ണുമായി ലയിച്ചോ ചെടികളെ പുഷ്ടിപ്പെടുത്തുന്ന മാർഗങ്ങൾ വളർത്തിയെടുത്തിട്ടുണ്ട്. അതുപോലെ ജൈവമായ കീടനാശിനികൾ രാസവസ്തുക്കളല്ല, പ്രകൃതിദത്തമായ കീടനാശിനികൾ ബയോടെക്നോളജിയിലൂടെ വികസിപ്പിച്ചെടുക്കാൻ ശ്രമിച്ചുകൊണ്ടിരിക്കുകയാണ്.

തോമസ് ബോർഗെ: *ഇതൊക്കെ ഭക്ഷ്യോൽപ്പാദനമേഖലയെ സാരമായി സഹായിക്കും; അല്ലേ?*

കാസ്ട്രോ: ഭക്ഷ്യോൽപ്പാദനമേഖലയിൽ വേണ്ടത്ര വളമോ കീടനാശിനികളോ ഞങ്ങൾക്കില്ല. ആ കുറവ് ഞങ്ങൾ നികത്തുന്നത് ജൈവവളങ്ങളും ജൈവകീടനാശിനികളും ഉപയോഗിച്ചും, ചെടികളിൽ വേഗത്തിൽ വേരോട്ടമുണ്ടാക്കി മണ്ണിലലിഞ്ഞു ചേർന്നിരിക്കുന്ന പോഷകങ്ങൾ വലിച്ചെടുക്കാൻ സഹായിച്ചും ഒക്കെയാണ്. അതൊക്കെയാണ് പ്രയോഗക്ഷമമായ ബയോടെക്നോളജി.

ഞങ്ങളുടെ എണ്ണക്കിണറുകളിൽ നിന്നു ലഭിക്കുന്ന എണ്ണയുടെ തോത് വർധിപ്പിക്കാൻ ബയോടെക്നോളജിയുടെ ചില ഘടകങ്ങൾ ഉപയോഗിക്കുവാൻ ശ്രമിക്കുന്നു. തൽക്കാലം ഇത് ഗവേഷണത്തിലേ നടക്കുന്നുള്ളുവെങ്കിലും, അറിവായ ഫലംവെച്ചുനോക്കുമ്പോൾ പ്രോത്സാഹജനകമാണ്. അങ്ങനെ, ബയോടെക്നോളജിക്ക് വ്യാവസായിക പ്രക്രിയയിലും ഖനനത്തിലും പെട്രോളിയം മേഖലയിലും ഒക്കെ പ്രസക്തിയുണ്ട്.

പഞ്ചസാര വ്യവസായത്തിലും ഞങ്ങൾ ബയോടെക്നോളജി പ്രയോഗിക്കുന്നുണ്ട്. അതിന്റെ ഫലമായി ചില രാസഘടകങ്ങളുടെ ഉപയോഗം കുറക്കാനും കൂടുതൽ പഞ്ചസാര ഉൽപ്പാദിപ്പിക്കാനും മില്ലുകളുടെ ഉൽപ്പാദനക്ഷമത വർധിപ്പിക്കുവാനും കഴിയും. അങ്ങനെ, ബയോടെക്നോളജിയുടെ സാധ്യതകൾ അനന്തമാണ്– ഇലക്ട്രോണിക്സിനെപോലെയും മെക്കാനിക്സിനെപോലെയുമൊക്കെയുള്ള പ്രാധാന്യം ഈ മേഖലക്കുണ്ട്.

ടിവിയോ കാറോ നിർമിക്കുന്ന കാര്യത്തിൽ ഞങ്ങൾക്ക് ജപ്പാൻകാരോട് മത്സരിക്കാൻ കഴിയില്ല; അതുപോലെ യന്ത്രനിർമാണത്തിലോ വിമാനവ്യവസായത്തിലോ യുഎസ്എ യോടും മത്സരിക്കാനാവില്ല. പക്ഷെ, ഞാൻ നേരത്തെ പറഞ്ഞ മേഖലകളിലൊക്കെ ഇപ്പോൾ ഏതൊരു വികസിതരാജ്യമായും ഫലപ്രദമായി മത്സരിക്കാൻ ഞങ്ങൾക്കു കഴിയും. അതിനൊരു കാരണമുണ്ട്. ഞങ്ങളുടെ ശാസ്ത്ര സാങ്കേതിക ഗവേഷണസ്ഥാപനങ്ങൾ തമ്മിൽ അത്രയേറെ സഹകരണവും പരസ്പരധാരണയുമുണ്ട്. സ്വകാര്യകമ്പനികൾ വഴി നടക്കുന്ന ശാസ്ത്രപരിപാടികളിൽ ഇതു സംഭവ്യമല്ല.

മുതലാളിത്ത വ്യവസ്ഥിതിയിൽ ശാസ്ത്രസാങ്കേതിക ഗവേഷണ സ്ഥാപനങ്ങൾ തമ്മിൽ പരസ്പരം യുദ്ധമാണ്. ഇവിടെയോ? സഹകരണമാണ്. മുതലാളിത്ത വ്യവസ്ഥിതിയിൽ ആശുപത്രികൾ തമ്മിൽ പരസ്പരം കടുത്ത മത്സരമാണ്– യുദ്ധം തന്നെയാണ് . ഡോക്ടർമാരുടെ കഥയും അതുതന്നെ. ഞങ്ങളുടെ നാട്ടിൽ എല്ലാ ആശുപത്രികളിലും; ഒരു മേഖലയിലല്ലെങ്കിൽ മറ്റൊരു മേഖലയിൽ, ഗവേഷണം നടക്കുന്നു, അവയൊക്കെ പരസ്പരധാരണയോടെ

പ്രവർത്തിക്കുന്നു. അതുപോലെ, ഡോക്ടർമാരും ശാസ്ത്രജ്ഞന്മാരുമൊക്കെ പരസ്പരം സഹകരിച്ചു പ്രവർത്തിക്കുന്നു. അതുകൊണ്ട്, ശാസ്ത്രത്തിന്റെ മണ്ഡലത്തിൽ ഒരു കുതിച്ചു ചാട്ടത്തിനുള്ള എല്ലാ പരിത:സ്ഥിതിയും ഞങ്ങൾക്കുണ്ട്. പെട്ടെന്ന് ഫലം കിട്ടുന്ന മേഖലകളിലാണ് ഞങ്ങൾ കൂടുതൽ ശ്രദ്ധിക്കുന്നത്- ഓരോ തലത്തിലും ഏറെ ഞെരുക്കുന്ന പ്രശ്നങ്ങൾക്ക് പരിഹാരം കാണാൻ. ബഹിരാകാശത്തേക്കു പറക്കുന്ന കാര്യത്തിലോ എയറോനോട്ടിക്സിലോ പെട്രോകെമിക്കൽസിലോ ഒന്നും ഞങ്ങൾ ഗവേഷണത്തിനു പോകാറില്ല. ഇവിടെ അതിനൊന്നും വലിയ അർഥമില്ല. ഇങ്ങനെ ധാരാളം ഉദാഹരണങ്ങളുണ്ട്. ഇന്ധനത്തിന്റെ ഉപഭോഗം കുറയ്ക്കുന്നത് എങ്ങനെ എന്ന് ഞങ്ങൾ ഗവേഷണം നടത്തും; ഇറക്കുമതി ചെയ്യുന്ന വസ്തുക്കൾക്കു പകരം വല്ലതും വികസിപ്പിച്ചെടുക്കാമോ എന്ന് അന്വേഷണം നടത്തും; അതുപോലെ, ഞങ്ങളുടെ സമ്പദ്‌വ്യവസ്ഥക്കോ സമൂഹത്തിനോ പെട്ടെന്ന് പ്രയോജനം ലഭിക്കുന്ന ജീവൻ രക്ഷിക്കുന്ന, ആരോഗ്യം സംരക്ഷിക്കുകയും മെച്ചപ്പെടുത്തുകയും ചെയ്യുന്ന, ഭക്ഷ്യോൽപ്പാദനം വർധിപ്പിക്കുന്ന, സാമൂഹ്യക്ഷേമപദ്ധതികൾക്ക് ആക്കം കൂട്ടുന്ന മേഖലകളിലൊക്കെ, ജനത്തിനും സമ്പദ്‌വ്യവസ്ഥയ്ക്കും ഗുണകരമായ മണ്ഡലത്തിലൊക്കെ, ഞങ്ങൾ ഗവേഷണങ്ങൾ നടത്തിക്കൊണ്ടിരിക്കുന്നു.

തോമസ് ബോർഗെ: *ഇപ്പോൾ ക്യൂബയിൽ എത്ര ശാസ്ത്രീയ ഗവേഷണ കേന്ദ്രങ്ങളുണ്ട്?*

കാസ്ട്രോ: ശാസ്ത്രഗവേഷണ കേന്ദ്രങ്ങളും അവയുടെ അനുബന്ധഘടകങ്ങളുമായി 170ലേറെ സ്ഥാപനങ്ങളുണ്ട്. ശാസ്ത്രമേഖലയിൽ ക്യൂബ നേടിയ വികസനവും വളർച്ചയും മൂന്നാം ലോക രാജ്യങ്ങളിൽ മറ്റൊരിടത്തുമില്ല. പല വികസിത രാജ്യങ്ങൾക്കു പോലും പല മണ്ഡലങ്ങളിലും ക്യൂബയിലുണ്ടായ പുരോഗതി അവകാശപ്പെടാനാവില്ല.

ആരോഗ്യമേഖലയിൽ, വളരെ പുരോഗമിച്ച സാങ്കേതിക വിദ്യ ഉപയോഗിച്ച്, ചികിത്സയ്ക്കാവശ്യമായ ഉപകരണങ്ങളുണ്ടാക്കുന്ന രംഗത്തും ഗവേഷണങ്ങൾ നടക്കുന്നുണ്ട്. അതും ഞങ്ങളുടെ ആവശ്യങ്ങൾ നിറവേറ്റാനും പിന്നീട് മറ്റുരാജ്യങ്ങളിലെയും ജനതയുടെയും ആവശ്യം നിറവേറ്റാനും.

ഇലക്ട്രോണിക്സിന്റെ മേഖലയിലോ യന്ത്രഭാഗങ്ങളുണ്ടാക്കുന്ന മേഖലയിലോ ഒന്നും കാര്യമായ പ്രവർത്തനം നടത്തുന്നില്ല. ജപ്പാനും യു.എസ്.എയുമായി മത്സരിക്കത്തക്കവണ്ണം കമ്പ്യൂട്ടറിന്റെ ഉൽപ്പാദനവും നടക്കുന്നില്ല. എന്നാലും, ചികിത്സാരംഗം മെച്ചപ്പെടുത്താൻ വേണ്ട ഇലക്ട്രോണിക് വസ്തുക്കളും കമ്പ്യൂട്ടറുകളുമൊക്കെ ഞങ്ങൾ വികസിപ്പിക്കുന്നുണ്ട്. ആ

മേഖലയിൽ ഞങ്ങൾ വളരെയധികം പുരോഗതി കൈവരിച്ചിട്ടുണ്ട്. ഭൗതികശാസ്ത്രത്തിന്റെയും ഘടകങ്ങൾ സംയോജിപ്പിച്ചുകൊണ്ടുള്ള ചില ഉപകരണങ്ങൾ നിർമിച്ചെടുത്തിട്ടുണ്ട്.

ഞങ്ങളുടെ നാടിന്റെ വളർച്ചയുടെ നെടുംതൂണാവണം ഇത്. ഒരു കാലത്ത്, പഞ്ചസാര വ്യവസായത്തെക്കാളേറെ വരുമാനം ഈ മേഖലയിൽ നിന്നു ഞങ്ങൾക്കു കിട്ടുമായിരിക്കും. വളരെയേറെ വികസന സാധ്യതയുള്ള ഒരു മേഖലയാണിത്. ഔഷധനിർമാണത്തിലും നല്ല വളർച്ചയുണ്ട്.

തോമസ് ബോർഗെ: *ആരോഗ്യരംഗത്ത് സേവനം അഭ്യർഥിച്ചുകൊണ്ട് അന്യരാജ്യങ്ങളിൽ നിന്ന് അപേക്ഷകൾ വരുമ്പോൾ, ക്യൂബ, സന്തോഷത്തോടെ അത്തരം സേവനം എത്തിച്ചുകൊടുക്കാറുണ്ടെന്നു കേട്ടിട്ടുണ്ട്.*

കാസ്ട്രോ: ആരോഗ്യസേവനമാവശ്യപ്പെട്ട് മറ്റുരാജ്യങ്ങളിൽ നിന്ന് ധാരാളം അപേക്ഷകൾ വരാറുണ്ട്. അവയെല്ലാം സാധിച്ചു കൊടുക്കാൻ ഞങ്ങൾക്കു കഴിയാറില്ല. എവിടെയെങ്കിലും അത്തരത്തിലൊരു സ്ഥാപനം തുടങ്ങിക്കഴിഞ്ഞാൽ, ഏറെത്താമസിയാതെ അതിനുള്ള ആവശ്യക്കാരുടെ എണ്ണം അവിടത്തെ സൗകര്യങ്ങളെക്കാളൊക്കെ അധികമാവും. എന്നാലും ഈ പരിപാടി വളരെ വിജയകരമായി നടക്കുന്നുണ്ട്. അതിൽ പ്രവർത്തിക്കുന്നവരുടെ വൈദഗ്ധ്യമാണ് ഈ വിജയത്തിന് അടിസ്ഥാനം.

തോമസ് *ബോർഗെ:* ക്യൂബയിൽ ഇപ്പോൾ എത്ര ഡോക്ടർമാരുണ്ട്?

കാസ്ട്രോ: വിപ്ലവത്തിൽ വിജയംവരിച്ച ആ കാലത്ത് ഇവിടെ കഷ്ടിച്ച് 6000 ഡോക്ടർമാരാണ് ഉണ്ടായിരുന്നത്. ഇപ്പോൾ അവരുടെ എണ്ണം 42,000 ആണ്. ഈ വരുന്ന ജൂലായ് മാസത്തിൽ അത് 46,000 ആവും. ഇപ്പോൾ ഞങ്ങളുടെ മെഡിക്കൽകോളേജുകളിൽ 20,000 മെഡിക്കൽ വിദ്യാർത്ഥികളുണ്ട്. ഓരോ വർഷവും ആയിരം വിദ്യാർഥികൾ മെഡിസിൻ പഠിക്കാൻ വരുന്നു. ആരോഗ്യ മേഖലയിൽ ആർക്കാണ് ഞങ്ങളോടു മത്സരിക്കാൻ കഴിയുക? ആരോഗ്യമെന്നത് ക്യൂബയിൽ സാമൂഹ്യസേവനമേഖലയാണ്. അത് സ്വകാര്യ താൽപര്യങ്ങൾക്കു വേണ്ടിയല്ല, പണം വരാനല്ല. തികച്ചും മാനവികമായ ലക്ഷ്യങ്ങളാണ് ആ മേഖലയിലുള്ളത് എന്നതുകൊണ്ട് അത് വളർന്നുകൊണ്ടേയിരിക്കുന്നു. ഇവിടത്തെ ശിശുമരണ നിരക്ക് മറ്റെങ്ങുമില്ലാത്ത അത്ര താഴ്ന്നതാണ്– വളരെ വിഷമം പിടിച്ച 1991 കാലത്തുകൂടി അത് വീണ്ടും താഴ്ന്നിരിക്കുന്നു.

തോമസ് ബോർഗെ: ഇപ്പോൾ ക്യൂബയിലെ ശിശുമരണ നിരക്ക് എന്താണ്?

കാസ്ട്രോ: ജീവനോടെ ജനിക്കുന്ന ആയിരം ശിശുക്കളിൽ 10.7

എന്ന നിരക്കിലാണ് ഇപ്പോൾ ശിശുമരണം. അത് 10ലും താഴെ കൊണ്ടുവരാനാണ് ഇപ്പോൾ ഞങ്ങൾ ശ്രമിച്ചുകൊണ്ടിരിക്കുന്നത്. എന്തൊരു മഹത്തായ നേട്ടം! ഒന്നു കണക്കുകൂട്ടി നോക്കൂ: ശിശുമരണ നിരക്ക് ആ നിലയിലേക്ക് കുറച്ചു കൊണ്ടുവന്നതിന്റെ ഫലമായി പതിനായിരക്കണക്കിൽ മനുഷ്യജീവനാണ് ഞങ്ങൾ രക്ഷിച്ചത്.

തോമസ് ബോർഗെ: *അങ്ങനെ ശിശുമരണ നിരക്ക് കുറച്ചു കൊണ്ടു വരുന്നതിനു കൊടുക്കേണ്ട വില വളരെ വലുതല്ലേ?*

കാസ്ട്രോ: സംശയമെന്താ! ചെലവേറിയ പരിപാടി തന്നെയാണ് അത്. അസാധാരണ വൈദഗ്ധ്യം വേണം. ശിശുമരണ നിരക്ക് 20ൽ നിന്ന് താഴേക്കുകൊണ്ടുവരാൻ തന്നെ ഞങ്ങൾ വലിയൊരു വിലകൊടുക്കേണ്ടിവന്നു. സാമ്പത്തികമായി പറഞ്ഞാൽ, 20 വരെ താഴ്ത്തിക്കൊണ്ടുവരാൻ താരതമ്യേന എളുപ്പമായിരുന്നിരിക്കാം. പക്ഷെ അവിടം കൊണ്ടു നിറുത്താമോ? അത് 10 ആയി കുറയ്ക്കാൻ ശ്രമിക്കാതിരിക്കുന്നത് ഒരുതരം കീഴടങ്ങലല്ലേ?- ക്യൂബയെ സംബന്ധിച്ചിടത്തോളം, പ്രതിവർഷം 1700 ശിശുക്കളെ മരിക്കാൻ വിടുന്നതിനു തുല്യമല്ലേ അത്? അതെ അങ്ങനെ പ്രതിവർഷം 1700 ശിശുക്കൾ മരിക്കാൻ അനുവദിക്കാമോ?

10-ആയി ചുരുങ്ങിയാൽ പിന്നെ 7-ആയി ചുരുക്കാൻ ശ്രമിക്കണം-അപ്പോൾ പ്രതിവർഷം നൂറുകണക്കിൽ കുഞ്ഞുങ്ങളുടെ ജീവൻ രക്ഷപ്പെടും. ശിശുമരണനിരക്ക് 10-ൽ നിന്ന് 7-ആക്കി കുറച്ചാൽ പ്രതിവർഷം 520 മക്കളെ രക്ഷിക്കാം. അങ്ങനെ 1000 രക്ഷിതാക്കളെ സഹായിക്കാം; (ഓരോ കുട്ടിക്കും ഈ രണ്ടു രക്ഷിതാക്കൾ ഉണ്ടല്ലോ.) മാത്രമല്ല, അവരുടെ മുത്തശ്ശന്മാർക്കും അമ്മമാർക്കും അമ്മായിമാർക്കും എല്ലാം സന്തോഷമാവും. ഇതല്ലേ മനുഷ്യാവകാശം!

പ്രതിവർഷം പതിനായിരക്കണക്കിൽ ശിശുക്കൾ മരിക്കുന്ന ഒരു വ്യവസ്ഥയിൽ, മനുഷ്യാവകാശങ്ങളെപ്പറ്റി പറയുന്നതിന് എന്തർഥമാണുള്ളത്?

അൽപ്പം ശ്രമിച്ചാൽ ഒഴിവാക്കാൻ കഴിയുന്ന എത്ര ശിശുമരണങ്ങളാണ് ലാറ്റിനമേരിക്കയിൽ സംഭവിക്കുന്നത്! ഏതാണ്ട് 8,00,000. അവരെ രക്ഷിക്കാൻ കഴിയാത്ത ഒരു സംവിധാനത്തെ മാനവികം എന്നു പറയാമോ? യുനിസെഫിന്റെ ഡയറക്ടർ ഒരിക്കൽ എന്നോടു പറയുകയുണ്ടായി, ക്യൂബയിൽ നിലവിലുള്ള ആരോഗ്യ പരിപാലന സംവിധാനങ്ങൾ മറ്റു ലാറ്റിനമേരിക്കൻ നാടുകളിലുമുണ്ടായിരുന്നെങ്കിൽ പ്രതിവർഷം 8,00,000 കുഞ്ഞുങ്ങളുടെ ജീവൻ രക്ഷിക്കാൻ കഴിയുമായിരുന്നു എന്ന്. യുഎസ്എ യിൽ മനുഷ്യാവകാശങ്ങളെ സംബന്ധിച്ചിടത്തോളമുള്ള നയമെന്താണ്? ആ 8,00,000 കുഞ്ഞുങ്ങളും മരിച്ചു കൊള്ളട്ടെ എന്നോ? അതോ ആ തോത് ഇനിയും

വർധിക്കട്ടെയെന്നോ? ജനാധിപത്യം, മനുഷ്യാവകാശങ്ങൾ, ജനതയുടെ ക്ഷേമവും സന്തോഷവും എന്നിവയും ശിശുമരണ നിരക്കുമായി ബന്ധമില്ലേ? ഇത്തരം കാര്യങ്ങളെചൊല്ലി സൃഷ്ടിക്കുന്ന ശബ്ദഘോഷവും രാഷ്ട്രീയക്കസർത്തുകളും കണ്ടാൽ അറപ്പുതോന്നും- അത്തരം വ്യവസ്ഥകളിൽ ആണുങ്ങളും പെണ്ണുങ്ങളും കുഞ്ഞുങ്ങളും വിശന്നു മരിക്കുന്നു, അവരുടെ ആയുസിൽ ഡസൻകണക്കിൽ വർഷങ്ങളും, അവരുടെ ക്ഷേമവും കവർന്നെടുക്കപ്പെടുന്നു. അവർക്കൊക്കെ മനുഷ്യാവകാശങ്ങളെപ്പറ്റി പറയാൻ എന്ത് അധികാരമാണുള്ളത്? എന്നെ സംബന്ധിച്ചിടത്തോളം, ജനാധിപത്യമെന്നാൽ അത് ഇവിടെ നിലവിലുള്ള വ്യവസ്ഥയാണ്; ഞങ്ങൾ ഇവിടെ നടപ്പാക്കുന്നതൊക്കെയാണ് യഥാർഥത്തിൽ മനുഷ്യാവകാശങ്ങൾ.

ജനങ്ങളുടെ ക്ഷേമത്തിനായി ഞങ്ങൾ ഇവിടെ ചെയ്യുന്ന കാര്യങ്ങളെപ്പറ്റിയും, അതിനെപ്പറ്റി ക്യൂബയിൽ നിന്നും മറ്റു രാജ്യങ്ങളിൽ നിന്നും കിട്ടികൊണ്ടിരിക്കുന്ന എഴുത്തുകളെപ്പറ്റിയും എനിക്ക് എത്രനേരം വേണമെങ്കിലും സംസാരിച്ചുകൊണ്ടിരിക്കാം. കാരണം, ക്യൂബക്കു വെളിയിലും അനേകമനേകം ജനങ്ങളുടെ ജീവൻ രക്ഷിക്കാൻ ഞങ്ങൾ സഹായിച്ചിട്ടുണ്ട്.

തോമസ് ബോർഗെ: *ഫിദൽ, എനിക്കതു മനസിലാവും. എന്റെ നാടായ നിക്കരാഗ്വയിൽ നിന്ന് കഴിഞ്ഞ കുറെ വർഷങ്ങളായി പതിനായിരക്കണക്കിന് ആളുകൾ ചികിത്സക്കായി ഇവിടെ വന്നിട്ടുണ്ട്.*

ബയോടെക്നോളജിയുടെ മേഖലയിലും മറ്റുപല മേഖലകളിലുമുള്ള കാര്യങ്ങളെയും കണക്കുകളെയുംപറ്റി താങ്കൾക്കുള്ള ഗ്രഹിതം അത്ഭുതാവഹം തന്നെ. അതൊക്കെ എത്ര കൃത്യമായിട്ടാണ് ഓർമ്മവെച്ചുകൊണ്ടിരിക്കുന്നത്! താങ്കളുടെ പ്രധാന സഹായി, 'ചോമി' എന്നു താങ്കൾ വിളിക്കുന്ന ജോസ് മിലാർ, ഒരു ഡോക്ടറാണെന്നാണ് ഞാൻ മനസിലാക്കിയിട്ടുള്ളത്. ഇത്തരം പദ്ധതികൾക്കൊക്കെ പ്രാമുഖ്യം കൊടുക്കാൻ അദ്ദേഹമാവണം പ്രധാന കാരണം.

കാസ്ട്രോ: ഒരുപാട് ആളുകൾ ഈ മേഖലകളിലൊക്കെ പ്രവർത്തിക്കുന്നുണ്ട്. ചോമി ഇപ്പോൾ ചെയ്തുകൊണ്ടിരിക്കുന്ന ജോലിയുടെ 80 ശതമാനവും മറ്റുവല്ലവർക്കും ഏൽപ്പിച്ചു കൊടുക്കാനും അവരെ പരിശീലിപ്പിക്കാനും ഞാൻ പറഞ്ഞിട്ടുണ്ട്. ചോമി ഇപ്പോൾ കൗൺസിൽ ഓഫ് സ്റ്റേറ്റിന്റെ സെക്രട്ടറി കൂടിയാണ്. അങ്ങനെ 80 ശതമാനം മറ്റു പലരേയും ഏൽപ്പിച്ചു കൊടുത്താൽ അത്രയും സമയം അയാൾക്ക് ബയോടെക്നോളജി പരിപാടികൾ വികസിപ്പിക്കാൻ ഉപയോഗിക്കാമല്ലോ- ആ മേഖലയിലെ പ്രവർത്തനങ്ങൾക്ക് ആക്കം കൂട്ടാനും പലരും ചെയ്യുന്നതു സംയോജിപ്പിക്കാനുമൊക്കെ ആ സ്ഥാപനങ്ങളിലൊക്കെ എന്നെ പ്രതിനിധാനം ചെയ്യുന്ന ഒരാളാണ്

ചോമി. എന്നാലും എനിക്ക് അവരൊക്കെയായി വ്യക്തിപരമായ ബന്ധമുണ്ട്-ആ ശാസ്ത്രസാങ്കേതിക സ്ഥാപനങ്ങളിൽ ഏതെങ്കിലു മൊന്ന് ഓരോ ദിവസവും ഞാൻ സന്ദർശിക്കാറുണ്ട്.

തോമസ് ബോർഗെ: *നിത്യജീവിതത്തിലെ വിഷമങ്ങളൊക്കെ ജനങ്ങളെ ബേജാറാക്കാറില്ലേ?*

കാസ്ട്രോ: വിഷമങ്ങളൊക്കെ വലുതാണ്; ജനങ്ങളും സാധാരണ മനുഷ്യരാണല്ലോ. വേണമെന്ന് മോഹിക്കുന്നതു കിട്ടിയില്ലെങ്കിൽ അവർക്ക് വിഷമമുണ്ടാവും-കൂടുതൽ വേണമെന്നിരിക്കെ കുറച്ചേ കിട്ടിയുള്ളുവെങ്കിലും വിഷമമുണ്ടാവും. പക്ഷെ, സാധാരണ മനുഷ്യ ർക്ക് കാര്യങ്ങൾ മനസിലാക്കാനുള്ള കഴിവുമുണ്ടല്ലോ. അവർക്ക് ബുദ്ധിയുണ്ട്. ഞങ്ങളാവട്ടെ, എന്തെല്ലാം ചെയ്യുന്നു, എന്തെല്ലാം ചെയ്യാൻ ശ്രമിക്കുന്നു എന്നൊക്കെ വിശദീകരിച്ചുകൊടുക്കുകയും ചെയ്യും. അതുകൊണ്ട് ഞങ്ങൾക്ക് ജനങ്ങളിൽ നിന്ന് വേണ്ടത്ര സ ഹകരണം കിട്ടുന്നുണ്ട്. ഞങ്ങളുടെ ഉദ്ദേശ്യലക്ഷ്യങ്ങൾ നീതിപൂർവ കമാണെന്നും അവ നേടിയെടുക്കേണ്ടത് എല്ലാവരുടേയും കൂട്ടായ കടമയാണെന്നും അവർക്കറിയാം. ചരിത്രത്തിലെ ഏറ്റവും വലിയ ഒരു ദൗത്യമാണ് അവരുടേതെന്നും മഹത്തായ ഒരു സംരംഭത്തിൽ വ്യാപൃതരാണ് തങ്ങൾ എന്നും അവർ മനസിലാക്കുന്നു. അത് അവർക്ക് ശക്തി നൽകുന്നു.

ഈ ക്യൂബൻ ജനതയുടെ പ്രതികരണം എന്നെ പലപ്പോഴും അത്ഭുതപ്പെടുത്താറുണ്ട്. അവരിലെ നല്ല ഗുണങ്ങൾ പ്രതിദിനം വർധിച്ചു കൊണ്ടിരിക്കുന്നു. ഇന്നത്തെ ചുറ്റുപാടുകളിലൊക്കെ അവർ സന്ദർഭത്തിനനുസരിച്ച് ഉയരുന്നുണ്ട്. എനിക്ക് ഇതൊന്നും ഒരു പുതുമയല്ല. ഈ ജനങ്ങളോടൊത്താണല്ലോ ഞങ്ങൾ ഒരു നീണ്ട യുദ്ധം നടത്തിയതും വിപ്ലവം ജയിച്ചതും. ഈ ജനങ്ങളോ ടൊപ്പം നിന്നുകൊണ്ടുതന്നെയാണ് ഞങ്ങൾ അന്താരാഷ്ട്ര തല ത്തിൽ പല ദൗത്യങ്ങളും ഏറ്റെടുത്തു നിറവേറ്റിയതും സോഷ്യ ലിസം കെട്ടിപ്പടുത്തതും.

തോമസ്, ഞാൻ ആ മോചനത്തിനുള്ള സമരത്തെപ്പറ്റി സൂചിപ്പിച്ചല്ലോ. വളരെ വിഷമം പിടിച്ചതായിരുന്നു ആ സമരം. സമര ത്തിന്റെ തുടക്കത്തിൽ ഞങ്ങൾക്ക് ആയുധങ്ങളൊന്നുമുണ്ടായി രുന്നില്ല. ശൂന്യതയിൽ നിന്നു തുടങ്ങിയ ഞങ്ങൾക്ക് നേരിടേണ്ടി യിരുന്നത് സമരപാരമ്പര്യമുള്ള, സംഘടിതമായ ഒരു സേനയേയും മിലിട്ടറി അക്കാദമികളിൽ നിന്നൊക്കെ പരിശീലനം നേടിയ ഒരു കൂട്ടം ഓഫീസർമാരെയുമായിരുന്നു. അവർക്ക് യുദ്ധങ്ങളും ഉപദേ ശങ്ങളും നൽകിയിരുന്നത് യുഎസ്എയുമായിരുന്നു. മനുഷ്യരുടെ കഴിവുകൾ മനസിലാക്കാൻ ഏറ്റവും പറ്റിയ സന്ദർഭം യുദ്ധമാണ്- പ്രത്യേകിച്ച്, മലനിരകളിലുള്ള ഒളിയുദ്ധങ്ങൾ.

മാർട്ടി, ഒരിക്കൽ പറയുകയുണ്ടായി: പർവതാരോഹണം മനുഷ്യരിൽ സാഹോദര്യം വളർത്തുന്നു, അവരെ പരസ്പരം സഹോദരിസഹോദരന്മാരാക്കുന്നു എന്ന്. പർവതാരോഹണം മനുഷ്യരുടെ യഥാർഥ സ്വഭാവമറിയാനും ഉപകരിക്കുന്നു- അവരുടെ ത്യാഗസന്നദ്ധതയും കനത്ത ജോലികൾ ചെയ്യാനുള്ള കഴിവും ഒക്കെ. മലകയറ്റത്തേക്കാൾ ഭേദം മരണമാണെന്നു കരുതിയവരേയും എനിക്കറിയാം.

കൃഷിക്കാരിലും അധ്വാനിക്കുന്ന മറ്റു ജനങ്ങളിലുമുള്ള മാനവികതയുടെ മാഹാത്മ്യം ഞാൻ നേരിട്ടുകണ്ടിട്ടുണ്ട്-കൃഷിക്കാരും തൊഴിലാളികളുമാണ് ഞങ്ങളുടെ മോചനസേനയിൽ ചേർന്നിരുന്നത്. ജനങ്ങളുടെ നല്ല ഗുണങ്ങളെപ്പറ്റി ഒരുപാട് അനുഭവങ്ങൾ എനിക്കുണ്ടായിട്ടുണ്ട്- മനുഷ്യരോളം മഹത്തായ മറ്റെന്തു പ്രതിഭാസമാണുള്ളത്!

ഞങ്ങൾ ഒരുപാട് കഷ്ടപ്പെട്ടിട്ടുണ്ടെങ്കിലും, ജനങ്ങൾ പരസ്പരം സഹായിക്കും- വിഷമങ്ങൾ പങ്കിടുന്ന കാര്യത്തിലും സമരം ചെയ്യുന്ന കാര്യത്തിലുമെല്ലാം അവർ നിരാശരാവില്ല; ചെയ്യുന്ന കാര്യത്തിൽ അവർക്ക് അഭിമാനമേയുള്ളു.

എല്ലാവരും ഇതുപോലെ പ്രതികരിക്കുമെന്നൊന്നും ഞാൻ പറയുന്നില്ല- പക്ഷെ, ബഹുഭൂരിപക്ഷത്തിന്റേയും സ്വഭാവം ഇതാണ്. എല്ലാ സമൂഹത്തിനും അതിന്റേതായ വൈഷമ്യങ്ങളുണ്ട്, ദൗർബല്യങ്ങളുണ്ട്-ത്യാഗസന്നദ്ധരല്ലാത്ത ജനങ്ങളുണ്ട്, മഹൽസംരംഭങ്ങളിൽ നിന്നും പ്രചോദനം ഉൾക്കൊള്ളാത്തവരുണ്ട്, വളരെ താഴ്ന്ന നിലവാരത്തിൽ മാത്രം ബോധമുള്ളവരുണ്ട്. ഞങ്ങൾക്കിടയിലുമുണ്ട് അത്തരക്കാരൊക്കെ. ചിലർ ദുർബലരായിരിക്കും. പക്ഷെ മറ്റു ചിലർ കരുത്തരാവും-അവരുടെ ആത്മവിശ്വാസം പ്രതിദിനം വളർന്നുകൊണ്ടിരിക്കും. ഇത്തരം അവസ്ഥകളിലൊക്കെ രണ്ടു പ്രതിഭാസങ്ങളും കാണാൻ കഴിയും.

11

മനുഷ്യാവകാശങ്ങൾ ക്യൂബയിൽ

കാർട്ടറുടെ പവിത്രമായ കൈകൾകൊണ്ടു പറപ്പിച്ച മനുഷ്യാവകാശങ്ങളുടെ കൊടിപ്പടം അദ്ദേഹത്തിന്റെ പിന്മുറക്കാർ വലിച്ചു കീറി. എൽസാൽവദോറിലും ഗ്വാട്ടിമാലയിലും ചിലിയിലുമൊക്കെ മനുഷ്യാവകാശധ്വംസനമുണ്ടാവുന്നു എന്ന വാർത്ത കേട്ടപ്പോൾ അവർ തികഞ്ഞ പക്ഷപാതത്തോടെയാണ് പെരുമാറിയത്- ഏതായാലും അവിടത്തെ സർക്കാരുകളെ അവർ അതിന്റെ ഉത്തരവാദിത്വത്തിൽ നിന്ന് ഒഴിവാക്കി. പക്ഷേ, ക്യൂബയെയും നിക്കരാഗ്വയെയും പറ്റി പറയുമ്പോൾ അവരുടെ ഭാഷ വളരെ കടുത്തതും മൂർച്ചയേറിയതുമായിരുന്നു.

റീഗന്റെയും (സീനിയർ) ബുഷിന്റെയും ഒക്കെ ഭരണകാലത്ത് അവർ മനുഷ്യാവകാശങ്ങളെപ്പറ്റി നിർത്താതെ പറഞ്ഞ് മറ്റുള്ളവരെയൊക്കെ ബോറടിച്ച് ശ്വാസം മുട്ടിച്ചിരുന്നു.

അവരും- അത്രതന്നെ യോഗ്യന്മാരല്ലാത്ത മറ്റുള്ളവരും അവരുടെ ഒഴിവുസമയത്തൊക്കെ ക്യൂബയിൽ മനുഷ്യാവകാശങ്ങൾ ധ്വംസിക്കപ്പെട്ടിരിക്കുന്നുവെന്നും, ക്യൂബൻ ജനത ബലാൽസംഗം ചെയ്യപ്പെട്ട ഒരു കന്യകയെപ്പോലെ നിന്ന് അലമുറയിടുകയാണെന്നും മറ്റുള്ളവരെ പറഞ്ഞു ധരിപ്പിക്കാൻ വേണ്ടി ഏറെ പാടുപെടുന്നുണ്ട്.

ക്യൂബയിൽ മനുഷ്യാവകാശങ്ങൾക്കു നൽകുന്ന മാന്യതയെപ്പറ്റി, ഈ മൂന്നു രാവുകളിലൊന്നിൽ കാസ്ട്രോ വാചാലനായപോലെ മറ്റൊരിക്കലും അദ്ദേഹം ഇത്രയേറെപ്പറയുന്നതു ഞാൻ കേട്ടിട്ടില്ല.

എന്നിട്ടും അദ്ദേഹം ചില കാര്യങ്ങളൊക്കെ പറയാൻ വിട്ട പോലെ തോന്നുന്നു: ഉദാഹരണത്തിന്, ക്യൂബയിൽ എല്ലാ തലങ്ങളിലും വിദ്യാഭ്യാസം സൗജന്യമാണ്-ഒമ്പതാംതരംവരെ അതു നിർബന്ധവുമാണ്. ലോകത്തിലെ മറ്റൊരു രാജ്യത്തിനും അവകാശപ്പെടാൻ പറ്റാത്ത ഒരു നേട്ടമാണ് ഇത്.

ടി ബി

തോമസ് ബോർഗെ: *ലാറ്റിനമേരിക്കയിലെയും മറ്റു ഭൂഖണ്ഡങ്ങളിലെയും ജനങ്ങൾ ക്യൂബയിലെ മനുഷ്യാവകാശധ്വംസനങ്ങളെപ്പറ്റി തറപ്പിച്ചു സംസാരിക്കാറുണ്ടല്ലോ. ഈ രാജ്യത്ത് മനുഷ്യാവകാശങ്ങളെ സംബന്ധിച്ചേടത്തോളമുള്ള സത്യാവസ്ഥയെന്താണ്?*

കാസ്ട്രോ: മനുഷ്യാവകാശങ്ങളെപ്പറ്റി ഞാനെങ്ങനെ ചിന്തിക്കുന്നു എന്നല്ലേ? വളരെ ശാന്തമായും വസ്തുനിഷ്ഠമായും പറയുകയാണെങ്കിൽ, മനുഷ്യാവകാശങ്ങൾക്ക് ക്യൂബയിൽ കിട്ടുന്ന ,സംരക്ഷണം ലോകത്തിൽ മറ്റെവിടെയും കിട്ടുന്നില്ല എന്നാണ് എന്റെ ഉറച്ച വിശ്വാസം.

ക്യൂബയിൽ വീടില്ലാത്ത ഒരൊറ്റ കുഞ്ഞുപോലുമില്ല; ഒരു കുട്ടിയും പിച്ചതെണ്ടാറില്ല; ഒരൊറ്റ കുഞ്ഞും തെരുവുകളിലെ ചവറ്റുകൂനകളിൽ ചിക്കിപ്പരതാൻ പോകാറില്ല. ലോകത്തിന്റെ മറ്റു ഭാഗങ്ങളിലെ, വികസിത രാജ്യങ്ങളിലെയും മൂന്നാം ലോക രാജ്യങ്ങളിലെയും കുട്ടികളുടെ അവസ്ഥയെന്താണ്? മാതാപിതാക്കളില്ലാതെ, നിരാധാരരായ, ദശലക്ഷക്കണക്കിനു കുട്ടികൾ തെരുവുകളിൽ പിച്ചതെണ്ടുകയാണ്- തീവിഴുങ്ങിയും കസർത്തു കാണിച്ചും കഷ്ടിച്ചു കഴിഞ്ഞു കൂടാനുള്ള വകയുണ്ടാക്കുകയാണ്; ആ ഒരവസ്ഥയുമായി താരതമ്യപ്പെടുത്തിക്കൊണ്ട് ഞാൻ ചോദിക്കുകയാണ്, മനുഷ്യാവകാശങ്ങളെ സംരക്ഷിക്കാൻ ഞങ്ങളുടെ നാട്ടിലുണ്ടായിട്ടുള്ള ശ്രമം പോലെ മറ്റ് ഏതെങ്കിലും രാജ്യത്ത് ഉണ്ടായിട്ടുണ്ടോ?

ഏറ്റവുമധികം വളർച്ച പ്രാപിച്ചു എന്ന് അഭിമാനിക്കുന്ന മുതലാളിത്ത രാജ്യങ്ങളെ നോക്കൂ: ആരോഗ്യസംരക്ഷണം കിട്ടാതെ, രോഗാതുരരായ എത്രയെത്ര കുട്ടികളാണവിടെ! നിരക്ഷരരായി വളരുന്ന കുട്ടികൾ എത്രയാണ്! ഞങ്ങളുടെ നാട്ടിലോ? എല്ലാവർക്കും എഴുതാനും വായിക്കാനും അറിയാം. ലോകത്തിൽ കോടിക്കണക്കിനു കുട്ടികൾക്ക് ആരോഗ്യസംരക്ഷണം അപ്രാപ്യമാണ്. ക്യൂബയിൽ ഓരോ കുട്ടിക്കും പോകാൻ ഒരു സ്കൂളുണ്ട്. രോഗം വന്നാൽ ആശ്രയിക്കാൻ ആരോഗ്യകേന്ദ്രങ്ങളുണ്ട്. മനുഷ്യാവകാശ സംരക്ഷണത്തിനുവേണ്ടി ഞങ്ങൾ ചെയ്തത്ര മറ്റേതെങ്കിലും രാജ്യം ചെയ്തിട്ടുണ്ടോ?

മറ്റു രാജ്യങ്ങളിലൊക്കെ കുട്ടികളെ വാങ്ങുകയും വിൽക്കുകയും ചിലപ്പോൾ കയറ്റുമതി കൂടി ചെയ്യുന്നു -കുട്ടികളെ കയറ്റിയ

യക്കുക തൊഴിലാക്കിയ കമ്പനികൾ തന്നെയുണ്ട്. ഇനിയും ചിലയിടങ്ങളിൽ അവരുടെ ആന്തരാവയവങ്ങളൊക്കെ എടുത്തു മാറ്റാമെന്ന ഉദ്ദേശ്യത്തിൽ കുട്ടികൾ വിൽക്കപ്പെടുന്നു. ഞങ്ങളുടെ നാട്ടിൽ അങ്ങനെയൊന്നും സംഭവിച്ചിട്ടേയില്ല. ഈയൊരു വിഷയത്തിൽ, ക്യൂബ ചെയ്തത്ര മറ്റേതെങ്കിലും രാജ്യം ചെയ്തിട്ടുണ്ടോ, മനുഷ്യാവകാശ സംരക്ഷണത്തിനുവേണ്ടി?

കുട്ടികളെ ഉപയോഗിച്ചുള്ള വ്യഭിചാരം മൂന്നാം ലോകരാജ്യങ്ങളിലൊക്കെ സർവസാധാരണമാണ്- അവരെ ഉപയോഗിച്ച് നീലച്ചിത്രങ്ങളും അശ്ലീലമയമായ പോസ്റ്ററുകളും ഉണ്ടാക്കുന്നു. ക്യൂബയിൽ അങ്ങനെ കുട്ടികളെ ഉപയോഗിച്ചുള്ള വ്യഭിചാരം തീരെയില്ല. മനുഷ്യാവകാശസംരക്ഷണത്തിനുവേണ്ടി ക്യൂബയോളം മറ്റേതെങ്കിലും രാജ്യം ചെയ്തിട്ടുണ്ടോ?

മിക്കവാറും എല്ലാ രാജ്യങ്ങളിലും ആയിരത്തിന് നൂറ് എന്ന തോതിലാണ് ശിശുമരണനിരക്ക്- ലാറ്റിനമേരിക്കയിൽ അത് ശരാശരി 60 ആണ്. എന്നുവെച്ചാൽ നൂറായിരക്കണക്കിന് ശിശുക്കൾ ഓരോ വർഷവും മരിക്കുന്നു എന്നർഥം. ക്യൂബയിലോ? അവികസിതമായ ഒരു മൂന്നാം ലോകരാജ്യമാണല്ലോ ക്യൂബയും - ഇപ്പോൾ ഇരട്ട ഉപരോധവും നേരിടുന്നു. ഈ ക്യൂബ, ഒരു വയസിൽ താഴെ പ്രായമുള്ള ശിശുക്കളുടെ മരണനിരക്ക് ആയിരത്തിന് 10.7 എന്ന തോതിലേക്കും ഒരു വയസിനും അഞ്ചു വയസിനുമിടയ്ക്കും അഞ്ചു വയസിനും പതിനഞ്ചു വയസിനുമിടക്കുമുള്ള കുട്ടികളുടെ മരണനിരക്ക് ശൂന്യതയിലേക്കും എത്തിച്ചിരിക്കുന്നു. വിപ്ലവത്തിന്റെ വിജയത്തിനു ശേഷമുള്ള കഴിഞ്ഞ 30 വർഷത്തിനുള്ളിൽ നൂറായിരക്കണക്കിന് കുട്ടികളുടെ ജീവൻ രക്ഷിക്കാൻ ക്യൂബക്കു കഴിഞ്ഞിട്ടുണ്ട്. ക്യൂബയെക്കാളേറെ മറ്റേതെങ്കിലും രാജ്യത്തിനു കഴിഞ്ഞിട്ടുണ്ടോ മനുഷ്യാവകാശങ്ങൾ സംരക്ഷിക്കാൻ?

ക്യൂബയിൽ, ലിംഗഭേദങ്ങൾക്കും വർഗഭേദങ്ങൾക്കും അതീതമായി, ശാരീരികമായും ബൗദ്ധികമായും പരമാവധി വളരാനുള്ള തുല്യമായ അവസരം എല്ലാ മനുഷ്യർക്കുമുണ്ട് ദരിദ്രനെന്നോ ധനികനെന്നോ വ്യത്യാസമില്ലാതെ എല്ലാവർക്കുമുണ്ട്. ഈ അവകാശം . മറ്റേതെങ്കിലും രാജ്യത്തിന് ഇത് അവകാശപ്പെടാമോ?

കുട്ടികളെക്കുറിച്ചാണ് ഞാൻ ഇതുവരെ പറഞ്ഞത്.

മറ്റു രാജ്യങ്ങളിലൊക്കെ ദശലക്ഷക്കണക്കിന് പിച്ചക്കാരുണ്ട്. വ്യഭിചരിക്കാൻ വിധിക്കപ്പെട്ട സ്ത്രീകളുണ്ട്, മയക്കുമരുന്നിന് അടിമകളായ ചെറുപ്പക്കാരുണ്ട്- വളർച്ച പ്രാപിച്ച മുതലാളിത്ത രാജ്യങ്ങളിലും മറ്റു മൂന്നാം ലോകരാജ്യങ്ങളിലും കാണുന്ന സാധാരണ അവസ്ഥകൾ. അതിനു വിപരീതമായി, ക്യൂബയിൽ പിച്ചക്കാരില്ല, സ്ത്രീകൾക്ക് വ്യഭിചരിക്കേണ്ട ആവശ്യമില്ല, മയക്കുമരുന്നുകൾ കിട്ടുകതന്നെയില്ല. വിപ്ലവത്തിന്റെ മാനവികപ്രവർത്തനം കൊണ്ടാണ് ഇതൊക്കെ.

വിപ്ലവത്തിന്റെ വിജയത്തിനുശേഷം ആയുർദൈർഘ്യം വളരെയേറെ ഉയർന്നിട്ടുണ്ട്- 75 വയസിനുമേലെ. അങ്ങനെ ഓരോ പൗരനും ഞങ്ങൾ ഡസൻകണക്കിന് വർഷത്തെ ആയുസ് കൂട്ടിക്കൊടുത്തിട്ടുണ്ട്- എന്നുമാത്രമല്ല, ആരോഗ്യത്തോടും സുരക്ഷിതത്വത്തോടുമുള്ള ജീവിതം വാഗ്ദാനം ചെയ്തിട്ടുണ്ട്. മറ്റു രാജ്യങ്ങളിലൊക്കെ ആയുർദൈർഘ്യം 40,45,50,55 ഒക്കെയാണ്. ഈ മേഖലയിലും മനുഷ്യാവകാശങ്ങളെ സംബന്ധിച്ചിടത്തോളം, ക്യൂബയിൽ മെച്ചപ്പെട്ട വല്ല രാജ്യവുമുണ്ടോ?

ലോകത്തിൽ പൊതുവേയും മൂന്നാംലോകരാജ്യങ്ങളിൽ പ്രത്യേകിച്ചും തൊഴിലില്ലാത്തവരുടെ എണ്ണം വളരെ കൂടുതലാണ്- തൊഴിലില്ലാത്ത ചെറുപ്പക്കാരും സാമൂഹ്യസുരക്ഷിതത്വമില്ലാത്ത വൃദ്ധരും. ഞങ്ങളുടെ നാട്ടിൽ എല്ലാവർക്കും- ആണിനും പെണ്ണിനും ഒരുപോലെ-ജോലി ചെയ്യാനുള്ള സാഹചര്യമുണ്ട്, വിപ്ലവത്തിനു ശേഷമുള്ള കാലത്ത്, ഒരാളെയും അവരുടെ വിധിക്ക് വിട്ടുകൊടുക്കുന്ന സ്ഥിതിവിശേഷമുണ്ടായിട്ടില്ല. മറ്റേതെങ്കിലും രാജ്യം ഇങ്ങനെ ചെയ്തിട്ടുണ്ടോ?

ലോകമെമ്പാടും, പ്രത്യേകിച്ച് മൂന്നാം ലോകരാജ്യങ്ങളിൽ, ശക്തിയായി നിലനിൽക്കുന്ന, സ്ത്രീകൾക്കെതിരെ വിവേചനം ക്യൂബയിൽ നിശ്ശേഷമില്ല. വാസ്തവത്തിൽ ഞങ്ങളുടെ നാട്ടിലെ സാങ്കേതിക തൊഴിൽ മേഖലയിൽ ജോലി ചെയ്യുന്നവരിൽ 60 ശതമാനവും സ്ത്രീകളാണ് - പുരുഷന്മാരുടെ വേതനത്തോടു തുല്യമായ വേതനവും അവർക്കുണ്ട്. കൂലിയുടെ കാര്യത്തിൽ സ്ത്രീകൾക്കെതിരായ വിവേചനം എല്ലാ രാജ്യങ്ങളിലും നിലനിൽക്കുന്നുണ്ട്. ക്യൂബയിൽ അത്തരം വിവേചനമൊന്നുമില്ല. ഇവിടെ സ്ത്രീകൾ പരിപൂർണമായും മോചിപ്പിക്കപ്പെട്ടിരിക്കുന്നു. അവർക്ക് അവസരസമത്വമുണ്ട്, സുരക്ഷിതത്വമുണ്ട്, വിദ്യാഭ്യാസത്തിനും ആരോഗ്യസംരക്ഷണത്തിനും അവകാശമുണ്ട്; അവരുടെ കുട്ടികൾക്ക് നഴ്സറി സ്കൂളുകളുണ്ട്. ക്യൂബയെപ്പോലെ മനുഷ്യാവകാശങ്ങളുള്ള വേറെ വല്ല നാടുമുണ്ടോ?

മനുഷ്യന്റെ നിലനിൽപ്പിനും സന്തോഷത്തിനും സമത്വം എത്ര പ്രധാനമാണെന്ന് ഓർത്തു നോക്കൂ!- അവസരസമത്വവും പെരുമാറ്റത്തിലുള്ള സമത്വവും ലക്ഷപ്രഭുക്കൾക്കും പിച്ചക്കാർക്കുമിടയിൽ നിലനിൽക്കുന്ന, പരസ്പരം വെറുപ്പുളവാക്കുന്ന, ആ വ്യത്യാസം ഞങ്ങളുടെ നാട്ടിൽ നിന്ന് എന്നേ മാഞ്ഞുപോയിരിക്കുന്നു. ഇന്ന് ഇവിടെ ആർക്കും പിച്ചതെണ്ടേണ്ടതില്ല. ജനത്തിന് വെറും ഭക്ഷണം മാത്രം പോരാ. ഒരൽപ്പം മാന്യതയും അവർ അർഹിക്കുന്നു-മനുഷ്യരോടു പെരുമാറുംപോലെയുള്ള പെരുമാറ്റം. അക്കാര്യത്തിൽ, ക്യൂബയിലുള്ളപോലെ മനുഷ്യാവകാശസംരക്ഷണം മറ്റെവിടെയെങ്കിലും കാണുമോ?

ലോകത്തെമ്പാടുമുള്ള മുതലാളിത്ത വ്യവസ്ഥിതിയിൽ ആ വ്യവസ്ഥിതി നിലനിൽക്കുന്ന മൂന്നാം ലോകരാജ്യങ്ങളിലടക്കം, ചില പൗരന്മാരെ ഒന്നിനും കൊള്ളരുതാത്തവരായി മാറ്റി നിർത്തിയിരിക്കുകയാണ്. നാലോ അഞ്ചോ ആറോ വർഷങ്ങൾക്കിടക്ക് ഒരിക്കൽ അവരെയൊക്കെ വോട്ടു ചെയ്യാൻ തെളിച്ചുകൊണ്ടുപോകും. ആർക്കാണ് വോട്ടു ചെയ്യുന്നതെന്നോ എന്തിനാണ് വോട്ടുചെയ്യുന്നതെന്നോ ഒന്നും അവർക്കറിഞ്ഞുകൂടാ. താണനിലവാരത്തിലുള്ള അവരുടെ രാഷ്ട്രീയ സംസ്കാരവും പൊതുസംസ്കാരവും സ്വതന്ത്രമായ ഒരു തീരുമാനമെടുക്കാൻ പാകത്തിലുള്ളതല്ല. തീരുമാനങ്ങളെടുക്കുന്ന കാര്യത്തിൽ അവരെ സ്വാധീനിക്കുന്ന ഒരു പാട് ബാഹ്യഘടകങ്ങളുണ്ട്. വോട്ടിന്റെ കാര്യം കഴിഞ്ഞാൽ പിന്നെ അവരെപ്പറ്റി ആരും ചിന്തിക്കുകയില്ല. അത്തരം ജനങ്ങളും അവർ ജീവിക്കുന്ന സമൂഹവും അവരുടെ സർക്കാരും തമ്മിലൊന്നും യാതൊരു മനപ്പൊരുത്തവുമില്ല. സാമൂഹ്യമായി അവർക്ക് യാതൊരു വിലയുമില്ല; ജീവിതവുമായി മല്ലിടാൻ വിധിക്കപ്പെട്ടവരാണ് അവർ. ഇതിൽനിന്ന് ഏറെ ഭിന്നമാണ് ഞങ്ങളുടെ നാട്ടിലെ സ്ഥിതി. ഇവിടെ എല്ലാ പ്രവർത്തനമണ്ഡലങ്ങളിലും എല്ലാ പൗരന്മാരുടേയും പൂർണ പങ്കാളിത്തമുണ്ട്- രാഷ്ട്രീയ മേഖലയിലും, സാംസ്കാരികമേഖലയിലും, രാജ്യത്തിന്റെ വികസന പ്രവൃത്തികളിലും എല്ലാം. മനുഷ്യാവകാശങ്ങൾക്കുവേണ്ടി മറ്റേതെങ്കിലും രാജ്യം ഇങ്ങനെയൊക്കെ ചെയ്യുന്നുണ്ടോ?

ഇക്കഴിഞ്ഞ 30 വർഷങ്ങളിൽ ജനങ്ങൾക്കെതിരായി യാതൊരു ബലപ്രയോഗവും ഞങ്ങൾക്കു നടത്തേണ്ടി വന്നിട്ടില്ല. കഴിഞ്ഞ 30 വർഷമായി, തൊഴിലാളികളുടെയോ കൃഷിക്കാരുടെയോ വിദ്യാർഥികളുടെയോ മറ്റു ജനവിഭാഗങ്ങളുടെയോ പ്രകടനങ്ങളൊന്നും തന്നെ ഞങ്ങൾക്ക് അമർച്ചചെയ്യേണ്ടിവന്നിട്ടില്ല. കഴിഞ്ഞ 30 വർഷങ്ങളായി പൊലീസിനോ പട്ടാളത്തിനോ ജനങ്ങൾക്കെതിരായി തള്ളിക്കയറേണ്ടി വന്നിട്ടില്ല. ലാത്തിച്ചാർജും കണ്ണീർവാതക പ്രയോഗവും വെടിവെപ്പും ഒന്നും വേണ്ടിവന്നിട്ടില്ല. വികസിത മുതലാളിത്ത രാജ്യങ്ങളിലും മൂന്നാം ലോക രാജ്യങ്ങളിലും ഇതൊക്കെ നിത്യസംഭവങ്ങളാണല്ലോ. ഇവിടെ അതൊന്നും ഉണ്ടാവാറില്ല. ക്യൂബയെപ്പോലെ മറ്റേതെങ്കിലും രാജ്യം മനുഷ്യാവകാശങ്ങളെ ബഹുമാനിക്കുന്നുണ്ടോ?

വിപ്ലവത്തിന്റെയും സോഷ്യലിസത്തിന്റെയും മാർഗത്തിലൂടെ ഞങ്ങൾ ഇവിടെ ഐക്യദാർഢ്യത്തിന്റെയും സാഹോദര്യത്തിന്റേതുമായ ബോധം വളർത്തിയെടുത്തിട്ടുണ്ട്. മറ്റേതെങ്കിലും രാജ്യം അതുപോലെ ചെയ്തിട്ടുണ്ടോ?

ഇവിടെ ഞങ്ങളുടെ അനുഭവങ്ങളും ജീവിതവും ലോകത്തിലെ മറ്റേതു രാജ്യത്തുമില്ലാത്ത ഒരു അന്തരീക്ഷത്തിലാണ്. ഇവിടെ

ഞങ്ങൾക്കുള്ളതെല്ലാം എല്ലാവരും ഒരുപോലെ പങ്കിട്ടെടുക്കുന്നു. ക്രൂരമായ അസമത്വങ്ങളൊന്നും ഞങ്ങളുടെ നാട്ടിലില്ല– മറ്റു നാടുകളിലൊക്കെ, വേണ്ടതിലേറെയുള്ള ചിലർ ഹൃദയാഘാതവും കൊളസ്ട്രോളുമായി മരിക്കുകയും, വേറെ ഒട്ടേറെ ആൾക്കാർ പട്ടിണികൊണ്ടു മരിക്കുകയും ചെയ്യുന്ന അവസ്ഥ ഇവിടെയില്ല. ഇവിടെയുള്ളതെല്ലാം ഞങ്ങളുടെ പൊതുസ്വത്താണ്– ഈ രാജ്യം എല്ലാവരുടേതുമാണ്, ഇവിടെയുള്ള ധനവും വിഭവങ്ങളും എല്ലാവരുടേതുമാണ്. അവനവന്റെ നാട്ടുകാർക്കുവേണ്ടി, ക്യൂബ ചെയ്യും പോലെ മറ്റാരെങ്കിലും ചെയ്യുന്നുണ്ടോ?

എന്റെ സങ്കൽപ്പത്തിലുള്ള യഥാർഥ മാനവികതയെപ്പറ്റിയാണ് ഞാൻ സംസാരിക്കുന്നത്– മനുഷ്യന്റെ മാന്യതയും അവനുവേണ്ടിയുള്ള ക്ഷേമപ്രവർത്തനങ്ങളും വികസിപ്പിക്കാൻ പാകത്തിലുള്ള നയങ്ങളെക്കുറിച്ചാണ് ഞാൻ പറയുന്നത്. അസമത്വം ഭീകരമായ പല ദുരിതങ്ങളെയും വിളിച്ചുവരുത്തും. ഞങ്ങളുടെ നാട്ടുകാർക്ക് അത്തരത്തിലുള്ള അസമത്വത്തെപ്പറ്റിയുള്ള ധാരണപോലുമില്ല.

തോമസ് ബോർഗെ: *അതൊക്ക ശരിയാവാമെങ്കിലും, ഫിദൽ, ക്യൂബയിൽ ഒട്ടേറെ മനുഷ്യാവകാശധ്വംസനം നടക്കുന്നതായിട്ടാണല്ലോ ജനം പറയുന്നത് – ബഹുജനമാധ്യമങ്ങളിലൂടെ അത്തരം കുറേയേറെ സൂചനകളും റിപ്പോർട്ടുകളും വന്നുകൊണ്ടിരിക്കുന്നു.*

കാസ്ട്രോ: ക്യൂബയെപ്പറ്റി ഒട്ടേറെ ദുഷ്പ്രചാരണങ്ങൾ നടക്കുന്നുണ്ട്. ജനങ്ങളെ ശാരീരികമായി പീഡിപ്പിക്കുന്നുവെന്നും കഠിനമായി മർദ്ദിക്കുന്നു എന്നുമൊക്കെ ഞങ്ങളുടെ ശത്രുക്കൾ പ്രചരിപ്പിക്കുന്നുണ്ട്. ഇത്തരം കാര്യങ്ങളൊന്നും നിങ്ങൾ എന്നോടല്ല ചോദിക്കേണ്ടത് – ജനങ്ങളോട് നേരിട്ട് അന്വേഷിച്ച് സത്യാവസ്ഥ മനസിലാക്കുകയാണ് വേണ്ടത്.

ചരിത്രത്തിൽ മറ്റു വിപ്ലവങ്ങൾക്കൊന്നുമില്ലാത്ത ഒരു പ്രത്യേക സ്വഭാവമുണ്ട് ഞങ്ങളുടെ വിപ്ലവത്തിന്– മറ്റാരെയും വേദനിപ്പിക്കാനോ മറ്റുള്ളവരുടെ മേൽ പഴിചാരാനോ അല്ല ഞാനിതു പറയുന്നത്. ഞങ്ങളുടെ ജനങ്ങളെ ഞങ്ങൾ പലതും പഠിപ്പിച്ചിട്ടുണ്ട്– കുറ്റവാസനകളെ, പീഡനങ്ങളെ, വ്യക്തികൾക്കുനേരെയുള്ള ശാരീരിക പീഡനങ്ങളെ, അധികാര ദുർവിനിയോഗത്തെ എല്ലാം ചെറുക്കാൻ... ഒക്കെ ഞങ്ങളുടെ ജനങ്ങൾ പഠിച്ചിരിക്കുന്നു. ഞങ്ങളുടെ സമരങ്ങളിൽ ആവേശം പകരുന്നത് ഇതൊക്കെയാണ്, ഞങ്ങളെ പരസ്പരം ഇണക്കുന്നതും ഏകീകരിക്കുന്നതും ഇതൊക്കെയാണ്. എല്ലാ രൂപത്തിലുമുള്ള അനീതികളോട് നേരിട്ടുള്ള സമരമാണ് ഞങ്ങളുടേത്. ഈയൊരു സമീപനമാണ് ഞങ്ങളുടെ സ്വാതന്ത്ര്യസമരകാലത്തും വിപ്ലവാനന്തരകാലത്തും ഞങ്ങൾ എടുത്തുപോന്നിട്ടുള്ളത്.

യുദ്ധത്തടവുകാരെ അടിക്കുകയോ ഭേദ്യം ചെയ്യുകയോ വധിക്കുകയോ ചെയ്തിട്ടില്ലാത്ത വല്ല യുദ്ധവും ഉണ്ടായിട്ടുണ്ടോ? തടവു

കാരിൽ നിന്നു മൊഴിയെടുക്കാൻ വേണ്ടി അവരെ ശാരീരികമായി മർദിക്കാത്ത വല്ല യുദ്ധവും ഉണ്ടായിട്ടുണ്ടോ? 25 മാസത്തോളം നീണ്ടുനിന്ന ഞങ്ങളുടെ സ്വാതന്ത്ര്യസമരകാലത്ത് ഇത്തരം ധ്വംസനങ്ങൾ ഒന്നുമുണ്ടായിട്ടില്ല. തടവുകാരായി പിടിച്ചവരെയെല്ലാം ഞങ്ങൾ മോചിപ്പിക്കുകയാണുണ്ടായത്.

എന്തുകൊണ്ടാണ് ഞങ്ങൾ ഈ യുദ്ധം ജയിച്ചത്? മനുഷ്യ സ്നേഹത്തിലുറച്ച നയങ്ങൾ കാരണം. ആ നയത്തിലൂടെ ഞങ്ങൾ ജനതയെ ഞങ്ങളുടെ വശത്താക്കി. ഇത് അപ്രാപ്യമായ ഒരു ആദർശമായിത്തോന്നിയേക്കാം- യുദ്ധത്തിലുണ്ടാവുന്ന അപകട സന്ധികളിൽ ചെയ്യുന്ന ക്രൂരതകളൊക്കെ ന്യായീകരിക്കുകയാണല്ലോ സാധാരണ പതിവ്.

ഞങ്ങളുടെ ആളുകൾക്കും ഇതിലൊക്കെ വേണ്ടത്ര പരിശീലനം ലഭിച്ചിരുന്നു. പക്ഷേ അത്ഭുതമെന്തെന്നാൽ, കഴിഞ്ഞ 33 വർഷക്കാലത്ത്, വിപ്ലവത്തിന്റെ വിജയത്തിനുശേഷമുള്ള കാലത്ത്, സ്വാതന്ത്ര്യസമരപ്പോരാളികൾ അനുവർത്തിച്ചിരുന്ന അതേ നയങ്ങൾ തന്നെ തുടർന്നു പോന്നു. വിപ്ലവത്തിന്റെ വിജയത്തിനുശേഷം ഒരാളെപ്പോലും ഞങ്ങൾ വധിച്ചിട്ടില്ല, ഒരൊറ്റ തടവുകാരനെപ്പോലും ഭേദ്യം ചെയ്തിട്ടില്ല, ജയിൽപ്പുള്ളികൾക്കെതിരെ മർദനമുണ്ടായിട്ടില്ല- ഇക്കാര്യം എനിക്ക് ഉറപ്പിച്ചു പറയാൻ കഴിയും. നാട്ടുകാർക്കൊക്കെ അറിയാവുന്ന കാര്യമാണ് ഇത്. മറ്റേതൊരു രാജ്യത്തിന്, മറ്റേതൊരു വിപ്ലവത്തിന്, ഇത്തരത്തിലൊരു അവകാശവാദമുന്നയിക്കാൻ കഴിയും? ആഭ്യന്തര യുദ്ധമോ വിദേശയുദ്ധമോ നേരിടേണ്ടിവന്ന മറ്റ് ഏതൊരു രാഷ്ട്രത്തിന് ഇങ്ങനെ പറയാനാവും? ഞങ്ങൾക്ക് അങ്ങനെ പറയാൻ എല്ലാ അവകാശവുമുണ്ട്.

ഞങ്ങളുടെ വിപ്ലവത്തിന്റെ ഇത്ര പവിത്രമായ ചരിത്രത്തെ കളങ്കപ്പെടുത്താൻ ഒരുമ്പെട്ടിറങ്ങിയിരിക്കുന്നവരുടെ ലക്ഷ്യമെന്താണ്? വിപ്ലവത്തെപ്പറ്റി ദുഷ്പ്രചരണം നടത്തി അതിന്റെ ധാർമികമായ അടിത്തറ തകർക്കുക എന്ന സാമ്രാജ്യത്വത്തിന്റെ ലക്ഷ്യമല്ലേ അതിന്റെ പിന്നിൽ? ഈ അക്രമങ്ങളൊക്കെ നടത്തുന്നവർക്കു തന്നെ അറിയാം അവർ പറയുന്നതൊക്കെ പച്ചക്കള്ളമാണെന്ന്, സാമ്രാജ്യത്വവാദികൾക്കും ഇതു നന്നായി അറിയാം-ഞങ്ങളുടെ ആദർശങ്ങൾ എന്തെന്നറിയാത്തവരല്ലല്ലോ അവരൊന്നും!

ഹിംസയും പീഡനവും ആളുകളെ കാണാതാവലും കൊലയാളി സഖ്യങ്ങളും കുറ്റകൃത്യങ്ങളുമൊക്കെ ലാറ്റിനമേരിക്കൻ രാജ്യങ്ങളിൽ സർവസാധാരണമാണ്. വിപ്ലവം വിജയിച്ചശേഷമുള്ള കഴിഞ്ഞ 33 വർഷങ്ങൾക്കിടയ്ക്ക് കൊലയാളി സഖ്യങ്ങൾ നടത്തിയ ഒരൊറ്റ കൊലപോലും ക്യൂബയിൽ ഉണ്ടായിട്ടില്ല, ആരെയും കാണാതായിട്ടുമില്ല. മറ്റു രാജ്യങ്ങളിൽ ഉണ്ടാവുന്ന ഇത്തരം സംഭവങ്ങളൊന്നും തന്നെ ക്യൂബയിൽ ഉണ്ടായിട്ടില്ല. മറ്റെങ്ങും കാണാത്ത അനുഭവങ്ങളാണ് ഇതൊക്കെ.

ഇതൊക്കെയാണ് യഥാർഥ അവസ്ഥ. എന്താണ് സംഭവിക്കുന്നതെന്ന് ജനങ്ങൾക്കറിഞ്ഞുകൂടേ? ഇവിടെ ആരെയെങ്കിലും കാണാതായാലോ ആരെങ്കിലും മർദ്ദനങ്ങൾക്കു വിധേയനായാലോ ജനം അറിയാതിരിക്കുമോ? അപ്പോൾ, ഇത്തരം വ്യാജപ്രസ്താവനകളൊക്കെ ജനങ്ങളെ അപമാനിക്കലാണ് – മനുഷ്യരെ മാനിക്കാനും അവർക്കു വേണ്ടിയുള്ള ക്ഷേമപ്രവർത്തനങ്ങൾക്ക് ആക്കം കൂട്ടാനും പഠിച്ച ഞങ്ങളുടെ നാട്ടിലെ ജനങ്ങൾക്ക് അപമാനമാണ്.

വിപ്ലവവീര്യമുള്ളവരാണ് ക്യൂബയിലെ ജനങ്ങൾ. കർശനമായ നടപടികളെടുക്കാൻ അവർ നിർബന്ധിക്കും. വിപ്ലവത്തിന്, വേണ്ടത്ര ഉശിരില്ലെന്ന് ചിലപ്പോൾ അവർ വിമർശിക്കാറുണ്ട്. പ്രതിവിപ്ലവകാരികൾക്കെതിരെ കടുത്ത നടപടിയെടുക്കുന്നില്ലെന്നാണ് അവരുടെ പരാതി. പൊതുവെ പറഞ്ഞാൽ, ക്യൂബയിലെ പൊതുജനാഭിപ്രായത്തിന്റെ പരാതി ഞങ്ങളുടെ നടപടികൾ ക്രൂരമാണ് എന്നല്ല, വേണ്ടത്ര കർശനമല്ല എന്നാണ്.

ഈ നുണപ്രചാരണങ്ങളൊക്കെ ഞങ്ങളുടെ നാടിനുവെളിയിലാണ് സംഭവിക്കുന്നത്. അതൊക്കെ ആവർത്തിച്ചാവർത്തിച്ച് ജനങ്ങളെ ആശയക്കുഴപ്പത്തിലാക്കുകയാണ്; ഒരുപാട് ആളുകളെ പറഞ്ഞു പറ്റിക്കുകയാണ്. ഈ നുണ പ്രചാരണങ്ങൾക്കും അതിന്റേതായ ഒരു ശാസ്ത്രവും കലയുമൊക്കെയുണ്ട്. പക്ഷേ ക്യൂബയിലെ വല്ലവരും ഇത്തരത്തിലുള്ള കുറ്റാരോപണങ്ങൾ നടത്താറുണ്ടോ?– പ്രതിവിപ്ലവകാരികളോ സി.ഐ.എ ഏജന്റുമാരോ, വിപ്ലവത്തെ നശിപ്പിക്കുക എന്ന ലക്ഷ്യത്തോടെ ഇറങ്ങിത്തിരിച്ച, സാമ്രാജ്യത്വത്തിന്റെ വൈതാളികരോ അല്ലാതെ, സാധാരണക്കാരാരും അത്തരം കുറ്റാരോപണം നടത്തുകയില്ല. അതോ, ജനങ്ങളറിയാത്ത മറ്റുവല്ല നയങ്ങളും നാട്ടിൽ നടപ്പാക്കിക്കൊണ്ടിരിക്കുന്നുണ്ടോ?

അതുകൊണ്ട്, തോമസ്, ഞങ്ങളുടെ നാട് മനുഷ്യാവകാശങ്ങളെ സംബന്ധിച്ചിടത്തോളം, മറ്റുള്ളവരിൽ നിന്നൊക്കെ വളരെ വ്യത്യസ്തമാണ്. ഞങ്ങൾ ചെയ്തപോലെ മറ്റൊരു രാജ്യവും ചെയ്തിട്ടില്ല എന്നതാണ് വാസ്തവം.

ഇത്തരം നയങ്ങളൊക്കെ, ഞങ്ങളുടെ നാട്ടിൽ മാത്രമല്ലേ നടപ്പാക്കിയിട്ടുള്ളു? ്ഞങ്ങൾ പങ്കെടുത്തിട്ടുള്ള എല്ലാ അന്താരാഷ്ട്ര ദൗത്യങ്ങളിലും ഇതൊക്കെത്തന്നെയാണ് ഞങ്ങളുടെ നയം. വിപ്ലവത്തിന്റെ ആദ്യനാളുകളിൽ ഞങ്ങളുടെ സൈനികർ ആ മലമടക്കുകളിൽ പഠിച്ച സ്വഭാവവിശേഷങ്ങൾ തന്നെയാണ് അംഗോളയിലും എത്യോപ്യയിലും, അവർ പോയ മറ്റ് എല്ലായിടത്തും, അവരെ നയിച്ചതും നിയന്ത്രിച്ചതും. മറ്റു വിപ്ലവ പ്രസ്ഥാനങ്ങളുമായി ഞങ്ങൾ സഹകരിച്ചു പ്രവർത്തിച്ചപ്പോഴും ഞങ്ങളുടെ ചെയ്തികളെ നയിച്ചിരുന്നത് ഈ തത്വങ്ങൾ തന്നെയായിരുന്നു. അന്തർദേശീയ പരിപാടികളിലേർപ്പെട്ടിരിക്കുന്ന ഏതെങ്കിലും ഒരു ക്യൂബൻ സൈനി

കൻ ഏതെങ്കിലുമൊരു യുദ്ധത്തടവുകാരനെ കൊലപ്പെടുത്തിയതായോ മർദ്ദിച്ചതായോ കേൾക്കാൻ വഴിയില്ല. അവർ അങ്ങനെ ചെയ്യില്ല.

ഞങ്ങളുടെ ജനതയ്ക്ക് ഞങ്ങൾ സ്കൂളുകളും ആതുരസേവനവും നൽകി, ആയിരക്കണക്കിന് ക്യൂബൻ പ്രവർത്തകർ ഒരുപാട് ജീവൻ രക്ഷപ്പെടുത്താൻ സഹായിച്ചിട്ടുണ്ട്. മറ്റു രാജ്യങ്ങളിലെയും ആയിരക്കണക്കിന് ജീവൻ രക്ഷിക്കാൻ അവർ സഹായിച്ചിട്ടുണ്ട്. ഞങ്ങളുടെ നാട്ടിൽ മാത്രമല്ല, മറ്റു നാടുകളിലും മനുഷ്യസ്നേഹപരമായ പ്രവർത്തനങ്ങളിൽ ഞങ്ങൾ ഒട്ടേറെ സഹായിച്ചിട്ടുണ്ട്, സഹകരിച്ചിട്ടുണ്ട്. ഈ മേഖലയിൽ അന്താരാഷ്ട്രീയ തലത്തിൽ, ഇത്രയേറെ സേവനം നടത്തിയവർ ക്യൂബക്കാരെപ്പോലെ വേറെയില്ല. പതിനായിരത്തിലേറെ ക്യൂബൻ ഡോക്ടർമാർ വിദേശദൗത്യങ്ങളിൽ സേവനം നടത്തിയിട്ടുണ്ട്. ഇക്കഴിഞ്ഞ 20 വർഷങ്ങളിലായി അവർ രക്ഷിച്ച ജീവിതങ്ങൾ എത്രയാണെന്നോ!

ആയിരക്കണക്കിന് ക്യൂബൻ അധ്യാപകർ മറ്റു രാജ്യങ്ങളിലെ കുട്ടികളെ പഠിപ്പിച്ചിട്ടുണ്ട്. മറ്റേതു രാജ്യമാണ് ഇതുപോലെ ചെയ്തിട്ടുള്ളത്? മറ്റേതു രാജ്യത്താണ് മറുനാടുകളിലെ ജനങ്ങളുമായി ഐക്യദാർഢ്യം പ്രകടിപ്പിക്കാനും പുലർത്താനുമായി ഇത്രയേറെ സന്നദ്ധസേവകർ മുന്നോട്ടുവന്നിട്ടുള്ളത്!

മനുഷ്യാവകാശങ്ങളെ സംബന്ധിച്ചിടത്തോളം, ക്യൂബൻ ഗവൺമെന്റും ജനതയും ചെയ്തത്ര മറ്റാരെങ്കിലും ചെയ്തിട്ടുണ്ടോ? ഞങ്ങളുടെ നാടിനെതിരായി അവർ അഴിച്ചുവിട്ടിട്ടുള്ള ഈ ദുഷ്പ്രചരണങ്ങൾക്കൊക്കെ എന്തടിസ്ഥാനമാണുള്ളത്? ഞങ്ങൾക്ക് അതൊക്കെ ശീലമായിരിക്കുന്നു. അതൊക്കെ ഞങ്ങളുടെ പിന്നാമ്പുറത്തുകൂടി ഒഴുകിപ്പോവുകയേ ഉള്ളു. സാമ്രാജ്യത്വത്തിന്റേതായ ഈ ചണ്ടിത്തരങ്ങളുമായി ഞങ്ങൾ പൊരുത്തപ്പെട്ട് കഴിഞ്ഞിരിക്കുന്നു. ഈ ദുഷ്പ്രചാരണങ്ങളൊന്നുമില്ലെങ്കിൽ അവർക്ക് നിലനിൽപ്പില്ലല്ലോ. നുണകൾ പ്രചരിപ്പിക്കാതെ അവർക്ക് നിലനിൽക്കാനാവില്ല. ഇങ്ങനെയുള്ള നുണപ്രചാരണങ്ങൾ നടത്തി, അവരെ എതിർക്കുന്നവരെയെല്ലാം ചീത്തയായി കാണിച്ചാലല്ലേ അവർ ചെയ്യുന്ന കുറ്റകൃത്യങ്ങളൊക്കെ അവർക്ക് സാധൂകരിക്കാനാവൂ!

ഇവയൊക്കെ നേരായി മനസിലാക്കാൻ ജനങ്ങൾക്ക് ഒരു സഹജവാസനയുണ്ട്. ആ വിളിയേ അവർ കേൾക്കൂ എന്ന് എനിക്ക് ഉറപ്പുണ്ട്- സാമ്രാജ്യത്വത്തിന്റെ പിണിയാളുകൾ ക്യൂബക്കെതിരായി നടത്തുന്ന ഈ ദുഷ്പ്രചാരണങ്ങളുടെ ആഴവും പരപ്പുമൊന്നും അവരെ ഒഴുക്കിക്കൊണ്ടുപോവില്ല.

ഐക്യരാഷ്ട്രസഭയിൽ എന്താണ് സംഭവിക്കുന്നതെന്നു നോക്കൂ. ക്യൂബയ്ക്ക് അവിടെ അംഗീകാരമുണ്ട്- പലരും അത് പുറമേ കാണിക്കില്ലെങ്കിലും സ്വകാര്യവോട്ടെടുപ്പു നടത്തുമ്പോൾ

ആ അംഗീകാരം വ്യക്തമാകും. ഞങ്ങൾ അവതരിപ്പിക്കുന്ന കാര്യങ്ങൾ സ്വകാര്യവോട്ടെടുപ്പിലൂടെ തീരുമാനിക്കേണ്ടിവരുമ്പോൾ ഞങ്ങൾക്ക് ഭൂരിപക്ഷം കിട്ടാറുണ്ട്. പരസ്യമായ വോട്ടെടുപ്പുണ്ടാവുമ്പോൾ സംഘട്ടനങ്ങളുണ്ടാവാൻ സാധ്യതയുണ്ട്- അവരുടെ സാമ്പത്തിക താൽപര്യങ്ങൾ അപകടത്തിലാവും; അവർക്കെതിരായി യുഎസ്എ തിരിച്ചടിച്ചേക്കും.

ക്യൂബയുടെ നയങ്ങളെ മറുനാടുകളിലെ ജനത അംഗീകരിക്കുന്നുണ്ട്- ഐക്യദാർഢ്യത്തിന്റേതായ നയം, സാർവലൗകിക സാഹോദര്യത്തിന്റേതായ നയം, മനുഷ്യസ്നേഹത്തിന്റേതായ നയം, ജനങ്ങൾ അംഗീകരിക്കുന്നുണ്ട്. സത്യം കാണാനും തിരിച്ചറിയാനും ഉള്ള സഹജസ്വഭാവം മാത്രമല്ലേ ഇന്നുള്ളു. ക്യൂബയുടെ നേട്ടങ്ങളെ മറ്റു ഭരണകൂടങ്ങളുടെ പ്രതിനിധികൾ തിരിച്ചറിയുന്നുണ്ട്.

എന്തായാലും, ഇത്തരം പ്രചാരണങ്ങൾകൊണ്ട് ഞങ്ങളെ നിർവീര്യരാക്കാമെന്നൊന്നും ആരും കരുതേണ്ട; ഞങ്ങളെ മാറ്റിയെടുക്കാനും കഴിയില്ല. ഈ നയങ്ങളൊക്കെ ഞങ്ങൾ നടപ്പാക്കിക്കൊണ്ടേയിരിക്കും - സമത്വത്തിന്റേതായ ഈ അന്തരീക്ഷം നിലനിർത്തും. നിഷ്കളങ്കമായ ഒരു മനഃസാക്ഷിയും ഞങ്ങളുടെ നാട്ടിലെ ജനങ്ങളുടെ പിന്തുണയുമാണ്, തോമസ്, ഞങ്ങൾക്ക് ഏറെ പ്രധാനം.

തോമസ് ബോർഗെ: *പലരും, ശുദ്ധമനസോടെത്തന്നെ, ചിന്തിക്കുന്ന ഒരു കാര്യമുണ്ട്. വിപ്ലവത്തിന്റെ ശത്രുക്കൾ നിയമവിരുദ്ധമായ പ്രവൃത്തികളിൽ ഏർപ്പെടുമ്പോൾ അവർക്കു കൊടുക്കുന്ന ശിക്ഷ ഇത്രതന്നെ ക്രൂരമാകേണ്ടതില്ല എന്ന് അവർ വിശ്വസിക്കുന്നു. അങ്ങനെ ഒരാളെ ഈയിടെ വെടിവെച്ചുകൊന്നതായി കേട്ടു. ഇതിനെപ്പറ്റി താങ്കളുടെ അഭിപ്രായമറിയാൻ താൽപര്യമുണ്ട്.*

കാസ്ട്രോ: മറ്റൊരുവിഷയത്തോടു ബന്ധപ്പെട്ടതാണല്ലോ ചോദ്യം: വധശിക്ഷയോടു ബന്ധപ്പെട്ടതാണ്. കുറ്റങ്ങൾക്ക് വധശിക്ഷ വിധിക്കാമോ, അതോ വധശിക്ഷ എന്ന ആശയം നിയമപുസ്തകങ്ങളിൽ നിന്ന് എടുത്തു മാറ്റണോ? ഇതാണ് ചോദ്യം.

വധശിക്ഷയോട് ആർക്കും യോജിപ്പില്ല. പലരും, ക്യൂബയുടെ ഏറ്റവുമടുത്ത സുഹൃത്തുക്കളടക്കം പലരും, ഇക്കാര്യത്തിൽ ഞങ്ങളുമായി ബന്ധപ്പെടുന്നുണ്ട്- വെറും രാഷ്ട്രീയ കാരണം കൊണ്ടു മാത്രമല്ല. ആത്മാർഥമായിത്തന്നെ പലരും ഇക്കാര്യം ഞങ്ങളുമായി ചർച്ച ചെയ്യുന്നുണ്ട്- ആത്മാർഥതയോടെ പെരുമാറുന്നവരും, ദുഷ്പ്രചാരണം നടത്താൻ വേണ്ടി മാത്രം തീരെ ആത്മാർഥതയില്ലാതെ ഇതിനെപ്പറ്റിയൊക്കെ സംസാരിക്കുന്നവരും തമ്മിലുള്ള വ്യത്യാസം നാം മനസിലാക്കണം. ആത്മാർഥതയുള്ള ചിലർക്കൊന്നും ഞങ്ങളുടെ ചില നടപടികളുമായി പൊരുത്തപ്പെടാൻ കഴിഞ്ഞിട്ടില്ല.

വളരെ ഗൗരവാവഹമായ കുറ്റകൃത്യങ്ങൾക്ക് വധശിക്ഷവിധിക്കുന്നത് ഏറെക്കാലമായി നിലവിലുള്ള ചില നിയമങ്ങളുടെ അടിസ്ഥാനത്തിലാണ്. ഞങ്ങളുടെ സുരക്ഷിതത്വം ഞങ്ങൾക്ക് പ്രധാനമാണല്ലോ. അതിനുപയോഗിക്കുന്ന ആയുധമെന്താണ്? കുറ്റങ്ങൾക്കെതിരെ നിയമവും കോടതികളും തന്നെ.

സാധാരണ കുറ്റകൃത്യങ്ങളുമുണ്ട് പ്രതിവിപ്ലവത്തിന്റേതായ കുറ്റ കൃത്യങ്ങളുമുണ്ട്. സാധാരണ കുറ്റകൃത്യങ്ങളെക്കാൾ വളരെ നീചമാണ് വിപ്ലവത്തിനെതിരായുള്ള കുറ്റകൃത്യങ്ങൾ. നിയമത്തിന്റെ പിൻബലമില്ലാതെ ഞങ്ങൾ ഇവയെ എങ്ങനെ നേരിടും? കൊലയാളി സംഘങ്ങളെ ഉപയോഗിച്ചോ ആളുകളെ തട്ടിക്കൊണ്ടുപോയിട്ടോ, അത്തരം മാർഗങ്ങളിലൂടെയൊക്കെയാണോ നേരിടേണ്ടത്? ഞങ്ങളുടെ നാട്ടിലെ ജനതയ്ക്കെതിരായി തക്കശിക്ഷ കൊടുക്കാതെ, ഏകപക്ഷീയമായി ഞങ്ങൾ, നിരായുധരാവണമെന്നു പറയുന്നതിന് അർഥമെന്താണ്? പ്രത്യേകിച്ചും, പ്രതിവിപ്ലവകാരികളോട്, ഞങ്ങളുടെ വിപ്ലവമൊക്കെ തകരാൻ പോവുകയാണ്, അത് ഏറെക്കാലം നിലനിൽക്കില്ല, പ്രതിവിപ്ലവകാരികൾക്കു കിട്ടാവുന്ന പരമാവധിശിക്ഷ രണ്ടോ മൂന്നോ മാസത്തെ ജയിൽവാസമായിരിക്കും, അതിലപ്പുറം പറയത്തക്ക അപായസാധ്യതകളൊന്നുമില്ല.... എന്നൊക്കെപ്പറഞ്ഞ് അവരെ ഉത്തേജിപ്പിച്ചു കൊണ്ടിരിക്കുന്ന ഒരവസ്ഥയിൽ ഞങ്ങൾ മറ്റെന്തു ചെയ്യണം?

മിയാമിയിൽ നിന്ന് ഒരു സംഘം ആളുകൾ ഡൈനമൈറ്റുമായി ഇവിടെ വന്നു. പൊതുയോഗങ്ങളിലും മറ്റ് സ്ഥലങ്ങളിലും ഭീകര പ്രവർത്തനം നടത്തുക എന്നതായിരുന്നു അവരുടെ ഉദ്ദേശ്യം. അതിന്റെ ഫലമെന്താവും? ഞങ്ങളുടെ പത്തുനാൽപ്പത് ആളുകളുടെ ജീവൻ നഷ്ടപ്പെടും. അത്തരം ഭീകരപ്രവർത്തനങ്ങൾക്ക് ഇരയായേക്കാവുന്ന സ്ത്രീകളോടും പുരുഷന്മാരോടും കുഞ്ഞുങ്ങളോടും ഞങ്ങൾക്കൊരു കടമയില്ലേ? ഞങ്ങളുടെ നാട്ടിലേക്കു നുഴഞ്ഞുകയറി അത്തരം ഹീനമായ കൃത്യങ്ങൾ ചെയ്യാൻ പരിപാടിയിടുന്നവരുടെ സമ്മർദങ്ങൾക്കു ഞങ്ങൾ വഴങ്ങണോ? അവർക്കൊക്കെ ഞങ്ങൾ എങ്ങനെ മാപ്പു കൊടുക്കും?

അവർ മൂന്നുപേരുണ്ടായിരുന്നു. അവർ ചെയ്തത് എന്താണെന്ന് കോടതി അന്വേഷിച്ചു. കിട്ടിയവിവരം വേണ്ടപോലെ പഠിച്ചു. പൊതുവെ ഉദാരമനസ്കരാണ് ഞങ്ങളുടെ കോടതികളിലുള്ളവർ. അവർ ഏറ്റവും കടുത്ത ശിക്ഷവിധിച്ചത് ഏറ്റവും ഹീനമായ കുറ്റം ചെയ്ത ഒരുത്തനുമാത്രമായിരുന്നു- ആ സംഘം ചെയ്ത കുറ്റത്തിന്റെ പരമാവധി ഗൗരവം അറിയുന്നവനായിരുന്നു അവൻ. അവൻ ആരായിരുന്നുവെന്നോ? പ്രതിവിപ്ലവകാരിയൊന്നുമല്ല. ഒരു സാധാരണ കുറ്റവാളി. അവൻ നിയമവിരുദ്ധമായി യുഎസ്എയിലേക്ക് ഒളിച്ചോടി, അവിടെ നിന്ന് ഭീകരപ്രവർത്തനങ്ങളിൽ

പരിശീലനം നേടി, അവിടെ റിക്രൂട്ടു ചെയ്യപ്പെട്ട്, ഇവിടെ പരിപാടികൾ നടപ്പിലാക്കാൻ വന്നവനായിരുന്നു.

അവനു മാപ്പുകൊടുത്തിരുന്നുവെങ്കിൽ ഞങ്ങൾക്കുള്ള നേട്ടം എന്താവുമായിരുന്നു? ഇത്തരത്തിലുള്ള സാഹസങ്ങൾക്കു വളം വെച്ചു കൊടുക്കലാവില്ലേ അത്? തുടർന്നുള്ള മാസങ്ങളിൽ ഇത്തരം സാഹസങ്ങൾ ഒന്നിനു പത്തായി വളരുമായിരുന്നില്ലേ? ഈ വിപ്ലവം ഏറെക്കാലം നീണ്ടുനിൽക്കില്ലെന്നു തെറ്റിദ്ധരിപ്പിക്കപ്പെട്ട ഈ മാതിരി ജനങ്ങൾ ഏറെത്താമസിയാതെ തങ്ങൾക്ക് സമ്മാനങ്ങളും പ്രശംസാ പത്രങ്ങളും സ്ഥാനമാനങ്ങളുമൊക്കെ കിട്ടുമെന്ന പ്രതീക്ഷയിൽ ഇങ്ങോട്ടെത്തി ഭീകരപ്രവർത്തനം വഴി ഞങ്ങളുടെ നാട്ടുകാരെ കൊല്ലില്ലേ? അവർക്കു മാപ്പുകൊടുത്തിരുന്നെങ്കിൽ ഈ നാട്ടുകാർ എന്തുപറയും? മറ്റു പൗരന്മാരോട് ഞങ്ങളെന്തു പറയും? ഇതുപോലെ മറ്റൊരു കുറ്റകൃത്യം നടന്നാൽ അതിനോട് ഞങ്ങൾ എങ്ങനെ പ്രതികരിക്കും?

അവർക്ക് മാപ്പുകൊടുക്കാൻ എന്തെങ്കിലുമൊരു നീതീകരണമോ ധാർമികമായ കാരണങ്ങളോ ഇല്ലായിരുന്നു. നിഷ്കളങ്കരായ ജനങ്ങൾക്കെതിരെ ഹീനമായ കുറ്റകൃത്യങ്ങൾ നടത്തുന്നവർക്ക് ഏറ്റവും ഉയർന്ന ജനകീയസഭ മാപ്പുനൽകുമെന്ന ധാരണ അവരിൽ ഉണ്ടാക്കിക്കൂടാ. ഇങ്ങനെവല്ലതും സംഭവിച്ചാൽ ഞങ്ങൾ ജനങ്ങളെ കയ്യൊഴിയും എന്ന ധാരണ ജനങ്ങളിലും ഉണ്ടാക്കിക്കൂടാ.

നേരത്തെപറഞ്ഞ ഭീകരപ്രവർത്തനം നടന്ന് ഏറെനാൾ കഴിയുന്നതിനുമുമ്പുതന്നെ ടറാറയിലെ ജലക്രീഡാ കേന്ദ്രത്തിൽ മറ്റൊരു കുറ്റകൃത്യം നടക്കുകയുണ്ടായി. അതിന്റെ വിശദാംശങ്ങളിലേക്ക് ഞാൻ കടക്കുന്നില്ല- അതിനിപ്പോൾ നമുക്കു സമയമില്ല. എന്നാലും, ആ ഭീകരാക്രമണത്തിനു വിധേയമായ ഒരു ഇരുപത്തിമൂന്നുകാരന്റെ 35 ദിവസം നീണ്ടുനിന്ന മരണവെപ്രാളത്തിന് ഞാൻ സാക്ഷിയാണ്. ക്രിസ്തു ഏതാനും മണിക്കൂറുകളല്ലേ കുരിശിന്മേൽ കിടന്നുപിടഞ്ഞുള്ളു! ഈ ചെറുപ്പക്കാരൻ 35 ദിവസമാണ് മരണവുമായി മല്ലടിച്ചു കിടന്നത്. യു.എസ്.എ നിയോഗിച്ച ആ കൊലയാളി സംഘം നാലാളുകളെയാണ് കൊല്ലാൻ ശ്രമിച്ചത്. അതിൽ ഈ ചെറുപ്പക്കാരൻ മാത്രമാണ് 35 ദിവസത്തോളമെങ്കിലും ജീവിച്ചത്. ഇത്തരം കുറ്റകൃത്യങ്ങൾ ചെയ്ത് അങ്ങോട്ടുതിരിച്ചെത്തുന്നവരെ അവിടെ രണ്ടു കൈയും നീട്ടി സ്വാഗതം ചെയ്യുന്നു; അവരെ വീരനായകന്മാരാക്കി പാടിപ്പുകഴ്ത്തുന്നു.

ആ ഒരാക്രമണം സൃഷ്ടിച്ച പൊതുജനരോഷം ഭയങ്കരമായിരുന്നു. കോടതി ആ കുറ്റവാളികളെ മാതൃകാപരമായിത്തന്നെ ശിക്ഷിച്ചു- അവരെ കെട്ടിയിട്ട് വെട്ടിക്കൊന്നു. അത്തരക്കാർക്കൊക്കെ ഞങ്ങൾ എങ്ങനെ മാപ്പുകൊടുക്കും?

വധശിക്ഷയെപ്പറ്റിപറയുകയാണെങ്കിൽ, ലോകത്തിൽ ഏറ്റവു

മധികം ജനങ്ങളെ വധശിക്ഷക്കുവിധിക്കുന്നത് യു.എസ്.എ യിലാണ്. ഭയങ്കരമാണ് ഇക്കാര്യത്തിൽ യു.എസ്.എയുടെ റെക്കോർഡ്. അവരൊക്കെ സാധാരണകുറ്റവാളികളാണെന്നാണോ നാം വിശ്വസിക്കേണ്ടത്? തൊഴിലില്ലാതെ, നിരാധാരരായി കുറ്റകൃത്യങ്ങൾ ചെയ്താലേ ജീവിക്കാനൊക്കൂ എന്നതുകൊണ്ടുമാത്രം കുറ്റം ചെയ്യുന്നവരുടെ കഥയെന്താണ്? ചില രാഷ്ട്രീയ ഉത്തരവാദിത്തങ്ങളുമില്ലേ?

യുഎസ്എ യിൽ വൈദ്യുതിക്കസേരയിലിരുത്തി ഷോക്കു കൊടുത്തു കൊല്ലുന്ന, ഗ്യാസ് ചേംബറുകളിലിട്ടു കൊല്ലുന്ന, ഇഞ്ചക്ഷൻ കൊടുത്തു കൊല്ലുന്ന, ആളുകളൊക്കെ സാധാരണ കുറ്റവാളികളാണോ? അവിടെ സാധാരണ കുറ്റവാളികളും രാഷ്ട്രീയകുറ്റവാളികളും തമ്മിൽ ഒരു വേർതിരിക്കലൊന്നുമില്ല. യുഎസ്എയിൽ നിലവിലുള്ള സാമ്പത്തികവും സാമൂഹികവുമായ കാലാവസ്ഥയുടെ സമ്മർദം കൊണ്ടാണ് അവിടെ പലരും കുറ്റവാളികളാവുന്നത്.

യുഎസ്എയിൽ സാധാരണയായി വധശിക്ഷ വിധിക്കപ്പെടാറ് കറുത്തവർഗക്കാർക്കും കുടിയേറ്റക്കാർക്കുമെതിരായിട്ടാണെന്ന് ശ്രദ്ധിച്ചിട്ടുണ്ടോ? തൊലിവെളുത്ത ഒരാളെ വധശിക്ഷക്കു വിധിക്കുന്നത് അവിടെ വിരളമാണ്. മിക്കവാറും എല്ലാ ദിവസവും വധശിക്ഷ നടത്തിയവാർത്ത അവിടെ നിന്നു വരാറുണ്ട്. എന്നിട്ടും, ഏറ്റവും ഹീനമായ കുറ്റം ചെയ്തവർക്ക് ഞങ്ങൾ മാപ്പുകൊടുക്കുന്നില്ല എന്നും പറഞ്ഞ് ക്യൂബക്കെതിരായി ഇത്രയും ഗംഭീരമായ ദുഷ്പ്രചാരണങ്ങൾ നടത്തുന്നതെന്തിനാണ്? ഞങ്ങൾ മാത്രം ആയുധങ്ങളെല്ലാം ഉപേക്ഷിച്ച് അത്തരക്കാർക്ക് മാപ്പുകൊടുത്തുകൊള്ളണമെന്നുണ്ടോ? ഞങ്ങളുടെ നിയമനിർമാണസഭ ഇക്കാര്യത്തിലെടുത്ത തീരുമാനം ശരിയായിരുന്നു എന്ന് എനിക്ക് ഉറപ്പിച്ചു പറയാൻ കഴിയും. അത്തരം പരിതഃസ്ഥിതികളിൽ ഇനിയും അതേ നയം തന്നെ തുടരുകയും ചെയ്യും- കാരണം, ഞങ്ങൾക്ക് ഞങ്ങളുടെ കടമകളെപ്പറ്റിയും ഉത്തരവാദിത്വങ്ങളെപ്പറ്റിയും വ്യക്തമായ ധാരണയുണ്ട്.

തോമസ് ബോർഗെ: *ക്യൂബയിൽ ലൈംഗികമായ വിവേചനമുണ്ടെന്നാണല്ലോ പലരും പറയുന്നത്. സ്വവർഗരതിയെപ്പറ്റിയും ലെസ്ബിയനിസത്തെപ്പറ്റിയും സ്വതന്ത്രപ്രേമത്തെപ്പറ്റിയുമൊക്കെ താങ്കളുടെ അഭിപ്രായമെന്താണ്?*

കാസ്ട്രോ: തോമസ്, ഒരു കുമ്പസാരത്തിനുപാകത്തിലുള്ള ചോദ്യങ്ങളാണല്ലോ താങ്കൾ എന്നോടു ചോദിക്കുന്നത്! താങ്കൾ ഒരു പുരോഹിതന്റെ മട്ടിലാണ് കാര്യങ്ങൾ അന്വേഷിക്കുന്നത്, പത്രപ്രവർത്തകന്റെ മട്ടിലല്ല. ശരി, ഞാൻ ഒഴിഞ്ഞുമാറുന്നില്ല. ഉത്തരം പറയാം.

ലൈംഗികമായ വിവേചനത്തെപ്പറ്റി പറഞ്ഞല്ലോ. ലിംഗഭേദത്തോടുബന്ധപ്പെട്ട വിവേചനങ്ങൾ ഞങ്ങൾ പണ്ടേ ഉപേക്ഷിച്ചിരിക്കുന്നു. സ്ത്രീകൾക്കെതിരായ വിവേചനം അവസാനിപ്പിക്കാൻ മറ്റ് ഏതൊരു ഗവൺമെന്റും ചെയ്യുന്നതിനേക്കാൾ, പരമാവധി ഞങ്ങൾ ചെയ്തിട്ടുണ്ട്.

ആ വഴിക്ക് ഞങ്ങൾ ചെയ്തത് നീണ്ട ഒരു സമരം തന്നെയായിരുന്നു. സ്ത്രീകൾക്കെതിരെയുള്ള വിവേചനം അവസാനിപ്പിക്കുന്ന കാര്യത്തിൽ ഞങ്ങൾ ഒട്ടേറെ വിജയിച്ചിട്ടുണ്ട്. എന്നാലും അത് തീരെയങ്ങോട്ട് അവസാനിച്ചു എന്ന് ഉറപ്പിച്ചു പറയാനാവില്ല. പുരുഷാധിപത്യത്തിൽ വിശ്വസിക്കുന്ന ചിലരൊക്കെ ഇപ്പോഴും ഇവിടെയൊക്കെയുണ്ട്- എന്നാലും, മറ്റു ലാറ്റിനമേരിക്കൻ രാജ്യങ്ങളുമായി താരതമ്യം ചെയ്തുനോക്കുമ്പോൾ അത്തരക്കാർ വളരെ കുറവാണ്. നൂറ്റാണ്ടുകളായി ഞങ്ങളുടെ നാട്ടുകാരിൽ അലിഞ്ഞുചേർന്നിരിക്കുന്ന ഒരു സ്വഭാവവിശേഷമാണ് ഈ പുരുഷമേധാവിത്വം. സ്പെയിനിൽ അത് അറബികളിൽ നിന്നുവന്ന സ്വാധീനമാവണം- സ്പെയിൻകാരിലും അത് കുറെയൊക്കെ ഉണ്ടായിരിക്കണം. മറ്റു പല ദുഃസ്വഭാവങ്ങളെയും പോലെ, ഞങ്ങളുടെ നാട്ടുകാർക്ക് കോൺക്വിസ്റ്റാഡോകളിൽ (ലാറ്റിനമേരിക്കൻ രാജ്യങ്ങളെ 15-ാം നൂറ്റാണ്ടിൽ ആക്രമിച്ചു കീഴടക്കി ഭരിച്ച സ്പെയിൻകാർ) നിന്നു പാരമ്പര്യമായി കിട്ടിയതാണ് ഈ പുരുഷമേധാവിത്വവും.

ചരിത്രം തന്ന ഒരു ഒസ്യത്താണ്- ചില രാജ്യങ്ങളിൽ കൂടിയും മറ്റു ചിലയിടങ്ങളിൽ കുറഞ്ഞും ഇരിക്കുമെന്നേയുള്ളു. പുരുഷാധിപത്യത്തിനെതിരെ പരമാവധി പോരാടിയ ഒരു രാജ്യമാണ് ഞങ്ങളുടേത്. ഈയൊരു സമരത്തിൽ ക്യൂബ നേടിയത്ര സ്പഷ്ടമായ പ്രായോഗിക വിജയം മറ്റൊരു രാജ്യവും നേടിയിട്ടുമില്ല. ചെറുപ്പക്കാരിലൊക്കെ അത് വ്യക്തമായും കാണാം. എന്നാലും, ഈ മേഖലയിൽ ഞങ്ങൾ പരിപൂർണമായും വിജയിച്ചു, ഇനി ഏറെ ശ്രദ്ധിക്കേണ്ടതില്ല എന്നൊന്നും പറഞ്ഞുകൂടാ. പോരാട്ടം തുടർന്നുകൊണ്ടേയിരിക്കുന്നു.

ഈ പുരുഷമേധാവിത്വം ഒരു കാലത്ത് ഞങ്ങളുടെ നാട്ടിൽ സ്വവർഗരതിയെയും സ്വാധീനിച്ചിരുന്നു എന്ന കാര്യം ഞാൻ നിഷേധിക്കുന്നില്ല. താങ്കൾ എന്റെ അഭിപ്രായം ചോദിച്ചതുകൊണ്ടു പറയുകയാണ്. വ്യക്തിപരമായി എനിക്ക് സ്വവർഗരതിക്കാരോട് വിദ്വേഷമൊന്നുമില്ല. അവരോട് പ്രത്യേകിച്ച് ഒരു വിദ്വേഷവുമില്ല, അവർക്ക് പ്രതികൂലമായ നയങ്ങളെ ഞാൻ പ്രോൽസാഹിപ്പിച്ചിട്ടുമില്ല. ചരിത്രത്തിന്റെ ഒരു പ്രത്യേക കാലഘട്ടവുമായി ബന്ധപ്പെട്ടതാണ് അത്തരം പ്രതിഭാസങ്ങളൊക്കെ . ആ പ്രശ്നത്തോട് മനുഷ്യത്വപരമായ ശാസ്ത്രീയമായ ഒരു സമീപനം

കൈക്കൊള്ളണമെന്നാണ് എന്റെ അഭിപ്രായം. ചിലപ്പോൾ അതിന് ഒരു ദുരന്തഛായയയുണ്ടാവാം– തന്റെ മകൻ ഒരു സ്വവർഗസംഭോഗക്കാരനാണെന്നറിയുന്ന രക്ഷിതാക്കളെ സംബന്ധിച്ചിടത്തോളം അതൊരു ദുരന്തം തന്നെയാണ്. പക്ഷേ, അതിന് ഇങ്ങനെയൊരു ദുരന്തരൂപം കൊടുത്ത് ഒരു വ്യക്തിയെത്തന്നെ എഴുതിത്തള്ളുന്ന പ്രവണതയും ശരിയല്ല.

സ്വവർഗരതി ജീർണതയുടെ ഒരു മുഖമായിട്ടൊന്നും ഞാൻ കാണുന്നില്ല. കൂടുതൽ വിവേകപൂർണമായ ഒരു സമീപനമാണ് ഇവിടെ എനിക്കുള്ളത്. ചില വ്യക്തികളുടെ സ്വാഭാവികമായ ചില പ്രവണതകളിൽ ഒന്നായേ ഞാൻ അതിനെ കാണുന്നുള്ളു– ആ രൂപത്തിൽ അതിനെ ബഹുമാനിക്കുകയും വേണം എന്നാണ് എന്റെ വീക്ഷണം. ഇത്തരമൊരവസ്ഥയിൽ കുടുംബാംഗങ്ങൾ സംയമനത്തോടെ പെരുമാറണം. ഇത്തരമൊരു പരിതസ്ഥിതിയിൽ കുടുംബാംഗങ്ങളുടെ മാനസികാവസ്ഥയിലും സമീപനത്തിലും മാറ്റമുണ്ടാവണമെന്നാണ് എനിക്കു തോന്നുന്നത്. സ്വവർഗരതിക്കാരോട് പരിഹാസമോ പുച്ഛമോ, അവർക്കെതിരായി സമ്മർദ്ദങ്ങളോ വിവേചനങ്ങളോ ഉണ്ടാവുന്നതിന് ഞാനെതിരാണ്.

തോമസ് ബോർഗെ: *ഒരു സ്വവർഗരതിക്കാരന് കമ്യൂണിസ്റ്റ് പാർട്ടിയിൽ അംഗമാകാമോ?*

കാസ്ട്രോ: ഇത്തരം കാര്യങ്ങളിലൊക്കെ കുറെയൊക്കെ മുൻവിധികളും പക്ഷപാതിത്വങ്ങളുമുണ്ട് എന്നതുനേരാണ്. പക്ഷേ ഞങ്ങളുടെ സമരം മറ്റു ചില മുൻവിധികൾക്കെതിരാണ്.

ഉദാഹരണത്തിന്, സ്ത്രീയുടെയും പുരുഷന്റെയും പെരുമാറ്റങ്ങളെ വിലയിരുത്തുന്നത് വ്യത്യസ്തമായ മാനദണ്ഡങ്ങളുപയോഗിച്ചാണ്. പാർട്ടിക്കകത്ത് കുറെക്കാലമായി നടപ്പുള്ള ഒരു വ്യവസ്ഥയാണത്. ഞാൻ അതിനെതിരെ യുദ്ധം വെട്ടുകയും വാദിക്കുകയുമൊക്കെ ചെയ്തിട്ടുണ്ട്. ഒരു പുരുഷൻ തന്റെ ഭാര്യയോട് ഒരനീതികാട്ടിയാൽ, പരസ്ത്രീഗമനമുണ്ടായാൽ, അത് അത്ര വലിയ കാര്യമാക്കാറില്ല. നേരെ മറിച്ച്, ഒരു സ്ത്രീയാണ് അങ്ങനെ വഴിവിട്ടുപെരുമാറിയതെങ്കിൽ അത് പാർട്ടിക്കകത്ത് വലിയൊരു ചർച്ചാവിഷയമാകുമായിരുന്നു. സ്ത്രീയുടെയും പുരുഷന്റെയും ലൈംഗികബന്ധങ്ങളെ സംബന്ധിച്ചിടത്തോളം വ്യത്യസ്തമായ മാനദണ്ഡങ്ങളാണ് നിലവിലുണ്ടായിരുന്നത്. അത്തരം രൂഢമൂലമായ മുൻവിധികൾക്കെതിരെ എനിക്ക് ഒട്ടേറെ സമരം ചെയ്യേണ്ടിവന്നിട്ടുണ്ട്. ഇക്കാര്യങ്ങളിലൊന്നും വേണ്ടത്ര തത്വദീക്ഷയോ വിദ്യാഭ്യാസമോ നമ്മുടെ സമൂഹത്തിൽ നടക്കുന്നില്ല– പുരുഷമേധാവിത്വത്തിന്റേതായ കുറെയേറെ ആശയങ്ങളാണുള്ളത്.

സ്വതന്ത്രപ്രേമത്തെപ്പറ്റി താങ്കളുടെ ചോദ്യത്തിന് ഞാൻ മറുപടി പറഞ്ഞില്ല. താങ്കൾ എന്താണാവോ അതുകൊണ്ട് ഉദ്ദേശി

ക്കുന്നത്- പ്രേമിക്കാനുള്ള സ്വാതന്ത്ര്യത്തെപ്പറ്റിയാണെങ്കിൽ, എനിക്ക് ഒരെതിർപ്പുമില്ല.

തോമസ് ബോർഗെ: *വിശ്വാസികളെപ്പറ്റിയോ, ഫിദൽ?*

കാസ്ട്രോ: മതത്തിന്റെ മേഖലയിൽ നിലനിന്നിരുന്ന പലതരം വിവേചനങ്ങൾക്കെതിരെ ഞങ്ങൾക്ക് സമരം ചെയ്യേണ്ടിവന്നിട്ടുണ്ട്. മതവിശ്വാസികളോടുള്ള വിവേചനം ഒരു വലിയ പ്രശ്നം തന്നെയായിരുന്നു. പാർട്ടിക്കകത്ത് ആ സമരം ജയിക്കാൻ എളുപ്പമല്ലായിരുന്നു- പ്രത്യേകിച്ച് യുവാക്കളുടെ കാര്യത്തിൽ. പാർട്ടിയിൽ അംഗങ്ങളായിരിക്കാൻ എല്ലാവിധത്തിലുള്ള വിപ്ലവവീര്യവും ദേശസ്നേഹവും മറ്റു യോഗ്യതകളുമുള്ളവരെ, മതവിശ്വാസികളാണ് എന്ന ഒരൊറ്റക്കാരണത്താൽ പാർട്ടിയിൽ നിന്ന് ഒഴിവാക്കരുത് എന്ന് ചെറുപ്പക്കാരെ പറഞ്ഞു മനസിലാക്കിക്കാൻ നല്ല വിഷമമായിരുന്നു.

12

തത്വദീക്ഷ

ക്യൂബ ഒരു ദ്വീപാണ്- ഉയരം കൂടിയ പനകളുടെയും വികാര ജീവികളുടെയും കവികളുടെയും നാടാണ്; കൊടുങ്കാറ്റു കളുടെ പ്രതീകമായ പ്രതികരണങ്ങളുടെയും നാടാണ് അത്. ആ നാട് ഞാൻ ആദ്യമായി വിപ്ലവകരമായ മുദ്രാവാക്യങ്ങൾക്കൊണ്ടും അധികാര വടംവലികൾകൊണ്ടും ശബ്ദമുഖരിതമാക്കിയിരുന്നു.

തുടക്കത്തിൽത്തന്നെ ഫിദലും പ്രസിഡന്റ് മാനുവേൽ ഉറുഷിയയും തമ്മിൽ സാമാന്യം ഗുരുതരമായ അസ്വരസങ്ങളും ഉരസലുകളുമുണ്ടായിരുന്നു. ഉറുഷിയ സൽപ്പേരുള്ള ഒരു മജി സ്ത്രേട്ടായിരുന്നു; വളരെ ആദർശപരമായ ഉദാരവൽക്കരണത്തിന്റെ (ലിബറിലിസത്തിന്റെ) നയങ്ങളായിരുന്നു അദ്ദേഹത്തിന്റേത്. അന്നത്തെ ക്യൂബൻ സാഹചര്യങ്ങളിൽ അത്തരം ആദർശങ്ങൾക്ക് മരുഭൂമിയിൽ പിടിച്ചിട്ട മത്സ്യത്തിന്റെ ഗതിയായിരുന്നു.

പിന്നീട്, ഒരു സ്റ്റാലിനിസ്റ്റായ ആനിബാൽ എസ്കാലന്റെയുടെ നേതൃത്വത്തിൽ ഒരു വിഭാഗം ജനകീയ സോഷ്യലിസ്റ്റ് പാർട്ടിക്കാർ 'ജൂലായ് 26 പ്രസ്ഥാന'ത്തെയും ഫിദൽകാസ്ട്രോവിനെത്തന്നെയും അധികാരഭ്രഷ്ടമാക്കാൻ ഒരു ശ്രമം നടത്തുകയുണ്ടായി. വിവേകശൂ ന്യമായിരുന്നു ആ ശ്രമം.

ആഭ്യന്തര പ്രശ്നങ്ങൾ ജനങ്ങളുടെ പിൻതുണയോടെ നേരിടു കയും പരിഹരിക്കുകയും ചെയ്യുക എന്നതായിരുന്നു ഫിദലിന്റെ സ്വഭാവം. ഉദാഹരണത്തിന് 'മാർച്ച് 13 വിപ്ലവ ഡയറക്ടറേറ്റും' 'ജൂലൈ 26 പ്രസ്ഥാന'വും-സമാനസ്വഭാവമുള്ള രണ്ടു പ്രസ്ഥാ നങ്ങളായിരുന്നു. അവ തമ്മിലുള്ള അഭിപ്രായ വ്യത്യാസം

പരസ്പരം കൂടിയാലോചിച്ച് പരിഹരിച്ചത് വലിയൊരു ചരിത്രസംഭവമായിരുന്നു. അവർ രണ്ടുകൂട്ടരും, ആലിംഗനം ചെയ്ത് പരസ്പരം സ്വീകരിക്കുകയാണുണ്ടായത്.

യുഎസ്എയുമായ യുദ്ധത്തിന്റെ മൂർധന്യദശയായിരുന്നു ബേ ഓഫ് പിഗ്സും ഒക്ടോബർ മിസൈൽ പ്രതിസന്ധിയും.

സിയറാമെയ്സ്ത്രയിലെ സമരകാലത്ത് അവിടത്തെ ഏറ്റവും പ്രസന്നവദനനായ, കാമിലോസിയെൻ ഫ്യൂഗോസ്, കാമാഗ്വേയിൽ നിന്ന് ഹവാനയിലേക്കു പറക്കുമ്പോൾ ഒരു കൊടുങ്കാറ്റിൽ പെട്ടു മരിച്ചു. ആ സംഭവമുണ്ടാക്കിയ ദുഃഖത്തിൽ നീറിപ്പുകയുന്ന ഫിദലിനെ ഞാൻ ദൂരെയിരുന്നു കാണുകയുണ്ടായി.

ചെ ഗുവേര വധിക്കപ്പെട്ടപ്പോൾ ദേശീയ വിമോചന പ്രസ്ഥാനങ്ങൾക്കേറ്റ ആഘാതത്തിന്റെ ഇരകളായിരുന്നു ഞങ്ങളൊക്കെ. അന്ന്, സാൻഡിനിസ്റ്റയുടെ സ്ഥാപകനേതാവായിരുന്ന കാർലോസ് ഫോൻസിക്കയോടൊപ്പം ഞാൻ ആ ഐതിഹാസിക നായകന്റെ ഓർമ്മയ്ക്കുമുന്നിൽ, ഏറെ ദുഃഖിതനായി ഫിദൽ ചെയ്ത പ്രസംഗം കേൾക്കുകയുണ്ടായിട്ടുണ്ട്- ശുഭാപ്തിവിശ്വാസം കൈവെടിയരുത് എന്ന ഉദ്ബോധനവും.

പരസ്യമായ സ്വയം വിമർശനത്തിന്റെ കാര്യത്തിലും ഫിദലിന് ഒരു മടിയുമില്ല. 1970-ൽ കരിമ്പുവിള 10 മില്യൺ മെട്രിക്ക് ടൺ ഉണ്ടാവണമെന്നായിരുന്നു ഫിദലിന്റെ ലക്ഷ്യം. അതു നടന്നില്ല. അന്ന് അദ്ദേഹം അത്തരത്തിലൊരു സ്വയം വിമർശനം നടത്തിയത് എടുത്തു പറയേണ്ടതാണ്. വളരെ വിചിത്രമായ വൈരുധ്യങ്ങളും വേദനാജനകമായ നഷ്ടങ്ങളും ഫിദലിനു നേരിടേണ്ടിവന്നിട്ടുണ്ട്. പ്രിയപ്പെട്ട സഖാക്കളും വളരെ അടുത്ത സുഹൃത്തുക്കളും ഉണ്ടായിരുന്ന അദ്ദേഹത്തിന്- ചെ, സഹോദരൻ റാവുൽ, സീലിയ സാൻ ജെസ്......... എന്നിങ്ങനെ. അർഹതയുള്ളവരെ അംഗീകരിക്കാനുള്ള സ്നേഹമൊക്കെ അവരുടെ മേൽകോരിച്ചൊരിയാനും അദ്ദേഹത്തിന് ഒരു പിശുക്കുമില്ല. അതേസമയം, താൻ മുറുകെ പിടിക്കുന്ന തത്വങ്ങളോടും ആദർശങ്ങളോടും ഒരു വിട്ടുവീഴ്ചയുമില്ല.

ടി.ബി

തോമസ് ബോർഗെ: *റാവുൽ കാസ്ട്രോ താങ്കൾക്ക് പ്രിയപ്പെട്ട ഒരു സഹോദരൻ മാത്രമല്ല, പ്രധാന സഹപ്രവർത്തകൻ കൂടിയാണ്, അല്ലേ?*

കാസ്ട്രോ: മറ്റുള്ളവരിൽ നിന്നു വേറിട്ടുനിൽക്കുന്ന കുറേയേറെ ഗുണങ്ങളുള്ള ഒരു വ്യക്തിയാണ് റാവുൽ. എന്റെ സഹോദരനായിപ്പോയി എന്നതുകൊണ്ട് മാത്രം അദ്ദേഹത്തെ ജനങ്ങൾ ഒട്ടേറെ വിഷമിപ്പിച്ചിട്ടുണ്ട്, ഉപദ്രവിച്ചിട്ടുണ്ട്-വലിയ ഒരു മരം, തൊട്ടുനിൽക്കുന്നവരുടെ ദേഹത്തിലേക്ക് ഒരൽപ്പം നിഴൽ വീഴ്ത്തുമല്ലോ. ഈ

നാട്ടിൽ, എന്നോടൊപ്പം, മറ്റുള്ളവരിൽ നിന്നു വേറിട്ടു നിൽക്കുന്ന കുറേപേരുണ്ട്-ചെ, കാമിലോ, യുവാൻ അൽമീദ........അങ്ങനെ പല സഖാക്കളും. എന്നാലും, കൂടുതൽ ഉയരമുള്ള ഒരു മരത്തിന് കുറച്ചധികം നിഴലുണ്ടാകുമല്ലോ.

എനിക്കുണ്ടായിരുന്നത്ര ഉത്തരവാദിത്തം റാവുൽ കാസ്ട്രോ വിനാണ് ഉണ്ടായിരുന്നതെങ്കിൽ അദ്ദേഹം എന്തുചെയ്യുമായിരുന്നു എന്ന് ആർക്കും അറിഞ്ഞുകൂടാ. തുടക്കം മുതലേ അയാൾ ഒരു ഗൗരവക്കാരനും ഉത്തരവാദിത്വ ബോധമുള്ളവനും കർമനിരതനും ധീരനുമായിരുന്നു. മൊങ്കാദ സൈനിക പാളയം ആക്രമിക്കുന്ന കാലം മുതൽ അയാൾ ഈ സ്വഭാവവിശേഷങ്ങളൊക്കെ പ്രദർശിപ്പി ക്കാൻ തുടങ്ങിയിട്ടുണ്ട്. ആ ആക്രമണം ആസൂത്രണം ചെയ്യുന്ന കാര്യത്തിൽ റാവുലിന് വലിയ പങ്കൊന്നും ഉണ്ടായിരുന്നില്ലെങ്കിലും, അയാളും അതിൽ പങ്കെടുത്തിട്ടുണ്ട്.

അയാൾക്ക് അന്ന് വളരെ ചെറുപ്പമായിരുന്നു. എനിക്ക് അന്ന് 26 വയസായിരുന്നു. അപ്പോൾ അയാൾക്ക് 21 വയസാവണം-അത് ഒരു ജൂലായിലായിരുന്നതുകൊണ്ട് 22 -ലേക്ക് കടന്നിട്ടുണ്ടാവണം.

അന്ന്, വളരെ തന്ത്രപ്രധാനമായ ഒരു പരിപാടിയുമായി അയാളെ ഞങ്ങൾ ഒരിടത്തേക്ക് അയച്ചിരുന്നു- സാന്തിയാഗൊ ദെ ക്യൂബയിലെ കോടതിയിലേക്ക്, അവിടെയെത്തി, കോടതി പിടിച്ചടക്കി. എന്നിട്ട് അവിടത്തെ കാവൽക്കാരെയൊക്കെ നിരായുധ രാക്കി, അവരുടെ തോക്കുകൾ തട്ടിയെടുത്തു. വളരെ പ്രധാനപ്പെട്ട ഒരു ജോലിയായിരുന്നു അത്. ഞങ്ങൾ ആസൂത്രണം ചെയ്ത മട്ടിലല്ല കാര്യങ്ങൾ നീങ്ങിയത്. (*ചരിത്രം എന്നെ കുറ്റക്കാരനല്ലെന്നു വിധിക്കും* എന്ന എന്റെ പുസ്തകത്തിൽ, മൊങ്കാദയിൽ അന്നു സംഭവിച്ചതെന്താണെന്ന് ഞാൻ വിസ്തരിച്ചു പ്രതിപാദിച്ചിട്ടുണ്ട്) തോക്കും തട്ടിയെടുത്ത് അവർ ആ കെട്ടിടത്തിൽ നിന്നു പോരാൻ ശ്രമിക്കുമ്പോഴാണ് ഒരു കൂട്ടം പട്ടാളക്കാർ അതിനകത്തു കടന്നതും അവരെ തടവുകാരായി പിടിച്ചതും. ഒരു പുലിയുടെ പ്രത്യുല്പന്ന മതിത്വത്തോടെ റാവുൽ ആ സാർജന്റിന്റെ പിസ്റ്റൾ കടന്നു പിടിക്കുകയും ആ പട്ടാളക്കാരെ തടവുകാരാക്കുകയും ചെയ്തു.

അതുകൊണ്ട് മാത്രം അന്ന് അവർ രക്ഷപ്പെട്ടു. അങ്ങനെ സംഭവിച്ചിട്ടില്ലായിരുന്നുവെങ്കിൽ അവർ ക്രൂരമായ മർദനത്തിനു വിധേയരാവുകയും, അവസാനം കൊല്ലപ്പെടുകയും ചെയ്യുമായി രുന്നു. എന്നിട്ടും റാവുൽ പരിപൂർണമായും രക്ഷപ്പെട്ടില്ല, സാൻ ലൂയി എന്ന പട്ടണത്തിൽ വെച്ച് വീണ്ടും പിടിക്കപ്പെട്ടു. അയാളെ തിരികെ കൊണ്ടുവന്ന് തടവിലാക്കി. ആ കേസിന്റെ വിചാരണയിൽ അയാളുടെ പങ്ക് വളരെ പ്രധാനപ്പെട്ടതായിരുന്നു. മറ്റു തടവുകാരുടെ കൂടെ അയാളും നല്ല ഒരു കേഡറായി വളർന്നു. വളരെയേറെ വിഷമങ്ങൾ സഹിക്കേണ്ടിവന്നു അന്ന് ഞങ്ങൾക്ക്- പൈൻസ്

ദ്വീപിലെ ബോനിയാറ്റോ ജയിലിലായിരുന്നു ഞങ്ങൾ. നല്ല ഗൗരവവും ഉത്തരവാദിത്വ ബോധവും പെട്ടെന്നു ചിന്തിച്ച് തീരുമാന മെടുക്കാനുള്ള കഴിവും വിപ്ലവവീര്യവുമൊക്കെ അയാളെ മറ്റുള്ള വരിൽനിന്ന് വ്യത്യസ്തനാക്കിയിരുന്നു.

അന്ന് മൊങ്കാദാ സൈനിക പാളയം ആക്രമിച്ച സമയത്ത് റാവുലും ഞാനും മാർക്സിസ്റ്റുകാരായിരുന്നു. ഞാനാണ് അയാളെ മാർക്സിസ്റ്റ്-ലെനിനിസ്റ്റ് ആശയങ്ങളിലേക്ക് ആനയിച്ചത്. എന്നെ ക്കാൾ ഏറെ ചെറുപ്പമായിരുന്നു അയാൾ. ഞാനൊരു വിദ്യാർഥി യായിരുന്ന കാലത്ത് അയാൾ ബിരാനിലായിരുന്നു- സ്കൂളിൽ പോകുന്നത് തൽക്കാലം നിർത്തിയിരുന്നു. തുടർന്നു പഠിച്ചത് എന്റെ പ്രേരണകൊണ്ടാണ്. അങ്ങനെ, മൊങ്കാദ പട്ടാളക്യാമ്പ് ആക്രമി ച്ചകാലത്ത് അയാൾ ഒരു സർവകലാശാല വിദ്യാർഥിയായിരുന്നു. ആ കാലത്തൊക്കെ അയാൾ ഏറെ മുന്നിട്ടുനിന്നിരുന്നു.

പിന്നെ ജയിൽ മോചിതരായി, മെക്സിക്കോവിലേക്ക് പോകാൻ ഞങ്ങൾ നേരത്തെത്തന്നെ പരിപാടിയിട്ടിരുന്നു. അങ്ങോട്ട് ആദ്യം അയച്ച കുറച്ച് ആളുകളുടെ കൂട്ടത്തിൽ റാവുലുമുണ്ടാ യിരുന്നു- സുരക്ഷിതത്വ പ്രശ്നം കാരണം ഭീകരപ്രവർത്തനം എന്ന പേരുപറഞ്ഞ് ഞങ്ങളുടെ ശത്രുക്കൾ ഞങ്ങളെ കേസുകളിൽ കുടുക്കാൻ ശ്രമിക്കുകയായിരുന്നു. വാസ്തവത്തിൽ ഞങ്ങൾ അന്ന് ഭീകരപ്രവർത്തനങ്ങളൊന്നും നടത്തിയിരുന്നില്ല; ക്രൂരമായ യാതൊരു പരിപാടിയും ഞങ്ങൾക്കുണ്ടായിരുന്നില്ല. അവർ ചെയ്യുന്ന കുറ്റകൃത്യങ്ങളെ വിമർശിക്കുകയും രാഷ്ട്രീയ പ്രവർത്തനങ്ങളിൽ ഇടപെടുകയുമൊക്കെയായിരുന്നു ഞങ്ങൾ ചെയ്തുകൊണ്ടിരുന്നത്. അന്ന് ഞങ്ങൾ മെക്സിക്കോവിലിരുന്ന് 'ഗ്രാൻമ' പര്യടനപരിപാടി ആസൂത്രണം ചെയ്യുമ്പോൾ റാവുൽ, ഒരു ക്യാപ്റ്റന്റെ റാങ്കോടെ, ഒരു പ്ലാറ്റൂണിനെ നയിച്ചിരുന്നു.

തോമസ് ബോർഗെ: *എന്നിട്ട് താങ്കൾ അദ്ദേഹത്തെ ലെഫ്ടനന്റായി തരം താഴ്ത്തിയില്ലേ? മിണ്ടാതിരിക്കേണ്ട ഏതോ ഒരു സന്ദർഭത്തിൽ അൽപ്പം ഒച്ച വെച്ചു സംസാരിച്ചു എന്നോ മറ്റോ ആയിരുന്നില്ലേ കാരണം? ഓർക്കുന്നില്ലേ?*

കാസ്ട്രോ: ഇല്ല ഓർമ്മയില്ല. അയാളും അൽമീദയും സ്മിത്ത് കോമാസുമായിരുന്നു ഒരു ഡിറ്റാച്മെന്റിന്റെ മൂന്നു ക്യാപ്റ്റന്മാർ. കാർദെനാഡിൽനിന്നുള്ള സ്മിത്ത് കോമാസ് മിടുക്കനായിരുന്നു. സ്ഥിത പ്രജ്ഞനായിരുന്നു. അങ്ങനെ ഒരു ഡിറ്റാച്മെന്റ് സംഘടിപ്പി ക്കുമ്പോൾ നല്ല കഴിവുള്ളവരൊക്കെ തെളിഞ്ഞുവരിക സ്വാഭാവിക മാണല്ലോ-അങ്ങനെ, 'ഗ്രാൻമ' സംരംഭം തുടങ്ങിയപ്പോൾ മറ്റുള്ള വരിൽ നിന്നു വേറിട്ടു നിൽക്കുന്ന, നല്ല കഴിവുള്ളവരൊക്കെ മുന്നോട്ടുവന്നു.

ഞങ്ങൾ ചിന്നിച്ചിതറിക്കഴിഞ്ഞപ്പോൾ, നാലഞ്ചുപേരുള്ള ഒരു ഗ്രൂപ്പുമായി, ശത്രുവലയത്തെ ഒഴിവാക്കാൻ റാവുൽ ശ്രമിച്ചു -ഞാനും അതുതന്നെ ചെയ്തു. അന്ന് ആയുധവുമായി രക്ഷപ്പെട്ടത് ഞങ്ങളുടെ രണ്ടുപേരുടെയും ഗ്രൂപ്പുകൾമാത്രമായിരുന്നു-അഞ്ച് ആയുധങ്ങളുമായി റാവുലിന്റെ ഗ്രൂപ്പും രണ്ട് ആയുധങ്ങളുമായി എന്റെ ഗ്രൂപ്പും.

എന്റെ റൈഫിളുമായി ഞാനും, അതുപോലെ ഒരു റൈഫിളുമായി മറ്റൊരു സഖാവും രക്ഷപ്പെട്ടു. അയാളുടെ റൈഫിളിൽ 30 ബുള്ളറ്റ് ഉണ്ടായിരുന്നു; എന്റേതിൽ സുമാർ 90 ബുള്ളറ്റും. ടെലസ്കോപ്പിക് സംവിധാനമുള്ളതായിരുന്നു എന്റെ റൈഫിൾ. മിക്കവാറും യുദ്ധത്തിന്റെ അവസാനം വരെത്തന്നെ അത് എന്റെ കൈവശമുണ്ടായിരുന്നു. താമസിയാതെ, അയാളുടെ ഗ്രൂപ്പുമായി റാവുലും വന്നു-അഞ്ചു റൈഫിളുണ്ടായിരുന്നു അവരുടെ കൈയിൽ. അങ്ങനെ ഞങ്ങളുടെ കൈയിൽ മൊത്തം ഏഴു റൈഫിൾ. അവിടെയുള്ള കൃഷിക്കാർ-മറ്റു സഖാക്കളെ സൈനികവലയത്തിലകപ്പെടാതെ കഴിക്കാൻ സഹായിച്ചു. ആയുധങ്ങളൊക്കെ തൽക്കാലം എവിടെങ്കിലും ഒളിച്ചുവയ്ക്കണമെന്നും പിന്നീടുവന്ന് എടുക്കാമെന്നുമായിരുന്നു അത്. അങ്ങനെ ആ കൃഷിക്കാർ അവരെയും സിയറയിലെത്തിച്ചു-ആയുധങ്ങളൊന്നുമില്ലാതെ. പിന്നീട്, ഇതിൽ ചില ആയുധങ്ങളൊക്കെ നഷ്ടപ്പെട്ടതായി കണ്ടു.

അയാൾ യുദ്ധത്തിന്റെ കുറേയേറെ വിഷമം പിടിച്ച മുഹൂർത്തങ്ങളിലൂടെ കടന്നു പോന്നിട്ടുണ്ട്. മറ്റുള്ളവരിൽ നിന്നും ഏറെ വ്യത്യസ്തത പുലർത്തിയിട്ടുണ്ട്. 1958-ന്റെ ആദ്യപകുതിയിൽ അയാളെ ഒരു രണ്ടാം നിര തുറക്കാനായി ഞാൻ നിയോഗിക്കുകയുണ്ടായി-സിയറാമെയ്സ്ത്രയായിരുന്നു ആദ്യത്തെ നിര. പ്രായവും പക്വതയുമുള്ള അമ്പതോ അറുപതോ സൈനികരുമായി സിയ്റാമെയ്സ്ത്രാ പർവതങ്ങളിലൂടെ, രണ്ടാം നിരയുണ്ടാക്കാൻ അയാൾ കിഴക്കോട്ടു പോയി. പിന്നെ, മലമടക്കുകളിൽ നിന്നിറങ്ങി, അയാൾക്ക് ഒരു സമതലം മുറിച്ചു കടന്നു പോകേണ്ടിയിരുന്നു. ആദ്യമായിട്ടായിരുന്നു അങ്ങനെ സമതലത്തിലൂടെ പോകുന്നത്.

തോമസ് ബോർഗെ: *അന്നാണോ റാവുൽ ഏറ്റവും നല്ല ഒരു സംഘാടകനായി തന്റെ കഴിവ് തെളിയിച്ചത്?*

കാസ്ട്രോ: തന്ത്ര പ്രാധാന്യമുള്ള ഒരു മേഖലയിലായിരുന്നു അയാളെ നിയോഗിച്ചത്. അത് അയാൾ ഭംഗിയായി നിറവേറ്റുകയും ചെയ്തു. ഒരു സംഘാടകനെന്ന നിലക്ക് വലിയൊരു വിജയം തന്നെയായിരുന്നു അയാൾ. തനിക്ക് അനുവദിച്ചുകിട്ടിയ ആ മേഖലയിലെ സമരം ഭംഗിയായി സംഘടിപ്പിച്ചു; തന്റെ സേനയ്ക്കുവേണ്ട കരുത്തുണ്ടാക്കി; വിജയങ്ങളുടെ ഒരു പരമ്പരതന്നെ നേടിയെടുത്തു. ആ ഭാഗത്തൊക്കെ ബാത്തിസ്ത ചില താൽക്കാലിക ഗ്രൂപ്പുകളെ

നിയോഗിച്ചിരുന്നു-വിപ്ലവ സൈന്യത്തിന്റെ ആളുകളാണെന്നു നടിച്ച് അവിടൊക്കെ ചുറ്റിക്കറങ്ങിയിരുന്ന ചില അർധ സൈന്യവിഭാഗങ്ങൾ. റാവുൽ അവിടെ ക്രമവും വ്യവസ്ഥയും ഉണ്ടാക്കി, ഒരു രണ്ടാംനിര വികസിപ്പിച്ചെടുത്തു. അത് അനുക്രമം വളരുകയും, ഒരു വലിയ പരിധിവരെ അധികാരം പിടിച്ചെടുക്കുകയും ചെയ്തു. 1995 ഏപ്രലിൽ അവിടെ ഒരു പൊതു പണിമുടക്കിനുള്ള ശ്രമം നടന്നപ്പോൾ സുപ്രധാനമായ പല യുദ്ധങ്ങളും അവിടെ വേണ്ടി വന്നു; ആ വർഷത്തിന്റെ രണ്ടാം പകുതിയിൽ, അവസാനത്തെ കടന്നാക്രമണത്തിന്റെ സമയത്തും അവിടെ കഠിനമായ യുദ്ധമുണ്ടായി.

സിയറാമെയ്സ്ത്രക്ക് പുറത്ത് ആദ്യമായി ഒരു സൈന്യ നിര തുറന്ന്, അതിന്റെ ആദ്യകമാൻഡറായത് റാവുലാണ്. ഒരു സംഘാടകനെന്ന നിലക്കും ഒരു നേതാവെന്ന നിലക്കും അയാൾ നല്ല കഴിവുകളാണ് പ്രദർശിപ്പിച്ചത്. നല്ല ഉത്തരവാദിത്വബോധവും വിപ്ലവത്തിന്റേതായ കരുത്തും അയാൾക്കുണ്ടായിരുന്നു. കൃഷിക്കാർക്കിടയിൽ അയാൾ ധാരാളം രാഷ്ട്രീയ പ്രവർത്തനം നടത്തേണ്ടിയിരുന്നു- നേതാക്കൾക്കിടക്കും അനുയായികൾക്കിടക്കും നല്ല സ്വാധീനമുണ്ടായിരുന്നു. അയാളുടെ കഴിവുകളും വിപ്ലവത്തിലുള്ള സ്ഥാനവും, ഞങ്ങളുടെ കുടുംബബന്ധങ്ങളും തമ്മിൽ കൂട്ടിക്കുഴയ്ക്കരുത്. കാമിലോ, ചെ, അൽജീറ തുടങ്ങിയ അനേകം മഹദ്വ്യക്തികളെപ്പോലെതന്നെ അപാരമായ കഴിവുകളുള്ള ഒരു വ്യക്തിയാണ് റാവുൽ-എന്റെ അനുജനായതുകൊണ്ടുള്ള കേമത്തമല്ല അത്.

വിപ്ലവത്തിന്റെ വിജയത്തോടുകൂടി, കുറെയേറെ പ്രധാനപ്പെട്ട ഉത്തരവാദിത്വങ്ങൾ അയാളെ ഏൽപ്പിക്കേണ്ടിവന്നു. വിപ്ലവ സേനയുടെ ഉത്തരവാദിത്വമുള്ള മന്ത്രിയായിരിക്കാൻ എല്ലാവിധ യോഗ്യതയും അയാൾക്കുണ്ടെന്ന് എനിക്കുതോന്നി. ആ ചുമതലകൾ അയാൾ ഏൽക്കുകയും സൈന്യത്തെ രാഷ്ട്രീയമായും വിദ്യാഭ്യാസപരമായും വളർത്തിയെടുക്കാൻ ഏറെ അധ്വാനിക്കുകയും ചെയ്തു. ആ മേഖലയിൽ വളരെ ശ്ലാഘനീയമായ ഒരു സേവനമാണ് അയാൾ ചെയ്തത് എന്നാണ് എന്റെ ഉറച്ചവിശ്വാസം- വസ്തുനിഷ്ഠമായ, നിഷ്പക്ഷമായ അഭിപ്രായം.

ഞങ്ങൾക്കിടയിൽ വല്ല പ്രശ്നങ്ങളുമുണ്ടായിരുന്നോ എന്നു ചോദിക്കുകയുണ്ടായല്ലോ. ഞങ്ങളുടെ സൈനിക നിരകൾക്കൊക്കെ സ്വന്തമായി തീരുമാനമെടുക്കാനുള്ള സ്വയം ഭരണാവകാശമുണ്ടായിരുന്നു. അന്നൊരിക്കൽ ബാത്തിസ്തയുടെ വിമാനങ്ങൾ ബോംബ് വർഷിക്കാൻ തുടങ്ങിയപ്പോൾ റാവുലിന്റെ സൈനികർ വല്ലാതെ കുപിതരായി. ഗുവാൻടാനാമോ നാവികത്താവളത്തിൽ നിന്നായിരുന്നു ആ ബോംബുകളൊക്കെ എത്തിച്ചു കൊടുത്തിരിക്കുന്നത്.

അവിടെ കുറച്ചു യുഎസ് പൗരന്മാരുണ്ടായിരുന്നു. എന്തിനായിരുന്നു അവരവിടെ എത്തിയത് എന്ന് ഓർമ്മയില്ല. റാവുൽ ആ യുഎസ് പൗരന്മാരെ തടവുകാരായി പിടിച്ചു. ആ യുഎസ് പൗരന്മാരോട് അങ്ങനെ പെരുമാറിയത് ശരിയായിരുന്നില്ലെന്നായിരുന്നു എന്റെ അഭിപ്രായം. അതുകൊണ്ട്, അവരെ മോചിപ്പിക്കാൻ ഞാൻ ഉത്തര വിട്ടു. ഒരു സാധാരണ ഉത്തരവുമാത്രമായിരുന്നു അത്. അയാൾക്കു കൊടുത്തു ഒരു കൽപ്പന. അയാൾ അത് പെട്ടെന്ന് അനുസരിക്കുകയും ചെയ്തു. ഞാൻ എത്ര തന്നെ ഓർമ്മിക്കാൻ ശ്രമിച്ചിട്ടും, ഞങ്ങൾക്കിടയിൽ ഒരു വഴക്കോ വക്കാണമോ ഉണ്ടായിരുന്നതായി എനിക്ക് ഓർമ്മകിട്ടുന്നില്ല. അങ്ങനെ വല്ലതുമുണ്ടായിട്ടുണ്ടെങ്കിൽ അതു ഞാൻ ഓർമ്മിക്കാതിരിക്കില്ല. റാവുൽ എപ്പോഴെങ്കിലും ശബ്ദമുയർത്തിയതായോ, ഞാൻ അയാളോട് ഒച്ചവയ്ക്കാതിരിക്കാൻ കൽപ്പിച്ചതായോ, വല്ല ശിക്ഷയും കൊടുത്തതായോ ഒന്നും എനിക്ക് ഓർമ്മയില്ല.

തോമസ് ബോർഗെ: *അല്ല, അങ്ങനെയല്ല. അയാൾ താങ്കളുടെ നേരെ ശബ്ദമുയർത്തി എന്നല്ല. മിണ്ടാതിരിക്കേണ്ട ഏതോ ഒരു സന്ദർഭത്തിൽ അയാൾ എന്തോ പറഞ്ഞെന്നോ......അങ്ങനെ എവിടെയോ വായിച്ചിരുന്നു.*

കാസ്ട്രോ: യുദ്ധത്തിനിടയ്ക്കാവുമോ? ആവാം. അതൊക്കെ സ്വാഭാവികമാണ്.

തോമസ് ബോർഗെ: *തുടക്കത്തിലാവണം............*

കാസ്ട്രോ: സാമാന്യം നല്ല അച്ചടക്കവും ശ്രദ്ധയോടെയുമുള്ള പെരുമാറ്റവുമായിരുന്നു അയാളുടേത്. വല്ലവരും സംസാരിച്ചിട്ടുണ്ടാവാം; മിണ്ടാതിരിക്കാൻ ഞാൻ പറഞ്ഞിട്ടുണ്ടാവാം.... അത്രയൊക്കെയേ ഉള്ളൂ. പരസ്പര ബഹുമാനത്തോടെയുള്ള ഒരു സാഹോദര്യമാണ് ഞങ്ങൾക്കിടയിലുള്ളത്- ഒരുതരത്തിലുള്ള പ്രശ്നവുമില്ല. റാവുലിന് അയാളുടേതായ വിവേചന ബോധവും അഭിപ്രായങ്ങളും വ്യക്തിത്വവും സ്വഭാവ വിശേഷങ്ങളുമുണ്ട്. ശത്രുപക്ഷത്തുനിന്ന് കേൾക്കുന്ന പ്രചാരണങ്ങളിലുള്ള പോലെയല്ല റാവുൽ. അയാളുമായി അടുത്തു പെരുമാറാൻ കഴിഞ്ഞിട്ടുള്ളവർക്കൊക്കെ അയാളുടെ മനുഷ്യത്വത്തെയും മഹത്വത്തെയും സംവേദനശീലത്തെയും പറ്റി നല്ല മതിപ്പാണ്. ഇത്ര സൗഹൃദവും സ്നേഹവുമുള്ള ഈ റാവുലിനെ അക്രമിയും ക്രൂരനും കലഹ പ്രിയനുമൊക്കെയായി ചിത്രീകരിച്ചുകാണുമ്പോൾ അവരൊക്കെ അത്ഭുതപ്പെടാറുണ്ട്. മഹാനായ ഒരു അധ്യാപകനുമാണ് അയാൾ. വിപ്ലവസേനയുടെ മന്ത്രാലയം, തങ്ങളുടെ അനുയായികളെ പരിശീലിപ്പിക്കുന്ന ഏറ്റവും നല്ല സ്കൂളാണ്-കർക്കശവുമാണ്, അതേസമയം വേണ്ടതു വേണ്ടപ്പോൾ ചെയ്യാൻ പരിശീലിപ്പിക്കുന്നതുമാണ്.

തോമസ് ബോർഗെ: *കുടുംബ മഹാത്മ്യമൊന്നുമല്ല റാവുൽ ചെയ്യുന്ന പ്രവൃത്തികൾക്കു നിദാനം എന്ന് ഞാനും മനസിലാക്കുന്നു– റാവുലിനുള്ള സംവേദനശീലവും അയാളുടെ കുടുംബപാരമ്പര്യവുമായി ബന്ധമുണ്ടാവാമെങ്കിലും. ലോലഹൃദയനാണ്. കാരുണ്യം കൊണ്ടും, മഹത്തായ ലക്ഷ്യങ്ങൾക്കു വേണ്ടിയും, വളരെ വേഗം വികാരാധീനനാവുന്നതും ഞാൻ ശ്രദ്ധിച്ചിട്ടുണ്ട്.*

കാസ്ട്രോ: അവർ എന്നെ വധിക്കാൻ പരിപാടിയിട്ടിരുന്ന ആദ്യ വർഷങ്ങളിലൊക്കെ ഞാൻ പലപ്പോഴും ചിന്തിച്ചിട്ടുണ്ട്........അവരുടെ ഏതെങ്കിലും ഒരു പരിപാടി ശരിക്കും ഫലിക്കാനുള്ള സാധ്യതകളൊക്കെയുണ്ടായിരുന്നു. അങ്ങനെ സംഭവിച്ചാൽ ഞാൻ ഈ ചെയ്യുന്നതൊക്കെ തുടർന്നു ചെയ്യാവുന്നവരായി ആരുണ്ട് എന്ന് ഞാൻ ചിന്തിച്ചിട്ടുണ്ട്. എന്റെ അനുയായികൾക്കിടക്ക്, ഈ ഉത്തരവാദിത്വങ്ങളൊക്കെ ഏറ്റെടുക്കാനും ഏറെ ആദരവു പിടിച്ചുപറ്റാനും കഴിവുള്ള വ്യക്തി റാവുലാണ് എന്ന് എനിക്ക് തോന്നിയിട്ടുണ്ട്; ഞാനതു പരസ്യമായി പറഞ്ഞിട്ടുമുണ്ട്– അന്ന് അത് ഒരാവശ്യമായിരുന്നു.

വിപ്ലവത്തിന്റെ കാലത്തൊക്കെ റാവുൽ ഒരു രണ്ടാം നായകനായിരുന്നു. എന്റെ നിഴലിലായിരുന്നതു കൊണ്ട് അയാൾ അത്ര ശ്രദ്ധിക്കപ്പെടാതെ പോയി. മറ്റുള്ളവർ ശ്രദ്ധിക്കുന്നമട്ടിൽ വേർതിരിഞ്ഞു കാണണമെങ്കിൽ, സ്വന്തം കഴിവുകൾ കാണിക്കാനുതകുന്ന ഒരു പ്രവർത്തനമേഖല വേണം. അപ്പോഴേ തന്റെ കഴിവുകൾ മറ്റുള്ളവർ കാണൂ.

തോമസ് ബോർഗെ: *സീലിയാ സാഞ്ചസ് എന്ന വ്യക്തി ക്യൂബക്കാരുടെ ഹൃദയത്തിൽ പ്രകാശം വിതറുന്ന ഒരു മാലാഖയായി കടന്നു വരികയുണ്ടായല്ലോ. അസാധാരണ വ്യക്തിത്വമുള്ള ആ സ്ത്രീയെക്കുറിച്ച് താങ്കൾക്കെന്താണ് പറയാനുള്ളത്?*

കാസ്ട്രോ: ശരിയാണ്, ഒരു അസാധാരണ സ്ത്രീതന്നെയായിരുന്നു സീലിയ. 'ഗ്രാൻമ' ഇവിടെ കരയ്ക്കെത്തിയ കാലത്ത്, ഞങ്ങളുടെ ഏറ്റവും വിഷമം പിടിച്ച ഒരു മുഹൂർത്തത്തിൽ, ആണ് ഞാൻ അവരെ കണ്ടുമുട്ടിയത്. ഞങ്ങൾ 'ഗ്രാൻമ'യിൽ നിന്ന് ഇറങ്ങിയത് 1956 ഡിസംബർ 2–ന് ആയിരുന്നു. ഡിസംബർ 5–ന് വൈകുന്നേരത്തോടെ ഞങ്ങൾക്ക് വലിയൊരു തിരിച്ചടി നേരിടേണ്ടിവന്നു: ശത്രുപക്ഷത്തു നിന്ന് അപ്രതീക്ഷിതമായ ഒരാക്രമണമുണ്ടായി; ഞങ്ങളുടെ സൈന്യമാകെ ചിന്നിച്ചിതറി.

ഞങ്ങൾക്ക് തന്ത്രപരമായ ചില പിഴവുകൾപറ്റി. ഞാൻ തിരഞ്ഞെടുത്തിരുന്നത് തന്ത്ര പ്രധാനമായ ഒരു സ്ഥലമായിരുന്നുവെങ്കിലും, കാടിന്റെ വക്കത്തുള്ള പാറക്കൂട്ടം നിറഞ്ഞ, ഒരു സ്ഥലമായിരുന്നു അത്. ഞങ്ങൾ വല്ലാതെ ക്ഷീണിച്ചിരുന്നു; രാത്രിയിൽ

ഒരുപാടു ദൂരം നടക്കേണ്ടതുണ്ടായിരുന്നു. കാടിന്റെ വക്കിൽ ക്യാമ്പടിക്കുന്നതിനു പകരം കാടിന്റെ കുറച്ച് ഉള്ളിലോട്ടു തള്ളി, ഉന്തിനിൽക്കുന്ന വിജനമായ ഒരു സ്ഥലത്ത് ക്യാമ്പടിച്ചു. അതായിരുന്നു ഞാൻ ചെയ്ത തെറ്റ്. ഞങ്ങൾ രാവിലെ മുതൽ ഉച്ചതിരിയുന്നതുവരെ ഒരു സംഘമായി അവിടെ തങ്ങി. ഞങ്ങളുടെ കൂടെ വഴികാട്ടിയായി ഉണ്ടായിരുന്ന ഒരു വിദ്വാൻ പട്ടാളത്തിനു വിവരം കൊടുത്തു.

ശത്രുക്കൾ വിമാനത്തിലൂടെയായിരുന്നു ഞങ്ങളെ വീക്ഷിക്കാൻ ശ്രമിച്ചത്. മുകളിൽ വിമാനത്തിൽ നിന്നു കാണാൻ പറ്റാത്ത മട്ടിൽ ഞങ്ങൾ അനങ്ങാതെ, നിശ്ചലമായിനിന്നു. അവരുടെ വിമാനങ്ങൾ നിലം തൊടാൻ പാകത്തിൽ അത്ര താഴെ പറന്നുകൊണ്ടിരുന്നു–,കുറേയേറെ വിമാനങ്ങളുണ്ടായിരുന്നു. അങ്ങനെ, ആകാശത്തിൽ നിന്നുള്ള ഒരാക്രമണമാണ് ഞങ്ങൾ പ്രതീക്ഷിക്കുന്നത്. പക്ഷേ, കയറിവന്നത് കാലാൾപ്പടയായിരുന്നു. അവർ ഓർക്കാപ്പുറത്ത് ഞങ്ങളുടെ മേൽചാടിവീഴുകയും ഞങ്ങളുടെ സേനാവിഭാഗത്തെ ചിന്നിച്ചിതറിക്കുകയും ചെയ്തു. വലിയൊരു തിരിച്ചടി തന്നെയായിരുന്നു അത്.

പിന്നെ ആ സേനാവിഭാഗം പുനഃസംഘടിപ്പിക്കാൻ തുടങ്ങി. 'ജൂലായ് 26 പ്രസ്ഥാന'ത്തിന്റെ നേതാവെന്ന നിലയിൽ സീലിയ മാൻസാനില്ലോ, നിക്കെറോ, പീലോൺ എന്നിവിടങ്ങളിലൊക്കെ ചെയ്ത പ്രവർത്തനത്തിന്റെ ഫലം അന്നു ഞങ്ങൾ അനുഭവിച്ചു. അന്ന് അവർ അവിടെയൊക്കെ സംഘടിപ്പിച്ചിരുന്ന കൃഷിക്കാർ ഞങ്ങളുടെ ഈ സേനാവിഭാഗത്തെ പുനഃസംഘടിപ്പിക്കാൻ വളരെയധികം സഹായിക്കുകയുണ്ടായി.

ഞങ്ങൾ കുറെയൊക്കെ പുനഃസംഘടിച്ചു. എന്റെ കൂടെ രണ്ടു പേരുണ്ടായിരുന്നു; മറ്റു ചില ഗ്രൂപ്പുകളിൽ ഏഴും എട്ടും ആളുമുണ്ടായിരുന്നു. വേണ്ടത്ര പരിശീലനം കിട്ടാത്തവരായിരുന്നു അവരിൽ പലരും. ആ ഭൂവിഭാഗത്തിന്റെ പ്രത്യേകതകളെപ്പറ്റിയൊന്നും വേണ്ടത്രബോധവും ഉണ്ടായിരുന്നില്ല അവർക്ക്. അങ്ങനെ അവർ അരുതാത്തതു പലതും ചെയ്തു. ശത്രുവിന്റെ പിടിയിൽ അകപ്പെടുകയും ചെയ്തു.

കുറച്ചു കൂടി പരിശീലനം സിദ്ധിച്ച ഗ്രൂപ്പുകൾ–റാവുലിന്റെയും അൽമീദയുടെയും ചെയുടെയും ഗ്രൂപ്പുകളും, പിന്നെ കുറച്ചു ഭാഗ്യമുള്ളവരും രക്ഷപ്പെട്ടു. എങ്ങനെയൊക്കെയോ മുന്നോട്ടു നീങ്ങി–കാട്ടിലൂടെ, കരിമ്പിൻ തോട്ടങ്ങളിലൂടെ, പട്ടാളത്തിന്റെ വലയത്തിൽ നിന്ന് ഞങ്ങൾ എങ്ങനെയൊക്കെയോ രക്ഷപ്പെട്ടു– പിന്നെ പതുക്കെ പതുക്കെ അടുത്തുകൂടി.

അങ്ങനെ വീണ്ടും ഒത്തുകൂടിയ ഞങ്ങൾ, കുറച്ചു പേരുള്ള ചെറിയ ഒരു സംഘമായിരുന്നു. വളരെ കുറച്ചു റൈഫിളുകളേ

ഞങ്ങളുടെ പക്കൽ ഉണ്ടായിരുന്നുള്ളു. നേരിടേണ്ട പരിതഃസ്ഥിതികളാവട്ടെ വളരെ വിഷമം പിടിച്ചതും. എന്നാലും, തീരുമാനിച്ച പരിപാടികളുമായി മുന്നോട്ടു നീങ്ങാൻ തന്നെ ഞങ്ങൾ ഉറച്ചു. ഞങ്ങൾക്കു നേരിട്ട ഭീമമായ തിരിച്ചടി തന്ത്രപരമായ ഒരു പാകപ്പിഴകൊണ്ട് സംഭവിച്ചതാണെന്ന് ഞങ്ങൾക്ക് അറിയാമായിരുന്നുവെങ്കിലും, ഞങ്ങൾ തരഞ്ഞെടുത്ത വഴിയിലൂടെ തന്നെ പുരോഗമിക്കണമെന്നുറപ്പിച്ച് ഞങ്ങൾ മുന്നോട്ടു നീങ്ങി.

അങ്ങനെ വിഷമം പിടിച്ച ഒരു സന്ദർഭത്തിലാണ് സീലിയ ഞങ്ങളുടെ കാവൽ മാലാഖയായി വന്നത്. ഞങ്ങൾക്ക് അത്യാവശ്യം വേണ്ട സാധനങ്ങളൊക്കെ സമാഹരിച്ചുതന്നതും കാശുപിരിച്ചു അയച്ചതന്നതും അവരായിരുന്നു. പ്രസ്ഥാനത്തിലെ മറ്റുള്ളവരുമായി ഞങ്ങൾ ബന്ധപ്പെട്ടതും അവർ വഴിക്കായിരുന്നു- ഞങ്ങളുടെ പുനരേകീകരണ പ്രക്രിയയിൽ അവർ വലിയൊരു സഹായമായിരുന്നു. തുടക്കത്തിൽ ഞങ്ങൾ 15 പേരുള്ള ഒരു സംഘമായിരുന്നു; പിന്നെ 30 അംഗങ്ങളുണ്ടായി; വീണ്ടും 12 ആയി ചുരുങ്ങി. അചഞ്ചലമായ പുരോഗതിയായിരുന്നു ഞങ്ങളുടേത് എന്നൊന്നും ധരിക്കരുത്. യുദ്ധത്തിന്റെ ആദ്യദിവസങ്ങളിലൊക്കെ ഞങ്ങൾ പലപ്പോഴും ചിന്നിച്ചിതറിക്കൊണ്ടിരുന്നു-1957 ന്റെ ആദ്യപകുതി മുഴുവൻ.

ഞങ്ങൾക്ക് ആവശ്യമുള്ള വസ്തുക്കൾ സംഭരിച്ച്, സൂക്ഷിച്ച്, വേണ്ടിടത്ത് വേണ്ടപ്പോൾ എത്തിക്കുന്ന, ലോജിസ്റ്റിക്സിന്റെ, ചുമതല സീലിയയുടേതായിരുന്നു. അതുപോലെ പരസ്പര ബന്ധമുണ്ടാക്കലും ആശയ വിനിമയവും അവർ വഴിക്കായിരുന്നു. അവർ പലപ്പോഴും ഒളിവിൽ പോകുകയും, ഒളിപ്പോരാട്ടങ്ങൾക്കിടക്ക് ആപൽക്കരമായ വളരെയേറെ അവസ്ഥകൾ നേരിടുകയുമുണ്ടായി. നല്ല ധൈര്യശാലിയായിരുന്നു സീലിയ. ഞങ്ങളുടെ സൈന്യം പുനരേകീകരിക്കുന്ന കാര്യത്തിൽ അവരുടെ പങ്ക് നിസ്തുലമാണ്.

പിന്നെ, കുറച്ചുകാലം ഞങ്ങളുടെ കൂടെ കൂടി- വീണ്ടും ഒളിവിൽ പോയി. ശത്രു അടുത്തു വരുന്നു എന്നു കണ്ടപ്പോൾ, വീണ്ടും ഞങ്ങളുടെ കൂടെത്തന്നെ നിൽക്കാൻ ഞങ്ങൾ നിർദേശിച്ചു. അങ്ങനെ ഒരു ദിവസം-തീയതി കൃത്യമായി ഓർമ്മയില്ല-സീലിയ ഞങ്ങളുടെ സേനയുടെ ഒരു ഭാഗമായി. പിന്നെ യുദ്ധം അവസാനിക്കുവോളം അവർ ഞങ്ങളുടെ കൂടെത്തന്നെയായിരുന്നു. ഹെയ്ദി സാന്താമറിയയും ഞങ്ങളുടെ കൂടെത്തന്നെ ഉണ്ടായിരുന്നു.

വിപ്ലവത്തിന്റെ വിജയത്തിനു ആവേശവും സീലിയയുടെ പങ്ക് യുദ്ധകാലത്തുണ്ടായിരുന്ന പോലെ തന്നെ പ്രധാനമായിരുന്നു. നല്ല മനുഷ്യത്വമുള്ള ഒരു അസാധാരണ വനിതയായിരുന്നു അവർ.

വിപ്ലവത്തിന്റെ വിജയത്തിനുശേഷം, സിയറാമെയ്സ്ത്രയിലെ പോരാളികൾക്കൊക്കെ അവർ ഒരു അമ്മയെപ്പോലെയായിരുന്നു. അവരെയെല്ലാം വേണ്ടപോലെ പരിചരിക്കുകയും, അവരുടെ പ്രശ്ന

ങ്ങൾ പരിഹരിക്കുകയും, അവർക്കു വേണ്ടി ആവുന്നത്ര സഹായങ്ങളൊക്കെ ചെയ്തുകൊടുക്കുകയും ചെയ്തു. യുദ്ധാനന്തരകാലഘട്ടത്തിൽ അവർ ചെയ്ത സേവനങ്ങൾ വിസ്തരിക്കാൻ പ്രയാസം. ജനങ്ങളുമായി നേരിട്ടുബന്ധം പുലർത്തുന്ന പല പദ്ധതികളുടെയും ഉത്തരവാദിത്വം അവർ ഏറ്റെടുത്തിരുന്നു. ഞങ്ങളുടെ ചരിത്രശേഖരത്തിലെ ആർക്കൈവ്സിലേക്കു വേണ്ടി, കുറെയേറെ വസ്തുക്കൾ സമ്പാദിക്കാനും അവർ സമയം കണ്ടെത്തി. ഏൽപ്പിച്ചു കൊടുത്ത ഉത്തരവാദിത്വങ്ങളെല്ലാം തന്നെ പരമാവധി ഭംഗിയായി ചെയ്തു തീർക്കുക എന്നത് അവരുടെ വലിയൊരു ഗുണമായിരുന്നു.

മാരകമായ ഒരസുഖം ബാധിച്ച് അവർ ചെറുപ്പത്തിലെ മരിച്ചു പോയി. ഞങ്ങളുടെ വിപ്ലവത്തിൽ, വേറിട്ടു നിൽക്കുന്ന ഒരു വ്യക്തിത്വത്തിന് ഉടമയായിരുന്നു സീലിയ.

തോമസ് ബോർഗെ: *ഒരൽപ്പം മുമ്പ് താങ്കൾ മെക്സിക്കോവിലെ ജീവിതത്തിന്റെ കാലത്ത് റാവുലിന്റെ പങ്കിനെപ്പറ്റി സൂചിപ്പിക്കുകയുണ്ടായല്ലോ. നാം ഈ സംഭാഷണം അവസാനിപ്പിക്കുന്നതിനു മുമ്പ്, മെക്സിക്കോവിലെ ജയിലിലെ താങ്കളുടെ അനുഭവങ്ങളെപ്പറ്റിയും അവിടെ താങ്കളെ സഹായിച്ച വ്യക്തികളെപ്പറ്റിയും, അറിയാൻ താൽപര്യമുണ്ട്.*

കാസ്ട്രോ: വളരെ ആക്സ്മികമായിരുന്നു എന്റെ അറസ്റ്റ്. ബാത്തിസ്ത എന്നെ തട്ടിക്കൊണ്ടുപോകാനും വധിക്കാനും പരിപാടിയിട്ടിരുന്നതായി ഞങ്ങൾക്കറിയാമായിരുന്നു. അതുകൊണ്ട് ഞങ്ങൾ സുരക്ഷാ നടപടികളുടെ കാര്യത്തിൽ വളരെയേറെ ശ്രദ്ധിച്ചിരുന്നു. എന്നെ വധിക്കാനുള്ള പരിപാടി നടപ്പാക്കാൻ വേണ്ടി ബാത്തിസ്തയുടെ ഏജന്റുമാർ മെക്സിക്കോവിലെ ചില വ്യക്തികളുമായി ബന്ധപ്പെട്ടിരുന്നു. ചില മേഖലകളിലൊക്കെ അവക്ക് നല്ല സ്വാധീനവുമുണ്ടായിരുന്നു. വേണ്ടത്ര പണവും വിഭവശേഷിയുമൊക്കെ ഉണ്ടായിരുന്നു അവർക്ക്. ഇതൊക്കെ ഞങ്ങൾക്ക് അറിയാമായിരുന്നതുകൊണ്ട് ഞങ്ങളും വളരെ ശ്രദ്ധിച്ചാണ് നീങ്ങിയിരുന്നത്. ഒരു കാറിൽ മാത്രമായി ഞങ്ങൾ പുറത്തുപോകാറില്ല– രണ്ടു കാറെങ്കിലുമുണ്ടാവും; ആയുധങ്ങളുമുണ്ടാവും ചിലപ്പോൾ ഞങ്ങൾ കാൽനടയായി പുറത്തിറങ്ങും; കുറച്ചുദൂരം നടന്നശേഷം ഒരു കാറെടുക്കും.

അന്ന് ഞങ്ങൾ ഒരു മൂലയിൽ നിൽക്കുകയായിരുന്നു. ആയുധമണിഞ്ഞ രണ്ടു സുരക്ഷാഭടന്മാരും ഞാനുമുണ്ടായിരുന്നു. ഞങ്ങളെ അങ്ങനെ കണ്ടതോടെ ഫെഡറൽ സെക്യൂരിറ്റി ഡിപ്പാർട്ടുമെന്റിലെ ഏജന്റുമാർക്ക് സംശയമായി. ഞങ്ങൾ കാൽനടയായിട്ടാണ് വീടുവിട്ടിറങ്ങിയത്; ഒരു കാറ് ഞങ്ങളെ പിക്കപ്പ് ചെയ്യാൻ വന്നു കൊണ്ടിരിക്കുന്നുണ്ടായിരുന്നു. ഞങ്ങൾ ഒരു ക്രോസ് റോഡിലൂടെ നടക്കുകയായിരുന്നു. ഞാൻ മുന്നിൽ, തൊട്ടു പിന്നിൽ റാമി

റീതോ......... പിന്നെ വേറെ ഒരാളും. പണി നടന്നുകൊണ്ടിരിക്കുന്ന ഒരു കെട്ടിടത്തിന്റെ അടുത്ത് ഒരു മൂലയിൽ, ഞങ്ങൾ എത്തി. പിന്നിൽ, സംശയം ജനിപ്പിക്കുന്ന മട്ടിൽ ഒരു കാറും അതിൽ ഒന്നുരണ്ട് ആൾക്കാരും വരുന്നതു കണ്ടപ്പോൾ ഞാൻ പണിതുകൊണ്ടിരുന്ന കെട്ടിടത്തിനകത്തേക്കു ചാടിക്കയറി ഒരു തൂണിന്റെ മറവിൽ ഒളിച്ചു. റാമിറീതോ പിന്നിലുണ്ടെന്നാണ് ഞാൻ കരുതിയത്. ഞാൻ ഒരു മെഷീൻ ഗൺ പിസ്റ്റൾ വലിച്ചെടുക്കാൻ തുടങ്ങുകയായിരുന്നു. അപ്പോഴാണ് എന്റെ കഴുത്തിനു പിന്നിൽ ഒരു പിസ്റ്റളിന്റെ ബാരൽ തടഞ്ഞതായി തോന്നിയത്. തിരിഞ്ഞുനോക്കുമ്പോൾ കണ്ടത് ആ സെക്യൂരിറ്റി ഏജന്റിനെയായിരുന്നു.

മറ്റൊരു കേസുമായിട്ടാണ് ആ എജന്റുമാർ കാറിൽ വന്നത്. അപ്പോഴാണ് ഞങ്ങളെക്കണ്ടതും സംശയം തോന്നിയതും. എന്നിട്ട് അവർ ചെയ്തതെന്താണെന്നോ? എന്റെ പിന്നാലെ വന്നിരുന്നവരെ പിടിക്കാൻ അവർ ചിലരെ കാൽനടയായി അയച്ചു. പിന്നിൽ കാറുവരുന്നതുകണ്ടപ്പോൾ ഞാൻ വിചാരിച്ചത്, ആരോ തട്ടിക്കൊണ്ടുപോകാൻ വരുന്നതാണ് എന്നാണ്. അതുകൊണ്ടാണ് ഞാൻ കയറി ഒളിച്ചത്. റിമിറീതോ വരുന്നുണ്ടാവും പിന്നിൽ എന്നാണ് വിചാരിച്ചത്. പക്ഷെ അത് സെക്യൂരിറ്റി ഏജന്റായിരുന്നു. അയാൾ എന്റെ കഴുത്തിനു പിന്നിൽ തോക്കും പിടിച്ച് നിന്നു. എന്നെ അറസ്റ്റു ചെയ്തു.

ഫെഡറൽ സെക്യൂരിറ്റി ഡിപ്പാർട്ട്മെന്റ് കള്ളക്കടത്തുകാരെയും മാഫിയകളെയുമൊക്കെ തിരഞ്ഞു നടക്കുകയായിരുന്നു. ആ ഏജന്റുമാർ ഞങ്ങളെക്കണ്ടപ്പോൾ വിചാരിച്ചത്, ഞങ്ങൾ അത്തരത്തിൽപ്പെട്ട ചില ക്യൂബക്കാരാണെന്നാണ്. ആകസ്മികമായിട്ടാണ് അവർ ഞങ്ങളുടെ വിപ്ലവപ്രസ്ഥാനം കണ്ടുപിടിക്കാൻ ഇടയായത്. ഞങ്ങളെ പിടിച്ചശേഷം അവർ പല വീടുകളിലും തെരച്ചിൽ നടത്തുകയും മറ്റു പലരേയും പിടിക്കുകയും ചെയ്തു. പിന്നെ അവർ സമയം പാഴാക്കിയില്ല. അന്നു സംഭവിച്ചതു മുഴുവൻ എനിക്ക് വഴിക്കുവഴി ഓർമ്മയില്ല. എന്തായാലും പിന്നീടുള്ളവരുടെ പ്രവർത്തനങ്ങളൊക്കെ വളരെ പെട്ടെന്നായിരുന്നു, വളരെ ശുഷ്കാന്തിയോടുകൂടിയതും. ഒരു തുണ്ടു കടലാസിൽ ഒരു അഡ്രസോ ഒരു ടെലഫോൺ നമ്പറോ കണ്ടാൽ അവർ ഉടൻ അതിനെപ്പറ്റി അന്വേഷണം നടത്തും. ഓരോരുത്തരുടെ പോക്കറ്റിൽ നിന്നും കണ്ടുകിട്ടിയ ഓരോ തെളിവും അവർ വിശദമായി അന്വേഷിച്ചു. ഞാനൊരു ഭാഗ്യം കെട്ടവനായിരുന്നു. എന്റെ സ്യൂട്ടിന്റെ മേലെ പോക്കറ്റിൽത്തന്നെ അവർ ഒരു ടെലഫോൺ നമ്പർ കണ്ടുപിടിച്ചു. എന്റെകൂടെ എപ്പോഴും നടക്കാറുള്ള കാൻഡിഡോ ഗോൺസാലെസ് തന്ന ഒരു നമ്പറായിരുന്നു അത്. ഞങ്ങളുടെ പ്രധാന ആയുധശേഖരമുള്ള ഒരു വീടിന്റെ നമ്പറായിരുന്നു അത്.

അവർ പല സൂചനകളുടെയും പിന്നാലെ പോയി ഞങ്ങളുടെ ആയുധങ്ങൾ കണ്ടുപിടിച്ചു. അവർ വിചാരിച്ചമട്ടിലുള്ളതൊന്നുമല്ലെങ്കിലും , രാഷ്ട്രീയ പ്രാധാന്യമുള്ള മറ്റ് പലതും കണ്ടുപിടിച്ചു. ഏതോ ചില വിദേശികൾ മെക്സിക്കോവുമായി നയതന്ത്രം പുലർത്തുന്ന ഏതോ ഒരു ഗവൺമെന്റിനെതിരെ വിപ്ലവം നടത്താൻ ഒരുങ്ങുന്നു എന്ന് അവർ കണ്ടുപിടിച്ചു. അവർ ഉദ്ദേശിക്കുന്ന തരത്തിലുള്ള ആൾക്കാരല്ല ഞങ്ങൾ എന്നും, മറിച്ച്, അപകടകരമായ എന്തോ വിപ്ലവ പരിപാടിയിൽ മുഴുകിയവരാണ് എന്നും മനസിലായപ്പോൾ അവർ, കിട്ടിയ ഓരോ സൂചനയും ശ്രദ്ധയോടെ പഠിക്കാനും, ഞങ്ങളുടെ കൂട്ടുകാരെ കുറെയേറെപേരെ പിടിക്കാനും തുടങ്ങി. എത്രപേരെ എന്നു കൃത്യമായി അറിഞ്ഞുകൂടാ; എന്നാലും, ഞങ്ങളെ എല്ലാവരേയും വളഞ്ഞുപിടിക്കാൻ അവർക്കു കഴിഞ്ഞില്ല. രക്ഷപ്പെടാൻ കഴിഞ്ഞ ദുർലഭം ചിലരിൽ ഒരാളായിരുന്നു റാവുൽ. പക്ഷെ അവർക്ക് ചെയെ കിട്ടി. പിന്നെയും എത്ര പേരെയോ പിടിച്ചു. തീരെ നിസാരമെന്നു തോന്നാവുന്ന സുചനകളും കൂടി അവർ പിന്തുടർന്നിരുന്നു.

എന്റെ പോക്കറ്റിൽ നിന്ന് അവർക്ക് ഒരു വീടിന്റെ ടെലഫോൺ നമ്പർ കിട്ടി എന്നു പറഞ്ഞല്ലോ. എന്തുകൊണ്ടോ എന്നറിയില്ല, അവർ ആ വീട്ടിൽ റെയ്ഡുനടത്തിയില്ല. ഞങ്ങളാരും ഒരൊറ്റവാക്കുപോലും പറഞ്ഞതുമില്ല. ആ ഏജന്റുമാർ പലതും പറഞ്ഞ് ഞങ്ങളെ ഭീഷണിപ്പെടുത്തിനോക്കി. എന്നാലും, അവർക്ക് ഞങ്ങളോട് ബഹുമാനമായിരുന്നു.

ആരാവാം അതിനു കാരണക്കാരൻ? ഫെർനാൻഡോഗ്യുട്ടിറെസ് ബാരിയോസ് ആയിരുന്നു എന്നാണ് എനിക്കു തോന്നുന്നത്. ഫെഡറൽ സെക്യൂരിറ്റി ഡിപ്പാർട്ട്മെന്റിന്റെ തലവനായിരുന്നു ബാരിയോ. പെരുമാറ്റത്തിൽ ഒരു മാന്യനായിരുന്നു അദ്ദേഹം. ഞങ്ങൾ എന്തുതരക്കാരെന്ന് തിരിച്ചറിഞ്ഞപ്പോൾ, ഞങ്ങളുടെ ഉറച്ച നിലപാടുകളും മാന്യതയും വിശ്വാസപ്രമാണങ്ങളുമെല്ലാം മനസിലായപ്പോൾ, അവർ വളരെ ബഹുമാനത്തോടെ ഞങ്ങളോട് പെരുമാറാൻ തുടങ്ങി. എന്നാലും ചോദ്യം ചെയ്യലിലെ കാർക്കശ്യത്തിനൊന്നും ഒരു കുറവുമുണ്ടായിരുന്നില്ല. ഞങ്ങളുടേത് ഒരു രാഷ്ട്രീയ പ്രശ്നമാണെന്ന് അവർക്കു മനസിലായി. ഞങ്ങൾ സാധാരണ കള്ളക്കടത്തുകാരോ കള്ളപ്പുള്ളികളോ അല്ലെന്ന് മനസിലായി. അങ്ങനെയാണ് ബാരിയോസും കൂട്ടരും ഞങ്ങളോട് പെരുമാറിയത്.

സ്വാഭാവികമായും, അവർ എടുക്കേണ്ട നടപടികളൊക്കെ എടുത്തു, കേസന്വേഷണവുമായി മുന്നോട്ടു നീങ്ങി. ഞങ്ങളെ എല്ലാവരേയും തപ്പിപ്പെറുക്കിയെടുത്ത് ആഭ്യന്തരമന്ത്രാലയത്തിനും കോടതികൾക്കും വിട്ടുകൊടുത്തു. ഒടുക്കം ഞങ്ങൾ ജയിലിലായി.

കുടിയേറ്റക്കാർക്കുള്ള തടവറയിലായിരുന്നു ഞാൻ കുറെക്കാലം. ഏറെ നീണ്ട ഒരു കാലമായിരുന്നു അത് എന്നാണ് എനിക്കുതോന്നിയത്. അത് കൃത്യമായും എത്ര ആഴ്ചയായിരുന്നുവെന്ന് വല്ലവരോടും ഒന്ന് അന്വേഷിച്ചു നോക്കു.

ഞങ്ങൾക്ക് ഞങ്ങളുടെ ആയുധങ്ങളും ഫണ്ടുകളും നഷ്ടപ്പെട്ടു. ഞങ്ങളുടെ പദ്ധതികൾ എന്താണെന്നും അവർ മനസിലാക്കി. അവിടെ മെക്സിക്കോവിലെ ചില ക്യൂബക്കാർ ഞങ്ങളുടെ സംഘത്തിലായിരുന്നില്ല. അവർ ബാത്തിസ്തയ്ക്കു വേണ്ടി ചാരപ്പണിയെടുക്കുന്നവരായിരുന്നു; ഞങ്ങളെപ്പറ്റിയുള്ള വിവരങ്ങളൊക്കെ മെക്സിക്കൻ സ്വകാര്യപൊലീസിന് ചോർത്തിക്കൊടുക്കുന്നവരായിരുന്നു. അതുകൊണ്ട്, ഞങ്ങൾ അന്നൊക്കെ വളരെ ശ്രദ്ധിച്ചേ പെരുമാറിയിരുന്നുള്ളു. അവസാനം ഞങ്ങളെ പിടിച്ചത് സ്വകാര്യപൊലീസല്ല; ഫെഡറൽ സെക്യൂരിറ്റി ഡിപ്പാർട്ടുമെന്റിന്റെ ഏജന്റുമാരാണ്. അത് ഞങ്ങളുടെ ഭാഗ്യം. ആ ഡിപ്പാർട്ട്മെന്റിന് ബാരിയോസിനെപ്പോലെ സ്വഭാവഗുണമുള്ള ഒരു തലവനുണ്ടായതും ഞങ്ങളുടെ ഭാഗ്യം. അതുകൊണ്ട്, ജയിലായിരുന്നപ്പോഴും അവർ ഞങ്ങളോട് ബഹുമാനത്തോടുകൂടിത്തന്നെയാണ് പെരുമാറിയത്.

ഞങ്ങളുടെ ആയുധങ്ങളൊക്കെ നഷ്ടപ്പെടുകയും ഞങ്ങൾ പിടിക്കപ്പെടുകയും മാത്രമല്ല സംഭവിച്ചത്. ദേശീയതലത്തിലും അന്തർ ദേശീയതലത്തിലും അത് വലിയ ഒച്ചപ്പാടുണ്ടാക്കി. സ്വാഭാവികമായും ഞങ്ങൾ കമ്യൂണിസ്റ്റുകാരാണെന്ന് മുദ്രകുത്തപ്പെട്ടു. അവർ ചെ യോടു ചോദിച്ചു: "നിങ്ങൾ കമ്യൂണിസ്റ്റാണോ?" എന്ന്. "അതെ, ഞാനൊരു കമ്യൂണിസ്റ്റാണ്"എന്ന് ചെയുടെ ഉത്തരം. ശരിയായ നിലപാട് വ്യക്തമാക്കേണ്ടത് ഒരു കടമയാണെന്ന് ചെ ധരിച്ചെങ്കിലും, ഞങ്ങളുടെ അവസ്ഥ മെച്ചപ്പെടാൻ അത് ഒട്ടും സഹായിച്ചില്ല. അന്ന് സെക്യൂരിറ്റിയിലെ ആപ്പീസർമാരും ജഡ്ജിമാരുമൊക്കെ ചെയോട് കമ്യൂണിസത്തെപ്പറ്റിയും ക്രൂഷ്ചേവ്, സ്റ്റാലിനെ വിമർശിച്ചതിനെപ്പറ്റിയും ഒക്കെ സംസാരിച്ചത്രെ. എന്തായാലും അങ്ങനെ കണ്ടുപിടിക്കപ്പെട്ടത് ഞങ്ങൾക്ക് വലിയ ഒരു വിനയായി; ഞങ്ങളിൽ പലരും ജയിലിലിടക്കപ്പെടുകയും ചെയ്തു.

അവസാനം, ഞങ്ങളുടെ സംഘത്തിൽപ്പെട്ട പലരേയും അവർ പോകാനനുവദിച്ചു. ചെയും ഞാനും മാത്രം ബാക്കിയായി. വലിയൊരു സംഗതിയായിരുന്നു അത്. ഒരു റോമൻ രക്തസാക്ഷിയുടെ ആവേശത്തോടെ, താനൊരു കമ്യൂണിസ്റ്റാണ് എന്ന് ഉറക്കെ പ്രഖ്യാപിക്കുന്ന ചെ! കാര്യങ്ങൾ കൂടുതൽ വഷളാക്കാനേ അതു സഹായിച്ചുള്ളു. അത് വലിയ ഒച്ചപ്പാടുണ്ടാക്കി. നേരത്തെപറഞ്ഞപോലെ, ചെ ജഡ്ജിമാരോടും പൊലീസുകാരോടും, തന്നെ ചോദ്യം ചെയ്യാൻ വന്ന മറ്റെല്ലാവരോടും വാദപ്രതിവാദങ്ങളിൽ ഏർപ്പെട്ടു.

ചെയുടെ ആ നിലപാട് അത്ര ശരിയായിരുന്നില്ല. അങ്ങനെ, അവർ എന്നെയും ചെയെയും വിട്ടില്ല. പിന്നെയും ജയിലിൽ കിടക്കേണ്ടി വന്നവരാണ് ഞങ്ങൾ രണ്ടുപേരും.

എന്നിട്ട് ആരാണ് ഞങ്ങളെ പുറത്തുവരാൻ സഹായിച്ച തെന്നോ? ലസാറോ കാർദെനാസ്. അദ്ദേഹവുമായി എനിക്ക് അത്ര അടുപ്പമൊന്നുമില്ലായിരുന്നു-പരിചയം തന്നെയില്ലായിരുന്നു. ന്യായമായ വിപ്ലവ പ്രസ്ഥാനങ്ങളോട് അദ്ദേഹത്തിനു താൽപ്പര്യമുണ്ടായിരുന്നു. ഞങ്ങൾ ജയിലിലാണെന്ന് അറിഞ്ഞപ്പോൾ അദ്ദേഹം ഞങ്ങളെ മോചിപ്പിക്കാൻ താൽപ്പര്യം കാണിക്കുകയും, അവസാനം വിജയിക്കുകയും ചെയ്തു.

ആ മഹാനായ ലസാറോ കാർദെനാസിന്റെ നേട്ടമായിരുന്നു ഞങ്ങളുടെ ജയിൽ മോചനം. പിന്നെ ഞങ്ങൾ അദ്ദേഹത്തെ ചെന്നു കാണുകയും നന്ദിപറയുകയും ചെയ്തു. അദ്ദേഹത്തെ ഞങ്ങൾക്കു മറക്കാനാവില്ല. മെക്സിക്കോവിനു വേണ്ടിയും മെക്സിക്കൻ വിപ്ലവത്തിനുവേണ്ടിയും അവിടത്തെ ജനജീവിതത്തിനുവേണ്ടിയും അദ്ദേഹം പ്രവർത്തിച്ചു എന്നതുകൊണ്ടു മാത്രമല്ല, ഒരു പരിചയവുമില്ലാത്ത ഞങ്ങളെ ജയിലിൽ നിന്നു മോചിപ്പിക്കാൻ അദ്ദേഹം കാട്ടിയ താൽപര്യം കൊണ്ടുകൂടിയാണ് അത്. അത്തരമൊരു സന്ദിഗ്ധാവസ്ഥയിൽ അദ്ദേഹം ഞങ്ങൾക്കു വേണ്ടി ചെയ്തു തന്ന സേവനം മഹത്തരമാണ്.

പിന്നെയും കുറച്ചുകാലം കൂടി ഞങ്ങൾ മെക്സിക്കോവിൽത്തന്നെയായിരുന്നു- കടുത്ത നിരീക്ഷണത്തിനു വിധേയരായിട്ടാണെങ്കിലും അന്നുമുതൽ ഞങ്ങളുടെ സാഹസിക സംഘത്തിലെ ചിലർ എല്ലാ തിങ്കളാഴ്ചയും ആഭ്യന്തരമന്ത്രാലയത്തിൽ ചെന്ന് റിപ്പോർട്ടു കൊടുക്കണമായിരുന്നു. അങ്ങനെ, ഏറ്റവും വഷളായ ഒരു പരിതഃസ്ഥിതിയിലാണ് ഞങ്ങൾ മെക്സിക്കോ വിടാൻ തീരുമാനിച്ചത്. ഞങ്ങൾ ഒരു തീയതി തീരുമാനിച്ചുറപ്പിച്ചു; എല്ലാം തയ്യാറായിരുന്നു. അപ്പോളാണ്, ഞങ്ങൾ പുറപ്പെടാൻ തീരുമാനിച്ച ദിവസത്തിന് ഒരാഴ്ചമുമ്പ്, ഞങ്ങളുടെ സംഘത്തിലെ ഒരു വ്യക്തി കൂറുമാറിയത്. അയാൾ ഞങ്ങളുടെ രഹസ്യങ്ങൾ ചോർത്തിക്കൊടുക്കുമെന്ന് ആരും കരുതിയില്ല- എന്തോ ചില അപസ്വരങ്ങളോ വിഷമങ്ങളോ കാരണം മനം മടുപ്പുണ്ടായി എന്നേ വിചാരിച്ചിട്ടുള്ളു. തിരികെ വരാൻ അയാളെ ഞങ്ങൾ കുറേയേറെ പ്രേരിപ്പിച്ചു നോക്കി-ഫലമുണ്ടായില്ല. വിലപ്പെട്ട കുറെ വിവരങ്ങൾ അയാൾക്ക് അറിയാമായിരുന്നു- 'ഗ്രാൻമ'യിൽ കയറി തിരിച്ചുപോരാൻ പദ്ധതിയിട്ടതടക്കം.

ആസൂത്രണം ചെയ്തതിലും നേരത്തെ പോന്നാലോ എന്ന് ആലോചിച്ചു. പക്ഷേ, മെക്സിക്കോവിലെ അവസാനത്തെ ആഴ്ചയിൽ അവർ ഞങ്ങളെ വല്ലാതെ വിഷമിപ്പിച്ചിരുന്നു. ആ ഒരു വഞ്ചന

കാരണം- അവർ ബാത്തിസ്തയെയും വിവരമറിയിച്ചിരുന്നു. ഞങ്ങൾക്കെതിരായുള്ള കേസ്സിന്റെ കടലാസുകൾ ബാത്തിസ്ത മെക്സിക്കൻ ഗവൺമെന്റിനു സമർപ്പിച്ചിരുന്നു. കാര്യങ്ങളുടെ വിശദവിവരങ്ങൾ അറിയാവുന്ന ഏക വ്യക്തി ഞാൻ മാത്രമായിരുന്നു. ചെയ്യേണ്ട ജോലികളൊക്കെ ഞങ്ങൾ ശ്രദ്ധിച്ചു വിഭജിച്ചു- ഒരാൾ ചെയ്യുന്ന ജോലിയെപ്പറ്റി മറ്റാർക്കും ധാരണ കിട്ടാത്തമട്ടിൽ. എല്ലാ ആയുധങ്ങളും എവിടെയാണ് കിടക്കുന്നതെന്ന് എനിക്കു മാത്രമേ അറിയാമായിരുന്നുള്ളു. ആയുധങ്ങളൊക്കെ നീക്കം ചെയ്യാൻ ഒരാൾമാത്രമായാൽ പോരായിരുന്നു. ബുള്ളറ്റുകളും മറ്റ് ആയുധങ്ങളും നീക്കാൻ ഒന്നിലേറെ പേർ ആവശ്യമായിരുന്നു. അതുകൊണ്ട്, അതിനായി ഒരു ചെറുസംഘത്തെത്തന്നെ നിയോഗിക്കേണ്ടിവന്നു. ചില ജോലികൾക്ക് ഒരാൾമാത്രം, മറ്റു ചിലതിന് ചെറിയ സംഘങ്ങൾ. എന്നിട്ടും ഞങ്ങളുടെ ചില ആയുധങ്ങൾ പിടിച്ചെടുക്കപ്പെട്ടു. ഞങ്ങളും സെക്യൂരിറ്റി ഏജന്റുമാരും തമ്മിൽ ഒരു മത്സരം തന്നെയായിരുന്നു- അവർ ഞങ്ങളുടെ ആയുധങ്ങൾ പിടിച്ചെടുക്കാൻ നോക്കുന്നു; ഞങ്ങൾ, അവർ വരുന്നതിന് മുമ്പ്, ആകാവുന്നത്ര ആയുധങ്ങൾ എടുത്തുമാറ്റാനും ശ്രമിക്കുന്നു.

ഞങ്ങളുടെ കൂട്ടത്തിൽ ഒരുവൻ ജനങ്ങളെ ചതിച്ചതായി പറഞ്ഞല്ലോ. അവന്റെ വഞ്ചന കാരണം എന്തെല്ലാം ഭവിഷ്യത്തുകൾ ഉണ്ടാവാം എന്ന്, എന്തെല്ലാം അപകടങ്ങൾ ഉണ്ടാവാം എന്ന്, ഞങ്ങൾ കണക്കുകൂട്ടിനോക്കി. അപകടങ്ങളുണ്ടാവാൻ സാധ്യതയുള്ള സ്ഥലങ്ങളിൽ നിന്നൊക്കെ ഞങ്ങൾ ആയുധശേഖരം മാറ്റാൻ ശ്രമം തുടങ്ങി. കുറെയൊക്കെ എടുത്തുമാറ്റി- പ്രത്യേകിച്ചും ടെലസ്കോപ്പിക്ക് സൗകര്യമുള്ള ആയുധങ്ങൾ. സെക്യൂരിറ്റി ഏജന്റുമാർ-അവർ എവിടെയെല്ലാമായിരുന്നു എങ്ങനെയെല്ലാം നീങ്ങുന്നു......എന്നൊക്കെ ഞങ്ങൾ അറിഞ്ഞിരുന്നു. എത്തുന്നതിനുമുമ്പ് ഞങ്ങൾ ആയുധങ്ങൾ സൂക്ഷിച്ച വീടുകളിലെത്തും; ആയുധങ്ങളൊക്കെ പെറുക്കി സ്യൂട്ട്കെയ്സുകളിലാക്കും; അവ മെക്സിക്കോ നഗരത്തിനും ടുസ്പനുമിടക്കുള്ള വഴിയിൽ വല്ല ഹോട്ടലിലോ മോട്ടലിലോ കൊണ്ടുപോയി വെക്കും.

അതുകൊണ്ട്, മെക്സിക്കോവിൽ നിന്നുള്ള ഞങ്ങളുടെ യാത്ര എളുപ്പമായിരുന്നില്ല. വളരെ വിഷമിച്ചാണ് ഞങ്ങൾ ആയുധങ്ങളും ആളുകളെയും കപ്പലിലെത്തിച്ചത്. യാത്രപുറപ്പെടുന്നതിന് ഏതാണ്ട് 24 മണിക്കൂർമുമ്പ് സാധനങ്ങളൊക്കെ കപ്പലിലെത്തിച്ചു. ഞങ്ങൾ ടുസ്പാൻ നദിയിലൂടെ താഴോട്ടു പോയ്ക്കൊണ്ടിരിക്കുമ്പോൾ, “കൊടുങ്കാറ്റുവരുന്നു, കപ്പലുകളെല്ലാം തുറമുഖത്തുനിൽക്കണം” എന്ന മുന്നറിയിപ്പുണ്ടായി. ഞങ്ങൾക്കാണെങ്കിൽ പുലരുന്നതിനുമുമ്പ്, വഴിക്കുള്ള ഒരു നാവികത്താവളത്തിന്റെ പരിധി കടന്നു പോകണം. ഞങ്ങൾ കടലിലെത്തിയപ്പോഴേക്ക് കൊടുങ്കാറ്റ്

ഏതാണ്ട് അവസാനിച്ചിരുന്നു; സമുദ്രം ശാന്തമായിരുന്നു. പക്ഷേ മെക്സിക്കോ ഉൾക്കടലിലെത്തിയപ്പോഴേക്ക് സ്ഥിതിവീണ്ടും വഷളായി–നരകതുല്യമായി.'ഗ്രാൻമ' കടലിൽ മുങ്ങിപ്പോകാതിരുന്നത് ഞങ്ങളുടെ ഭാഗ്യം.

അങ്ങനെയൊക്കെയായിരുന്നു ഞങ്ങളുടെ അവസാനഘട്ടവും ജയിലിൽനിന്നുള്ള മോചനവും.

തോമസ് ബോർഗെ: *താങ്കൾ പലപ്പോഴും ഒരു 'റാമിറീതോ'യെപ്പറ്റി പറഞ്ഞിരുന്നല്ലോ. റാമിറോ വാൾദെസ് ആണോ ഇദ്ദേഹം?*

കാസ്ട്രോ: അതെ.

തോമസ് ബോർഗെ: *ശരിയാണ്. അദ്ദേഹം അത് അർഹിക്കുന്നുണ്ട്.*

കാസ്ട്രോ: ഓ, അയാൾ താങ്കളുടേയും അടുത്ത സുഹൃത്താണല്ലോ, അല്ലേ?

തോമസ് ബോർഗെ: *താങ്കളുടെ അഭിപ്രായത്തിൽ, മനുഷ്യന്റെ സ്വഭാവവിശേഷങ്ങളിൽ വച്ച് ഏറ്റവും വഷളായത് ഏതാണ്? അതുപോലെ താങ്കൾ ഏറ്റവും ഇഷ്ടപ്പെടുന്ന, വിലമതിക്കുന്ന, സ്വഭാവവിശേഷമെന്താണ്?*

കാസ്ട്രോ: വഞ്ചനയെയാണ് ഞാൻ ഏറ്റവുമധികം വെറുക്കുന്നത്–ആത്മാർഥതയില്ലായ്മ, പ്രസ്ഥാനത്തോട് കൂറില്ലായ്മ. ഞാൻ ഏറ്റവുമധികം വിലമതിക്കുന്നത് ആത്മാർഥതയും ആദർശധീരതയുമാണ്. തത്വങ്ങളോട് കൂറു പുലർത്താതിരിക്കലാണ് ഞാൻ ഏറ്റവും മോശമായി കാണുന്നത്; തത്വദീക്ഷയാണ് ഞാൻ ഏറ്റവും ബഹുമാനിക്കുന്ന ഗുണം.

13

പുസ്തകങ്ങളെയും വായനയെയും പറ്റി

കഴിഞ്ഞ തവണ ഞാൻ മാർസെലയുമൊത്ത് ഹവാനയിൽ വന്നപ്പോൾ പഴയ ഹവാനയിലെ ആകർഷണമായ മാലെഡോൺ കടൽ ഭിത്തിയിലൂടെയുള്ള റോഡിലൂടെ ഒരിക്കൽക്കൂടി പോവുകയുണ്ടായി. ബോഡെഗീറ്റാ ഡെൽ മീഡിയോ റെസ്റ്റോറന്റിലെ സ്വാദിഷ്ഠമായ വെളുത്ത ചോറും കറുത്ത ബീൻസും കഴിക്കുകയുണ്ടായി.

ഞങ്ങൾ അന്ന് ആർട്ട് ഗാലറികളും മ്യൂസിയങ്ങളും സന്ദർശിച്ചു. സുപ്രസിദ്ധ ചിത്രകാരനായ മാനുവൽ മെൻഡീവിന്റെ വീട്ടിൽ പോയി; തോമസ് സാൻഷെസ് അദ്ദേഹത്തിന്റെ ചിത്രങ്ങളിൽ പല വർണങ്ങൾ കൊടുക്കുന്നത് അത്ഭുതത്തോടെ നോക്കിക്കണ്ടു. ക്യൂബൻ എഴുത്തുകാരുടെ ഡസൻ കണക്കിലുള്ള പുസ്തകങ്ങൾ വാങ്ങി. പുതിയ ക്യൂബൻ കവികൾ സൃഷ്ടിച്ച രൂപകങ്ങളുടെ കടലിലും കഥകളുടെ നദികളിലും നീന്തിത്തുടിച്ചു– മറ്റു ലാറ്റിനമേരിക്കൻ രാജ്യങ്ങളിലൊന്നും ഇവയെപ്പറ്റി ഏറെ ധാരണയില്ല.

കടലാസിന്റെ ക്ഷാമം പുസ്തകപ്രകാശനത്തെ ബാധിച്ചിരുന്നു. പെട്രോളിയത്തിന്റെ അഭാവമാണ് കടലാസിന്റെ ക്ഷാമത്തിനു കാരണം. പുതിയ രാഷ്ട്രീയ ഭൂമിശാസ്ത്രമായിരുന്നു ഇതിനൊക്കെ കാരണം– അതിനുമപ്പുറത്ത് യുഎസ്എ സൃഷ്ടിച്ച സാമ്പത്തിക ഉപരോധവും.

സാംസ്കാരിക നയത്തിന്റെ കാര്യത്തിൽ ക്യൂബൻ വിപ്ലവത്തിന് ഒരു തെറ്റും പറ്റിയിട്ടില്ല. 1970 കളിൽ ചില സർക്കാരു

ദ്യോഗസ്ഥന്മാർ “സോഷ്യലിസ്റ്റ് റിയലിസം”അടിച്ചേൽപ്പിക്കാൻ ഒരു ശ്രമം നടത്തി എന്നതൊഴിച്ചാൽ, ജനങ്ങളുടെ ആസ്വാദനശീലത്തിന്മേൽ സർക്കാരിന്റെ സ്വാധീനങ്ങളൊന്നും കാര്യമായി ഉണ്ടായിരുന്നില്ല. കലാസൃഷ്ടിയുടെ മേഖലയിൽ, പ്രത്യേകിച്ചും സാഹിത്യത്തിൽ ഉണ്ടായ അഭൂതപൂർവമായ വളർച്ചക്ക് അതുതന്നെയാവണം കാരണം-ഫിദൽ കാസ്ട്രോ തന്നെ മുൻകൈയെടുത്ത് വളർത്തിക്കൊണ്ടുവന്ന പല സ്ഥാപനങ്ങളുടെയും പിൻബലവും ആ മേഖലക്കുണ്ടായിരുന്നു.

ഇക്കാര്യത്തിൽ ചെയുടെ അഭിപ്രായങ്ങൾക്ക് അവർ വലിയ വില കൽപ്പിച്ചിരുന്നു. സോഷ്യലിസത്തിന്റെ പാതയിൽ ചരിക്കുന്ന ഒരു പുത്തൻ സമൂഹത്തിൽ കല അഭിമുഖീകരിക്കുന്ന പ്രശ്നങ്ങളെപ്പറ്റി ചെ ദീർഘദൃഷ്ടിയോടെ വിവരിക്കുകയുണ്ടായി. “പരമ്പരാഗതമായ ധാരണയിൽ നിന്നു വ്യത്യസ്തമായി, പുതിയ മനുഷ്യനെ വാർത്തെടുക്കാനുള്ള ശ്രമത്തിന് അത്യാവശ്യം വേണ്ട അറിവും ചിന്താവ്യാപാരങ്ങളിൽ ഉണ്ടാവേണ്ട ധൈര്യവും അത്തരം സമൂഹങ്ങളിൽ ദുർലഭമായിരിക്കും. ലാളിത്യമാണ് അവിടെ അവശ്യം വേണ്ടത്; എല്ലാവർക്കും മനസിലാക്കാവുന്ന ഒരു ശൈലിയാണ് വേണ്ടത്. ശുദ്ധകലയുടേതായ അന്വേഷണങ്ങൾ അവസാനിപ്പിക്കുക; പൊതുവെയുള്ള കലയുടെ പ്രശ്നം സോഷ്യലിസത്തിന്റേതായ വർത്തമാനകാലത്തിൽ നിന്നും ചിലതൊക്കെ സ്വീകരിക്കുക. പഴയ ഭൂതകാലത്തിൽ നിന്നും ചിലതൊക്കെ സ്വീകരിക്കുക എന്നതാണ്. കഴിഞ്ഞ നൂറ്റാണ്ടിലെ കലയുടെ അടിത്തറയിലാണ് സോഷ്യലിസ്റ്റ് റിയലിസം കെട്ടിപ്പടുക്കേണ്ടത്.”

ടി ബി

തോമസ് ബോർഗെ: *താങ്കൾ ഒരു ഇരുത്തം വന്ന വായനക്കാരനാണെന്നു കേട്ടിട്ടുണ്ട്- വെറും ഗവൺമെന്റ് റിപ്പോർട്ടുകൾ മാത്രമല്ല, ധാരാളം സാഹിത്യകൃതികളും വായിക്കാറുണ്ടെന്ന്. എന്താണ് ഇപ്പോൾ വായിച്ചു കൊണ്ടിരിക്കുന്നത്? ഇതിനു മുമ്പു വായിച്ചതെന്തായിരുന്നു? ഇനി വായിക്കാൻപോവുന്നതെന്താണ്?*

കാസ്ട്രോ: എന്റെ ഈ ജീവിതകാലത്ത് ഞാൻ ആകാവുന്നത്ര പുസ്തകങ്ങൾ വായിച്ചിട്ടുണ്ട്. വായിക്കാൻ വേണ്ടത്ര സമയം കിട്ടുന്നില്ലല്ലോ എന്നാണ് എന്റെ വിഷമം. ലൈബ്രറികൾ കാണുമ്പോഴും കുറെയേറെ പുസ്തകങ്ങളുടെ ലിസ്റ്റുകൾ കാണുമ്പോഴും എനിക്ക് സങ്കടം വരും- എന്റെ ആയുഷ്കാലത്തിനിടയ്ക്ക് ഈ പുസ്തകങ്ങളെല്ലാം വായിച്ചു തീർക്കാനൊക്കില്ലല്ലോ എന്ന സങ്കടം.

എല്ലാ തരത്തിലുള്ള സാഹിത്യവും ഞാൻ വായിച്ചിട്ടുണ്ട്. തുടക്കത്തിൽ ഞാൻ ഏറെ വായിച്ചത് ചരിത്രപുസ്തകങ്ങളാണ്. ക്യൂബയുടെ ചരിത്രവും ലോകചരിത്രവും പലരുടേയും ജീവചരിത്രങ്ങളും. പ്രസിദ്ധമായ ജീവചരിത്രങ്ങൾ മിക്കവാറും എല്ലാം തന്നെ

ഞാൻ വായിച്ചിട്ടുണ്ട്. സീനിയർ ഹൈസ്കൂളിലായിരുന്ന കാലത്ത് സാഹിത്യത്തിലായിരുന്നു താൽപ്പര്യം– പ്രധാനമായും സ്പാനിഷ് സാഹിത്യത്തിലെ ക്ലാസിക്കുകളുമായിട്ടായിരുന്നു അന്ന് ബന്ധമുണ്ടായിരുന്നത്?

സ്വാഭാവികമായും *ബൈബിളാ*ണ് ഞാൻ വായിച്ച ഒരു ക്ലാസിക് കൃതി. ഞാൻ സംസാരിക്കുന്നതു ശ്രദ്ധിച്ചാൽ മനസിലാവും *ബൈബിളി*ൽനിന്ന് കുറെയേറെ പദങ്ങൾ ഞാൻ ഉപയോഗിക്കുന്നുണ്ടെന്ന്. പന്ത്രണ്ടു വർഷത്തോളം ഞാൻ പഠിച്ചത് ലാ സാലെ ബ്രദേഴ്സ് നടത്തുന്ന ഒരു സ്കൂളിലും ജെസ്യൂട്ടുകൾ നടത്തുന്ന ഒരു മതപാഠശാലയിലുമായിരുന്നു. ഒന്നു മുതൽ അഞ്ചുവരെ ലാ സാലെ ബ്രദേഴ്സിന്റെ സ്കൂളിലും അഞ്ചുമുതൽ സീനിയർ ഹൈസ്കൂളടക്കം ജെസ്യൂട്ടുകളുടെ സ്കൂളിലും. അവർ പ്രധാനമായും സ്പാനിഷ് സാഹിത്യത്തിലാണ് ശ്രദ്ധിച്ചിരുന്നത്, വിശ്വസാഹിത്യത്തിലല്ല. അതുകൊണ്ട് അക്കാലത്ത് എനിക്ക് വിശ്വസാഹിത്യവുമായി കാര്യമായ ബന്ധമൊന്നുമില്ലായിരുന്നു. അന്നൊക്കെ കുറെ പുസ്തകം വായിക്കാൻ അവസരം കിട്ടി. 1953 മുതൽ 1955 വരെയുള്ള രണ്ടു വർഷത്തെ ജയിൽ ജീവിതത്തിനിടക്കാണ് പരമാവധി വായിക്കാനുള്ള സൗകര്യം കിട്ടിയത്.

ക്യൂബൻ ചരിത്രത്തോട് എനിക്ക് വലിയ താൽപര്യമായിരുന്നു– ഞങ്ങളുടെ ജനത സ്വാതന്ത്ര്യത്തിനായി പൊരുതിയതിനെപ്പറ്റിയൊക്കെ വായിക്കാൻ രസമായിരുന്നു, മാർട്ടിയുടെ കൃതികളെപ്പോലെയുള്ളവ.

ഞാൻ വലിയ ആവേശത്തോടെ വായിച്ച കൃതികളിൽ ആദ്യത്തേത് മാർട്ടിയുടേതായിരുന്നു. 2000 പേജുകളോളമുള്ള, രണ്ടു തടിച്ച വാല്യങ്ങളായി പരന്നു കിടക്കുന്ന, അദ്ദേഹത്തിന്റെ രാഷ്ട്രീയ പ്രഖ്യാപനങ്ങളും പ്രസംഗങ്ങളുമൊക്കെ ഞാൻ സീനിയർ ഹൈസ്കൂളിലും യൂണിവേഴ്സിറ്റിയിലും പഠിക്കുമ്പോൾ വായിച്ചു തീർത്തിട്ടുണ്ട്. പിന്നെ ഞാൻ ഞങ്ങളുടെ ദേശീയ നേതാക്കളുടെ ജീവചരിത്രങ്ങൾ വായിച്ചു– മാക്സിമോ ഗോമസ്, കാർലോസ് മാനുവേൽ ഡി സെസ്പെദെ, ഇഗ്നാസിയോ അഗ്രമോണ്ടെ, അന്റോണിയോ മാസിയോ എന്നിവരുടെയൊക്കെ. അവരെപ്പറ്റി പ്രതിപാദിക്കുന്ന എല്ലാ കൃതികളും വായിച്ചു. സാഹിത്യത്തിൽ മുങ്ങിക്കുളിച്ചു. എന്റെ ആദ്യകാല രാഷ്ട്രീയപരിശീലനം ക്യൂബൻ ചരിത്രം വായിച്ചുകൊണ്ടായിരുന്നു. ഞങ്ങളുടെ സ്വാതന്ത്ര്യസമരത്തെപ്പറ്റിയും ക്യൂബൻ സ്വാതന്ത്ര്യത്തിനുവേണ്ടി പോരാടിയവരെപ്പറ്റിയും ഉള്ള സാഹിത്യത്തോട് എനിക്ക് ഒരുതരം പക്ഷപാതം തന്നെയുണ്ട്.

പിന്നെ രാഷ്ട്രീയത്തോട് ബന്ധപ്പെട്ട സാഹിത്യം. ഒരു യൂണിവേഴ്സിറ്റി വിദ്യാർഥിയായിരുന്ന കാലത്താണ് ഞാൻ രാഷ്ട്രീയ സാഹിത്യത്തിലേക്കിറങ്ങിയത്. എന്റെ ഒന്നാംവർഷ

നിയമവിദ്യാഭ്യാസത്തിന്റെ ഭാഗമായി എനിക്ക് സാമ്പത്തികശാസ്ത്രം പഠിക്കാനുണ്ടായിരുന്നു. അതിനു സഹായകമാകും വിധത്തിലാണ് രാഷ്ട്രീയത്തോടു ബന്ധപ്പെട്ട സാഹിത്യത്തിലേക്കു ഞാൻ കടന്നു ചെന്നത്. മുതലാളിത്ത വ്യവസ്ഥയുടെ സാമ്പത്തിക ശാസ്ത്രമാണ് പഠിക്കാനുണ്ടായിരുന്നതെങ്കിലും, പ്രധാനപ്പെട്ട സാമ്പത്തിക ചിന്താധാരകളോടു ബന്ധപ്പെട്ട ക്ലാസിക്കുകളൊക്കെ വായിക്കാൻ അവസരം കിട്ടി. രണ്ടാംവർഷവും ഞാൻ അർഥശാസ്ത്രപഠനം തുടർന്നു- കൂട്ടത്തിൽ തൊഴിൽ നിയമങ്ങളും പഠിക്കാൻ തുടങ്ങി. അപ്പോഴാണ് പലരും പറഞ്ഞ് മാർക്സിനെയും എംഗൽസിനെയും ലെനിനെയും ഒക്കെക്കുറിച്ച് ഞാൻ കേൾക്കാൻ തുടങ്ങിയത്. അങ്ങനെ അവരെക്കുറിച്ചും കുറെയേറെ വായിച്ചു.

അതിനുമുമ്പ്, മുതലാളിത്ത വ്യവസ്ഥയുടെ രാഷ്ട്രീയ സിദ്ധാന്തവും സാമ്പത്തിക ശാസ്ത്രവും പഠിച്ചുകൊണ്ടിരുന്ന കാലത്ത് ഞാൻ ഒരുതരം ഉട്ടോപ്യൻ സോഷ്യലിസ്റ്റായിരുന്നു. അന്ന് ഞാൻ മുതലാളിത്ത സാമ്പത്തിക വ്യവസ്ഥയെപ്പറ്റി വിമർശനാത്മകമായ ഒരു വിലയിരുത്തൽ നടത്തി. അത് ആകെമൊത്തം വികലവും നാഥനില്ലാത്തതും ആശയക്കുഴപ്പങ്ങൾ നിറഞ്ഞതും, ചിലപ്പോൾ കിറുക്കിന്റെ വക്കോളമെത്തുന്നതുമായി എനിക്കു അന്നു തോന്നി. അങ്ങനെയാണ് സോഷ്യലിസ്റ്റ് ആശയങ്ങൾ എന്നിൽ ആഴത്തിൽ വേരൂന്നിയത്. മാർക്സിന്റെയും എംഗൽസിന്റെയും ലെനിന്റെയും മറ്റുള്ളവരുടെയുമൊക്കെ അത്തരത്തിലുള്ള ക്ലാസിക്കുകൾ വായിക്കുന്നതിനുമുമ്പു തന്നെ, എന്റെ സ്വന്തം വിശകലനത്തിന്റെ വെളിച്ചത്തിൽ, മുതലാളിത്തം കുഴപ്പം നിറഞ്ഞ ഒരു ഭ്രാന്തൻ വ്യവസ്ഥയാണെന്ന നിഗമനത്തിൽ ഞാൻ എത്തിയിരുന്നു സമ്പദ്‌വ്യവസ്ഥ എങ്ങനെ പുനഃസംഘടിപ്പിക്കണമെന്നതിനെപ്പറ്റി എന്റേതായ സിദ്ധാന്തങ്ങൾക്ക് ഞാൻ രൂപം കൊടുക്കാൻ തുടങ്ങിയിരുന്നു.

നിയമസ്കൂളിലെ സാമ്പത്തികശാസ്ത്ര ഗ്രന്ഥങ്ങൾ പൊതുവെ കനപ്പെട്ടതായിരുന്നു; പരീക്ഷകളൊക്കെ വിഷമം പിടിച്ചതുമായിരുന്നു. എന്നാലും, ആ വിഷയത്തിൽ ഞാൻ ഒന്നാമനായിരുന്നു- എന്റെ ഒട്ടേറെ സഹപാഠികൾ ആ വിഷയത്തിൽ തോൽക്കുകതന്നെ ചെയ്തു. എനിക്ക് പഠിക്കാനൊന്നും അധികം സമയം കിട്ടിയിരുന്നില്ല-ആദ്യ വർഷങ്ങളിൽ പ്രത്യേകിച്ചും രാഷ്ട്രീയത്തിലും സ്പോർട്സിലുമായിരുന്നു എനിക്ക് കൂടുതൽ താൽപര്യം. ഞാൻ നല്ലൊരു സ്പോർട്സ്മാനും നല്ലൊരു രാഷ്ട്രീയ പ്രവർത്തകനുമായിരുന്നു. അതേസമയം പഠിക്കാനും എനിക്കു താൽപര്യമുണ്ടായിരുന്നു. അതുകൊണ്ട് ഞാൻ വായിച്ചതും പഠിച്ചതും കൃത്യമായി മനനം ചെയ്ത് ഉറപ്പിക്കാറുണ്ടായിരുന്നു.

നിലവിലുള്ള സമ്പദ്‌വ്യവസ്ഥയെ ഞാൻ എനിക്കാവും മട്ടിൽ വിശകലനം ചെയ്യാനും അപഗ്രഥിക്കാനും തുടങ്ങിയപ്പോൾ,

സ്വാഭാവികമായും എന്റെ മനസ് മാർക്സിസ്റ്റ്-ലെനിനിസ്റ്റ് ആശയങ്ങൾക്കു വളരാൻ പാകത്തിൽ വളക്കൂറുള്ള നിലമായി മാറി. എനിക്ക് അകത്തു കടക്കാൻ ഒരു വാതിലും വഴിയും തുറന്നുകിട്ടി. മാർക്സിന്റെയും എംഗൽസിന്റെയും ലെനിന്റെയും ആദർശങ്ങൾ പിന്തുടരുന്ന കാര്യത്തിൽ ഭ്രാന്തമായ ഒരാവേശം തന്നെ എന്നിലുണ്ടായി. അതിനുശേഷം ഞാൻ രാഷ്ട്രീയത്തോടു ബന്ധപ്പെട്ട കുറെയധികം സാഹിത്യം വായിച്ചു.

വായനക്കായി ഞാൻ വളരെയധികം സമയം നീക്കിവെച്ചിട്ടുണ്ട്– ചരിത്രവും ഭൂമിശാസ്ത്രവും രാഷ്ട്രീയവും വിശ്വസാഹിത്യവും ഒക്കെ ഞാൻ വായിച്ചിട്ടുണ്ട്. ബൊളിവറെക്കുറിച്ചുള്ള ഒരു വലിയ ഗ്രന്ഥശേഖരം തന്നെയുണ്ട് എന്റെ പക്കൽ. അദ്ദേഹത്തെ ഞാൻ വളരെയധികം ആരാധിക്കുന്നുണ്ട്. ചരിത്രത്തിലെ ഏറ്റവും വലിയ മഹാനായിട്ടാണ് ഞാൻ ബൊളിവറെ കാണുന്നത്. വിഷമങ്ങളെ അതിജീവിക്കാനും തടസങ്ങളെയൊക്കെ തട്ടിമാറ്റി മുന്നോട്ടു പോകാനും അദ്ദേഹത്തിന് അപാരമായ കഴിവുണ്ട്. വലിയൊരു മനുഷ്യനാണ് അദ്ദേഹം.

കാർത്തേജിലെ ഹാനിബാളിനെക്കുറിച്ചും ഞാൻ കുറെയേറെ വായിച്ചിട്ടുണ്ട്. അദ്ദേഹം ഇറ്റലിയിലേക്കു നടത്തിയ സാഹസിക യാത്രകളെപ്പറ്റിയും, അദ്ദേഹം ഏർപ്പെട്ട യുദ്ധങ്ങളെപ്പറ്റിയും സമരങ്ങളെ പറ്റിയും ഒക്കെ. മഹാനായ അലക്സാണ്ടറെപ്പറ്റി, ജൂലിയസ് സീസറെപ്പറ്റി, പ്രാചീന ചരിത്രത്തിലെയും ആധുനിക ചരിത്രത്തിലെയും ഒക്കെ നേതാക്കന്മാരെപ്പറ്റി, നെപ്പോളിയനെപ്പോലുള്ള സൈനിക നേതാക്കന്മാരെപ്പറ്റി.....എല്ലാം.

പറഞ്ഞല്ലോ, ബൊളിവറാണ് ഞാൻ ഏറ്റവുമധികം ആരാധക്കുന്ന ചരിത്രപുരുഷൻ. മാർട്ടിയും: ചിന്തയുടെ ലോകത്തിൽ മാർട്ടി, ബൊളിവറെപ്പോലെതന്നെയായിരുന്നു. ബൊളിവറാവട്ടെ, രാഷ്ട്രീയത്തിലും യുദ്ധരംഗത്തും ഒരുപോലെ അതികായനായിരുന്നു. ഒരു രാഷ്ട്രത്തലവനാവാൻ അദ്ദേഹത്തിന് അവസരം കിട്ടിയതുകൊണ്ട്. രാജ്യതന്ത്രത്തിലുള്ള കഴിവു പ്രദർശിപ്പിക്കുവാനും കഴിഞ്ഞു– മാർട്ടിക്ക് അതിനുള്ള സൗകര്യം ഉണ്ടായില്ലല്ലോ,

ഏറെ വിഷമങ്ങൾ നേരിടേണ്ടിവന്നിട്ടുകൂടി, ഈ ഭൂവിഭാഗത്തെ ആകെ ഏകീകരിക്കണമെന്ന അദ്ദേഹത്തിന്റെ ആശയം ആരും മുമ്പൊരിക്കലും ചിന്തിച്ചിട്ടില്ലാത്തതായിരുന്നു. ഈ മേഖലയിലെ രാജ്യങ്ങളെ മോചിപ്പിക്കാനുള്ള ശ്രമത്തിനു പുറമെയായിരുന്നു ഇതൊക്കെ. നമ്മുടെ അമേരിക്കയെ , 500 വർഷത്തെ സ്പാനിഷ്-പോർച്ചുഗീസ് പാരമ്പര്യമുള്ള ഈ ഐബീരിയൻ ജനതയെ, സംബന്ധിച്ചിടത്തോളം വളരെ മഹത്തായ ഒരാശയമായിരുന്നു അത്തരം ഒരു ഏകീകരണം. ബൊളിവറുടെ ആ ചിന്തയും ആ ആശയങ്ങളും വളരെ പ്രധാനപ്പെട്ടതാണ്.

ഇനി മാർട്ടിയെ ഒന്നു നിർവചിക്കാൻ ശ്രമിച്ചാലോ? ഞാൻ നേരത്തെ പറഞ്ഞപോലെ, ഒന്നാമതായി, ചിന്താലോകത്ത് അദ്ദേഹം ഒരു ബൊളിവറായിരുന്നു. ഞാനങ്ങനെ പറയുമ്പോൾ എന്നെ വല്ല വരും ഒരു വിഭാഗീയ ചിന്താഗതിക്കാരനായി മുദ്രകുത്തുമോ എന്നറിയില്ല. ബുദ്ധിശക്തിയുടെ കാര്യത്തിൽ അദ്ദേഹത്തെ കവച്ചുവെക്കാൻ മറ്റൊരാളില്ല. ബൊളിവറുടെ മഹത്വത്തെയും ലക്ഷ്യങ്ങളെയും സംബന്ധിച്ച് മാർട്ടിക്ക് ഒരു പ്രത്യേക പക്ഷപാതം തന്നെയുണ്ടായിരുന്നു. ഞാൻ അത്രയുമധികം പുസ്തകങ്ങൾ വായിച്ചതുകൊണ്ട് എനിക്ക് ഏറ്റവുമേറെ താദാത്മ്യം തോന്നുന്ന ചരിത്രപുരുഷന്മാരെ തെരഞ്ഞെടുക്കാൻ അവകാശമുണ്ട്.

വിപ്ലവങ്ങളെക്കുറിച്ചുള്ള കുറേയേറെ പുസ്തകങ്ങൾ ഞാൻ വായിച്ചിട്ടുണ്ടെന്ന് പ്രത്യേകം പറയേണ്ടല്ലോ. ഫ്രഞ്ചു വിപ്ലവത്തെപ്പറ്റി എഴുതിയിട്ടുള്ള എല്ലാ പുസ്തകങ്ങളും ഞാൻ വായിച്ചിട്ടുണ്ട്. ബോൾഷെവിക് വിപ്ലവത്തെക്കുറിച്ചും ഒട്ടേറെ വായിച്ചിട്ടുണ്ട്. അതുപോലെ തന്നെ മെക്സിക്കൻ വിപ്ലവത്തെപ്പറ്റിയും ചൈനീസ് വിപ്ലവത്തെപ്പറ്റിയും കുറെയൊക്കെ വായിച്ചിട്ടുണ്ട്. സാമ്പത്തിക ശാസ്ത്രത്തോടു ബന്ധപ്പെട്ട ലേഖനങ്ങളും ഞാൻ സശ്രദ്ധം വായിച്ചിട്ടുണ്ട്- ചരിത്രഗ്രന്ഥങ്ങളുടെ അത്രതന്നെ വിപുലമല്ലെന്നെയുള്ളു.

ജയിൽ ജീവിതത്തിന്റെ കാലത്തും ഞാൻ ചിട്ടയോടെ പഠനം തുടർന്നു. അവിടെ ഞങ്ങൾ തത്വചിന്ത പഠിക്കാനൊരു സ്കൂൾ തന്നെ ആരംഭിച്ചു. കുറെയധികം വിശ്വമഹാഗ്രന്ഥങ്ങൾ അന്നു വായിക്കുകയുണ്ടായി. രണ്ടു വർഷത്തോളം ഞാൻ പ്രതിദിനം 14-15 മണിക്കൂർ വായനക്കായി നീക്കിവെച്ചിരുന്നു- മാനിഫെസ്റ്റോകളും സന്ദേശങ്ങളും എഴുത്തുകളുമൊക്കെ. മറ്റുള്ളവർക്കു വായിക്കാൻ പറ്റാത്ത മട്ടിൽ നാരങ്ങാനീരുകൊണ്ട് എഴുതാൻ ഇതിൽ നിന്ന് അൽപ്പസമയം ഉപയോഗിച്ചിരുന്നു എന്നുമാത്രം. ബന്ധുക്കൾക്ക് അയയ്ക്കുന്ന എഴുത്തുകളിലൊക്കെ ഞങ്ങൾ ഇങ്ങനെ നാരങ്ങാനീരുകൊണ്ട് എഴുതും. എന്തെല്ലാം തരത്തിലുള്ള കാര്യങ്ങളാണ് അങ്ങനെ എഴുതിയിരുന്നത്! അവർ അത് ഇസ്തിരിപ്പെട്ടികൊണ്ടോ അടുപ്പിൻതിണ്ണയിൽവെച്ചോ ചൂടാക്കും. അപ്പോൾ നാരങ്ങാനീരുകൊണ്ടെഴുതിയ, കാണാത്ത എഴുത്തൊക്കെ തെളിഞ്ഞുവരും- വായിക്കാൻ പറ്റും. ജയിലിലായിരുന്ന കാലത്തൊക്കെ ഞങ്ങൾ ഈ വിദ്യയാണ് പ്രയോഗിച്ചിരുന്നത്; ആർക്കും അത് കണ്ടുപിടിക്കാൻ കഴിഞ്ഞതുമില്ല. പക്ഷേ ആ പണിക്ക് കുറേയേറെ സമയം ചെലവാക്കണമായിരുന്നു.

ഒരിക്കൽ ബാത്തിസ്ത ജയിൽ സന്ദർശിക്കാൻ വന്നപ്പോൾ ഞാൻ ഒരു പ്രതിഷേധം സംഘടിപ്പിച്ചു. ജയിൽ നിയമങ്ങളും അവിടത്തെ അച്ചടക്കവും ലംഘിച്ചു എന്ന കാരണവും പറഞ്ഞ്

അവർ എന്നെ ഏകാന്തത്തടവുകാരനാക്കി. കുറെ മാസങ്ങളോളം അങ്ങനെ ഞാൻ ഒറ്റയ്ക്കായിരുന്നു. പിന്നീട് അവർ എന്റെ സെല്ല് പങ്കിടാൻ റാവുലിനെയും അങ്ങോട്ടെത്തിച്ചു. എന്നിട്ടും, ഞങ്ങൾ ഏകാന്തത്തടവിൽത്തന്നെ– എന്നാലും രണ്ടുപേർ ഉണ്ടായിരുന്നു. റാവുൽ കൂടെയുണ്ടായിരുന്നതുകൊണ്ട് ജയിലിലെ അവസാനത്തെ ആ മാസങ്ങൾ കുറച്ചുകൂടി സഹിക്കാമെന്ന മട്ടായി.

അക്കാലത്ത് ഞാൻ ദസ്തോവ്സ്കി എഴുതിയ മിക്കവാറും എല്ലാ പുസ്തകങ്ങളും വായിച്ചു. പക്ഷേ, *ഹൗസ് ഓഫ് ദി ഡെഡ്* എന്ന പുസ്തകം ജയിലിൽ വെച്ചു വായിക്കുന്നത് അത്ര നല്ലതല്ല, കേട്ടോ! റൊമെയ്ൻ റോളാങിന്റെ *ജീൻ– ക്രിസ്റ്റോഫ്* പത്തു വാല്യങ്ങളിലായി ഞാൻ വായിച്ചു. അതുപോലെ വിക്ടർ ഹ്യൂഗോവിന്റെ *പാവങ്ങളും.* വലിയൊരു പുസ്തകമാണ് അതും– അത് ഞാൻ മുമ്പൊരിക്കൽ വായിച്ചിരുന്നു. അക്കാലത്തു വായിച്ച മറ്റൊരു പുസ്തകം ബൽസാക്കിന്റെ *ഹ്യൂമൻ കോമഡി*യാണ്.

മെക്സിക്കോവിലായിരുന്നപ്പോഴും സിയറാമെയ്സ്ത്രാപർവതങ്ങളിലായിരുന്നപ്പോഴുമെല്ലാം ഏതെങ്കിലുമൊരു പുസ്തകം എപ്പോഴും എന്റെ കയ്യിലുണ്ടാവും. രണ്ടാം ലോകമഹായുദ്ധത്തെപ്പറ്റി, ഇരുഭാഗക്കാരുമെഴുതിയ, മിക്കവാറും എല്ലാ പുസ്തകങ്ങളും ഞാൻ വായിച്ചിട്ടുണ്ടാവണം. വിപ്ലവത്തിന്റെ വിജയത്തിനു ശേഷമുള്ള വർഷങ്ങളിലും ഞാൻ ധാരാളം വായിച്ചിട്ടുണ്ട്– പണ്ടത്തെപ്പോലെ ഇല്ലെങ്കിലും.

ഒരു കാലത്തു ഞാൻ കൃഷിയെക്കുറിച്ചുള്ള ഒരുപാടു പുസ്തകങ്ങൾ വായിച്ചിരുന്നു. കൃഷിയെപ്പറ്റിയും കന്നുകാലി വളർത്തലിനെപ്പറ്റിയും അവയ്ക്കു കൊടുക്കേണ്ട തീറ്റപ്പുല്ലും അവയുടെ മേച്ചിൽപ്പുറങ്ങളും എങ്ങനെ വികസിപ്പിക്കാമെന്നും ഒക്കെ ആർത്തിയോടെ വായിച്ചു. കൃഷിയെപ്പറ്റി ഏതാണ്ട് 70 മുതൽ 100 വരെ പുസ്തകം വായിച്ചിട്ടുണ്ടാവണം– പലതരം കാർഷിക സംവിധാനങ്ങളെക്കുറിച്ചും ഭൂമധ്യരേഖാപ്രദേശത്തെ കൃഷിയെപ്പറ്റിയും എല്ലാം. അതിൽതന്നെ ചില പ്രത്യേക വിഷയങ്ങളെപ്പറ്റി കൂടുതൽ അവഗാഢമായി പഠിക്കുകയും ചെയ്തു.

ലാറ്റിനമേരിക്കയിൽ എഴുതപ്പെട്ട 250–300 മഹദ്ഗ്രന്ഥങ്ങളുടെ ഒരു ശേഖരണമുണ്ട് എന്റെ പക്കൽ. അവയൊക്കെ വീണ്ടും അച്ചടിച്ച് ഞങ്ങളുടെ നാട്ടിലെ ജനങ്ങൾക്കിടയിൽ വിതരണം ചെയ്യണമെന്നുണ്ട്. (അവ മുഴുവനും വായിക്കാൻ കഴിഞ്ഞിട്ടില്ലെങ്കിലും കുറെയൊക്കെ വായിച്ചിട്ടുണ്ട്.) മഹത്തായ ഒരു സംരംഭമായിരിക്കും അത്. ലാറ്റിനമേരിക്കൻ രാജ്യങ്ങളെയും സംസ്കാരങ്ങളെയും ഏകീകരിക്കേണ്ടതിനെക്കുറിച്ച് നാം പറഞ്ഞുവല്ലോ. ആ നയത്തിന്റെ ഭാഗമായി ലാറ്റിനമേരിക്കയുടെ ചരിത്രത്തെയും സാഹിത്യത്തെയും യാഥാർഥ്യങ്ങളെയും കുറിച്ചുള്ള

നമ്മുടെ ജനതയുടെ വിജ്ഞാനമേഖല വികസിപ്പിക്കണം. ലാറ്റിനമേരിക്കയുടെ ഉദ്ഗ്രഥനത്തിന്റെ പ്രധാനപ്പെട്ട ഒരു വശമാണ് അത്.

ഞാനീ അടുത്തകാലത്തു വായിച്ചതെന്താണെന്നു ചോദിച്ചുവല്ലോ. മിക്കവാറും എല്ലാ വിഷയങ്ങളെപ്പറ്റിയും കുറച്ചൊക്കെ വായിച്ചിട്ടുണ്ട്. കയ്യിലുള്ളതൊക്കെ പെട്ടെന്നു വായിച്ചു തീരും; പിന്നെയും കുറെ സമ്പാദിക്കും. ഇന്നലെ രാത്രി പാട്രിക് സുസ്ക്കിൻഡ് എഴുതിയ *പെർഫ്യൂം* എന്ന ഒരു കൊച്ചു നോവലാണ് വായിച്ചത്- രസമുണ്ട് വായിക്കാൻ, ഇനിയും ഒരു 30 പേജുകൂടി വായിച്ചുതീർക്കാനുണ്ട്. അതിന്റെ അവസാനം എങ്ങനെയാവുമോ എന്തോ? ആ ഫ്രഞ്ചുപ്രഭു തന്റെ മകളെ, സുഗന്ധദ്രവ്യങ്ങളുണ്ടാക്കുന്ന ആ പ്രധാന കഥാപാത്രത്തിൽ നിന്നു രക്ഷിക്കാൻ ശ്രമിക്കുന്ന ഭാഗമാണ് ഞാൻ ഒടുവിൽ വായിച്ചത്.

നിർമാണ പ്രവർത്തനങ്ങളെപ്പറ്റിയും എന്റെ ദൈനംദിന ജോലികളോടു ബന്ധപ്പെട്ട വിഷയങ്ങളെപ്പറ്റിയും ഞാൻ വായിക്കാറുണ്ട്. മറ്റു പുസ്തകങ്ങളെപ്പറ്റിയാണല്ലോ താങ്കളുടെ ചോദ്യം. സാഹിത്യം ഞാൻ എക്കാലത്തും ഇഷ്ടപ്പെടുന്ന ഒരു മേഖലയാണ്- ഞാൻ ഏറെ ഇഷ്ടപ്പെടുന്ന കുറെയേറെ എഴുത്തുകാരുമുണ്ട്.

ഗാർസിയാ മാർക്കേസിന്റെ മിക്കവാറും എല്ലാ പുസ്തകങ്ങളും ഞാൻ വായിച്ചിട്ടുണ്ട്. മറ്റ് ലാറ്റിനമേരിക്കൻ സാഹിത്യകൃതികളും കുറെയൊക്കെ വായിച്ചിട്ടുണ്ട്. എന്നാലും ഇനിയുമുണ്ട് വായിക്കാൻ ഒട്ടേറെ. 1920 നു ശേഷമുള്ള മഹത്തായ ലാറ്റിനമേരിക്കൻ സാഹിത്യകൃതികളുടെ ഒരു സമാഹാരം പുറത്തിറക്കാൻ ഞാൻ വളരെയധികം ഉത്സാഹിപ്പിക്കുകയുണ്ടായി. ഒക്ടോബർ വിപ്ലവം ലാറ്റിനമേരിക്കൻ സാഹിത്യത്തെ നല്ലരീതിയിൽ വളരെയേറെ സ്വാധീനിച്ചിട്ടുണ്ട്.

കുറച്ചുദിവസം മുമ്പ് ഞാൻ പ്രാചീനകാലത്തെക്കുറിച്ചുള്ള ചിലതൊക്കെ വായിക്കുകയായിരുന്നു- പുരാതന കാലത്തെ ഗ്രീസ്, റോം, ചൈനീസ് സംസ്കാരം, അസ്ത്തെക്ക് സംസ്കാരം എന്നിവയെപ്പറ്റിയെല്ലാം. അതേസമയത്ത്, ഞാനൊരു പുനർവായന നടത്തിക്കൊണ്ടിരിക്കുന്ന മറ്റൊരു പുസ്തകമുണ്ട്- ബെർനാൽ ഡിയാസ് ഡെൽ കാസ്റ്റില്ലോ എഴുതിയ കനപ്പെട്ട ഒരു പുസ്തകം. മെക്സിക്കൻ ഇന്ത്യക്കാർ സ്പാനിഷ് കോൺക്വിസ്റ്റഡോറുകളെ ചെറുത്തുനിന്നതിന്റെ ധീരവും ഉദ്വേഗജനകവുമായ കഥകളാണ് അതിലുള്ളത്. മിക്കവാറും മുക്കാൽ ഭാഗവും വായിച്ചു കഴിഞ്ഞു.

ആ മെക്സിക്കൻ ഇന്ത്യക്കാരുടെ ധീരതയെപ്പറ്റി വായിക്കുന്തോറും എന്റെ ആവേശം കൂടിക്കൂടിവരികയാണ്. ടിനോക്ചിട്ലാന്റെ ചെറുത്തുനിൽപ്പിനു തുല്യമായ മറ്റൊരു സംഭവം ചരിത്രത്തിൽ കാണാൻ വിഷമമാണ്. പ്രാചീനചരിത്രത്തിലാകെത്തന്നെ അത്തരമൊരു സമരം ഞാൻ കണ്ടിട്ടില്ല. കൗഹന്റെമോക്കിന്റെ

നേതൃത്വത്തിൽ അസ്തെക്കുകൾ, സാങ്കേതികവിദ്യയിൽ വളരെയേറെ പുരോഗമിച്ച മറ്റൊരു നാഗരികതയ്ക്കെതിരെ, ടെനോക്ചിട്ലാൻ നഗരം കാത്തുരക്ഷിച്ച കഥയാണ് ഞാൻ പറയുന്നത്- ഉരുക്കുകൊണ്ടുള്ള അവരുടെ ആയുധങ്ങൾക്കെതിരായി, തോക്കുകൾ, പീരങ്കികൾ മുതലായ അത്യാധുനിക സംവിധാനങ്ങൾക്കെതിരായി, ആണ് അവർ പിടിച്ചു നിന്നത്. സാധാരണ, അസ്തെക്കുകൾക്കു സംഭവിച്ച പതനത്തെപ്പറ്റി വായിക്കുമ്പോൾ എനിക്ക് സങ്കടം തോന്നാറുണ്ടെങ്കിലും, ഈ ചെറുത്തുനിൽപ്പിനെപ്പറ്റി ചിന്തിക്കുമ്പോൾ അഭിമാനമാണ് അനുഭവപ്പെടാറുള്ളത്. അതിനെപ്പറ്റി ആരും കൂടുതൽ എഴുതാത്തതെന്തേ ആവോ - അസ്തെക്കുകളുടെ ഈ ചെറുത്തുനിൽപ്പിനെപ്പറ്റി ആരും ഒരു സിനിമയുണ്ടാക്കിയതായും അറിവില്ല.

മൂന്നുനാലു പുസ്തകങ്ങൾ ഒരേ സമയത്തുവായിക്കാറുണ്ട്. ബ്രാഡ്ബറി എഴുതിയ മറ്റൊരു പുസ്തകവും എന്നെ കാത്തിരിക്കുന്നുണ്ട്. ഞാൻ ചെയ്തുകൊണ്ടിരിക്കുന്ന ജോലിയോടു ബന്ധപ്പെട്ടാവും സാധാരണ വായിക്കാൻ തെരഞ്ഞെടുക്കുന്ന പുസ്തകത്തിന്റെ സ്വഭാവം. ചിലപ്പോൾ, വിഷമിപ്പിക്കുന്ന മാനസിക പ്രശ്നങ്ങളെ ഒന്നു മറക്കാൻ സഹായിക്കുന്ന മട്ടിലുള്ള പുസ്തകങ്ങളാവും ആവശ്യം- അപ്പോൾ കഥകളും നോവലുകളുമൊക്കെ വായിക്കും. ഞാൻ നേരത്തെ പറഞ്ഞ സുസ്കിൻഡിന്റെ പുസ്തകമുണ്ടല്ലോ, അത് സുഗന്ധദ്രവ്യങ്ങളെപ്പറ്റി വളരെയധികം പഠിക്കാൻ സഹായിച്ചു- പെർഫ്യൂം ഉണ്ടാക്കുന്ന സാങ്കേതികവിദ്യ കൂടിയുണ്ട് അതിൽ. സാഹിത്യം പല മേഖലയെപ്പറ്റിയും പ്രതിപാദിക്കുമല്ലോ. കുറേയേറെ പുസ്തകങ്ങളുണ്ട് എന്റെ പക്കൽ- ചിലത് കൂടുതൽ കനപ്പെട്ടതാണ്.

വേറെ എന്തെല്ലാമാണ് ഇവിടെയുള്ളതെന്ന് നോക്കാം: ഇതാ, മഹാനായ സുലൈമാന്റെ ഒരു ജീവചരിത്രം. ഓട്ടോമൻ സാമ്രാജ്യത്തെ യൂറോപ്പിന്റെ ഹൃദയഭാഗം വരെ വ്യാപിപ്പിച്ച, ഉഗ്രപ്രതാപികളായ ചക്രവർത്തിമാരെയൊക്കെ വിറപ്പിച്ച, പരാക്രമിയായിരുന്നു സുലൈമാൻ.

ഈജിപ്തുകാരുടെ ചരിത്രം ഞാൻ ഈയിടെ കുറച്ചു വായിക്കുകയുണ്ടായി. ഗ്രീക്ക് തത്വജ്ഞാനികളുടെ കൃതികൾ കൂടെക്കൂടെ വായിക്കാറുണ്ട്- അക്കാലത്ത് അവർ അവതരിപ്പിച്ച വാദമുഖങ്ങൾ പലതും എന്നെ അത്ഭുതപ്പെടുത്താറുണ്ട്. ഹെറോഡോട്ടസ്, പ്ലൂട്ടാർക്ക്, ടൈറ്റസ് ലിവിയസ്, സെനഫൺ, സ്യൂട്ടോണിയസ് എന്നിങ്ങനെ പുരാതന ചരിത്രകാരന്മാരുടെ കൃതികളും ഞാൻ വീണ്ടും വീണ്ടും വായിക്കാറുണ്ട്. ഒരിക്കൽ ഒരു പുസ്തകം മാത്രം വായിച്ചുകൊണ്ടിരിക്കുക എന്നതല്ല എന്റെ ശീലം- അഞ്ചും ആറും പുസ്തകങ്ങളൊക്കെ ഒരേ സമയത്ത് വായിച്ചുകൊ

ണ്ടിരിക്കുന്നുണ്ടാവും. എന്റെ മാനസികാവസ്ഥയനുസരിച്ചും ക്ഷീണത്തിനനുസരിച്ചുമൊക്കെ അവയുടെ സ്വഭാവത്തിൽ മാറ്റമുണ്ടാവും.

തോമസ് ബോർഗെ: *അവയൊക്കെ എവിടെ കിടക്കുന്നു എന്നതനുസരിച്ചുമാവാം, അല്ലേ? ചിലത് ഇവിടെയാണെങ്കിൽ മറ്റു ചിലത് മറ്റെവിടെയെങ്കിലുമാവുമല്ലോ.*

കാസ്ട്രോ: സാധാരണ ഞാൻ വീട്ടിലിരുന്നാണ് വായിക്കാറ് പതിവ്– ഒരു ദിവസത്തെ ജോലിയൊക്കെ അവസാനിച്ച്, കാര്യമായി മറ്റൊന്നും ചെയ്യാനില്ലാതിരിക്കുമ്പോൾ പകലൊക്കെ, ഞാൻ പത്രങ്ങളാണ് വായിക്കുക പതിവ്. അതും മുഴുവനുമൊന്നും വായിക്കാറില്ല. ഇക്കാര്യത്തിൽ ചോമിയും ഞാനും തമ്മിൽ ഒരു യുദ്ധം തന്നെ നടക്കാറുണ്ട്. അയാൾ ദിവസവും വലിയൊരു പത്രക്കൂമ്പാരം തന്നെ എന്റെ മുമ്പിൽ കൊണ്ടുവന്നുവെക്കും. എനിക്കാണെങ്കിൽ എന്തെല്ലാം കാര്യങ്ങൾ ചെയ്തുതീർക്കാനുണ്ട്! ചിലപ്പോൾ വളരെ പ്രധാനപ്പെട്ട ഒരു പത്രം ചോമി ശ്രദ്ധിച്ചിട്ടുണ്ടാവില്ല. അതും സാധാരണ പത്രങ്ങൾക്കിടക്ക് കിടക്കുന്നുണ്ടാവും. അപ്പോൾ എനിക്കു ദേഷ്യം വരും. "അങ്ങനെ പ്രധാനപ്പെട്ട ഒരു കാര്യം ആ പത്രത്തിലുണ്ടെന്ന് എന്തേ പറയാഞ്ഞത്?" എന്നൊക്കെ വഴക്കു പറയും.

എന്തായാലും ഇപ്പോൾ ചോമിയില്ല. വേറൊരു സഖാവാണ്. ഇനി അയാളെ ഞാൻ എന്റെ വായനാശീലത്തെപ്പറ്റിയും ഞാൻ വായിക്കാൻ താൽപര്യം കാണിക്കുന്ന പത്രങ്ങളെപ്പറ്റിയുമൊക്കെ പഠിപ്പിക്കണം. അയാൾ പുതിയ ആളാണല്ലോ. വായിക്കാൻ കൊണ്ടുവരുന്ന പത്രങ്ങളുടെ എണ്ണം കൂടുകയാണ് – നൂറിലേറെയുണ്ട്! മറ്റു സഖാക്കൾ ഒരു തെരച്ചിൽ നടത്തി, ഞാൻ അത്യാവശ്യം വായിക്കേണ്ട പത്രങ്ങളും അവയിലെ പ്രധാന ഭാഗങ്ങളും അടയാളപ്പെടുത്താറുണ്ട്. ആര് എന്ത് ചെയ്താലും അതൊക്കെ എന്റെ ശ്രദ്ധയിൽപ്പെടുത്തണമെന്നാണ് എല്ലാവരുടെയും മോഹം. പിന്നെ മറ്റു രാജ്യങ്ങളിൽ സഞ്ചരിക്കുന്ന സഖാക്കൾ കൂടെക്കൂടെ അയക്കുന്ന റിപ്പോർട്ടുകൾ, വേറെ ചിലപ്പോൾ ഞാൻ രാത്രി വളരെ വൈകിയാവും വീട്ടിലെത്തുക. അപ്പോൾ, എന്തെങ്കിലും സാഹിത്യകൃതികൾ വായിക്കണോ അതോ ദിനപത്രങ്ങൾ വായിക്കണോ എന്ന പ്രശ്നമുണ്ടാവും. അത്തരം സന്ദർഭങ്ങളിൽ ഞാൻ പത്രവായന പിറ്റേന്ന് രാവിലെയാക്കും – നല്ല വല്ല പുസ്തകവുമെടുത്തു വായിക്കും. അതുകൊണ്ടാണ് ചിലപ്പോൾ പത്രങ്ങൾ കുമിഞ്ഞുകൂടുന്നത്.

തോമസ് ബോർഗെ: *കഥയെഴുതുന്ന ഏതെങ്കിലും ഒരു എഴുത്തുകാരനോട് പ്രത്യേകിച്ചൊരു മമതയുണ്ടാവാമെങ്കിൽ, അത് ആരാവാം?*

കാസ്ട്രോ: സെർവാന്റിസ്

തോമസ് ബോർഗെ: *പെട്ടെന്നു വന്നുവല്ലോ മറുപടി!*

കാസ്ട്രോ: അക്കാര്യത്തിൽ എനിക്ക് രണ്ടാമതൊരു വട്ടം ചിന്തിക്കേണ്ട കാര്യമില്ല. അന്നത്തെ കാലത്ത് സാഹിത്യത്തിൽ സാങ്കേതിക വിദ്യകളൊന്നും ഏറെ വികസിച്ചിരുന്നില്ല. ഞാൻ ഡോൺ കിക്സോട്ട് അഞ്ചോ ആറോ പ്രാവശ്യം വായിച്ചിട്ടുണ്ട് — സെർവാന്റിസ് തെരഞ്ഞെടുത്ത വിഷയത്തിന്റെ ഭംഗിയും അദ്ദേഹത്തിന്റെ ശൈലിയുമാവണം അതിനു കാരണം. കാന്റിൻഫ്ളാസിന്റെ സിനിമകളും അതുപോലെതന്നെയാണ് — രണ്ടുമൂന്നു വർഷത്തിനിടക്ക് അവയൊക്കെ ഞാൻ വീണ്ടും കാണും — അപ്പോഴും അതിന്റെ പുതുമ നഷ്ടപ്പെട്ടതായി തോന്നാറില്ല. കാന്റിൻഫ്ളാസിന്റെ സിനിമകളിൽ അങ്ങനെ പ്രത്യേകിച്ച് ഒരു കഥയൊന്നുമില്ല, നമ്മെ പിടിച്ചിരുത്തുന്ന ഒര കഥാപാത്രമുണ്ടാവും. അയാളുടെ വർത്തമാനവും കാലുകൊണ്ടുള്ള കളിയുമൊക്കെ ബഹുരസമാണ്. ഞാനതൊക്കെ കൂടെക്കൂടെ കാണും. ചാപ്ലിൻ സിനിമകളെപ്പോലെയാണ് അവ. ചാപ്ലിൻ സിനിമക്ക് ഒരു വിഷയമോ കഥയോ ഉണ്ടാവുമെന്ന വ്യത്യാസമുണ്ട്. നല്ല ഒരു നടനുമാണ് ചാപ്ലിൻ.

പുതിയ എഴുത്തുകാർ പുതിയ പുതിയ സാങ്കേതിക വിദ്യകളൊക്കെ ഉപയോഗിക്കുന്നുണ്ടെങ്കിലും ഞാൻ ഇടക്കിടെ *ഡോൺകിക്സോട്ടിലേക്കു* തിരച്ചു പോവാറുണ്ട്. ചിലപ്പോൾ സെർവാന്റിസ് അദ്ദേഹത്തിന്റെ നോവലിൽ ചില അറബിക്കഥകളൊക്കെ തിരുകിക്കയറ്റും- അതാണ് എനിക്കു പിടിക്കാത്തത്. *കിക്സോട്ടിന്റെ* കാര്യം മാത്രം പറയുകയായിരുന്നു ഏറെ നല്ലത്. അറബിക്കഥകൾ ആവശ്യമില്ലാതെ വായനയെ വഴിതെറ്റിക്കും — ഓരോന്നും വായിക്കാൻ ഇരുപതോളം മിനിറ്റുമെടുക്കും. പിന്നെ, അതൊക്കെ വളരെ ചെറിയ ടൈപ്പിൽ അച്ചടിച്ച പുസ്തകങ്ങളുമാണ്. അത് മറ്റൊരു വിഷമം - ഇതൊക്കെയായാലും മഹത്തരമായ ഒരു കൃതിയാണ് അത്.

ഞാൻ ഷെയ്ക്സ്പിയറും വായിച്ചിട്ടുണ്ട്. പക്ഷെ, സ്പാനിഷിലുള്ള മൂലകൃതികൾ വായിക്കുന്ന സുഖമില്ല മറ്റൊരു ഭാഷയിൽ നിന്നുള്ള തർജ്ജുമകൾക്ക്.

പുതിയ എഴുത്തുകാർക്ക് സെർവാന്റിസിന്റെ കാലത്തുണ്ടായതിനെക്കാളൊക്കെ എത്രയോ അധികം സാങ്കേതിക മികവുണ്ട്; അവർ ഭംഗിയായി എഴുതുന്നുമുണ്ട്. സെർവാന്റിസ് കടൽക്കൊള്ളക്കാരോടൊക്കെ യുദ്ധം ചെയ്തിട്ടുണ്ട് — മൂറുകളോടും — മുസ്ലീങ്ങളെ അക്കാലത്ത് സ്പെയിനിൽ മൂറുകൾ എന്നാണ് വിളിച്ചിരുന്നത്. നവ്പാക്റ്റോസിൽ അദ്ദേഹത്തിന്റെ ഒരു കൈ നഷ്ടപ്പെട്ടു. എന്തൊരു ധിഷണയാണ് അദ്ദേഹത്തിന്റേത്! *ഡോൺകിക്സോട്ടു* മാത്രമല്ല കേട്ടോ. അദ്ദേഹത്തിന്റെ മറ്റു നോവലുകളും ഞാൻ വായിച്ചിട്ടുണ്ട്. സരസമായ ഭാഷയിൽ മനോഹരമായി എഴുതപ്പെട്ടവയാണ് അവയൊക്കെ.

തോമസ് ബോർഗെ: *ഏറ്റവും ഇഷ്ടപ്പെട്ട കവി ആരാണ്, ഫിദൽ?*

കാസ്ട്രോ: പാബ്ലോ നെരൂദയാണ് എനിക്ക് ഏറെ ഇഷ്ടം. ഞാൻ ഏറ്റവുമേറെ വായിച്ച ഒരു കവിയാണ് അദ്ദേഹം. അതുപോലെ നിക്കോലസ് ഗില്ലനും. ഞാനിതു പറയുമ്പോൾ ഒരൽപ്പം അതിദേശീയതയുണ്ടായേക്കാം — എന്നാലും സ്പാനിഷ് ക്ലാസിക്കൽ സാഹിത്യത്തിലെ നൂറു കവിതകൾ ഞാൻ ആർത്തിയോടെ വായിച്ചിട്ടുണ്ട്. കുറെയൊക്കെ ഹൃദിസ്ഥമാക്കിയിട്ടുമുണ്ട്. മാർട്ടിയുടെയും റൂബെൻ ഡാരിയോയുടെയും കൃതികളും എനിക്ക് ഇഷ്ടമാണ് — വളരെയേറെ സാമ്യമുണ്ട് അവരുടെ കൃതികൾക്ക്, ഒരു കവി എന്ന നിലക്കല്ല മാർട്ടിയുടെ പ്രസിദ്ധിയെങ്കിലും അദ്ദേഹത്തിന്റെ കവിതകളും ഞാൻ ഇഷ്ടപ്പെടുന്നു.

സാഹിത്യത്തിന്റെ എല്ലാ ശാഖകളും വായിക്കാനൊന്നും എനിക്ക് അധികം സമയം കിട്ടുന്നില്ലെന്ന് അറിയാമല്ലോ.

തോമസ് ബോർഗെ: *ഫിദൽ പാട്ടു പാടാറുണ്ടോ?*

കാസ്ട്രോ: അയ്യോ, പാട്ടിന്റെ കാര്യത്തിൽ ഞാൻ മഹാമോശമാണ്. പാട്ട് ഇഷ്ടമാണ്. എന്നാലും ആ മേഖലയിൽ എനിക്ക് അധികം കഴിവില്ല.

തോമസ് ബോർഗെ: *കുളിമുറിയിൽപ്പോലും പാടാറില്ലേ?*

കാസ്ട്രോ: ഇല്ല, വെള്ളം തണുപ്പാണെങ്കിൽ, ഷവറിന്റെ താഴെയിരുന്നു ഞാൻ വിറയ്ക്കും! എനിക്കു പാടുന്ന ശീലമില്ല. വിപ്ലവഗാനങ്ങൾ എനിക്ക് ഇഷ്ടമാണ് — സിൽവിയോ റോഡ്റീഗ്സിന്റെയും പാബ്ലിറ്റോ മിലാനിസിന്റെയും സാറാ ഗൊൺസാലെസിന്റെയും. ക്യൂബൻ പാട്ടുകാരുമായിട്ടാണ് എനിക്ക് കൂടുതൽ അടുപ്പം. എൻറീക്ക് കൊറോണ എന്ന ഒരു പുതിയ പാട്ടുകാരനുണ്ട്. ആവേശകരമായ ഒരു പാട്ടുണ്ട് അയാളുടെ - ഒരിക്കൽ കേട്ടാൽ മറക്കില്ല.

നിക്കരാഗ്വയെക്കുറിച്ച് പാബ്ലിറ്റോയും സിൽവിയോയും എഴുതിയ പാട്ടുകളും എനിക്ക് ഇഷ്ടമാണ്.

തോമസ് ബോർഗെ: *പാബ്ലിറ്റോ എഴുതിയതു വേറെ, സിൽവിയോ എഴുതിയതു വേറെ........*

കാസ്ട്രോ: അതെ, അതു രണ്ടും ഞാൻ കേട്ടിട്ടുണ്ട്. രണ്ടും എനിക്ക് ഇഷ്ടമാണ്. അത്തരം പാട്ടുകളാണ് എനിക്ക് ഏറെ ഇഷ്ടം. ആ നിക്കരാഗ്വൻ പാട്ടുകാരൻ കാർലോസ് മേജിയ ഗൊഡോയിയേയും എനിക്ക് ഇഷ്ടമാണ്. പടപ്പാട്ടുകളോടാണ് കൂടുതൽ താൽപര്യം. എന്നാലും എന്തോ, പാട്ടിനോട് എനിക്ക് പൊതുവെ വലിയ കമ്പമില്ല. പാട്ടുകേൾക്കാൻ കഴിവുള്ള ഒരു ചെവിയുമില്ല. പാട്ടുപാടാൻ താൽപര്യവുമില്ല. ജെനുസിന്റെ സ്വഭാവമായിരിക്കാം. എന്നിൽ വല്ല താൽപര്യവും കുട്ടിക്കാലത്ത് ഉണ്ടായിരുന്നുവെങ്കിൽ അതു വളർത്താൻ പാകത്തിൽ ഒര സ്കൂളുമുണ്ടായില്ല. ഇനി അടുത്ത ജന്മത്തിലാവാം!

തോമസ് ബോർഗെ: *താങ്കൾ ജനിച്ചത് ആഗസ്ത് 13 ലാണല്ലോ, ഞാനും. അങ്ങനെ ചിങ്ങത്തിൽ (ലിയോ) ജനിച്ചവർക്ക് മാർച്ചിങ് സോങ്ങുകളോടാവുമത്രേ കൂടുതൽ താൽപര്യം...... അങ്ങനെയാണ് ജ്യോത്സ്യന്മാർ പറയുന്നത്!*

കാസ്ട്രോ: നേരോ? അപ്പോൾ നമ്മൾ രണ്ടാളും ഒരേ ദിവസമാണോ ജനിച്ചത്? താങ്കൾക്കങ്ങനെ പാട്ടിനോട് ഇഷ്ടമുണ്ടോ?

തോമസ് ബോർഗെ: *തീരെയില്ല!*

കാസ്ട്രോ: അപ്പോൾ നമ്മൾ രണ്ടാളും ഒരുപോലെത്തന്നെ, അല്ലേ തോമസ്? ജ്യോതിഷത്തിലും എന്തെല്ലാമോ സത്യമുണ്ട്!

പറയാൻ വിചാരിച്ചത് മുഴുവൻ പറഞ്ഞില്ല. ഗാർഷ്യ മാർക്കേസുമായുള്ള എന്റെ ബന്ധം സൗഹൃദത്തിന്റേതാണെങ്കിലും; അദ്ദേഹത്തിന്റെ കൃതികൾ എനിക്ക് വളരെ ഇഷ്ടമാണ്. സാഹിത്യത്തെപ്പറ്റിയും എന്റെ വായനാശീലത്തെപ്പറ്റിയും പറയുമ്പോൾ അതു പ്രത്യേകിച്ച് എടുത്തു പറയണം.

തോമസ് ബോർഗെ: *കോർട്ടാസാറിന്റെ കൃതികൾ വായിച്ചിട്ടുണ്ടോ?*

കാസ്ട്രോ: ഇല്ല, കാര്യമായിട്ടൊന്നും വായിച്ചിട്ടില്ല.

തോമസ് ബോർഗെ: എങ്കിൽ അവ തീർച്ചയായും വായിക്കണം.

കാസ്ട്രോ: ശരി, പറഞ്ഞതു നന്നായി. എന്റെ ലിസ്റ്റിന്റെ മുകളിൽത്തന്നെ വെച്ചേയ്ക്കാം. ഏതു കൃതിയാണ് ഏറ്റവും നല്ലത്?

തോമസ് ബോർഗെ: *അദ്ദേഹത്തിന്റെ കഥകളൊക്കെത്തന്നെ നല്ലതാണ്. രായുവേല, എൽലിബ്രോ ഡി മാനുൽ, ലോസ് പ്രിമിയോസ് എന്നീ നോവലുകളും നന്ന്.*

കാസ്ട്രോ: ഇവിടെ ഉണ്ടല്ലോ! ഞങ്ങൾ തെരഞ്ഞെടുത്ത ഗ്രന്ഥകാരന്മാരുടെ ലിസ്റ്റിൽ അദ്ദേഹമുണ്ട്.

തോമസ് ബോർഗെ: *ഒരു എഴുത്തുകാരൻ എന്ന നിലക്കു മാത്രമല്ല, വളരെ നല്ല ഒരു വ്യക്തിയാണ്. എന്റെ ഉറ്റ സുഹൃത്താണ്. അതുകൊണ്ട്, ഞാൻ നല്ലപോലെ അറിഞ്ഞുകൊണ്ടു തന്നെയാണ് പറയുന്നത്.*

സാഹിത്യത്തോടുള്ള താങ്കളുടെ താൽപര്യം വെച്ചു നോക്കുമ്പോൾ, ക്യൂബയിലെ മിക്കവാറും എല്ലാ എഴുത്തുകാരുമായി താങ്കൾക്ക് അടുത്ത പരിചയമുണ്ടാവണമല്ലോ.

കാസ്ട്രോ: പലരുമായും അടുപ്പമുണ്ട് — എല്ലാവരുമായും എന്നു പറഞ്ഞുകൂടാ.

തോമസ് ബോർഗെ: *അതെന്തേ?*

കാസ്ട്രോ: ജോലിത്തിരക്കുതന്നെ. പറഞ്ഞില്ലേ, ജോലി ചെയ്യാനായി ഉഴിഞ്ഞു വെച്ചതാണ് ഈ ജീവിതം. ഞാൻ കാണേണ്ടതും

ചെയ്യേണ്ടതുമായ കാര്യങ്ങൾ മറ്റാരെയും ഏൽപ്പിക്കുക പതിവില്ല. അധ്വാനം എനിക്ക് ഇഷ്ടമാണ്. ജീവിതത്തിൽ ഇന്നോളം ഞാൻ ജോലി ചെയ്യാനുള്ള താൽപര്യം വെച്ചു പുലർത്തിയിട്ടുണ്ട്. കൃഷി യെപ്പറ്റി ഞാൻ എന്തെങ്കിലും കാര്യം ശ്രദ്ധിക്കണമെന്ന് തോന്നി യാൽ ഞാൻ അവിടെയെത്തും; അതുമായി ബന്ധപ്പെട്ടതൊക്കെ കാണും, മനസ്സിലാക്കും. നിർമാണ പ്രവർത്തനങ്ങളാണെങ്കിലും അതുതന്നെ അവസ്ഥ. എഴുത്തുകാരുമായുള്ള എന്റെ ബന്ധം; ഞാൻ ചെയ്യേണ്ട ജോലികളുമായി നേരിട്ടുള്ളതല്ലല്ലോ, ഞാൻ ബഹുമാനിക്കുകയും ആരാധിക്കുകയും ചെയ്യുന്നവരായി ചിലരൊ ക്കെയുണ്ട് — അവരുമായി ആവുംമട്ടിൽ സമ്പർക്കമുണ്ട്. എന്നാലും അവരുമായി വളരെ അടുത്ത് ഇടപഴകാനൊന്നും സമയവും ജോലിയും അനുവദിക്കുന്നില്ല, തോമസ്.

തോമസ് ബോർഗെ: *ഇവിടെ, ക്യൂബയിൽ നല്ല സംവേദന ക്ഷമത യുള്ള ഒട്ടേറെ എഴുത്തുകാരുണ്ട്. സാഹിത്യത്തിന്റെയും ആസ്വാദന ത്തിന്റെയും മേഖലകളിൽ നല്ല ഉയിർത്തെഴുന്നേൽപ്പ് നടക്കുന്നുണ്ട് ഇവിടെ.*

കാസ്ട്രോ: ഉണ്ട്, പലരുമുണ്ട്. അവരുടെ ഒരു ലിസ്റ്റുണ്ടാക്കുക വിഷ മമായിരിക്കും.

തോമസ് ബോർഗെ: *ആബെൽ പ്രിറ്റോ ഇവിടത്തെ പൊളിറ്റ് ബ്യൂറോയിലെ ഒരംഗമായത് വെറുമൊരു ആകസ്മികതയൊന്നുമല്ല, ആണോ?*

കാസ്ട്രോ: ഒരു ബുദ്ധിജീവി എന്ന നിലക്കു മാത്രമല്ല ആബെൽ പ്രിറ്റോവിന്റെ കഴിവ്. നല്ലൊരു വിപ്ലവകാരി കൂടിയാണ് അദ്ദേഹം. അവ രണ്ടും വ്യത്യസ്ത ഗുണങ്ങളാണ്. അതുകൊണ്ടു തന്നെ യാണ് അദ്ദേഹം പൊളിറ്റ് ബ്യൂറോയിൽ അംഗമായതും. കൂടുതൽ അടുത്തറിയുമ്പോൾ ഞാൻ അദ്ദേഹത്തെ കൂടുതൽ മാനിക്കുന്നു.

തോമസ് ബോർഗെ: *മാത്രമല്ല, വളരെ വിനയപൂർവമായ പെരുമാറ്റ മാണ് അദ്ദേഹത്തിന്റേത്. പൊങ്ങച്ചം ലവലേശമില്ല. ഒരു വിപ്ലവകാ രിക്ക് ഉണ്ടായിരിക്കേണ്ട പ്രധാന ഗുണമാണ് അത് എന്നാണ് എനിക്കു തോന്നുന്നത്.*

14

ഉട്ടോപ്യക്കുവേണ്ടി.....

എല്ലാവിധ സദ്ഗുണങ്ങളുമുണ്ട് താങ്കൾക്ക് എന്നു ചിലർ. ദിന പത്രങ്ങളുടെയും മാസികകളുടെയും പേജുകളിൽ താങ്കൾ നിറഞ്ഞു നിൽക്കുന്നു. ടി വി സ്ക്രീനുകളിലും താങ്കളുടെ വാക്കിന്റെ വശീകരണ ശക്തി എത്രയുണ്ടെന്ന് ജനം കണ്ടുകൊണ്ടിരിക്കുന്നു.

താങ്കളുടെ സംവേദനശീലത്തെപ്പറ്റി സുഹൃത്തുക്കളും സഖാക്കളുമൊക്കെ പല കഥകളും പറയാറുണ്ട് — നിരാശകളുടെയും പരാജയങ്ങളുടെയും നെറികേടുകളുടെയും പ്രതാപങ്ങളുടെയും വധശ്രമങ്ങളുടെയും ഒക്കെ ഉപരിയായി അത്തരം കഥകൾ നിറഞ്ഞു നിൽക്കുന്നു.

കാമില്ലോ ടോറെസിന്റെ അമ്മ ഒരിക്കൽ താങ്കളെപ്പറ്റി പറയുകയുണ്ടായി "വളരെ തരളഹൃദയനാണ് അദ്ദേഹം. വളരെവേഗം കരച്ചിൽ വരും'' എന്ന്. ആധുനിക ലോകത്തിൽ മറ്റുള്ളവരിൽ നിന്നെല്ലാം വേറിട്ടു നിൽക്കുന്ന ഒരു വ്യക്തിത്വമുണ്ട് താങ്കൾക്ക് എന്നാണ് ജനം പറയുന്നത്. തീക്ഷ്ണമായ വികാരങ്ങളാണ് താങ്കൾ അവരിലുണ്ടാക്കുന്നത്. ചിലർ താങ്കളെ അങ്ങേയറ്റം വെറുക്കുന്നു; മറ്റു ചിലർ അങ്ങേയറ്റം സ്നേഹിക്കുന്നു!

താങ്കളെ സ്നേഹിക്കുന്നവരുടെ അഭിപ്രായത്തിൽ താങ്കൾ വളരെ നിഷ്കളങ്കനാണ്. നേരാണെന്ന് എനിക്കും തോന്നാറുണ്ട്. താങ്കൾ കള്ളം പറയാറില്ല — എത്രതന്നെ സ്വേച്ഛാധിപതിയാവുമ്പോഴും പിടിവാശിക്കാരനാവുമ്പോൾ പോലും. പക്ഷെ, അത്തരം കുറവുകൾ താങ്കളിലുള്ള മനുഷ്യത്വത്തിന് മാറ്റു കൂട്ടുന്നു. ചിലപ്പോഴൊക്കെ താങ്കൾ വസ്ത്രധാരണത്തിന്റെ കാര്യത്തിൽ അശ്രദ്ധ

കാണിക്കുന്നു. ആരും അക്കാര്യം താങ്കളോടു പറയാറില്ലെന്നു മാത്രം.

എനിക്കു തോന്നിയ മറ്റൊരു കാര്യമുണ്ട്. താങ്കൾ തെറ്റായ ചില അഭിപ്രായങ്ങൾ പറയുമ്പോൾ പോലും, അവ തെറ്റാണെന്ന് അറിഞ്ഞുകൊണ്ടു തന്നെ, താങ്കളുടെ സഖാക്കൾ മൗനം പാലിക്കുന്നു. താങ്കളുടെ തീരുമാനങ്ങളെയോ അഭിപ്രായങ്ങളെയോ ചോദ്യം ചെയ്യാനുള്ള ഈഷലുകൊണ്ടോ, അവർ ആവശ്യത്തിലേറെ വിവേചനം കാണിക്കുന്നതുകൊണ്ടോ എന്തോ? എന്നാലും നിക്കരാഗ്വയിലെ ക്യൂബൻ അംബാസിഡർ ഫെർഡിനാൻഡോ റാവേലോ പറയുന്നത്, പൊളിറ്റ് ബ്യൂറോ മീറ്റിങ്ങുകളിലൊക്കെ വ്യത്യസ്തങ്ങളായ വീക്ഷണങ്ങൾ പ്രകടിപ്പിക്കപ്പെടാറുണ്ട് എന്നാണ്.

കാർലോസ് റാഫേൽ റോഡ്രിഗ്സിന്റെ അഭിപ്രയത്തിൽ താങ്കൾ അത്തരം ഭിന്നാഭിപ്രായങ്ങളൊക്കെ ശ്രദ്ധിച്ചുകേൾക്കുകയും വിമർശനങ്ങളും നിർദശങ്ങളും ഉൾക്കൊള്ളുകയും ചെയ്യാറുണ്ടെന്നാണ്. നമ്മുടെ ഒരു പൊതു സുഹൃത്താണല്ലോ അദ്ദേഹം; വാക്കുകൊണ്ടു പടവെട്ടാൻ മിടുക്കനുമാണ്. ഒരു സമവായത്തിലെത്താൻ വേണ്ടി താങ്കൾ മറ്റുള്ളവർ പറയുന്നതു ശ്രദ്ധിച്ചു കേൾക്കുകയും അതിന്റെ അടിസ്ഥാനത്തിൽ താങ്കൾക്കു പറയാനുള്ളത് ആവർത്തിച്ചാവർത്തിച്ചു പറഞ്ഞ് വ്യക്തമാക്കാൻ ശ്രമിക്കുകയും ചെയ്യാറുണ്ട് എന്നാണ്.

നേതാക്കന്മാരോട് അടുത്തു പെരുമാറുന്നവർ, ആ നേതാക്കന്മാരെ അനുകരിക്കാൻ ശ്രമിക്കുന്നതായി കാണാറുണ്ട്. അവരുടെ ശബ്ദവും ശൈലിയും അംഗവിക്ഷേപങ്ങളുമെല്ലാം. പക്ഷെ, താങ്കളെ ആരും അനുകരിക്കാൻ ശ്രമിക്കുന്നതായി കണ്ടിട്ടില്ല. സെന്റ് ഫ്രാൻസിസ് അദ്ദേഹത്തിന്റെ ശിഷ്യന്മാരോടു പെരുമാറിയിരുന്ന പോലെയാണ് താങ്കൾ മറ്റുള്ളവരോടു പെരുമാറുന്നത്.

താങ്കളെ വെറുക്കുന്നവർപോലും താങ്കളെ ബഹുമാനിക്കുന്നു. വിഖ്യാതരായ എഴുത്തുകാർപോലും താങ്കളിൽ നിന്ന് ഒരു അഭിനന്ദനമോ അംഗീകാരത്തിന്റേതായ ഒരു നോട്ടമോ പ്രതീക്ഷിക്കുന്നു. ക്യൂബയോട് സ്നേഹവും ബഹുമാനവുമുള്ള, സംവേദനശീലരായ, ലാറ്റിനമേരിക്കയിലെ സാധാരണക്കാർ താങ്കളുടെ സാമീപ്യത്തിൽ ഏറെ സന്തുഷ്ടരാവുന്നു. അവർ ഒരു ഹസ്തദാനം പ്രതീക്ഷിച്ച് താങ്കളെ സമീപിക്കുമ്പോൾ അവരുടെ മുഖത്ത് ഒരു പ്രകാശം പരക്കുന്നത് ഞാൻ ശ്രദ്ധിച്ചിട്ടുണ്ട്.

താങ്കളെ സമീപിക്കുന്ന പലരുടെയും ആഗ്രഹം, താങ്കളുമായി സംസാരിക്കണമെന്നും ആ സംസാരം ചരിത്രത്തിന്റെ ഒരു ഭാഗമാവണമെന്നുമൊക്കെയാണ്. പക്ഷെ, താങ്കളുടെ അടുത്തെത്തുമ്പോൾ പതിഞ്ഞ സ്വരത്തിൽ, വിക്കിവിക്കിക്കൊണ്ട്: “സുഖം തന്നെയല്ലേ? കാണാൻ കഴിഞ്ഞതിൽ സന്തോഷം” എന്നൊക്കെ പറയാനേ അവർക്കു കഴിയാറുള്ളു.

മറ്റു ചിലർ വളരെ സാധാരണമായ എന്തെങ്കിലുമൊരക്കെ പറയുന്നു. ഏറെപ്പറയണമെന്നാഗ്രഹിക്കുന്ന ചിലർക്ക് ഒന്നും പറയാനേ കഴിയാറില്ല!

താങ്കളുടെ സ്വകാര്യ ജീവിതത്തെപ്പറ്റി പരസ്യമാക്കാൻ താങ്കൾക്കു തീരെ താൽപര്യമില്ല. അതാണ് ശരി എന്ന് എനിക്കും തോന്നുന്നു. പക്ഷെ ആ നിശ്ശബ്ദത പലപ്പോഴും ഊഹാപോഹങ്ങൾക്കു വഴിവെക്കുന്നു — ചിലതൊക്കെ അസംബന്ധത്തിന്റെ തലത്തിലെത്തുന്നു. സുന്ദരികളായ സ്ത്രീകൾ താങ്കളെ കാണുമ്പോൾ വികാരവിവശരാവുന്നു എന്നും മറ്റും. കഴിഞ്ഞ 30 വർഷങ്ങളിൽ നടന്ന, നല്ലതും ചീത്തയുമായ പല സംഭവങ്ങളെപ്പറ്റിയും താങ്കൾ പ്രവാചകസ്വഭാവത്തോടെ പറഞ്ഞുവെന്ന് പലരും ആരോപിക്കുന്നു – വിയത്നാം യുദ്ധത്തെപ്പറ്റിയും നിക്കരാഗ്വയുടെ മോചനത്തെപ്പറ്റിയും വാട്ടർ ഗെയ്റ്റിനെപ്പറ്റിയും ഒക്കെ. ആധുനിക യുഗത്തിൽ മറ്റാർക്കുമില്ലാത്ത സിദ്ധികളാണ് താങ്കൾക്കുള്ളതെന്നു പറയുന്നവരുമുണ്ട്.

1948–ൽ ജോർജ് എലീസർ ഗായറ്റാൻ വധിക്കപ്പെട്ടപ്പോൾ താങ്കൾ ബൊഗോട്ടയിലുണ്ടായിരുന്നു. അന്ന് ട്രൂയില്ലോവിനെതിരായി നടന്ന സായുധസമരത്തിൽ, സ്രാവുകളും കൊടുങ്കാറ്റുമുള്ള കടലിനെ വകവെക്കാതെ താങ്കൾ പങ്കെടുക്കുകയുണ്ടായി.

താങ്കളുടെ ജീവചരിത്രം ഇനിയും ആരെങ്കിലും എഴുതാനിരിക്കുന്നതേയുള്ളു. താങ്കൾ എത്രതന്നെ ശ്രദ്ധിച്ച് പൊതുജനങ്ങളിൽ നിന്ന് ഒളിച്ചുവെക്കാൻ ശ്രമിച്ചാലും താങ്കളുടെ ജീവിതത്തെപ്പറ്റി ആരെങ്കിലും വസ്തുനിഷ്ഠമായി പഠിച്ച് അങ്ങനെയൊരു ജീവചരിത്രം എഴുതാതിരിക്കില്ല — ഈ പറയുന്നതൊക്കെയാണ് താങ്കളുടെ ജീവിതം എന്ന് എത്രതന്നെ ശഠിച്ചാലും.

ടി ബി

തോമസ് ബോർഗെ: *കമാൻഡർ താങ്കളുടെ സ്വകാര്യ ജീവിതത്തിന്റെ ചില വശങ്ങളെപ്പറ്റി നിലനിൽക്കുന്ന നിശ്ശബ്ദത ഭഞ്ജിക്കാൻ ആഗ്രഹമില്ലെന്നു പറഞ്ഞിരുന്നല്ലോ. ഞാൻ അതിനെ ബഹുമാനിക്കുന്നു.*

കാസ്ട്രോ: ഈ പരിപാടി തുടങ്ങുമ്പോൾത്തന്നെ ഞാൻ എന്റെ കാഴ്ചപ്പാട് വ്യക്തമാക്കിയിരുന്നു. മറ്റാരെയും കാണിക്കാതെ ഞാൻ അടക്കിപ്പിടിച്ചുവെച്ചിരിക്കുന്ന ഒരേയൊരു കാര്യം എന്റെ വ്യക്തിജീവിതമാണ്. ഒരാളുടെ സ്വകാര്യ ജീവിതം രാഷ്ട്രീയവൽക്കരിക്കാനോ പ്രചാരണത്തിനോ വിട്ടുകൊടുക്കരുത് എന്നാണ് എന്റെ അഭിപ്രായം. മുതലാളിത്ത ലോകത്തിൽ, രാഷ്ട്രീയത്തിന്റെ കാപട്യങ്ങൾക്കിടയിൽ, സാധാരണ കാണാറുള്ള ഈ പ്രതിഭാസത്തെ ഞാൻ അങ്ങേയറ്റം വെറുക്കുന്നു. ഇത് എന്റെ വിശ്വാസമാണ് – ഓരോരുത്തർക്കും അവരവരുടേതായ ചിന്തകളും പ്രവൃത്തികളും

ഉണ്ടാവാമല്ലോ. അതൊക്കെ നാം ചരിത്രത്തിനു വിട്ടുകൊടുക്കുക.

തോമസ് ബോർഗെ: *താങ്കളുടെ വ്യക്തിപരമായ വിശ്വാസങ്ങളെ ഞാൻ മാനിക്കുന്നു. രാഷ്ട്രീയ നേതാക്കളൊക്കെ 60 വയസായാൽ റിട്ടയർ ചെയ്യണമെന്ന ഒരു നിർദ്ദേശമുണ്ടല്ലോ, അതിനെപ്പറ്റി താങ്കൾ എന്തു പറയുന്നു?*

കാസ്ട്രോ: അങ്ങനെയായിരുന്നെങ്കിൽ എത്ര നന്നായിരുന്നു, തോമസ്. റിട്ടയർ ചെയ്യുക എന്നതല്ല റിട്ടയർ ചെയ്യാൻ കഴിയുക എന്നതാണ് പ്രശ്നം — രണ്ടും രണ്ടാണ്.

ഈ വിഷയത്തെ നാം ഒരൽപ്പം വേദാന്തവൽക്കരിച്ചാലോ? ഈ ഒരാശയത്തിന്റെ വക്താക്കളെ ഞാനും അനുകൂലിക്കുന്നു — നേതാക്കന്മാർ ആവോളം ചെറുപ്പക്കാരായിരിക്കണം. പക്ഷെ, പ്ലേറ്റോ അദ്ദേഹത്തിന്റെ *റിപ്പബ്ലിക്ക്* എന്ന പുസ്തകത്തിൽ പറഞ്ഞിട്ടുള്ളത് മറ്റൊന്നാണ്. 55 വയസാവുന്നതിനമുമ്പ് ഒരാളും ഉത്തരവാദിത്വമുള്ള ഒരു ജോലിയും ഏറ്റെടുക്കാൻ അർഹനല്ല എന്ന്; അത്രയും പ്രായമാവുന്നതുവരെ, ഭാവിയിൽ അങ്ങനെയുള്ള ഉത്തരവാദിത്വങ്ങളേറ്റെടുക്കാനുള്ള പഠനത്തിലും തയ്യാറെടുപ്പിലും വ്യാപൃതരാവണമെന്നുമാണ് പ്ലേറ്റോ പറയുന്നത്. പ്ലേറ്റോവിന്റെ കാലത്തൊക്കെ ശരാശരി ജീവിത ദൈർഘ്യം 50 വയസുവരെയോ അതിലൊരൽപ്പം താഴെയോ ആയിരുന്നു. നമ്മുടെ കാലത്തെ ശരാശരി ആയുർദൈർഘ്യം കണക്കിലെടുത്ത്, പ്ലേറ്റോ പറഞ്ഞ സംഖ്യയിൽ മാറ്റം വരുത്തി പറയുകയാണെങ്കിൽ, 80 വയസിനുശേഷം ഒരാൾ രാഷ്ട്രീയ കാര്യങ്ങളിൽ ഇടപെടാനോ ഉത്തരവാദിത്വങ്ങളേറ്റെടുക്കാനോ പാടില്ല — 80 ഒരൽപ്പം അധികം തന്നെയാണ്, അല്ലേ?

ചെറുപ്പക്കാർ തന്നെയാണ് വിപ്ലവം നയിക്കേണ്ടത്. അന്ന് മൊങ്കാദാ സൈനിക പാളയം ആക്രമിച്ച കാലത്ത് എനിക്ക് 26 വയസായിരുന്നു. ട്രൂയില്ലോവിന്റെ സ്വേച്ഛാധിപത്യത്തിൽ നിന്ന് ഡൊമിനിക്കൻ റിപ്പബ്ലിക്കിനെ സ്വതന്ത്രമാക്കാൻ സംഘടിപ്പിച്ച 'കോൺഫൈറ്റ്സ് കേ' സന്നാഹത്തിൽ ഞാൻ ചേരുമ്പോൾ എന്റെ വയസ് 20–21, ഗായ്റ്റാന്റെ വധത്തിനുശേഷം നടന്ന ബൊഗാട്ട ജനകീയ വിപ്ലവത്തിന്റെ പങ്കാളിയായ സമയത്ത് ഏതാണ്ട് 21 വയസു പ്രായം 20/25/30 വയസിലൊക്കെ ചെയ്യുന്ന കാര്യങ്ങൾ 60 വയസിൽ ചെയ്യാൻ കഴിയില്ല.

എനിക്ക് ഒരു 60 വയസായ കാലത്ത് 'ഗ്രാന്മ'യിൽ സഞ്ചരിച്ച് ക്യൂബൻ കടൽത്തീരത്ത് ഇറങ്ങാനോ സിയറാമെയ്സ്ത്രാ മലനിരകളിൽ ഒളിപ്പോരുകൾ സംഘടിപ്പിക്കാനോ കഴിയില്ല — ഞാൻ അന്നു ചെയ്ത കാര്യങ്ങളൊന്നും ചെയ്യാൻ കഴിയില്ല. ഇപ്പോൾ തിരിഞ്ഞു നോക്കുമ്പോൾ അക്കാര്യം കൂടുതൽ വ്യക്തമാണ്. 1952–ൽ എനിക്ക് 26 വയസായിരുന്ന കാലത്തും, വിപ്ലവം വിജയിച്ച (1959 ജനുവരിയിൽ) കാലത്തും — അന്ന് എന്റെ വയസ് 32 —

ചെയ്തതൊന്നും ഇപ്പോഴുള്ള എന്റെ ഈ പ്രായത്തിൽ ചെയ്യാൻ കഴിയില്ല. എന്നുവെച്ചാൽ, അത്തരം കാര്യങ്ങളൊക്കെ ചെയ്യേണ്ടത് ചെറുപ്പക്കാർ തന്നെയാണ് എന്നർഥം.

ഒരു രാജ്യത്തെ നയിക്കാനും ഒരു വിപ്ലവപ്രസ്ഥാനം വളർത്തിക്കൊണ്ടുവരാനും ഒക്കെ അൽപ്പം കൂടി പക്വത ആവശ്യമാണ്. ഞാൻ അധികാരം കയ്യാളാൻ തുടങ്ങുന്ന കാലത്ത് എന്റെ അനുഭവജ്ഞാനം വളരെ പരിമിതമായിരുന്നു — കാലക്രമേണ കുറെ പരിചയം നേടി. ഇന്ന് എനിക്ക് പല മേഖലകളിലും ആകാവുന്നത്ര പരിചയവും അനുഭവജ്ഞാനവുമുണ്ട് — അത് വലിയൊരു കാര്യമാണ്.

ഇന്ന് എനിക്കുള്ള അനുഭവസമ്പത്തും വിപ്ലവം തുടങ്ങിയ കാലത്തുണ്ടായിരുന്ന ആ ചെറുപ്പവും ഒരുമിച്ചു കിട്ടിയിരുന്നെങ്കിൽ എന്ന് ഞാൻ ആശിച്ചുപോവുകയാണ്. പ്രശ്നജടിലമായ ഈ കാലത്ത് ഒരുപാട് അധ്വാനം ആവശ്യമാണ്. ഞാൻ ഇപ്പോൾ ചെയ്യുന്ന പലതും വളരെയേറെ അധ്വാനം വേണ്ട ജോലികളാണ്. അതുകൊണ്ടു തോന്നുകയാണ്. ആ യൗവനം ഇപ്പോൾ കിട്ടിയിരുന്നെങ്കിൽ എന്ന്. അത്തരം ജോലികൾ ചെയ്യുന്നതിൽ സന്തോഷമേയുള്ളു. എന്നാലും, യൗവനവും പരിചയവും സമ്മേളിക്കുന്ന ഒരവസ്ഥയുണ്ടായിരുന്നെങ്കിൽ എന്ന് ആശിച്ചു പോവുകയാണ്.

മറ്റൊന്നുണ്ട്: ഞാൻ ആത്മാർഥമായിത്തന്നെയാണ് പറയുന്നത് — ഞാനീ ചെയ്യുന്ന ജോലികൾ ഏറ്റെടുക്കാൻ മറ്റാരെങ്കിലും ഉണ്ടായിരുന്നെങ്കിൽ എന്നു ഞാൻ ആശിക്കാറുണ്ട്. സന്തോഷത്തോടുകൂടിത്തന്നെയാണ് ഞാനീ ചെയ്യുന്നതൊക്കെത്തന്നെ; പക്ഷെ, ഒരു കർത്തവ്യമെന്ന മട്ടിലാണ് അത് — വ്യക്തിപരമായ മോഹങ്ങളെ തൃപ്തിപ്പെടുത്താനൊന്നുമല്ല. ഞാൻ ചെയ്യുന്ന ജോലിക്ക് പ്രയോജനമുണ്ട് എന്ന് എനിക്കറിയാം. അതുകൊണ്ട് വിപ്ലവത്തിന്റെ നിലനിൽപ്പിനുവേണ്ടി ഞാൻ അതു ചെയ്യാൻ ബാധ്യസ്ഥനാണ്. പണ്ട്, വിപ്ലവം തുടങ്ങിയ കാലത്ത്, എനിക്കുണ്ടായിരുന്ന കരുത്തൊന്നും ഇപ്പോൾ ഇല്ല..... എന്നാലും, ഇപ്പോഴും, പൊരുതി നിൽക്കാനുള്ള കരുത്ത് എനിക്കുണ്ട്. ഈ സമരത്തിൽ എന്നെക്കൊണ്ട് ആവശ്യമുണ്ട് എന്ന് എന്റെ സഖാക്കൾക്ക് വിശ്വാസമുള്ളേടത്തോളം ഞാൻ ഈ സമരത്തിന്റെ മുൻനിരയിലുണ്ടാവും. വ്യക്തിപരമായ അധികാര തൃഷ്ണകൊണ്ടൊന്നുമല്ല അത്, എന്റെ കടമയാണ്.

ഒരു കാര്യം കൂടി. ഈ പ്രായം എന്ന ആശയം ആപേക്ഷികമാണ്. അത് വ്യക്തിയെ ആശ്രയിച്ചിരിക്കുന്നു. വ്യക്തിയുടെ ആരോഗ്യത്തെയും ചിലർ നന്നേ ചെറുപ്പത്തിലത്തന്നെ റിട്ടയർ ചെയ്യേണ്ടിവന്നേക്കാം — ആരോഗ്യം അവരെ പ്രവർത്തിക്കാൻ അനുവദിക്കാത്ത പക്ഷം മെച്ചപ്പെട്ട ആരോഗ്യമുള്ളവർ 70–75–80 വയസുവരെ

യൊക്കെ പൊതു പ്രവർത്തനത്തിൽ ഏർപ്പെട്ടിരിക്കുന്നതു കാണാം. ചെയ്യുന്ന ജോലിയെ ആശ്രയിച്ചുമിരിക്കും കുറെയൊക്കെ. ചിലത് എളുപ്പം ചെയ്യാവുന്നവയായിരിക്കും. മറ്റ് ചിലത് ദുഷ്കരവും ഏറെ അധ്വാനം വേണ്ടതുമായിരിക്കും. അങ്ങനെയാവുമ്പോൾ നിങ്ങളുടെ സകല ശേഷിയുമുപയോഗിച്ചു ചെയ്യേണ്ടതാവും.

വ്യക്തിയുടെ താൽപര്യങ്ങൾക്ക് അനുസരിച്ചുമിരിക്കും ഇതൊക്കെ. ഞാൻ ചെയ്യുന്ന കാര്യങ്ങളിൽ എനിക്കുള്ള പ്രത്യേക താൽപര്യം നിങ്ങൾക്കില്ലെങ്കിൽ നിങ്ങൾക്ക് ഇതൊന്നും ചെയ്യാനാവില്ല. ഞാൻ തന്നെ ചെയ്യേണ്ടതാണ് എന്ന ഒരു നിർബന്ധ ബുദ്ധി വേണം ഇതിനൊക്കെ.

എന്നെക്കാളൊക്കെ പ്രായം കൂടിയ കുറെയേറെ രാജ്യതന്ത്രജ്ഞന്മാരെ കണ്ടിട്ടുണ്ട് ഈ ലോകം. പ്രായമല്ല ഇപ്പോൾ എന്റെ പ്രശ്നം — ഞാനിപ്പോഴും ഒരു മുപ്പതു വയസുകാരനല്ല എന്ന കാര്യം മറന്നു പോകുന്നു എന്നതാണ്. വാസ്തവത്തിൽ എനിക്ക് 65 വയസായി എങ്കിലും മനസ് ഒരു 30 ന്റെ തലത്തിലാണ്. ചുരുക്കിപ്പറഞ്ഞാൽ, പ്രായമായി എന്ന ഒറ്റ കാരണം കൊണ്ടുമാത്രം ഒരാളെ രാഷ്ട്രീയ മേഖലയിൽ നിന്ന് ഒഴിവാക്കിക്കൂടാ — എന്നെ, ഞാൻ തന്നെ ഒരു വയസൻ എന്ന മട്ടിൽ അവതരിപ്പക്കുന്നത് ഇതാദ്യമായിട്ടാണ്!

തോമസ് ബോർഗെ: *ഞാൻ കണ്ടതിൽ വെച്ച് ഏറ്റവും പ്രായം കുറഞ്ഞ 'വയസ്സ'നാണ് താങ്കൾ. ഒരു പഴയ ചൊല്ലുണ്ട്. "അധികാരം ദുഷിപ്പിക്കുന്നു; പരമമായ അധികാരം പരമാവധി ദുഷിപ്പിക്കുന്നു" എന്ന്. താങ്കളെന്തേ ഈ ഒരു കെണിയിൽപെടാതെ പോയത്?*

കാസ്ട്രോ: ആ ചൊല്ലിനോട് ഞാൻ തത്വത്തിൽ യോജിക്കുന്നു. അധികാരം ദുഷിപ്പിക്കുമെന്ന് എനിക്കും തോന്നാറുണ്ട്. 'അധികാരം' എന്ന പദം കൊണ്ട് നമ്മൾ വിവക്ഷിക്കുന്നത് പ്രധാന പദവികൾ, പ്രധാന കൃത്യങ്ങൾ, പ്രധാന ഉത്തരവാദിത്വങ്ങൾ എന്നിവയൊക്കെയല്ലേ? ഇപ്പറഞ്ഞ പ്രശ്നം ഞാൻ പലരിലും പലവട്ടം കണ്ടിട്ടുണ്ട്. 'ദുഷിക്കുക' എന്ന വാക്കുകൊണ്ട് ഞാൻ ഉദ്ദേശിക്കുന്നത് ഔദ്ധത്യം, വിനയമില്ലായ്മ, അധികാരദുർവിനിയോഗം എന്നിവയൊക്കെയാണ്. ഒരൽപ്പം ഉത്തരവാദിത്വം കിട്ടുമ്പോഴേക്കും കാര്യമായ അധികാരമൊന്നും വേണ്ട — ഭാവവും രൂപവുമൊക്കെ മാറുന്ന ചിലരുണ്ട്. ശരിയാണ്, അധികാരം അധികമാകുമ്പോൾ ആപത്തും കൂടുതലാണ്. അത്തരമൊരു പ്രതിഭാസത്തിനെതിരെ നാം നിതാന്ത ജാഗ്രത പുലർത്തേണ്ടതാണ്.

എന്നെ സംബന്ധിച്ചിടത്തോളം അധികാരമെന്നത് എന്റെ സ്വന്തമാണ് എന്ന ധാരണയേ ഉണ്ടായിട്ടില്ല; എനിക്ക് സുഖിക്കാനോ അനുഭവിച്ച് ആസ്വദിക്കാനോ ഉള്ള ഒരു വസ്തുവായി ഞാൻ അതിനെ കണ്ടിട്ടേ ഇല്ല. നേരെ മറിച്ച് അധികാരം എന്നെ സംബന്ധി

ച്ചിടത്തോളം ന്യായമായ ചില കാര്യങ്ങളോ, ഒരു വിപ്ലവമോ, ജനങ്ങളുടെ താൽപര്യങ്ങൾക്ക് അനുസൃതമായി നേടേണ്ട ഒരു ലക്ഷ്യമോ നേടിയെടുക്കാനുള്ള ഒരു ഉപാധി മാത്രമാണ്. ഞാൻ ജനങ്ങളുമായി താദാത്മ്യം പ്രാപിച്ചിരിക്കുന്നു. സാധാരണക്കാരായ സ്ത്രീപുരുഷന്മാരുമായുള്ള എന്റെ ബന്ധം അറ്റുപോയിട്ടില്ല. ഞാൻ ജോലി ചെയ്യാൻ തുടങ്ങിയ കാലം തൊട്ട് എന്റെ ജീവിതത്തിലുടനീളം ഞാനൊരു സാധാരണ കൈത്തൊഴിലുകാരനാണ്. ഞങ്ങളുടെ പ്രസ്ഥാനം രൂപംകൊണ്ട കാലത്തൊക്കെ ഞാൻ തൃണമൂലതലത്തിലുള്ള ഒരു സാധാരണ പ്രവർത്തകനായിരുന്നു. അന്ന് സെല്ലുകളിലേക്ക് പടയാളികളെ തെരഞ്ഞെടുക്കേണ്ട ജോലി എന്റേതായിരുന്നു. അത് ഞാൻ മറ്റാരെയും ഏൽപ്പിച്ചിരുന്നില്ല. ആയിരമായിരം പടയാളികളെ ഞാൻ അന്ന് ഞങ്ങളുടെ അണികളിൽ ചേർക്കുകയുണ്ടായി. അവരോടൊക്കെ ഞാൻ വ്യക്തിപരമായി ബന്ധം വെച്ചിരുന്നു — വിപ്ലവ പ്രസ്ഥാനം തുടങ്ങിയ കാലത്ത് അവരുമായി നിരന്തര സമ്പർക്കമുണ്ടായിരുന്നു. നിയമാനുസൃതമായിത്തന്നെയായിരുന്നു ഞാൻ പ്രവർത്തിച്ചിരുന്നത്. അതുകൊണ്ട് എല്ലാവരുമായും സമ്പർക്കം പുലർത്താൻ കഴിഞ്ഞു.

1952 മാർച്ച് 10ന്റെ പട്ടാള വിപ്ലവത്തിനുമുമ്പും അതിനുശേഷവും ഞാൻ ജനങ്ങളോടൊപ്പം നിന്നു പ്രവർത്തിച്ചിട്ടുണ്ട്. ആ സമ്പർക്കം എക്കാലത്തും നിലനിർത്തിയിട്ടുണ്ട്. സർവകലാശാലാ വിദ്യാർഥിയായിരുന്ന കാലത്ത് ഞാനൊരു വിദ്യാർഥി നേതാവായാണ് അറിയപ്പെട്ടിരുന്നത്. അതിനുശേഷവും ഒരു രാഷ്ട്രീയ നേതാവായി. 1952 മാർച്ച് 10 നുശേഷം വിപ്ലവ പ്രസ്ഥാനത്തിന്റെ സംഘാടകനായി. അക്കാലത്തൊക്കെ ഞാൻ ഒരു അടിമയെപ്പോലെ അധ്വാനിച്ചു. പിന്നീട് ഞാൻ 'ഗ്രാൻമ' സാഹസികയാത്ര സംഘടിപ്പിക്കുകയും അതിലെ അംഗങ്ങൾക്ക് വേണ്ടത്ര പരിശീലനം കൊടുക്കുകയും ചെയ്തു. യുദ്ധത്തിന്റെ കാലത്ത്, ആ 25 മാസം മുഴുവനും ഞാൻ എന്റെ ട്രൂപ്പിന്റെ കൂടെത്തന്നെയായിരുന്നു. എന്റെ സൈനികരോടൊത്ത്, അവരെപ്പോലെ, ജീവിച്ചു. വിപ്ലവത്തിന്റെ വിജയത്തിനുശേഷമുള്ള ഈ കഴിഞ്ഞ 30 വർഷങ്ങളിലും ഞാൻ ആ ശീലം തന്നെ തുടരുന്നു. ജനങ്ങളുമായി എനിക്ക് ഒരുപാട് സമ്പർക്കമുണ്ട് — കൂടെക്കൂടെ ഞാൻ അവർക്കിടയിലേക്കു ചെല്ലുന്നു, അവർ ചെയ്യുന്ന പ്രവൃത്തികളെ അത്യാദരവോടെ നോക്കിക്കാണുന്നു. ജനങ്ങളുടെ പങ്കിനെപ്പറ്റി ഞാൻ എന്നെന്നും ബോധവാനാണ്. ഓരോരുത്തരുടേയും പ്രവൃത്തി ചെറുതായിത്തോന്നാമെങ്കിലും അതിന്റെയൊക്കെ ആകെത്തുകയാണല്ലോ നാമീ ചെയ്യുന്ന മഹത്തായ കാര്യങ്ങൾ. ഈ സമൂഹത്തിലെ ഓരോ സ്ത്രീയും ഓരോ പുരുഷനും അതിലൊക്കെ വളരെ നിർണായകമായ പങ്കാണ് വഹിക്കുന്നത്.

നിങ്ങൾക്ക് ശരിക്കും ആത്മാർഥതയുണ്ടെങ്കിൽ ഒരഴിമതിക്കാരനാവാൻ കഴിയില്ല. വലിയ പൊങ്ങച്ചവും ചപ്പടാച്ചിയുമൊന്നുമില്ലാത്ത ജനങ്ങളെയും നിങ്ങളെത്തന്നെയും വ്യക്തമായും മനസിലാക്കുന്ന ഒരാളാണെങ്കിൽ നിങ്ങൾക്ക് ഒരഴിമതിക്കാരൻ ആവാനൊക്കില്ല. ഇക്കാര്യത്തിൽ ഞാൻ എന്റെ ആയുഷ്കാലമത്രയും നിതാന്ത ജാഗ്രത പുലർത്തിയിട്ടുണ്ട്. കൂടെക്കൂടെ സ്വയം വിമർശനത്തിൽ ഏർപ്പെടാറുണ്ട്. ഞാൻ ചെയ്ത കാര്യങ്ങളൊക്കെ സ്വയം പുനഃപരിശോധിക്കും — മിഥ്യാഭിമാനവും അധികാര ഗർവും എന്നെ വഴിതെറ്റിക്കുന്നുണ്ടോ എന്ന്. സ്വയം നിയന്ത്രിക്കാൻ ഞാൻ വളരെയധികം പഠിച്ചിരിക്കുന്നു എന്നതാണ് എന്റെ വിശ്വാസം. 'സ്വയം അറിയുക,' എന്നതാണ് എന്നെ നയിക്കുന്ന ഒരു മാർഗദർശക നിയമം.' എല്ലായ്പ്പോഴും സ്വയം നിയന്ത്രിക്കുക എന്നതാണ് മറ്റൊന്ന്.

താങ്കൾ തുടക്കത്തിൽ ചരിത്രത്തെപ്പറ്റിയും അതിൽ മഹാന്മാരുടെ കേമത്തത്തെയും പങ്കിനെയും പറ്റി സംസാരിച്ചുവല്ലോ. അതോടു ബന്ധപ്പെട്ടു തന്നെ ഞാൻ ഇക്കാര്യത്തെപ്പറ്റിയും ഗാഢമായി ചിന്തിക്കാറുണ്ട്. വിപ്ലവത്തിന്റെ പാതയിലേക്ക് ഞാൻ കാൽവെച്ച അന്നുതൊട്ട് ഇന്നോളം ഈ ആശയങ്ങൾ സമനിലവിടാതെ ജീവിക്കാൻ എന്നെ സഹായിച്ചിട്ടുണ്ട്.

താങ്കൾ മറ്റൊരു വചനം ഉദ്ധരിക്കുകയുണ്ടായല്ലോ: "പരമാധികാരം പരമാവധി ദുഷിപ്പിക്കും" എന്ന്. എനിക്ക് പരമാധികാവുമായി നേരിട്ട് പരിചയവും അനുഭവവും ഒന്നുമില്ലെങ്കിലും ആ ആശയത്തോട് ഞാൻ യോജിക്കുന്നു. ഒരൊറ്റ വ്യക്തി എല്ലാ തീരുമാനവും എടുക്കുക എന്നതിനെ ഞാൻ എതിർക്കുന്നു — ഏകാധിപത്യത്തെ, വിപ്ലവം തുടങ്ങിയ കാലം മുതൽ ഞങ്ങൾക്ക് ഇവിടെ നേതൃത്വത്തിന്റേതായ ഒരു ന്യൂക്ലിയസ് ഉണ്ടായിരുന്നു — രണ്ടു വശങ്ങളുള്ള ഒരു നേതൃനിര. കുറെയേറെ സഖാക്കൾ അംഗങ്ങളായ ഒരു നേതൃസംഘവും മൂന്നുപേർ മാത്രമുള്ള ഒരു കാര്യവാഹക സംഘവും. ഞങ്ങളുടെ 'ജൂലായ് 26 പ്രസ്ഥാനം' അങ്ങനെയാണ് ആരംഭിച്ചത് — ആ സംഘമാണ് ജനങ്ങളെ തെരഞ്ഞെടുക്കുകയും പരിശീലിപ്പിക്കുകയും അവർക്കുവേണ്ടി ആയുധങ്ങൾ സംഘടിപ്പിക്കുകയും ഒക്കെ ചെയ്തത്. തുടക്കത്തിൽ ഒരു 'പ്രൊഫഷണൽ' വിപ്ലവകാരിയായി ഞാൻ മാത്രമേ ഉണ്ടായിരുന്നുള്ളു — ആയുഷ്കാലം മുഴുവൻ ആ മേഖലയിൽ മാത്രം ചെലവഴിച്ചതുകൊണ്ടാണ് ഞാൻ അങ്ങനെയൊരു പദം ഉപയോഗിക്കുന്നത്. കൈയിൽ, അരക്കാശില്ല. മറ്റു സഖാക്കളാണ് എന്റെ കാര്യങ്ങളൊക്കെ നോക്കിയിരുന്നത് - ഭക്ഷണവും വീട്ടുവാടകയും പെട്രോളും എല്ലാം. സഖാക്കളാണ് എന്റെ ബില്ലുകളൊക്കെ കൊടുത്തിരുന്നത്. അതുകൊണ്ട് ഞാനൊരു 'പ്രൊഫഷണൽ' വിപ്ലവകാരിയായി - എന്റെ സമയം മുഴുവൻ വിപ്ലവത്തിനായി ചെലവഴിച്ചു..... പ്രതിദിനം 15/16/17 മണി

ക്കൂർ. ഇതൊക്കെ പരസ്യമായിത്തന്നെയാണ് ചെയ്തിരുന്നത്. അങ്ങനെയാണ് ഞങ്ങൾ എല്ലാം സംഘടിപ്പിച്ചിരുന്നത്.

ബാത്തിസ്ത ഞങ്ങളെ വേണ്ടത്ര കണക്കിലെടുത്തില്ല. മറ്റു രാഷ്ട്രീയ സംഘടനകളെയും നേതാക്കളെയും കുറിച്ചായിരുന്ന അയാളുടെ ബേജാറ് — അവർക്കൊക്കെ ധാരാളം കാശും ആയുധങ്ങളുമുണ്ടായിരുന്നു. ഞങ്ങളെയൊക്കെ ഒരു തരം പുച്ഛത്തോടെയാണ് അയാൾ കണ്ടിരുന്നത്. അതുകൊണ്ട് ഞങ്ങൾക്ക് ഞങ്ങളുടെ ജോലികൾ ഒളിക്കാതെയും മറക്കാതെയും വെളിവായിത്തന്നെ ചെയ്യാമായിരുന്നു. മൊങ്കാദാ സൈനികത്താവളം ആക്രമിക്കുന്നതിനു മുമ്പുള്ള അവസ്ഥയാണ് ഞാനീ പറയുന്നത്. ആർക്കും കാണാവുന്ന മട്ടിൽത്തന്നെയാണ് ഞങ്ങൾ പ്രവർത്തിച്ചത്. ഒരു കണക്കിന് അതു നന്നായി. ഒളിവിൽ പ്രവർത്തിക്കാൻ എനിക്കു വിഷമമാണ് — മറ്റുള്ളവർ വളരെ വേഗം തിരിച്ചറിയുന്ന മട്ടിലാണല്ലോ എന്റെ ശരീരപ്രകൃതി. മുടിയുടെ നിറം മാറ്റുകയോ — അങ്ങനെയൊക്കെ ചെയ്യാമെങ്കിലും — എന്നെ ജനം വളരെവേഗം തിരിച്ചറിയും. ഒളിവിലിരുന്ന് പ്രവർത്തിക്കാൻ വളരെ വിഷമമാണ്.

മൊങ്കാദാ സൈനിക പാളയവും ജയിലും ആക്രമിച്ചു കഴിഞ്ഞശേഷം 'ഗ്രാൻമ സംരംഭം സംഘടിപ്പിക്കാൻ ഞാൻ നാടുവിട്ടുപോവുകയാണുണ്ടായത്. തിരിച്ചെത്തിയശേഷവും ഒളിവിലിരുന്ന് ഞാൻ പ്രവർത്തിക്കുകയുണ്ടായിട്ടില്ല.

തോമസ് ബോർഗെ: മെക്സിക്കോവിലായിരുന്ന കാലത്തോ?

കാസ്ട്രോ: കൂടുതൽ ശ്രദ്ധിച്ചിരുന്നു എന്നേയുള്ളു — ഒളിവിലായിരുന്നില്ല.

തോമസ്, നമ്മൾ സംസാരിച്ചിരുന്നത് പരമാധികാരത്തെക്കുറിച്ചാണല്ലോ, നിരങ്കുശമായി അധികാരം കൈയാളുന്നതിനെപ്പറ്റി എന്റെ സഖാക്കൾക്ക് എന്നെ പൂർണവിശ്വാസമായിരുന്നു; അതുകൊണ്ട് ഒരുപാട് അധികാരങ്ങളും ശക്തിയും എന്നിൽ നിക്ഷിപ്തമായിരുന്നു. എന്നാലും ഞാൻ ആ അധികാരം അങ്ങനെ ഉപയോഗിച്ചിരുന്നില്ല. ഞങ്ങളുടെ നേതൃത്വം തുടക്കം മുതലേ ഒരു കൂട്ടായ്മയുടെ രൂപത്തിലായിരുന്നു. മൊങ്കാദ ആക്രമത്തിനുശേഷം ഞങ്ങൾ ഞങ്ങളുടെ പ്രസ്ഥാനമൊന്നു പുനഃസംഘടിപ്പിച്ചു. അതിന്റെ പേരും മാറ്റി — 'ജൂലായ് 26 പ്രസ്ഥാനം' എന്ന പേരിലാണ് അത് പിന്നീട് അറിയപ്പെട്ടത്. അതിന് ഒരു ദേശീയ നേതൃസംഘടനയുണ്ടാക്കി. ഞാൻ ജയിലായിരുന്നപ്പോഴും ആ ഗ്രൂപ്പിന്റെ കൈയിലായിരുന്നു അധികാരം. ഞാൻ അതിന്റെ ഒരു ഭാഗമായിരുന്നു എന്നേയുള്ളു. അന്ന്, ജയിലിലടക്കപ്പെടാത്ത സഖാക്കളാണ് പ്രസ്ഥാനം നയിച്ചിരുന്നത്. അവർക്ക് വേണ്ടുവോളം സ്വയംഭരണാധികാരമുണ്ടായിരുന്നു.

ഞാൻ മെക്സിക്കോവിലായിരുന്ന കാലത്തും ഈ ദേശീയ നേതൃസംഘം തുടർന്നു. ഞാൻ അതിലെ ഒരംഗം മാത്രമായിരുന്നു.

അന്ന് ക്യൂബയിൽത്തന്നെ നിലയുറപ്പിച്ച ദേശീയ നേതൃത്വം, അവരുടെ സ്വയം ഭരണാധികാരമുപയോഗിച്ചു പ്രവർത്തിച്ചു; മെക്സിക്കോവിലുണ്ടായിരുന്നവർ അവിടെയും.

സൈന്യത്തിന് ഒരു നേതാവുവേണം. യുദ്ധകാലത്ത് പട്ടാളത്തിന് ഒരു നേതാവുണ്ടാവും — ഒരു കമാൻഡർ ഇൻ ചീഫ്. യുദ്ധം തുടങ്ങിയപ്പോൾ ഞാനായിരുന്നു ആ സർവസൈന്യാധിപൻ. അന്നാണ് എനിക്കീ ബഹുമതി കിട്ടിയത് — കമാൻഡർ. ഞാൻ ഒരു കേണലോ ജനറലോ മാർഷലോ ഒന്നുമായിരുന്നില്ല — പ്രൊമോഷനുമുണ്ടായിരുന്നില്ല. ഇക്കഴിഞ്ഞ 30 വർഷക്കാലത്ത് എനിക്ക് ഒരു സ്ഥാനക്കയറ്റവും കിട്ടിയിട്ടില്ല. ഇന്നും ഞാൻ ഒരു കമാൻഡർ തന്നെ — സഖാക്കൾ എന്നെ കമാൻഡർ ഇൻ ചീഫ് എന്നു വിളിക്കുന്നു. പിന്നീട് എപ്പോഴോ അവരൊക്കെ കൂടി എനിക്ക് ഒരു സ്ഥാനക്കയറ്റം തരുന്ന പോലെ നിയമമുണ്ടാക്കി എന്നു തോന്നുന്നു.. എന്നാലും, ഇന്നും ഞാൻ കമാൻഡർ ഇൻ ചീഫ് ആണ് — ജനറൽ ഇൻ ചീഫോ മാർഷലോ ഒന്നുമല്ല.

'ഗ്രാൻമ'യിൽ വന്ന് ഇവിടെ കപ്പലിറിങ്ങിയ ശേഷം എനിക്ക് ഒരു പ്രമോഷനുണ്ടായിട്ടില്ല. ഞാൻ പട്ടാളത്തിന്റെ നേതാവായി തുടർന്നു - എനിക്ക് ആ ഉത്തരവാദിത്വമുണ്ടായിരുന്നു. എന്നാലും ഒരു ദേശീയ നേതൃത്വമുണ്ടായിരുന്നു. സൈന്യവും ആ പ്രസ്ഥാനത്തിന്റെ കീഴിലായിരുന്നു. അങ്ങനെ യുദ്ധകാലം മുഴുവൻ, 'ജൂലായ് 26 പ്രസ്ഥാന'ത്തിന് ഒരു ദേശീയ നേതൃനിരയുണ്ടായിരുന്നു. നഗരങ്ങളിൽ നിന്നും സമതലപ്രദേശങ്ങളിൽ നിന്നുമൊക്കെയുള്ളവരായിരുന്നു അതിലെ അംഗങ്ങൾ. ആ നേതൃസംഘത്തിന്, വേണ്ടത്ര സ്വയം ഭരണാധികാരമുണ്ടായിരുന്നു. എത്രയെത്ര സുപ്രധാന തീരുമാനങ്ങളാണ് അവരെടുത്തത്!

വിപ്ലവത്തിന്റെ വിജയത്തിനുശേഷം ആ പ്രസ്ഥാനം നേതൃനിരയും തുടർന്നു എന്നു മാത്രമല്ല, മറ്റു പല സംഘടനകളും വളരുകയും ചെയ്തു - ജനകീയ സോഷ്യലിസ്റ്റ് പാർട്ടിയും റെവലൂഷണറി ഡയറക്ടറേറ്റും ഒക്കെ. മറ്റു സംഘടനകളെയും പ്രസ്ഥാനങ്ങളെയും അപേക്ഷിച്ച് ജൂലൈ 26 പ്രസ്ഥാനം കൂടുതൽ പ്രബലമായിരുന്നു. എന്നാലും, ഞങ്ങൾ ഒരു വിഭാഗീയ നിലപാടെടുക്കുകയുണ്ടായില്ല. മറ്റു വിപ്ലവസംഘടനകൾക്കൊപ്പം, അധികാരത്തിൽ പങ്കാളികളാവാൻ അവരെയും ഞങ്ങൾ ക്ഷണിച്ചു. വിവിധ മേഖലകളിലെ പ്രവർത്തനങ്ങളെ സമന്വയിപ്പിച്ചുകൊണ്ടുപോകാൻ, തുടക്കം മുതലേ ഞങ്ങൾ ഒരു ദേശീയ നേതൃത്വനിരയ്ക്ക് രൂപം കൊടുത്തിരുന്നു. എല്ലാ സംഘടനകളും കൂടി പരസ്പരം ഒരു ലയനം നടന്നപ്പോൾ ഒരു കേന്ദ്ര കമ്മിറ്റിയുണ്ടാക്കി. പ്രധാന പ്രശ്നങ്ങളൊക്കെ ഈ കേന്ദ്ര കമ്മിറ്റിയിലോ പൊളിറ്റ് ബ്യൂറോവിലോ ചർച്ച ചെയ്തശേഷമേ തീരുമാനമെടുക്കാറുള്ളൂ. തന്ത്രപ്രധാനമായ അടിസ്ഥാനപരമായ യാതൊരു തീരുമാനവും ഞാൻ തനിച്ച് എടുക്കുക പതിവില്ല.

ശരിയാണ്, എനിക്ക് എന്റേതായ ഒരു പ്രവർത്തനമേഖലയുണ്ട്, കുറെയേറെ പ്രത്യേക അധികാരങ്ങളുമുണ്ട്, തീരുമാനമെടുക്കാനുള്ള അധികാരവുമുണ്ട്..... പക്ഷെ, ഇതൊക്കെ ഇവിടെ അധികാരത്തിൽ പങ്കാളികളായ എല്ലാവർക്കുമുണ്ട്. ഒരു സോഷ്യലിസ്റ്റ് വിപ്ലവപ്രക്രിയയിലെ ഓരോരുത്തർക്കും അവരവരുടേതായ പ്രവർത്തനമേഖലയുമുണ്ട്. അവിടെ തീരുമാനങ്ങളെടുക്കാനുള്ള അധികാരവുമുണ്ട്.

ഒരു നഗരസഭയിൽ, ഭരിക്കുന്ന കക്ഷിക്കും ഭരണനേതാക്കൾക്കും ധാരാളം അധികാരങ്ങളുണ്ട്; ഒരു ഫാക്ടറിയുടെ നടത്തിപ്പിൽ അതിന്റെ മാനേജ്മെന്റിന് അധികാരങ്ങളുണ്ട്, ഒരു പ്രവിശ്യയിലെ ഭരണാധികാരികൾക്കുമുണ്ട് അധികാരം. അതുപോലെത്തന്നെയല്ലേ ഒരു മന്ത്രിസഭയിലെ നേതാക്കളുടെയും അവസ്ഥ? കേന്ദ്രകമ്മിറ്റിയിലും പൊളിറ്റ് ബ്യൂറോയിലുമൊക്കെ എനിക്ക് ചില അധികാരങ്ങളുണ്ട്, പൊളിറ്റ് ബ്യൂറോവിനേക്കാൾ പ്രധാനം കേന്ദ്രകമ്മിറ്റിയാണ്. പക്ഷെ, സി സി എല്ലാ ദിവസവും കൂടാറില്ല — വർഷത്തിൽ രണ്ടുതവണ എന്നാണ് കണക്ക്.

ഭരണഘടനാപ്രകാരം ഏറ്റവുമധികം അധികാരം നാഷണൽ അസംബ്ലിക്കാണ്. പക്ഷെ, അത് വർഷത്തിൽ എല്ലാ ദിവസവും സമ്മേളിക്കാറില്ല. അതിന്റെ സമ്മേളനങ്ങൾക്കിടക്കുള്ള കാലഘട്ടത്തിൽ കൗൺസിൽ ഓഫ് സ്റ്റേറ്റ് ആണ് നിയമനിർമാണപരമായ സുപ്രധാന തീരുമാനങ്ങളൊക്കെ എടുക്കുന്നത്. നാഷണൽ അസംബ്ലി സമ്മേളിക്കാത്ത കാലത്തൊക്കെ ഈ കൗൺസിൽ ഓഫ് സ്റ്റേറ്റ്സിന് കുറെയേറെ പ്രധാനപ്പെട്ട അധികാരങ്ങളുണ്ട്.

തുടക്കം മുതലേ കൂട്ടായ തീരുമാനങ്ങളെടുക്കാനാണ് ഞാൻ പ്രോത്സാഹിപ്പിച്ചിട്ടുള്ളത് — ഒറ്റ വ്യക്തിയുടെ തീരുമാനങ്ങളല്ല. ഇക്കാര്യത്തെപ്പറ്റി എനിക്ക് വളരെ വ്യക്തമായ ധാരണയാണുള്ളത്. പരമാധികാരത്തിലേക്ക് തെന്നിവീഴാതിരിക്കാൻ ഈ ധാരണ എന്നെ വളരെയധികം സഹായിച്ചിട്ടുണ്ട്.

ധാരാളം അധികാരമുണ്ട്, നേരാണ്. മേൽപ്പറഞ്ഞ സംഘടനകളിലൊക്കെ, വേണ്ടത്ര മേൽക്കോയ്മകളും ആധിപത്യവും എനിക്കുണ്ടായിരുന്നു. എന്നാലും അടിസ്ഥാനപരമായ തീരുമാനങ്ങളൊക്കെ വേണ്ടത്ര വിശകലനം ചെയ്തും ആഴത്തിൽ ചർച്ച ചെയ്തും മാത്രമേ എടുക്കാറുള്ളു. ഏകപക്ഷീയമായ ഒരു തീരുമാനവും ഞാൻ എടുക്കുക പതിവില്ല. മറ്റുള്ളവരുടെ അഭിപ്രായങ്ങൾക്കും വീക്ഷണങ്ങൾക്കും ഞാൻ വേണ്ടത്ര ശ്രദ്ധ കൊടുക്കാറുണ്ട്. വ്യക്തിപരമായി ഞാൻ അംഗീകരിക്കാൻ മടിച്ച പല തീരുമാനങ്ങളും അവർ എടുത്തിട്ടുണ്ട്. പല കാര്യങ്ങളും അവർ ചെയ്തിട്ടുണ്ട്. ഈ നേതൃസംഘങ്ങളിലെ ഭൂരിപക്ഷാഭിപ്രായത്തെ ഞാൻ എക്കാലത്തും മാനിക്കാറുണ്ട്. വേണമെങ്കിൽ പല ഉദാഹരണങ്ങളും നിരത്താൻ

എനിക്കു കഴിയും. പൊതുവെ പറഞ്ഞാൽ, ഞാൻ സമവായത്തിലെത്താനാണ് ശ്രമിക്കാറ്. വോട്ടിനിട്ട് തീരുമാനങ്ങളെടുക്കുന്ന പതിവ് അത്ര സാധാരണമല്ല. ബഹുഭൂരിപക്ഷവും അംഗീകരിക്കുന്ന ഒരു തീരുമാനത്തിലെത്താൻ, ബാക്കിയുള്ളവരും അതിനോടു പൂർണ്ണമായും യോജിക്കുകയാണ് പതിവ് — വല്ലവർക്കും നേരിയ അഭിപ്രായവ്യത്യാസമുണ്ടെങ്കിൽപ്പോലും അടിസ്ഥാന തത്ത്വങ്ങളുടെ കാര്യത്തിലല്ല, അടവുകളുടെയും രൂപങ്ങളുടെയും കാര്യമാണ് അത്. അടിസ്ഥാനതത്ത്വങ്ങളെപ്പറ്റി ഏതെങ്കിലുമൊരു കാലത്ത് അഭിപ്രായവ്യത്യാസമുണ്ടായാൽ അത് ഒരു പ്രശ്നം തന്നെയാവും. സാമാന്യം നല്ല ഒരു പ്രതിസന്ധി സൃഷ്ടിക്കും. എന്തായാലും ഇന്നോളം ഞങ്ങളുടെ വിപ്ലവത്തിന്റെ കാര്യത്തിൽ അങ്ങനെയൊന്നു സംഭവിച്ചിട്ടില്ല — സമവായത്തിലൂടെയാണ് അടിസ്ഥാന തീരുമാനങ്ങളൊക്കെ എടുത്തിട്ടുള്ളത്.

തോമസ് ബോർഗെ: *അപ്പോൾ, ക്യൂബയിൽ വ്യക്തിപൂജയില്ല എന്നാണോ താങ്കൾ പറഞ്ഞു വരുന്നത്?*

കാസ്ട്രോ: അതെ, അതു തന്നെയാണ് ഞാൻ പറയുന്നത്. ഞാൻ നേരത്തെ പറഞ്ഞ വസ്തുതകളോടു ബന്ധപ്പെടുത്തിക്കാണേണ്ടതാണ് ഈ കാര്യം. ക്യൂബയിൽ അങ്ങനെ ഒരു പരമാധികാരമോ വ്യക്തിപൂജയോ നടപ്പുള്ള കാര്യമല്ല. എല്ലാം തന്നെ പൊതുവായി ചർച്ച ചെയ്യുകയും വിശകലനം ചെയ്യുകയും ക്യൂബക്കാരുടെ ശീലമാണ് — അത് ബെയ്സ്ബോളായാലും കാർഷിക കാര്യങ്ങളായാലും രാഷ്ട്രീയമായാലും കൊള്ളാം. ക്യൂബക്കാരുടെ സ്വഭാവത്തിൽ ഒരു ഭാഗമാണ് അത്.

വിപ്ലവത്തിനുമുമ്പുള്ള ഞങ്ങളുടെ നാടിന്റെ ചരിത്രം പൊങ്ങച്ചക്കാരായ രാഷ്ട്രീയക്കാരെക്കൊണ്ടു നിറഞ്ഞതാണ്. വിപ്ലവത്തിന്റെ വിജയത്തിനുശേഷം ഞങ്ങൾ ആദ്യം ചെയ്ത ഒരു കാര്യം ഔദ്യോഗിക പദവി വഹിക്കുന്നവരുടെയെല്ലാം പടങ്ങൾ ഓഫീസുകളിലൊക്കെ വെക്കുന്നതു നിരോധിക്കുകയാണ്. (വാസ്തവത്തിൽ അന്നൊക്കെ പരമാധികാരം കൈയിലെടുക്കാൻ വളരെ എളുപ്പമായിരുന്നു. ഞാൻ ആ പ്രലോഭനത്തിനു വശംവദനാവാതെ രക്ഷപ്പെട്ടു.) ലോകത്തിൽ മറ്റെവിടെയും ഇങ്ങനെ ചെയ്തതായി എനിക്കറിവില്ല.

ക്യൂബയിൽ കഴിഞ്ഞ 30 വർഷമായി ഔദ്യോഗിക ചിത്രങ്ങളൊന്നും എവിടെയും കാണില്ല. പലപ്പോഴും ഒരു സന്ദർശകനോ ഒരു സുഹൃത്തോ ഒരു വിദേശിയോ ഒരു ക്യൂബക്കാരനോ എന്റെയൊരു പടം വേണമെന്ന് ആവശ്യപ്പെടാറുണ്ട്. അങ്ങനെ വല്ലവരും അവരവരുടെ വീട്ടിൽ എന്റെ ഫോട്ടോ വെക്കുന്നുണ്ടെങ്കിൽ അത് വല്ല പത്രമാസികകളിൽ നിന്നോ മീറ്റിങ്ങുകളുടെ പോസ്റ്ററിൽ നിന്നോ വെട്ടിയെടുത്തതായിരിക്കും - ഔദ്യോഗികമാവില്ല.

മറ്റൊരു കാര്യം : സ്കൂളുകളും റോഡുകളും സ്ഥാപനങ്ങളുമൊക്കെ ജീവിച്ചിരിക്കുന്ന വ്യക്തികളുടെ പേരിട്ടു വിളിക്കുന്നത് ഞങ്ങൾ നിരോധിച്ചിരിക്കുന്നു — നിർബന്ധമാണെങ്കിൽ, മരിച്ചുപോയ വല്ല മഹാന്മാരുടെയും പേരാവാം. പിന്നെ, ജീവിച്ചിരിക്കുന്നവരുടെ പൂർണകായ പ്രതിമകളോ അർധകായ പ്രതിമകളോ ഒന്നും സ്ഥാപിക്കാൻ ഞങ്ങൾ അനുവദിക്കില്ല. 1959–ൽത്തന്നെ ഞങ്ങൾ ഇത്തരം നിയമം പ്രാബല്യത്തിൽ കൊണ്ടുവന്നിട്ടുണ്ട്. അക്കാലത്ത് സോവിയറ്റ് യൂണിയനിലോ മറ്റു സ്ഥലങ്ങളിലോ വ്യക്തിപ്രഭാവസിദ്ധാന്തത്തെപ്പറ്റി ആരും ചർച്ച ചെയ്തിരുന്നില്ല. സത്യത്തിൽ, ക്യൂബൻ വിപ്ലവത്തിനുശേഷം, ഞങ്ങൾ അത്തരം നടപടികളൊക്കെ എടുത്തശേഷം, മാത്രമാണ് വ്യക്തിപ്രഭാവം എന്ന ആശയത്തെപ്പറ്റി സംസാരം തുടങ്ങിയത്.

എല്ലാ കാലത്തും ഞാൻ വ്യക്തിപൂജയ്ക്കും മുഖസ്തുതിക്കുമൊക്കെ എതിരായിരുന്നു. അതിനെതിരായ ഒരു പാരമ്പര്യം തന്നെ ഞങ്ങൾ സൃഷ്ടിച്ചെടുത്തിട്ടുണ്ട്. ഞങ്ങളുടെ ചുവപ്പുസേനയിലെ സഖാക്കളുടെ മിലിട്ടറി റാങ്കുകൾ 'കമാൻഡർ' എന്നതിനു മേലെ പോയിട്ടില്ല — അങ്ങനെ പോകാതിരിക്കാൻ ചില പുതിയ ഇടനില റാങ്കുകൾ ഞങ്ങൾ സൃഷ്ടിച്ചിട്ടുണ്ട്.

കുറെ വർഷങ്ങളോളം ഞങ്ങളുടെ മിലിട്ടറി റാങ്കുകൾ ക്യാപ്റ്റൻ, ഫസ്റ്റ് ക്യാപ്റ്റൻ, മേജർ, കമാൻഡർ ഫസ്റ്റ് കമാൻഡർ..... എന്നിങ്ങനെയായിരുന്നു. വലിയ ഒരു സേനയുണ്ടായിരുന്നെങ്കിലും, ഒരു 'ജനറൽ' ഉണ്ടായിരുന്നില്ല. കമാൻഡറായിരുന്നു ഏറ്റവും ഉയർന്ന റാങ്ക്. ഇത്രയേറെ യൂണിറ്റുകൾ ഇത്ര കുറച്ചു റാങ്കുകളെക്കൊണ്ട് നയിക്കാൻ വയ്യെന്നു തോന്നി. മറ്റു സോഷ്യലിസ്റ്റു രാഷ്ട്രങ്ങളുമായി ബന്ധം വെക്കേണ്ടിവന്നപ്പോഴും ഇത് ഒരു പ്രശ്നമായി. അതുകൊണ്ട്, കുറച്ചുകൂടി ഉയർന്ന ചില റാങ്കുകൾ സൃഷ്ടിക്കേണ്ടിവന്നു — കമാൻഡർ മുതൽ താഴോട്ടുള്ള റാങ്കുകൾ മറ്റുള്ളവർക്കു മനസിലാവാതെ വന്നപ്പോൾ. ഇത്തരം റാങ്കുകൾ മറ്റെവിടെയെങ്കിലുമുണ്ടോ? അങ്ങനെ ഞങ്ങൾ, ഞങ്ങളുടെ സെന്റിമെന്റലിസമൊക്കെ മാറ്റിവെച്ച്, മറ്റുള്ളവരൊക്കെ ചെയ്യും പോലെ 'കേണൽ' ബ്രിഗേഡിയർ, ജനറൽ' മേജർ ജനറൽ, ലെഫ്: ജനറൽ, ജനറൽ എന്നിങ്ങനെയുള്ള ഉപാധികൾ സ്വീകരിക്കാൻ നിർബന്ധിതരായി. ഞാൻ എന്തായാലും എന്റെ ആ പഴയ റാങ്കു തന്നെ നിലനിർത്തി — പ്രമോഷൻ വേണ്ടെന്നു വച്ചു. കമാൻഡറായിത്തന്നെ നിലനിന്നു. പക്ഷെ, നിയമപ്രകാരം കമാൻഡർ ഇൻ ചീഫ് എന്നായി എന്റെ റാങ്ക്. ഇക്കാര്യത്തിലൊക്കെ ഞാൻ വളരെ ശ്രദ്ധാലുവാണ് — തീരെ പൊങ്ങച്ചവുമില്ല. വിപ്ലവം തുടങ്ങുന്ന ആ കാലത്തുണ്ടായിരുന്ന ആത്മാർഥത ഇന്നും നിലനിർത്താൻ കഴിയുന്നത് അതുകൊണ്ടൊക്കെയാണെന്നാണ് എന്റെ വിശ്വാസം.

തോമസ് ബോർഗെ: *ഞാനും ഒരു കമാൻഡറാണ്. താങ്കൾക്കുള്ള അതേ റാങ്കു തന്നെയാണ് എനിക്കും എന്നോർക്കുമ്പോൾ സന്തോഷമുണ്ട്.*

താങ്കൾ സ്വയം എങ്ങനെയാണ് വിലയിരുത്തുന്നത്? ജീവിതത്തിൽ ചെയ്ത ചില കാര്യങ്ങളെങ്കിലും ചെയ്യേണ്ടിയിരുന്നില്ല എന്നു തോന്നാറുണ്ടോ? നേടാനുള്ളതൊക്കെ നേടി എന്ന തോന്നലുണ്ടോ?

കാസ്ട്രോ: തന്ത്രപരമായ ചില പിഴവുകളൊക്കെ പറ്റിയിട്ടുണ്ട് — അത്തരം തെറ്റുകൾ സംഭവിച്ചു കൂടായിരുന്നു എന്ന തോന്നലുണ്ട്. 1956 ഡിസംബർ 5–ന് അൽജീരിയ ഡിപിയോവിൽ സംഭവിച്ച തിരിച്ചടിക്കു കാരണമായ, പിഴച്ചുപോയ ഒരടവിന്റെ കഥ പറഞ്ഞല്ലോ, അത്തരം തെറ്റുകൾ സംഭവിച്ചിരുന്നില്ലെങ്കിൽ നന്നായിരുന്നു എന്ന തോന്നലുണ്ട്. എന്നാലും വിപ്ലവത്തിന്റെ പാതയിലൂടെ നീങ്ങിക്കൊണ്ടിരുന്ന കാലത്തൊന്നും തന്ത്രപരമായ തെറ്റുകൾ പറ്റിയിട്ടില്ല. തത്വങ്ങളിൽ നിന്ന് ഞാൻ ഒരിക്കലും വ്യതിചലിച്ചിട്ടില്ല. അതുകൊണ്ട്, കഴിഞ്ഞ കാലത്തെക്കുറിച്ച് ഒരു പശ്ചാത്താപവുമില്ല.

ഞാനെടുത്ത തീരുമാനങ്ങളെക്കുറിച്ചും എനിക്ക് ഒരു പരാതിയുമില്ല. ഇനിയും ഒരിക്കൽ കൂടി ജീവിക്കാനവസരം കിട്ടിയാൽ, ഞാൻ ഇതേ വിപ്ലവപാതതന്നെയാവും തെരഞ്ഞെടുക്കുക.

ചെയ്തകാര്യങ്ങളെക്കുറിച്ച് പരിപൂർണ തൃപ്തിയുണ്ടെന്നു പറഞ്ഞുകൂടാ. കുറച്ചുകൂടി മെച്ചപ്പെട്ട മട്ടിൽ ചെയ്യാമായിരുന്നു എന്ന് എപ്പോഴും തോന്നാറുണ്ട്. എന്നാലും എനിക്കു തോന്നുന്നത് — എനിക്ക് മാത്രമല്ല എല്ലാ ക്യൂബൻ വിപ്ലവകാരികൾക്കും, ക്യൂബൻ ജനതയ്ക്കാകമാനം - ഞങ്ങൾ കുറെ നല്ല കാര്യങ്ങൾ ചെയ്തു എന്നു തന്നെയാണ്.

തോമസ് ബോർഗെ: *ഒരു ക്യൂബക്കാരന്റെ അന്തഃസത്തയെ താങ്കൾ എങ്ങനെയാണ് നിർവചിക്കുക? ക്യൂബൻ കവികളൊക്കെ അതിനെക്കുറിച്ച് ഒട്ടേറെ എഴുതിയിട്ടുണ്ടല്ലോ. മറ്റൊരു മട്ടിൽ പറഞ്ഞാൽ, ഒരു ക്യൂബക്കാരനായി ജനിക്കാനും ജീവിക്കാനും കഴിഞ്ഞതിനെ താങ്കൾ എങ്ങനെ വീക്ഷിക്കുന്നു?*

കാസ്ട്രോ: ഇപ്പോൾ, ഈ അവസരത്തിൽ, ഞാൻ ഏറ്റവുമധികം വിലമതിക്കുന്ന കാര്യമാണ് അത്. മാതൃഭൂമിക്കുപരിയായി മാനവസമൂഹത്തെ കാണുന്നവനാണ് ഞാൻ, എക്കാലത്തും. ഒരു രാജ്യസ്നേഹിയായിരിക്കെത്തന്നെ ഞാൻ സർവോപരി, ഒരു സാർവദേശീയ വാദിയാണ്. എന്റെ നാട്ടിലെ ജനത, ഒരു രാഷ്ട്രമെന്ന നിലക്ക് ഏറ്റവും മഹത്തായ ഗുണങ്ങളെ പ്രതിനിധാനം ചെയ്യുന്നു. അവർ കുലീനരാണ്, ധീരരാണ്. പ്രതിബന്ധങ്ങളെ ചെറുത്തു നിൽക്കാൻ കെൽപ്പുള്ളവരാണ്. ഈ നാട്, മറ്റാരും ഇന്നോളം കണ്ടിട്ടില്ലാത്ത സാമ്രാജ്യത്വ ചാപല്യങ്ങളെ അഭിമുഖീകരിച്ചുകൊണ്ടിരിക്കുക

യാണ്. ഈ നാട് ലാറ്റിനമേരിക്കൻ ജനതയുടെ ചെറുത്തുനിൽപ്പിന്റെ മുന്നണിപ്പോരാളിയായി നിലകൊള്ളുകയാണ്. മാർട്ടി തന്റെ മരണത്തിനു തൊട്ടുമുമ്പ് ഉദ്ബോധിപ്പിച്ചപോലെ, 'ആ മൃഗീയവും പ്രക്ഷുബ്ധവുമായ വടക്കന്മാർക്കെതിരായി' പ്രതിരോധനിര തീർക്കാൻ കെൽപ്പുള്ളവരാണ് എന്റെ നാട്ടിലെ ജനത. അത്തരം കരുത്തുകളുടെ ഗുണങ്ങളുടെ, പ്രതീകമാണ് എന്റെ നാട്. അത്തരമൊരു ക്യൂബയിലെ പൗരനാവുക എന്നത് ഒരു വിശിഷ്ട ബഹുമതിയായി ഞാൻ കണക്കാക്കുന്നു. ഈ നാട്ടിലെ ജനങ്ങളോട് എനിക്ക് അത്യന്തം ബഹുമാനമുണ്ട്. അവരെ ഞാൻ അങ്ങേയറ്റം സ്നേഹിക്കുന്നു. അന്ധമായ ഒരു രാജ്യസ്നേഹമല്ല ഇത്. മാർട്ടി പറയുകയുണ്ടായി.

'അമ്മേ മാതൃരാജ്യത്തോടുള്ള സ്നേഹം
വെറും മണ്ണിനോടുള്ള അപഹാസ്യമായ സ്നേഹമല്ല;
ചെടിക്കീഴിൽ കാണുന്ന പുല്ലുകളോടുള്ള സ്നേഹമല്ല;
നാടിനെ ഞെരുക്കുന്നവരോടുള്ള അദമ്യമായ വെറുപ്പാണ് അത്
നാടിനെ ആക്രമിക്കാൻ വരുന്നവരോടുള്ള ഇളവില്ലാത്ത
പകയാണ് അത്!'

എന്നെ സംബന്ധിച്ചിടത്തോളം 'മാതൃഭൂമി' എന്നാൽ അതിലെ ജനങ്ങളാണ്. ആ ജനതയോട് എനിക്കുള്ള ബഹുമാനം പ്രതിദിനം വർധിച്ചുകൊണ്ടിരിക്കുകയാണ്. അവർ നിരന്തരം മുന്നോട്ടുതന്നെ കുതിച്ചുകൊണ്ടിരിക്കുന്നു. ഒരു വിപ്ലവത്തിലൂടെ നാടിന്റെ ചരിത്രം തിരുത്തിക്കുറിച്ചവരാണ് അവർ, ഇപ്പോൾ ആ വിപ്ലവം അവരെത്തന്നെ മാറ്റിക്കൊണ്ടിരിക്കുന്നു. അഭേദ്യമായി എന്നോടൊട്ടി നിൽക്കുന്ന ഈ ജനതയെ ഞാൻ അത്രയ്ക്കു മാനിക്കുന്നു. സ്നേഹിക്കുന്നു. ഇവരിലൊരാളാവുക, ഈ നാടിന്റെ സന്തതിയാവുക, എന്നതു തന്നെ അഭിമാനാർഹമാണ്.

തോമസ് ബോർഗെ: *നാമൊക്കെ ഉട്ടോപ്യകളെ സ്വപ്നം കണ്ടവരാണ്. ഇന്നത്തെ കാലത്തും, ഈ പരിത:സ്ഥിതിയിലും മെച്ചപ്പെട്ട ഒരു ലോകമുണ്ടാവുമെന്ന് സ്വപ്നം കാണുന്നതിൽ വല്ല അർഥവുമുണ്ടെന്നു തോന്നുന്നുണ്ടോ?*

കാസ്ട്രോ: വേറെ ഗതിയില്ല. സ്വപ്നം കണ്ടേ പറ്റൂ. മെച്ചപ്പെട്ട ഒരു ലോകമെന്നത് ഇന്നല്ലെങ്കിൽ നാളെ യാഥാർഥ്യമാവുമെന്ന പ്രതീക്ഷയോടുകൂടി നാം സ്വപ്നം കാണുകതന്നെ വേണം. അതിനുവേണ്ടി പോരാടിക്കൊണ്ടിരിക്കുക തന്നെ വേണം. മാനവരാശി സ്വപ്നം കാണൽ അവസാനിപ്പിച്ചുകൂടാ. ഉട്ടോപ്യകളെ പരിത്യജിച്ചുകൂടാ. ഉട്ടോപ്യയ്ക്കു വേണ്ടി സമരം ചെയ്യുക എന്നതിന്റെ അർഥം അതു സൃഷ്ടിക്കുക എന്നതു തന്നെയാണ്.

ഇന്നിന്റെ സ്വപ്നങ്ങളാണ് നാളത്തെ യാഥാർത്ഥ്യങ്ങൾ എന്ന് മാർട്ടി പറഞ്ഞിട്ടുണ്ട്. ഞങ്ങളുടെ ഈ നാട്ടിൽ, ഞങ്ങൾ പണ്ടു കണ്ട പല സ്വപ്നങ്ങളും, ഞങ്ങൾ വിഭാവനം ചെയ്ത ഉട്ടോപ്യയുടെ പല വശങ്ങളും ഇന്ന് യാഥാർത്ഥ്യമായിരിക്കുന്നു. ഈ സത്യം കൺമുന്നിൽ കണ്ടുകൊണ്ടിരിക്കുന്ന ഞങ്ങൾക്ക് സ്വപ്നം കാണാൻ എല്ലാ അവകാശവുമുണ്ട് — ഞങ്ങൾ കണ്ടുകൊണ്ടിരിക്കുന്ന ഈ സ്വപ്നങ്ങൾ, ഞങ്ങളുടെ നാട്ടിൽ മാത്രമല്ല, ലോകത്തിലെമ്പാടും, ഒരിക്കൽ സാർഥകമാവുമെന്ന വിശ്വാസം ഞങ്ങൾക്കുണ്ട്. ഈ മട്ടിൽ ചിന്തിച്ചില്ലെങ്കിൽ നമ്മുടെ പോരാട്ടങ്ങളൊക്കെ അവസാനിക്കില്ലേ? ഒരു വിപ്ലവകാരി പോരാട്ടം വേണ്ടെന്നു വെക്കാറില്ല; സ്വപ്നം കാണുന്നത് നിർത്താറില്ല.

15

ഒരു ഗോതമ്പുമണി

തോമസ് ബോർഗെ: *ഫിദൽ നിക്കരാഗ്വയിൽ ഞങ്ങൾക്ക് 'ഹരിത സ്മേരത്തിന്റെ സുഹൃത്തുക്കൾ' എന്ന ഒരു സംഘടനയുണ്ട്. നിസ്വകുടുംബങ്ങളുടെയും തിരസ്കൃതരായ കുഞ്ഞുങ്ങളുടെയും ശ്രദ്ധയും പരിചരണവുമാണ് ആ സംഘടനയുടെ ലക്ഷ്യം. പ്രകൃതി സംരക്ഷണത്തിനായുള്ള സമരത്തിൽ കുട്ടികളെ പങ്കാളികളാക്കാനും ഞങ്ങൾ ആഗ്രഹിക്കുന്നു. ഇത്തരമൊരു കാരുണ്യപ്രവർത്തനത്തിൽ ലോകത്തിലെ മഹാന്മാരായ പലരെയും അംഗങ്ങളാക്കണമെന്നാണ് ഞങ്ങളുടെ മോഹം, താങ്കൾ അതിൽ ഒരംഗത്വം സ്വീകരിക്കാമോ?*

കാസ്ട്രോ: തോമസ്, അത്തരമൊരു മഹത്തായ സംരംഭത്തിൽ പങ്കാളിയാവാൻ ക്ഷണിക്കപ്പെട്ടതിൽ എനിക്ക് അഭിമാനമുണ്ട്, നിങ്ങളുടെ യത്നത്തിൽ ഭാഗഭാക്കാവാനുള്ള ആ ക്ഷണം ഞാൻ വിനയത്തോടെ സ്വീകരിക്കുന്നു.

തോമസ് ബോർഗെ: *സുഹൃത്തേ, മൂന്നു ദിവസമായി തുടരുന്ന ഈ നിയോഗം നാം ഇന്ന് അവസാനിപ്പിക്കുകയാണ്. താങ്കൾ പ്രദർശിപ്പിച്ച ഈ ക്ഷമയ്ക്കും, ഞങ്ങളുടെമേൽ ചൊരിഞ്ഞ വാത്സല്യത്തിനും, ഈയൊരു അഭിമുഖം പ്രസിദ്ധീകരിക്കാൻ തന്ന അനുവാദത്തിനുമൊക്കെ എന്റെ അകമഴിഞ്ഞ നന്ദി.*

കാസ്ട്രോ: താങ്കളുടെ ചോദ്യങ്ങൾക്കൊക്കെ ഉത്തരം പറഞ്ഞുകൊണ്ട് ചെലവഴിക്കാൻ കഴിഞ്ഞ ഈ മണിക്കൂറുകൾ എനിക്ക് ഏറ്റവും ആഹ്ലാദപ്രദമായിരുന്നു. ആകാവുന്നത്ര വിസ്തരിച്ചു പറ

യാൻ ഞാൻ ശ്രമിച്ചിട്ടുണ്ട്. എവിടെയെങ്കിലും പാളിപ്പോയിട്ടുണ്ടെങ്കിൽ മാപ്പാക്കണം. താങ്കളുമായുള്ള ഈ സംവാദം ഞാൻ തികച്ചും ആസ്വദിച്ചു.

തോമസ് ബോർഗെ: *താങ്കൾ പറഞ്ഞ കാര്യങ്ങളുടെ ഗുണമേന്മയും വൈപുല്യവും വളരെ ശരിയാണ്. പല തെറ്റിദ്ധാരണകളും നീക്കാനും ഈ സംവാദം ഉപകരിക്കും.*

കാസ്ട്രോ: 'ചില തെറ്റിദ്ധാരണകളൊക്കെ' എന്നേ പറയാവൂ. എല്ലാക്കാര്യങ്ങളും നാം വിശദമായി സംസാരിച്ചിട്ടില്ലല്ലോ. എന്നാലും പല വിഷയങ്ങളെക്കുറിച്ചും ഞാൻ എങ്ങനെ ചിന്തിക്കുന്നു എന്നു വ്യക്തമാക്കാൻ ശ്രമിച്ചിട്ടുണ്ട്. മുൻപൊന്നും പറയാത്ത ചില കാര്യങ്ങൾ താങ്കളോടു പറഞ്ഞിട്ടുമുണ്ട്.

സത്യമായും എനിക്കു ചെയ്തു തീർക്കാൻ ഒരുപാടു ജോലിയുണ്ട്. ഞാൻ പറഞ്ഞപോലെ, പ്രവർത്തിക്കാൻ ഉഴിഞ്ഞുവെച്ച ഒരു ജീവിതമാണ് എന്റേത്. വെറും നയതന്ത്രപരമായ കാര്യങ്ങൾ മാത്രമല്ല ഞാൻ ചെയ്യാറുള്ളത്; പല കാര്യങ്ങളിലും ഞാൻ വിശദാംശങ്ങളിലേക്ക് കടന്നുചെന്ന് കാര്യങ്ങൾ മനസിലാക്കാൻ ശ്രമിക്കും. ഇപ്പോൾത്തന്നെ ഒരുപാട് പണിയുണ്ട്. അഭിമുഖങ്ങൾക്കുതന്നെ കുറെയേറെ അപേക്ഷകൾ വന്നുകിടപ്പുണ്ട്. എന്നാൽ അവയൊന്നും അങ്ങനെ ഏറ്റെടുക്കാറില്ല. ചോദിക്കുന്നവർക്കൊക്കെ അഭിമുഖത്തിനിരുന്നു കൊടുത്താൽ പിന്നെ അതിനെ നേരം കാണൂ! അതു പറ്റില്ലല്ലോ. ഏതായാലും താങ്കളുടെ അപേക്ഷ ഞാൻ സ്വീകരിച്ചല്ലോ.

തോമസ് ബോർഗെ: *ലളിതമായ, നേർവഴിക്കുള്ള സത്യങ്ങളെ തമസ്കരിക്കുന്ന മട്ടിൽ കുറെയേറെ തോന്ന്യവാസങ്ങളുണ്ട് രാഷ്ട്രീയത്തിൽ. ആ നരച്ച മഞ്ഞിന്റെ മൂടുപടം നീക്കാൻ താങ്കളുടെ ഈ വാക്കുകൾ സഹായകമാവേണ്ടതാണ്.*

ഫിദൽ, എന്റെ അഭിപ്രായത്തിൽ താങ്കൾക്ക് ചരിത്രത്തിൽ ഒരു സ്ഥാനമുണ്ട് — പഴയകാലത്ത്, അശ്വാരൂഢരായി, ആയുധപാണികളായി സഞ്ചരിച്ചിരുന്ന യോദ്ധാക്കളുണ്ടല്ലോ, നൈറ്റ് എറാന്റ്. ഏതാണ്ട് അതുപോലെ. ബുദ്ധിയുടെയും ധീരതയുടെയും കവചമണിഞ്ഞ് സ്ഥിതപ്രജ്ഞനായി, അതേസമയം വിനയാന്വിതനായി അനീതികളോടു പോരാടുന്ന ഒരു വീരപുരുഷന്റെ പരിവേഷം!

കൂടുതൽ കരുത്തും വീര്യവുമുള്ള തക്കാളികൾ വികസിപ്പിച്ചെടുക്കുന്നതിലും ജനിതകശാസ്ത്രത്തിന്റെ തീവ്ര പുരോഗതിയിലും ക്യൂബയിലെ ശിശുമരണനിരക്ക് ഇനിയും കുറയ്ക്കുന്നതിലുമൊക്കെയാണ് താങ്കളുടെ താൽപര്യമെന്ന് എനിക്കറിയാം — അല്ലാതെ, ഒരു ഗോതമ്പുമണിയുടെ തൊണ്ടിലൊതുങ്ങുന്ന നിസാരമായ നേട്ടങ്ങളുടെ അളവിലും തൂക്കത്തിലുമല്ല.

ആണുങ്ങളും പെണ്ണുങ്ങളും കുഞ്ഞുങ്ങളുമായി താങ്കളെ നിരന്തരം സന്ദർശിക്കുന്നവരുടെ സാമീപ്യത്തിൽ താങ്കൾ അനുഭവിക്കുന്ന ആ ആനന്ദം നേരിട്ടു കണ്ടറിഞ്ഞവനാണ് ഞാൻ. ഏതെങ്കിലും ഒരു സ്കൂളിലോ ഫാക്ടറിയിലോ താങ്കൾ ഒരു സന്ദർശനം നടത്തുമെന്നും പറഞ്ഞ്, അതും കാത്തിരുന്ന് നിരാശരായി താങ്കളെ മൃദുവായൊന്നു ശാസിക്കാൻ വരുന്നവരാവാം അവരിൽ ചിലർ. ഒരു നാൾ അങ്ങോട്ടെത്താമെന്ന് താങ്കൾ ഏൽക്കുകയും ചെയ്യും — അവർക്കറിയാം താങ്കൾ വാക്കു പാലിക്കുമെന്ന്.

നാം പരിചയപ്പെട്ടിട്ട് ഒരു ദശാബ്ദത്തിലേറെക്കാലമായില്ലേ? ഈ കാലമത്രയും, വളരെ സാധാരണമായ വിഷയങ്ങളിൽ — ഒരു സ്പോർട്സ് മത്സരത്തിന്റെ ഫലമോ വീഞ്ഞിന്റെ നേർമയോ ആരോഗ്യമേഖലയിൽ 'ഫൈബറി'നുള്ള അദ്ഭുതഗുണങ്ങളോ ഒക്കെയാവാം അത് - താങ്കൾ കാണിക്കുന്ന താൽപര്യം ഞാൻ കൗതുകത്തോടെ ശ്രദ്ധിച്ചിട്ടുണ്ട്. താങ്കൾ ചിരിക്കുന്നതും കരയുന്നതും നെറികേടുകൾ കണ്ട് അദ്ഭുതപ്പെടുന്നതും വെറുപ്പുകളെ വകഞ്ഞുമാറ്റുന്നതും കണ്ടിട്ടുണ്ട്. കാപട്യവും സ്വാർഥതയും അഴിമതിയും ഡംഭും എല്ലാം പുച്ഛത്തോടെ വീക്ഷിക്കുന്നതും ശ്രദ്ധിച്ചിട്ടുണ്ട്.

അല്ല, ഞാനീപ്പറയുന്നത് നിഷ്പക്ഷമല്ല. എന്റെ വിശ്വാസങ്ങളും വികാരങ്ങളും താങ്കളുടെ ഭാഗത്താണ്. കുറെയേറെ മണിക്കൂറുകളോളം ഞാനൊരു പത്രപ്രവർത്തകനായിട്ടാണ് പെരുമാറിയതെങ്കിലും ആത്യന്തികമായി ഞാൻ താങ്കളുടെ സുഹൃത്താണ്, സഖാവാണ്.

ആശയങ്ങൾ അടുക്കി, ഒതുക്കിപ്പറയുന്ന കാര്യത്തിൽ താങ്കൾ കാണിച്ച നിഷ്കർഷയും താങ്കളുടെ ആത്മാർഥതയും എന്നെ വളരെയേറെ സ്പർശിച്ചിട്ടുണ്ട്. മാർട്ടിയുടെ ഒരു യഥാർഥ ശിഷ്യനോടാണ് ഞാൻ ഇതുവരെ സംസാരിച്ചത് എന്ന് ഞാൻ മനസ്സിലാക്കുന്നു — ആ ഗോതമ്പുതൊണ്ടിൽ ഒതുങ്ങിനിന്ന സത്ത തന്നെ!